D1771544

திராவிட மானிடவியல்

திராவிட மானிடவியல்
பக்தவத்சல பாரதி (பி. 1957)

நாற்பது ஆண்டுகளாக மானிடவியல் புலத்தில் பங்காற்றி வருபவர். இதுவரை 19 நூல்களை எழுதியும் 11 நூல்களைப் பதிப்பித்தும் மொழிபெயர்த்தும் உள்ளார்.

பாரதியின் 'பண்பாட்டு மானிடவியல்' தமிழ் மானிடவியலின் விவிலியம். 'தமிழர் மானிடவியல்', 'திராவிட மானிடவியல்', 'இன்றைய தமிழ்ச் சமூகம்', 'பண்டைத் தமிழ்ப் பண்பாடு' ஆகிய நூல்கள் தமிழ்ச் சமூகத்தின் இருத்தலைப் பேசுபவை. 'தமிழகப் பழங்குடிகள்', 'தமிழகத்தில் நாடோடிகள்', 'மலைவாசம்', 'வரலாற்று மானிடவியல்' ஆகியவை விளிம்புநிலை, பின்காலனியம் சார்ந்தவை. 'தமிழர் உணவு', 'சாதியற்ற தமிழர் - சாதியத் தமிழர்', 'பண்பாட்டு உரையாடல்' ஆகிய நூல்கள் தமிழ்ச் சூழலில் புதிய விவாதங்களைப் பேசுபொருளாக்கியுள்ளன.

'இலங்கையில் சிங்களவர்' எனும் பாரதியின் மிக முக்கியமான நூல் சிங்கள மரபு தமிழ் மரபிலிருந்து கிளைத்துப் பிரிந்த உருவ நீட்சி என்பதை நிறுவியுள்ளது. 'இலங்கை-இந்திய மானிடவியல்' இந்தப் புலத்தில் மேற்கொள்ளப்பட்ட முதல் ஒப்பியல் ஆய்வாகும். 'இலக்கிய மானிடவியல்', 'பாணர் இனவரைவியல்', 'சங்க காலத் தமிழர் உணவு', 'கி.ரா.வின் கரிசல் பயணம்' ஆகிய நூல்கள் தமிழிலக்கியப் பரப்பில் மானிடவியல் சொல்லாடலை முன்வைக்கின்றன. 'சோழமண்டல மீனவர்', 'நரிக்குறவர்' பற்றிய பாரதியின் இரண்டு ஆங்கில நூல்கள் மேற்குலக அறிஞர்களின் கவனத்தைப் பெற்றுள்ளன. இவருடைய பங்களிப்பிற்காக இதுவரை பதின்மூன்று விருதுகள் வழங்கப்பட்டுள்ளன.

ஆசிரியரின் பிற நூல்கள்

- பண்பாட்டு மானிடவியல் (1990)
- தமிழர் மானிடவியல் (2002)
- மானிடவியல் கோட்பாடுகள் (2005)
- தமிழகப் பழங்குடிகள் (2008)
- பாணர் இனவரைவியல் (2012)
- பிற்சங்ககாலச் சமய விழாக்கள் (2012)
- வரலாற்று மானிடவியல் (2013)
- இன்றைய தமிழ்ச் சமூகம் (2013)
- இலக்கிய மானிடவியல் (2014)
- இலங்கையில் சிங்களவர் (2016)
- பண்பாட்டு உரையாடல் (2017)
- சாதியற்ற தமிழா?, சாதியத் தமிழா? (2018)
- இலங்கை இந்திய மானிடவியல் (இணையாசிரியர் –2004)
- பெண்ணிய ஆய்வுகள் (பதிப்பாசிரியர் – 1998)
- தமிழகத்தில் நாடோடிகள் (பதிப்பாசிரியர் – 2003)
- பண்டைத் தமிழர் சமய மரபுகள் (பதிப்பாசிரியர் – 2010)
- தமிழர் உணவு (தொகுப்பாசிரியர் – 2011)
- சமூக – பண்பாட்டு மானிடவியல் (மொழிபெயர்ப்பு – 2005)
- துர்க்கையின் புதுமுகம் (மொழிபெயர்ப்பு – 2013)
- சாதி (மொழிபெயர்ப்பு – 2022)
- Coromandel Fishermen (1999)
- Vagri Material Culture (2009)

பக்தவத்சல பாரதி

திராவிட மானிடவியல்

காலச்சுவடு பதிப்பகம்

அன்பார்ந்த வாசகருக்கு,

வணக்கம்.

காலச்சுவடு நூலை வாங்கியமைக்கு நன்றி.

நூலின் உள்ளடக்கம், உருவாக்கம், அட்டைப்படம் இன்ன பிற அம்சங்கள் பற்றிய உங்கள் கருத்துகளையும் ஆலோசனைகளையும் காலச்சுவடு வரவேற்கிறது. தகவல், எழுத்து, வாக்கியப் பிழைகள் தென்பட்டால் அவசியம் தெரிவித்து உதவுங்கள். நூல் தயாரிப்பில் கடும் குறைபாடு இருப்பின் மாற்றுப் பிரதி உங்களுக்குக் கிடைக்கக் காலச்சுவடு ஏற்பாடு செய்யும்.

மின்னஞ்சல்: **publisher@kalachuvadu.com**

காலச்சுவடு நாகர்கோவில் அலுவலகத்திற்குக் கடிதம் அனுப்பலாம்.

தங்கள்
எஸ்.ஆர். சுந்தரம் (கண்ணன்)
பதிப்பாளர் – நிர்வாக இயக்குநர்

திராவிட மானிடவியல் ❖ மானிடவியல் ஆய்வு ❖ ஆசிரியர்: பக்தவத்சல பாரதி ❖ © எஸ். பக்தவத்சல பாரதி ❖ முதல் பதிப்பு: டிசம்பர் 2014, ஒன்பதாம் பதிப்பு: மே 2025 ❖ வெளியீடு: காலச்சுவடு பப்ளிகேஷன்ஸ் (பி) லிட்., 669, கே. பி. சாலை, நாகர்கோவில் 629001

tiraavita maaniTaviyal ❖ Dravidian Anthropology ❖ Author: S. Bhakthavatsala Bharathi ❖ © S.Bhakthavatsala Bharathi ❖ Language: Tamil ❖ First Edition: December 2014, Ninth Edition: May 2025 ❖ Size: Demy 1 x 8 ❖ Paper: 18.6 kg maplitho ❖ Pages: 272

Published by Kalachuvadu Publications Pvt. Ltd., 669, K.P. Road, Nagercoil 629001, India ❖ Phone: 91-4652-278525 ❖ e-mail: publications @kalachuvadu.com ❖ Printed at Clicto Print, Jaleel Towers, 42 KB Dasan Road, Teynampet Chennai 600018

ISBN: 978-93-82033-70-7

05/2025/S.No. 604, kcp 5748, 18.6 (9) uss

பாளையங்கோட்டை தூய சவேரியார் கல்லூரியில்
நாட்டார் வழக்காற்றியல் ஆய்வு மையத்தைத் தொடங்கியவரும்,
சமூக மேம்பாட்டுப் பணிகளில் தன்னை முழுவதுமாக
அர்ப்பணித்துக்கொண்டுள்ளவரும்,
சென்னை லயோலா கல்லூரியில் லிஸ்டார்
மையத்தின் இயக்குநருமாகிய மானிடவியலர்
அருட்தந்தை பிரான்சிஸ் ஜெயபதி, சே. ச. அவர்களுக்கு

பொருளடக்கம்

முன்னுரை	11
திராவிட இனம்	**19**
காக்கேசியர் x தொல்திராவிடர்: இந்திய இனங்களில் திராவிடரும் பிற இனத்தவரும்	
திராவிடச் சமூகம்	**56**
தொல்சமூகங்கள் x அகண்ட தமிழகம்: வட இந்தியாவில் திராவிடச் சமூகங்கள்	
திராவிட உறவுமுறை	**92**
சபிண்ட உறவு x முறை உறவு: உறவின்முறைவழிக் கட்டமையும் வடக்கும் தெற்கும்	
திராவிடத் திருமணம்	**127**
கன்னிகாதானம் x உறவுத் திருமணம்: மணமுறைகள் ஊடாகக் கட்டமைந்த வடக்கும் தெற்கும்	
திராவிட விழா	**144**
ஹோலி x கிராமத் திருவிழா: வடஇந்தியப் பரந்த வட்டார மரபும் தென்னிந்தியச் சிறுபரப்புக்குரிய கிராம மரபும்	
திராவிடச் சமயம்	**170**
தமிழர் தொல்சமயம் x இந்து சமயம்: தேவகணங்கள் கட்டமைக்கும் வடக்கும் தெற்கும்	

திராவிடத் தொன்மம்	193
தேவர் x அசுரர் : "இரணிய வேளை" கட்டமைக்கும் உயர்குலமும் பிற குலங்களும்	
திராவிடப் பிராமணர்	207
பஞ்ச திராவிடர் – பஞ்ச கௌடர் x பிற பிராமணர்: திராவிடம் தழுவிய பிராமணர்	
துணை நூல்கள்	256

முன்னுரை

இந்தியத் துணைக்கண்டத்தின் சமூக உருவாக்கமும் பண்பாட்டுப் படிமலர்ச்சியும் முன் வரலாற்றுக் காலம் தொடங்கி இன்றுவரை தொடர்ந்துகொண்டிருக்கின்றன. நீண்ட நெடிய அறுபடாத மரபாகத் தொடர்ந்துகொண்டிருக்கும் இந்த அசைவியக்கத்தினூடே கி.மு. 1200 அளவில் ஆரியர்கள் இத்துணைக் கண்டத்தில் குடியேறினர். அதன் பின்னர் இத்துணைக்கண்டத்தின் இனத் துவமானது திராவிடம், ஆரியம், முண்டா அல்லது ஆஸ்திரிய ஆரியம், திபேத்திய பர்மியம் ஆகிய நான்கு மொழிச் சமூகத்தாரை மையமிட்டுத் தொழிற்பட்டது.

இந்த நான்கு மொழிச் சமூகத்தாரின் சமூகப் பண்பாட்டு வகையினங்களே இத்துணைக்கண்டத் தில் மிக முதன்மையான வகையினங்களாக உரு வெடுத்தன. இவற்றில் திராவிடம் மிகவும் தொன்மையானது; தொடர்ந்து வருவது; இத் துணைக்கண்டம் முழுவதிலும் தொழிற்பட்டது. 'திராவிட' எனும் சொல்லாட்சியின் வரலாற்றை மிகவும் விரிவாக ஆராய்ந்த பி. எம். ஜோசப் (1989), இச்சொல் முதலில் மக்களைக் குறித்து, அதன் பின்னர் அவர்கள் வாழ்ந்த பிரதேசத்தைக் குறித்து, இறுதியாக மொழியைக் குறித்தது என்கிறார் (மேலது: 134). குமரிலபட்டர் எழுதிய தந்திர வார்த் திகா எனும் நூலில்தான் 'திராவிட முதலியன' எனும் பொருளில் 'திராவிட ஆதி' எனும் தொடர் இடம்பெற்றது. கால்டுவெல் இதனைத் திராவிட தந்திரம் எனத் தவறாகப் பொருள் கொண்டார் (ச. மனோகரன் 2012: iii).

ஆய்வுப் புலத்தின் தொடக்கத்தில் 'திராவிடம்' என்பது ஒரு வரலாற்று மொழியியல் கருத்தினமாகவே அமைந்தது. திராவிட மொழிகள் தனித்துவமான 'மொழி மரபியல்' பண்பு களைக் கொண்டவை என்றும், அவை மற்ற மொழிக் குடும்பங் களிலிருந்து வேறுபட்டவை என்றும் அறியப்பட்டன. மொழி சார்ந்த இத்தகைய மரபியல் கூறுகள் பண்பாட்டு ரீதியாகவும், இன ரீதியாகவும் காணப்பட்டதைப் பின்னாளில் மானிடவியலர் கள் கண்டறிந்தனர்.

இந்நூல் 'திராவிட மானிடவியல்' பற்றியது. திராவிடம் எனும் கருத்தினத்தை மொழிக்கு அப்பால் சென்று அதனைச் சமூகப் பண்பாட்டுத் தளங்களில் மையப்படுத்தி அறிய முனை கிறது. திராவிடம் என்பது மொழி சார்ந்த ஒரு கருத்தினமாகும். எனினும், பொதுச் சொல்லாடலில் அது இனம் பற்றிய வகை யினத்திற்கும் பின்னாளில் விரிவுபடுத்தப் பெற்றது. ஆதலால் இனம், சமூகம், பண்பாடு ஆகிய மூன்று தளங்களிலும் திராவிடம் எனும் கருத்தினம் பொருந்தி நின்றது.

திராவிடம் பற்றி அறியவேண்டுமானால் அது ஆரியத்தி லிருந்து எவ்வாறு வேறுபடுகிறது என்பதை அறிவதால் எளிமை யாகப் புரிந்துகொள்ளலாம். ஆஸ்திரிய ஆசியம், திபேத்திய பர்மியம் ஆகிய இரண்டோடு திராவிடத்தை ஒப்பிட்டு அறிவதைக் காட்டிலும் ஆரியத்துடன் ஒப்பிடுவதால் மட்டுமே மிக நுட்பமாகப் புரிந்துகொள்ள முடியும். காரணம் இவ் விரண்டு வகையினரே இத்துணைக் கண்டம் முழுவதிலும் பரவி வாழ முற்பட்டனர்; நேருக்குநேர் தொழிற்பட்டனர்.

இந்தியாவில் ஆரியர்கள் குடியேறுவதற்கு முன்பு திராவிடர் கள் தென்குமரி முதல் பாகிஸ்தானின் மேற்குப் பகுதிவரை பரவியிருந்தனர். ஆரியர்கள் வடபுலத்தில் குடியமர்ந்த பின்னர் அவர்கள் மெல்ல மெல்லப் பரவி இந்தியா முழுவதிலும் குடியமர்ந்துவிட்டார்கள். மற்ற இரண்டு மொழிக் குடும்பத்தார் நடு இந்தியாவிற்குக் கீழ் விரிவுபெறவில்லை. அதனால்தான் திராவிடத்தை அறிய ஆரியத்துடன் ஒப்பிட்டு அறிவதும், ஆரியத்தை அறிய அதனைத் திராவிடத்துடன் ஒப்பிட்டு அறிவதும் நுட்பமான புரிதலுக்கு வழிவகுக்கும்.

அறிவுப் புலங்களில் 'ஆரியம்' என்பது 19ஆம் நூற்றாண் டில் ஆங்கிலேய சமஸ்கிருத அறிஞர்களால் உருவாக்கப்பட்ட ஒன்று (ட்ரவுட்மன் 1997: xi) கீழைத்தேய இந்தியாவைப் பற்றி ஆங்கிலேய, ஐரோப்பிய அறிஞர்கள் உருவாக்க முயன்ற அறிவு முறையில் ஆரியம் எனும் கருத்தாக்கம் மிக முக்கிய மானதாகும். இதில் இரண்டு போக்குகள் உள்ளன. ஒன்று:

இந்தியா பற்றி ஐரோப்பியர்கள் அறிந்துகொண்டவை. மற்றொன்று: இந்தியா மீதான ஐரோப்பியவாதம். இவ்விரண்டு நிலைப்பாடுகளுக்கும் மெல்லிய வேறுபாடு உள்ளதைக் கவனிக்க வேண்டும்.

'இந்தியா பற்றி அறிந்துகொண்டவை; இந்தியா மீதான ஐரோப்பியவாதம்' இவையிரண்டும் ஒரு மிக நீண்ட நெடிய முயற்சியாக நடந்தேறியுள்ளன. பண்டைய இந்தியா பற்றிய தொடக்கக்காலப் புரிதல் வில்லியம் ஜோன்ஸ், ஹென்றி கோல் புரூக், எச்.எச். வில்சன் போன்றவர்களால் மேற்கொள்ளப்பட்டது. இவர்கள் மூவரும் இந்தியாவில் ஆங்கில நிர்வாகத்தைக் கவனிக்க விக்டோரியா அரசால் அனுப்பி வைக்கப்பட்டவர்கள். இவர்களையடுத்து வந்த சார்லஸ் கிராண்ட், ஜேம்ஸ் மில் போன்றவர்களும் இந்தியா பற்றி ஒருவகையான வினோதத் தன்மையுடன் சுவாரசியமாக எடுத்துரைத்தனர் எனலாம். ஐரோப்பாவிலிருந்து வந்த மாக்ஸ் முல்லர் முன்னெடுத்த விவரிப்புகள் இன்னொரு வகையான தோற்றத்தை ஏற்படுத்தின. இவ்வகையான புரிதல்களை எல்லாம் நாம் வரையறை செய்ய வேண்டுமானால் அவை யாவும் இந்திய வெறுப்பு வாதமாக *(Indophobia)* அமைந்தன எனலாம் (மேலது: xii).

ஆரியம் பற்றிய புரிதல் மிக விரிவாக அறியப்பட வேண்டிய ஒன்று. அது ஈரானில் 'அவஸ்தா' *(Avesta)* என்பதிலிருந்தும், இந்தியாவில் வேத நூல்களிலிருந்தும் தொகுத்து அறியப்பட வேண்டும். இன்று ஆரியர் என்று சொல்லப்படுபவர்கள் சமஸ்கிருதம் அறிந்தவர்களின் வழித்தோன்றல்கள் என்பது ஒரு பொதுவான கருத்தாகும். உண்மையில் சமஸ்கிருதத்திற்கு மூலமாக இருந்த பிராகிருத மொழிச் சமூகத்தார் என்று கூறுவதே சரியான கூற்றாகும். சமஸ்கிருதமானது ஈரான் வழியாக இந்தியா வந்தடைந்தது. இந்து மதத்தின் புனித நூல்கள் இம்மொழியில் எழுதப்பட்டுள்ளன. இன்று வடஇந்தியாவில் பேசப்படும் நவீன மொழிகளும், இலங்கையில் பேசப்படும் சிங்களமும், லட்சத்தீவுகளில் பேசப்படும் மஹல் மொழியும் சமஸ்கிருதத்திலிருந்து தோன்றியவையாகும்.

சமஸ்கிருதமானது இந்திய ஆரிய மொழிக் குடும்பத்தைச் சேர்ந்த மொழி. இம்மொழிக் குடும்ப மொழிகளோடு அது 'இனஉறவு' கொண்டிருக்கிறது. பெர்சிய மொழிகூட இவ்வுறவுடைய ஒரு மொழியாகும். அது அரேபிய வரிவடிவத்தில் எழுதப்படும் ஒரு வகையினமாக மாறிவிட்டாலும் அரேபியத்தோடு அது நெருக்கமான இனவுறவுடையதல்ல என்பதும் கவனத்திற்குரியது.

ஆரியர் என்பது 'ஆர்யா' எனும் சமஸ்கிருதச் சொல்லி லிருந்து ஏற்பட்டதாகும். இது பண்டைய நாட்களில் சமஸ்கிருத மொழி பேசுவோர் மற்ற மொழிச் சமூகத்தாரிடமிருந்து தங்களை வேறுபடுத்திக் காட்டுவதற்காகப் பயன்படுத்திய சொல்லாகும் (மேலது: xviii). ஈரானியர்களும் இச்சொல்லைப் பயன்படுத்தியிருக்கிறார்கள். ஆரியர்களின் தேசம் எது என்பதைக் கூறும்போது 'ஆர்யா' என்று குறிப்பிட்டார்கள். இந்திய ஐரோப்பிய மொழிகளைப் பேசிய பண்டைய கால மக்கள் 'ஆரியர்' என்று அழைக்கப்பட்டார்கள் என்று அறிஞர் கள் சிலர் கருதுகின்றனர். ஆரியர்கள் ஓர் ஒன்றுபட்ட இனத்தாராகவோ தூய இரத்த வழியில் வரும் மக்களினத் தாராகவோ கருதுவதைவிடச் சமயம், மொழி ஆகிய இரண்டா லும் உருவான பண்பாட்டு அடையாளத்தைக் கொண்டவர்கள் எனலாம். உடற்கூறு சார்ந்த அல்லது இன (*race*) அடையாளம் சார்ந்த கூறுகளை ஆரியர் எனும் சொல் கொண்டிருக்கவில்லை.

ஆரியம், திராவிடம் எனும் இரண்டையும் புலமைத் தளத்தில் நின்று ஆராய வேண்டும். மொழியியல், வரலாற்றியல், இலக்கணவியல், இலக்கியவியல், சமயவியல், தத்துவவியல் எனத் தொடர்புடைய பல்வேறு துறைகளின் ஊடாக ஆராய வேண்டியது அவசியமாகும். மானிடவியல் புலத் தின் வழியாக ஆராய்வது இன்னுமொரு கூடுதல் பார்வையைத் தரவல்லது. இதுவரை 'திராவிட மொழியியல்' எனும் ஓர் ஆய்வுப் புலம் உருவாகியுள்ளது. செக்கோஸ்லோவேகிய அறிஞர் கமில் சுவலபில் *திராவிட மொழியியல்* (*Dravidian Linguistics, 1990*) எனும் தலைப்பில் மிகச் சிறந்ததோர் ஆய்வினைச் செய்துள்ளார்.

தொன்மொழியினின்றும் கிளைத்த உறவு மொழிகளே குடும்ப மொழிகளாக அமையும். இத்தகைய மொழிகளின் கட்டுக்கோப்பைக் கொண்டதே மொழிக்குடும்பமாகும். திராவிட மொழிக் குடும்பத்தில் மட்டுமே 41 மொழிகள் உள்ளன. மொழி ரீதியில் இனங்காணப்பட்ட திராவிடம் மற்ற தளங் களிலும் இனங்காணப்படும்போதுதான் அது முழுமைபெறும். மொழி வழித் தனித்துவம் கொண்ட ஒரு சமூகமானது, மொழியை ஒரு கூறாகக் கொண்டு ஒரு பெரும் தொகுப்பாக விளங்கும் பண்பாடு எனும் தளத்திலும் எண்ணற்ற தனித்துவங் களைக் காட்டி நிற்கும். அந்த வகையில் திராவிட மானிடவியல் எனும் களத்தில் திராவிடத்தின் மற்ற கூறுகளை ஆராய வேண்டியிருக்கிறது.

இந்நூலில் உயிரியல் பண்புடைய இனம் (*race*) பற்றியும், பண்பாடு எனும் தளத்தில் இடம்பெறுகின்ற சமூகம், உறவு முறை, திருமணம், விழாக்கள், சமயம், தொன்மங்கள்,

பிராமணர் ஆகிய எட்டு களங்கள் பற்றியும் ஆய்வு செய்யப் பெற்றுள்ளன. இவற்றின் மூலம் திராவிடத்தின் பண்புகள், தன்மைகள், அமைப்பியல்புகள், தனித்துவங்கள், பொதுமை கள் என எண்ணற்ற கூறுகள் மானிடவியல் நோக்கில் ஆராயப் பட்டுள்ளன. இவை தவிர ஆய்வுக்குரிய களங்கள் மேலும் உள்ளன. வருங்காலத்தில் அவை பற்றியெல்லாம் ஆராய வேண்டும். இத்தகைய ஆய்வுகள் அனைத்தும் புலமை நெறியில் நடைபெற வேண்டும். இன்று மிகவும் அரசியல்வயப் பட்டுள்ள நிலையில் ஆரியம், திராவிடம் பேசப்படுகிறது. இவற்றைத் தாண்டி புலமைநெறியில் நின்று ஆராய வேண்டி யுள்ளது. அப்போதுதான் பண்பாடுகளில் உயர்வு, தாழ்வற்ற நோக்கு நிலையைக் காண முடியும்.

ஆரியம் உயர்ந்ததென்றோ, திராவிடம் தாழ்ந்ததென்றோ அல்லது திராவிடம் உயர்ந்ததென்றோ, ஆரியம் தாழ்ந்த தென்றோ மானிடவியல் பேசுவதில்லை. ஒவ்வொரு பண்பாடும் அதனளவில் சார்புடையது. அதில் அதற்கான தனித்துவங்களும் இருக்கும், உலகளாவிய சில பொதுமைகளும் இருக்கும். ஆக, இந்தியா என்ற தேசத்தைப் 'பன் மொழிகளின் பிரதேசம்' என்றும் 'பல பண்பாடுகளின் பிரதேசம்' என்றும் ஒருபுறம் அணுக வேண்டும். அதில் திராவிடம், ஆரியம் தொழிற்படும் முறைகளை மறுபுறம் ஒப்பிட்டுக் காண வேண்டும். எனினும் பண்பாடுகளுக்கிடையில் நிலவும் ஒத்திசைவான அசை வியக்கங்களும் அவற்றிற்கிடையே நிலவும் முரண்பட்ட அசைவியக்கங்களும் ஆய்வுக்குரியவையாகும்.

இந்நூலில் திராவிடம், ஆரியம் எனும் இணையென்பது ஒரு வகைமாதிரியாகவே முன்னெடுக்கப்படுகிறது. உண்மையில் இவற்றோடு ஆஸ்திரிய ஆசியம், திபேத்திய பர்மியம் ஆகிய இரண்டையும் இணைத்து ஆராய வேண்டும். இந்நான்கில் திராவிடம், ஆரியம் இணையானது மிகுந்த முக்கியத்துவம் பெற்றதாகவும், இவையிரண்டையும் ஒப்பிட்டு ஆராயும்போது கிடைக்கும் புரிதல் மேம்பட்டதாகவும் இருக்கும். அதனாலேயே திராவிட மானிடவியல் எனும் இந்நூலில் இவையிரண்டும் ஒப்பியல் கண்ணோட்டத்துடன் ஆராயப்பட்டுள்ளன.

○

என்னுடைய நீண்ட நாள் கனவு *திராவிட மானிடவியல்.* மானிடவியல் பயிலுங்காலம் முதல் இப்படியொரு முயற்சியைச் செய்ய வேண்டுமென எண்ணியிருந்தேன். புதுச்சேரி மொழி யியல் பண்பாட்டு ஆராய்ச்சி நிறுவனத்தின் இயக்குநராக இருந்த பேராசிரியர் இரா. கோதண்டராமன் கமில் சுவலபில்

எழுதிய *திராவிட மொழியியல்* எனும் நூலினை வெளியிட்டார். எமது நிறுவனத்தின் மிகச் சிறந்த நூல்களில் அதுவும் ஒன்று. இன்றைக்கும் இத்தலைப்பில் முதன்மை நூலாக உள்ளது. இந்நூலின் மூலம் வரலாற்று மொழியியலுக்கும் ஒப்பீட்டு மொழியியலுக்கும் அடிப்படையாக அமைவது வண்ணனை மொழியியல் என அறியலாம். வரலாற்று, ஒப்பீட்டு மொழியியல் ஆகிய இரண்டின் ஆய்வுக் களங்கள் குடும்ப மொழிகளை நிலைக்களனாகக் கொண்டவையாகும். திராவிட மொழிக் குடும்பத்திற்குள் உள்ள உறவு மொழிகளைக் கொண்டே தொல் வடிவத்தையும் இன்றைய உருவாக்கங்களையும் அறிய முடியும். மொழி ஊடாக மட்டுமே திராவிடத்தை முன்னெடுப்பது போதாது என்பதை அந்நூலை வாசித்து முடித்தவுடன் உணர்ந்தேன்.

ஒருவகையில் மொழியியல் துறை மானிடவியலுக்கு முன்னோடி என்று சொல்லலாம். உண்மையில் மொழியியலானது மானிடவியலின் நான்கு பெரிய உட் பிரிவுகளில் ஒன்றாகத் தோன்றினாலும் அது ஒரு தனித்துறையாக வளர்ந்து விட்டது. சசூரின் கோட்பாடு தொடங்கி இன்னும் சில கருத்தாக்கங்கள் மானிடவியலில் தாக்கத்தை ஏற்படுத்தியுள்ளன. அவ்வாறே இராபர்ட் கால்டுவெல் முன்வைத்த திராவிட மொழிக் குடும்பம் எனும் கருத்தாக்கத்திற்குப் பிறகே திராவிட இனம், திராவிட உறவுமுறை எனும் கருத்தினங்கள் மானிடவியலில் பேசப்பட்டன. இன்று உலக அளவில் நோக்கும்போது திராவிட உறவுமுறை மிகவும் தனித்துவமானது என்பதை லூயி துய்மோன், ஐராவதி கார்வே, தாமஸ் ட்ரவுட்மன் போன்றோர் நிறுவியுள்ளனர்.

இந்த வரிசையில் திராவிடம் சார்ந்த ஏனைய கூறுகளையும் ஒன்றிணைத்து, திராவிட மானிடவியல் எனும் ஒரு புதிய ஆய்வுக் களத்தை விரிவாக்க வேண்டுமென விரும்பினேன். இப்போதுதான் அது சாத்தியப்பட்டுள்ளது. இக்களத்தில் பல்வேறு ஆய்வுகள் நிகழ்ந்துள்ளன. அயல் பார்வையில் தமிழ்ச் சமூகம் பெரிதும் கவனிக்கப்பட்டுள்ளது. ஆனால் மேலை அறிஞர்களின் பார்வையில் ஐரோப்பியவாதம் இழையோடுகிறது. இந்நிலையில் திராவிடம் பற்றி திராவிட ஆய்வாளர்களே ஆராய்வது தேவையாகிறது. அந்த வகையில் இந்நூல் அகப்பார்வையை மையப்படுத்தும் வகையில் கூர்மைப்பட்டிருக்கிறது.

இந்நூலினை அருட்தந்தை பிரான்சிஸ் ஜெயபதி, சே. ச. அவர்களுக்குக் காணிக்கையாக்கியுள்ளேன். இவர் தில்லி பல்கலைக்கழகத்தில் மானிடவியல் ஆய்வினை மேற்கொண்

டவர். லண்டன் பொருளியல் பள்ளியில் கிரிஸ் ஃபுல்லருடன் மேலாய்வு மேற்கொண்டவர். இவர் தமிழகத்தில் ஆய்வுபூர்வ மான பண்பாட்டியல் கல்விக்கெனப் பாளையங்கோட்டை தூய சவேரியார் கல்லூரியில் நாட்டார் வழக்காற்றியல் மையத்தைத் தொடங்கினார். அம்மையத்தை இயக்கிய பின்னர் நாகர்கோவிலில் மது அடிமைகளை மீட்கும் பணி. இப்போது சென்னை லயோலா கல்லூரியின் 'லிஸ்டார்' மையத்தின் இயக்குநர் பணி. இப்பணிகள் அனைத்திற்கும் பின்னால் இருப்பது அவரது மானிடவியல் ஞானம். அருட்தந்தை அவர்கள் எவ்வளவு தூரத்தில் இருந்தாலும் பலரையும், செயற்பாடுகள் பலவற்றையும் இயக்கும் ஆற்றல் வாய்ந்தவர். அவருக்குத் திராவிட மானிடவியலைச் சமர்ப்பணமாக்கி மகிழ்கிறேன்.

இந்தத் திசையில் எனக்குள் உள்ளொளியை ஏற்படுத்தியவர் பேரா. இரா. கோதண்டராமன் அவர்கள். அவர் முன்னெடுத்த வரலாற்று மொழியியல் சார்ந்த ஆய்வுரைகளும் எழுத்துகளும் என்னைத் திராவிடம் நோக்கி வயப்படுத்தின. திராவிட மொழி யியலுக்குப் பங்களித்துள்ள மிகச் சிறந்த அறிஞர்களில் அவரும் ஒருவர். பிரெஞ்சு மானிடவியலர் லெவிஸ்ட்ராஸ், லூயி துய்மோன் ஆகியோரின் எழுத்துகள் என்றைக்கும் என்னைச் சிந்திக்க வைத்துக்கொண்டிருப்பவையாகும்.

திராவிட மானிடவியலை ஒரு நீண்ட காலத் திட்டத்துடன் எழுதி வந்தேன். எனினும் கடந்த மூன்றாண்டுகளில்தான் இதற்கான வேகம் கூடியது. பேராசிரியர் ஆ.இரா. வேங்கடா சலபதி திராவிட உறவுமுறை குறித்து விரிவான கட்டுரை ஒன்றை எழுதச் சொன்னார். அதனை அவருக்கு எழுதியனுப்பிய பின்னர்தான் இந்நூலுக்கான ஆய்வுப்பணிகள் விரைவு பெற்றன என்று சொல்ல வேண்டும்.

யாழ்ப்பாணப் பல்கலைக் கழகத்தில் இது பற்றிய சில வகுப்புரைகள் வழங்க முடிந்தது. என்னை 2009இல் அங்கழைத்த அப்பல்கலைக்கழகத்தின் அந்நாளைய துணைவேந்தர் சமூகவியல் பேராசிரியர் (பேராசிரியர் கணநாத் உபயசேகர அவர்களின் மாணவர்) கலாநிதி என். சண்முகலிங்கன் அவர்களுக்கு இத்தருணத்தில் நன்றி சொல்லக் கடமைப்பட் டிருக்கிறேன். என்னுடைய நிறுவனத்தைச் சேர்ந்த ஆய்வுப் பேராசிரியர்களின் ஊக்கமும்கூட என்னை ஒரு வகையில் இத்திசையில் செயல்பட வைத்தது என்று சொல்ல முடிகிறது.

'தமிழர் உணவு'க்குப் பின்னர் என்னைத் தொடர்ந்து ஊக்கப்படுத்தி வருபவர் காலச்சுவடு கண்ணன். காலச்சுவடு

மூலம் 'திராவிட மானிடவியல்' வெளியாகும் இச்சூழலில் அவருக்கு மனங்கனிந்த நன்றியைக் கூறிக்கொள்கிறேன். இந்நூலின் மெய்ப்பினைக் கருத்தூன்றிப் படித்தவர் பேராசிரியர் அ.கா. பெருமாள். இன்னொரு நிலையில் இதனை வாசித்துக் கருத்துரைத்தவர் களந்தை பீர்முகம்மது. இவ்விருவருக்கும் மனமார்ந்த நன்றிகள். இந் நூலாக்கத்தின்போது பல்வேறு கட்டங்களில் ஐயங்களை எழுப்பி அவற்றை என்னிடம் பகிர்ந்துகொண்டு, தெளிவுபெற்று நூலாக்கப் பணியைச் செய்துள்ளவர் காலச்சுவடு அகிலா; இவருக்கும் நன்றி கூறுவது என் கடமை. என் ஆய்வுப் பணிகளுக்குப் பின்புலமாய் இருப்பவர்கள் துணைவியார் ப.விஜயாவும் மகள் கார்த்தி வைஷ்ணவியும். இவர்கள் இருவருக்கும் என்றென்றும் நன்றி சொல்ல வேண்டும்.

புதுச்சேரி												**பக்தவத்சல பாரதி**
9 ஜூலை 2014

திராவிட இனம்

காக்கேசியர் x தொல்திராவிடர்: இந்திய இனங்களில் திராவிடரும் பிற இனத்தவரும்

சமகால மனித இனங்கள்

உலகளாவிய நிலையில் மனித குலத்தவர் பல இனங்களாகப் பிரிந்துள்ளனர். ஒவ்வொரு இனத்தவரும் மரபணுசார்ந்த, உயிரியல் சார்ந்த பண்புகளால் மற்ற இனத்தவர்களிடமிருந்து வேறு படுகின்றனர்.

இந்த இனப் பண்புகளில் சில மட்டும் புறத் தோற்றத்தில் காணப்படுபவையாக உள்ளன. மண்டையோட்டின் அளவு, முக அமைப்பு, மூக்கின் தன்மை, கண் அளவு, தலை மயிரின் தன்மை, உள்ளங்கை – உள்ளங்கால் ஆகிய இரண்டின் தோற் கூற்றியல் கூறுகள், தலைச் சுழிகள், உடல் உயரம், உடல் நிறம் போன்றவை புறத்தோற்றக் கூறுகளாகும். இரத்தவகை, என்சைம்கள், புரோட்டீன்கள் போன்ற அகப் பண்புகளும் இனவேறுபாடுகளைக் காட்டும் கூறுகளாக உள்ளன. இவற்றின் அடிப்படை யில் பெரும்பான்மையான அறிஞர்கள் இன்று மனித குலத்தைப் பின்வரும் மூன்று பெரும் இனங்களாக வகைப்படுத்துவார்கள்.

1. காக்கேசியர் *(Caucasoid)*
2. மங்கோலியர் *(Mongoloid)*
3. நீக்ரோவினர் *(Negroid)*

மனித குலத்தின் இந்த மூன்று பெரும் இனங்களுக்குரிய பேராளர்கள் யார்? எவர்?, அவர்கள் எங்கெல்லாம் புலம் பெயர்ந்து சென்றனர், இப்போது அவர்கள் எங்கெல்லாம் பரவிக் காணப்படுகின்றனர் என்பதை அறிய வேண்டும். இப்புரிதலை ஏற்படுத்திக் கொண்டால்தான் இந்திய மண்ணில் குடியேறிய இனங்கள் பற்றியும், திராவிடப் பகுதியில் பல்வேறு இனங்களின் சேர்மத்தால் ஏற்பட்ட இனச் சங்கமம் பற்றியும் அறிய இயலும்.

காக்கேசியர்

காக்கேசிய இனத்தார் பின்வரும் பதினொரு கிளையினங்களாகப் பாகுபடுகின்றனர்.

1. நடுநிலக்கடலினத்தவர் (Mediterranean)
   - அ. பூர்வ நடுநிலக்கடலினத்தவர் (Classical Mediterranean)
   - ஆ. அட்லாண்டிக் பகுதி நடுநிலக்கடலினத்தவர் (Atlanto Mediterranean)
   - இ. இந்திய – ஆப்கன் அல்லது ஈரானிய ஆப்கன் இனத்தவர் (Indo – Afghan or Irano – Afgan)
2. நார்டிக் (Nordic)
3. ஆல்பைன் (Alpine)
4. கிழக்கு பால்டிக் (East Baltic)
5. தைனாரிக் (Dinaric)
6. ஆர்மீனியர் (Armenoid)
7. கெல்டிக் (Keltic)
8. லாப் (Lapp)
9. தொல் காக்கேசியர் (Archaic Caucasoid)
   - i. இந்திய திராவிடர் (Indo – Dravidian)
   - ii. தொல் ஆஸ்திரேலியர் (Proto – Australoid)
     - அ. ஆஸ்திரேலிய முதுகுடியினர் (Australian aborigines)
     - ஆ. முன்னை திராவிடர்/ ஆஸ்திரேலியர்/ வேடர் (Pre – Dravidian or Australoid or Veddoid)
10. பாலினீசியர் (Polynesian)
11. அய்னு (Ainu)

1. நடுநிலக்கடலினத்தவர்

வெள்ளைக்காரர்கள் எனப் பொதுவழக்கில் கூறப்படும் இனத்தவர்களில் இக்கிளையினத்தவர் மிகவும் தொன்மை யானவர்கள். ஆனால் இவர்கள் எப்போது தோன்றினார்கள் என்பது துல்லியமாகக் கூறமுடியாத நிலையே உள்ளது. மனித குல வரலாற்றின் பல்வேறு கட்டங்களில் இவர்கள் உலகின் பல பகுதிகளுக்கும் பரவிச் சென்றனர். அதனால் இன்று போர்ச்சுகல், ஸ்பெயின், பிரான்ஸ், இத்தாலி, கிரீஸ், துருக்கி ஆகிய நாடுகளிலும், காலனிகளாகச் சென்றதால் வடக்கு ஆப்பிரிக்காவிலும் காணப்படுகின்றனர். மேலும், அரேபியா, ஈரான், ஆப்கானிஸ்தான், பாகிஸ்தான், இந்தியா போன்ற நாடுகளிலும் பரவிக் காணப்படுகின்றனர்.

அ. பூர்வ நடுநிலக்கடலினத்தவர்

இவர்கள் நடுநிலக்கடல் பகுதி முழுவதும், குறிப்பாக போர்ச்சுகல், ஸ்பெயின், பிரான்ஸ், ஜெர்மனி, இத்தாலி ஆகிய நாடுகளில் வாழ்பவர்கள். மேலும் ஐரோப்பாவின் கிழக்கு, நடு, வடமேற்குப் பகுதிகளில் சிதறலாகப் பரவிக் காணப்படுகின்றனர். எகிப்திலும் வடக்கு ஆப்பிரிக்காவிலுங்கூட இவ்வினப் பண்புகள் கொண்டோர் உள்ளனர்.

ஆ. அட்லாண்டிக் பகுதி நடுநிலக்கடலினத்தவர்

இவர்கள் வடக்கு ஆப்பிரிக்கா, பாலஸ்தீனம், ஈராக், கிழக்கு பால்கன் பகுதிகளில் பரவலாகவும், பிரிட்டிஷ் தீவுகள், ஸ்பெயின், போர்ச்சுகல் ஆகிய இடங்களில் சிதறலாகவும் உள்ளனர்.

இ. இந்திய – ஆப்கன் அல்லது ஈரானிய – ஆப்கன் இனத்தவர்

இவ்வினத்தார் பெரும்பான்மையாக ஈரான், ஈராக், ஆப்கானிஸ்தானம், பலுச்சிஸ்தான், வடமேற்கு இந்தியா, பாகிஸ்தான் ஆகிய இடங்களில் காணப்படுகின்றனர்.

2. நார்டிக்

நார்டிக் இனத்தார் ஸ்காண்டிநேவியா, பால்டிக்பகுதி, வடக்கு பிரான்ஸ் ஆகிய இடங்களில் பரவலாகவும், நெதர் லாந்து, பெல்ஜியம், பிரிட்டிஷ் தீவுகள் ஆகிய இடங்களில் குறைவாகவும், ஐரோப்பாவின் பல்வேறு பகுதிகளில் சிதறலாக வும் காணப்படுகின்றனர்.

3. ஆல்பைன்

ஆல்பைன் இனத்தார் நடு ஆசியாவில் தோன்றியவர்கள் எனச் சில மானிடவியலர்கள் கூறுவர். இவர்களை ஆசிய மங்கோலியர்களுடன் இணைத்துப் பேசுபவர்களும் உண்டு. ஆல்பைன் இனத்தார் நார்டிக், நடுநிலக்கடலினத்தார் ஆகியோரின் கலப்புக் கூறுகளையும் கொண்டிருக்கிறார்கள்.

ஆல்பைன் இனத்தவர்கள் நடு ஐரோப்பா முதல் கிழக்கு ஐரோப்பா வரை பரவிக் காணப்படுகின்றனர். குறிப்பாக, பிரான்ஸ் முதல் ஊரல் மலைத்தொடர்வரை இவர்கள் பரவி யுள்ளனர். மேலும், டென்மார்க், பால்கன், நார்வே, வடக்கு இத்தாலி, சிற்றாசியாவின் மலைப் பகுதிகள் ஆகிய இடங்களில் வாழ்கின்றனர். கூடவே இவர்கள் ஐரோப்பா முழுவதிலும் சிதறலாகப் பரவிக் காணப்படுகின்றனர்.

4. கிழக்கு பால்டிக்

இவ்வினத்தாரிடமும் கலப்பினக் கூறுகள் உள்ளன. குறிப்பாக, நார்டிக், ஆல்பைன் ஆகிய இரண்டு இனங்களின் கூறுகள் அதிகமாக உள்ளன. இவர்களுடைய இனத்தோற்றம் முழுமையாக அறியப்படாமலேயே உள்ளது. இவர்கள் வட கிழக்கு ஜெர்மனி, பால்டிக் நாடுகள், போலந்து, ரஷ்யா, பின்லாந்து ஆகிய பகுதிகளில் பரவி வாழ்கின்றனர்.

5. தைனாரிக்

தைனாரிக் இனத்தவரிடம் நார்டிக், ஆர்மீனிய இனங்களின் கூறுகள் கலந்துள்ளன. இன்னும் சிலரிடம் ஆல்பைன், அட்லாண்டிக் நடுநிலக்கடல் இனம், இந்திய – ஆப்கன் ஆகிய இனங்களின் கூறுகள் கலந்துள்ளன. இவர்கள் பெரும்பாலும் தைனாரிக் ஆல்பைன் பகுதி என்றழைக்கப்படும் யூகோஸ் லேவியா, அல்பேனியா, ஆஸ்டிரியன் டைரால் ஆகிய பகுதி களில் வெகுவாகவும், நடு ஐரோப்பாவில் சிதறலாகவும் காணப் படுகின்றனர்.

6. ஆர்மீனியர்

இவர்களும் சில இனங்களின் கலப்பால் தோன்றிய ஒரு புது வகையினரே. ஆர்மீனியர்களிடம் பூர்வ நடுநிலக்கடலி னத்தார், ஆல்பைன், நார்டிக், இந்திய – ஆப்கன் ஆகிய இனக் கூறுகள் கலந்துள்ளன. அண்மைக்கால ஆய்வுகளின்படி இவர்கள் நடுநிலக்கடல் இனம், ஆல்பைன் இனம் ஆகிய இரண்டு இனங்களின் மிகுதியான கலப்பால் தோன்றியவர் கள் என அறியமுடிகிறது. இவர்களின் பூர்வீகம் சிற்றாசியா

(Asia Minor). இங்கிருந்தே அரேபியா, இந்தியா போன்ற நாடுகளுக்குப் பரவினர் என அறிஞர்கள் கருதுகின்றனர்.

ஆர்மீனியர்கள் துருக்கி, சிரியா, பாலஸ்தீனம் ஆகிய நாடுகளில் பரவலாக உள்ளனர். எனினும், ஈரான், ஈராக், பால்கன் நாடுகள், கிரீஸ், பல்கேரியா, அமெரிக்கா ஆகிய நாடுகளிலும் பரவிக் காணப்படுகின்றனர்.

7. கெல்டிக்

இவர்கள் அயர்லாந்து, ஸ்காட்லாந்து, வேல்ஸ் ஆகிய பகுதிகளில் காணப்படுகின்றனர். இங்கிலாந்திலும் மேற்கு ஐரோப்பாவிலும் சிதறலாகப் பரவி வாழ்கின்றனர்.

8. லாப்

வடக்கு ஸ்காண்டிநேவியா, வடக்கு பின்லாந்து, ஸ்வீடன், நார்வே, வடகிழக்கு ரஷ்யா ஆகிய இடங்களில் வெகுவாக உள்ளனர். இவர்களிடம் ரஷ்யர், பின்லாந்தியர், ஸ்வீடன் நாட்டவர், நார்வே நாட்டவர் இனக்கூறுகள் கலந்துள்ளன. எனினும் இவர்களைத் தனி இனமாகக் கருதுவதற்குரிய சிறப்புக் கூறுகள் பல உள்ளன. மேலும், இவர்களிடம் மங்கோலிய இனக் கூறுகளும் கலந்துள்ளன. என்றாலும் காக்கேசிய இனக் கூறுகளே மிகுந்திருக்கின்றன என்பதால் லாப்பியர் தனி இனமாகவே அடையாளம் பெறுகின்றனர்.

9. தொல் காக்கேசியர்

தமிழர் உள்ளிட்ட திராவிடர்கள் இவ்வினத்திற்குரியவர்கள். இந்த இனத்தில் பின்வரும் நான்கு கிளையினங்கள் உள்ளன.

1. ஆஸ்திரேலிய முதுகுடியினர்: இவர்களிடம் மிக அரிதான நீக்ரோ இனக் கூறுகள் சிலவும், பசிபிக் பெருங் கடலினக் கூறுகள் சிலவும் கலந்துள்ளன. ஆஸ்திரேலியாவின் தொல்குடிகள் இவர்களே. இவர்கள் தொல் திராவிடர்களோடும் ஒத்துள்ளனர்.

2. முன்னைத் திராவிடர்கள்: தென்னிந்தியாவில் வாழும் தொல்குடிகளான காடர், இருளர், குறும்பர், கோண்டு, கோந்த், பீல், ஒராவ்ன், செஞ்சு போன்றவர்கள் இவ்வினத்தவர்களாவர்.

3. வேடர்: இவர்களே இலங்கையின் தொல்குடியினர். கிழக்கு மாகாணத்தில் வாழ்கின்றனர். 12ஆம் நூற்றாண்டு வரை மலைக்குகைகளில் வாழ்ந்து வந்தனர். இவர்கள் இப்போது சிங்களம், தமிழ் இரண்டும் கலந்த கிளை மொழியைப் பேசி

வருகின்றனர் (ஆனால் திராவிட உறவுமுறையைக்கொண் டுள்ளனர்: விரிவறிய காண்க: திராவிட உறவுமுறை).

*4. **சகாய் அல்லது சனாய்:*** மலாய் முந்நீரகத்தில் வாழ் கின்றனர்.

10. பாலினீசியர்

இவர்கள் பல இனக் கூறுகளின் கலப்பினைக் கொண்ட இனத்தவராக உள்ளனர். வெள்ளையர்களாகத் தோன்றினாலும் தொடக்ககால நடுநிலக் கடலினத்தவர், ஆசிய மங்கோலியர், பசிபிக் பகுதி நீக்ரோவினர் ஆகிய மூன்று இனத்தவர்களுடன் கலப்புற்று இவர்கள் தனி இனமாக மாறிவிட்டனர். இவ் வினத்தார் பசிபிக் பெருங்கடலில் உள்ள பாலினீசியத் தீவுகளின் குறிப்பாக, நியூசிலாந்து, ஃபிரண்ட்லி தீவுகள், சமோவா, மர்குவ சாஸ், ஹவாய் போன்ற தீவுகளில் பரவிக் காணப்படுகின்றனர்.

11. அய்னு

இவர்களே ஜப்பானின் தொல்குடியினர். அய்னுக்கள் அடிப்படையில் காக்கேசிய இனத்தைச் சேர்ந்தவர்களாயினும் இவர்களிடம் மங்கோலிய இனக் கூறுகள் வெகுவாகக் கலந்து விட்டன. ஆஸ்திரேலிய முதுகுடிகளின் சில பண்புகளும் இவர்களிடம் காணப்படுகின்றன. இவர்கள் வடக்கு ஜப்பான், தெற்கு சகஉறாலின், யெசோ ஆகிய பகுதிகளில் மிகுதியாகக் காணப்படுகின்றனர்.

மங்கோலியர்

மங்கோலிய இனத்தார் பின்வரும் பிரிவினர்களாகப் பாகுபடுகின்றனர்.

1. பூர்வ மங்கோலியர் அல்லது மைய மங்கோலியர் *(Classical Mongoloid or Central Mongoloid)*

2. துருவப் பகுதியினர் அல்லது எஸ்கிமோவினர் *(Arctic or Eskimoid)*

3. இந்திய மலாய் மங்கோலியர் *(Indo – Malayan Mongoloid)*

   அ. மலாய் வகை *(Malay type)*

   ஆ. இந்தோனேஷிய வகை அல்லது நெசியாத் *(Indonesian type or Nesiot)*

4. அமெரிக்க இந்தியர் (American or American Indian)

அ. தொல் அமெரிக்க இந்தியர் (Palaeo Amerind)

ஆ. வடக்கு அமெரிக்க இந்தியர் (North Amerind)

இ. புதிய அமெரிக்க இந்தியர் (New Amerind)

ஈ. தெகுக்லீஷ் (Tehucleche)

உ. வடமேற்குக் கரை அமெரிக்க இந்தியர்
(North – West Coast Amerind)

1. பூர்வ மங்கோலியர்/மைய மங்கோலியர்

இவ்வகை மங்கோலியர்கள் சைபீரியா, ஆமூர் ஆற்றுப்பகுதி ஆகிய இரண்டிடங்களில் அதிகமாகவும், வடக்குச் சீனம், மங்கோலியா, திபேத் ஆகிய பகுதிகளில் சிதறலாகவும் வாழ்கின்றனர். திபேத்தியரும் வடசீனர்களும் இவ்வினத்தவர்கள். புரியத் (Buriat), கொர்யக் (Koryak), கோல்டி (Goldi), கில்யக் (Gilyak) போன்ற சமூகத்தார் இவ்வினத்தவர்களில் குறிப்பிடத் தக்கவர்கள்.

2. துருவப் பகுதியினர் அல்லது எஸ்கிமோவினர்

வடக்கு ஆசியா, வட அமெரிக்காவின் துருவக் கடற்கரைப் பகுதி, கிரீன்லாந்து, லேப்ரடார், மேற்கு அலாஸ்கா ஆகிய பகுதிகளில் இவர்கள் வாழ்ந்து வருகின்றனர். சுக்சிஸ், கம்சடேல்ஸ், யாக்குட், சமோயேட் போன்ற சமூகத்தார் இவ்வினத்தில் முக்கியமானவர்கள் எனலாம்.

3. இந்திய மலாய் மங்கோலியர்

இவ்வினத்தார் இந்தோனேஷிய வகை எனவும், மலாய் வகை எனவும் இரு பிரிவினராகப் பாகுபடுகின்றனர். முதல் வகையினர் தென் சீனம், இந்திய – சீனம், பர்மா, தாய்லாந்து ஆகிய பகுதிகளில் காணப்படுகின்றனர். இரண்டாம் வகையினர் மேற்கூறிய பகுதிகளில் காணப்படுவதுடன் டச்சு கிழக்கிந்தியப் பகுதி, பிலிப்பைன்ஸ், ஜப்பான் ஆகிய நாடுகளிலும் வாழ் கின்றனர்.

பெரும்பாலான ஜப்பானியர்கள் மலாய் வகை மங்கோலியர் களாக உள்ளனர். இந்தோனேஷிய வகையினரைக் காட்டிலும் மலாய் வகையினர் மங்கோலிய இனக்கூறுகளை அதிகம் கொண்டுள்ளனர்.

4. அமெரிக்க இந்தியர்

இவர்கள் 'செவ்விந்தியர்கள்' என்றும் கூறப்படுவார்கள். இவர்களே அமெரிக்காவின் தொல்குடிகள். இவர்கள் அனைவரும் இனத்தால் மங்கோலியர்கள். அந்நாட்டின் வட பகுதியிலும் மையப்பகுதியிலும் தென் பகுதியிலும் பரவலாக வாழ்ந்து வருகின்றனர். கொலம்பசுக்குப் பிறகு இங்கு மனிதக் குடியேற்றம் ஏற்பட்ட பின்னர் இத்தொல்குடிகளின் பூர்வ நிலம் கொஞ்சம் கொஞ்சமாகப் பறிபோனது. அமெரிக்க இந்தியர்களில் பின்வரும் ஐந்து பிரிவினர் உள்ளனர்.

அ. தொல் அமெரிக்க இந்தியர்: இவர்கள் தென்அமெரிக்காவின் தொல்குடியாவர். பிரேசிலின் லாகோ சாந்தா வகையினர் ஆவர். இப்போது கிழக்கு அமெரிக்காவிலும் கனடாவிலும் வெகுவாகக் காணப்படுகின்றனர். அமெரிக்கா முழுவதிலும் சிதறலாக உள்ளனர்.

ஆ. வடக்கு அமெரிக்க இந்தியர்: அமெரிக்காவின் வட பகுதியின் தொல்குடிகளும் வடக்கு, கிழக்குப் பகுதிகளைச் சேர்ந்த உட்லேண்ட்ஸ் மக்களும் இவ்வகையில் அடங்குவர்.

இ. புதிய அமெரிக்க இந்தியர்: இவ்வகையினர் அமெரிக்காவின் தென்பகுதி, நடுப்பகுதி, வடபகுதி ஆகிய இடங்களில் உள்ள மேட்டுநிலங்களில் பரவலாகக் காணப்படுகின்றனர்.

ஈ. தெகுக்லீஷ்: இவர்கள் பட்டகோனியா பகுதியில், அதிலும் குறிப்பாக தியாரா டெல் ஃபுயூகோவில் ஓனஸ் பகுதியில் வாழ்கின்றனர்.

உ. வடமேற்குக் கரை அமெரிக்க இந்தியர்: இவ்வகை மங்கோலியர்கள் தென்கிழக்காசிய மக்களைப் போன்ற சாயல் கொண்டவர்கள். இவர்கள் வட அமெரிக்காவின் வடமேற்குக் கடற்கரைப் பகுதியில் பெருமளவு வாழ்கின்றனர். இவர்களில் வடக்கத்தியார், தெற்கத்தியார் என இரு பிரிவுகளுண்டு. முதலாம் பிரிவினர் குழிந்த அல்லது நேரான மூக்கும் அகன்ற முகத்தையும் கொண்டுள்ளனர். இரண்டாம் பிரிவினர் குவிந்த உயரமான மூக்கையும் நீண்ட முகத்தையும் கொண்டுள்ளனர்.

நீக்ரோவினர்

நீக்ரோஇனத்தார் பின்வரும் பிரிவினர்களாகப் பாகுபடுகின்றனர்.

1. ஆப்பிரிக்க நீக்ரோ (African Negro)

   அ. தூய நீக்ரோ (True Negro)

ஆ. நைல் பகுதி நீக்ரோ *(Nilotic Negro)*

இ. பண்டு *(Bantu)*

ஈ. புஷ்மன் – ஹாட்டண்டாட் *(Bushman – Hottentot)*

உ. நீக்ரில்லோ (ஆப்பிரிக்கக் குள்ளர்) *(Negrillo – African Pygmy)*

2. பெருங்கடல் நீக்ரோ *(Oceanic Negro)*

அ. நீக்ரிட்டோ *(Negrito)*

1. ஆசியக் குள்ளர் *(Asianic Pygmy)*

2. பசிபிக் குள்ளர் *(Oceanic Pygmy)*

ஆ. பப்புவர், மெலனீஷியர் *(Papuans and Melanesians)*

3. அமெரிக்க நீக்ரோ *(American Negro)*

1. ஆப்பிரிக்க நீக்ரோவினர்

நீக்ரோ இனத்தின் முக்கிய பிரிவாக விளங்கும் இவ்வினத்தில் பின்வரும் ஐந்து கிளையினத்தவர்கள் உள்ளனர்.

அ. தூய நீக்ரோ: இவர்கள் மேற்கு ஆப்பிரிக்க, கினி கடற்கரை ஆகிய பகுதிகளில் வாழ்பவர்கள்.

ஆ. நைல் பகுதி நீக்ரோ: இவர்கள் நைல் ஆற்றின் மேல் பகுதியிலும் கிழக்கு சூடானிலும் வாழ்பவர்கள்.

இ. பண்டு: இவர்கள் பண்டு மொழி பேசுபவர்கள். நடு ஆப்பிரிக்கா, தென் ஆப்பிரிக்கா ஆகிய பகுதிகளில் அதிகம் காணப்படுகின்றனர்.

ஈ. புஷ்மன் – ஹாட்டண்டாட்: புஷ்மன் பிரிவினரும் ஹாட்டண்டாட் பிரிவினரும் இனத்தால் ஒத்தவர்கள் (மிகச் சில கூறுகளே மாறுபடுகின்றன); ஆனால் பண்பாட்டால் மாறுபட்டவர்கள். புஷ்மன்கள் குவாய் அல்லது சான் எனவும், ஹாட்டண்டாட் கோய் கோய் எனவும் அழைக்கப்படுகின்றனர். புஷ்மன்கள் இப்போது கலகாரிப் பாலைவனத்தோடு தங்கள் வாழிடத்தைச் சுருக்கிக் கொண்டனர். முன்னாளில் தெற்கு ஆப்பிரிக்கா முழுவதும் பரவிக் காணப்பட்டனர். ஹாட்டண்டாட் மக்கள் தென் மேற்கு ஆப்பிரிக்காவில் பெரிதும் வாழ்கின்றனர்.

உ. நீக்ரில்லோ (ஆப்பிரிக்கக் குள்ளர்): அக்கா, பட்வா, பம்பூட்டி ஆகிய சமூகத்தார் இப்பிரிவில் அடங்குவர். இவர்கள் காங்கோ பகுதியில் நடுநிலக்கோட்டுப் பகுதியிலுள்ள காடுகளில் வாழ்கின்றனர்.

2. பெருங்கடல் பகுதி நீக்ரோ

இவர்களில் நீக்ரிட்டோ, பப்புவர் – மெலனீஷியர் ஆகிய இரண்டு பிரிவினர்கள் உள்ளனர்.

நீக்ரிட்டோவினர் பிரிவில் மேலும் இரண்டு பிரிவினர்கள் உள்ளனர். ஆசியக் குள்ளர்கள், பசிபிக் குள்ளர்கள். ஆசியக் குள்ளர்கள் எனப்படுவோர் அந்தமான் தீவுகளில் வாழும் பழங்குடியினர் ஆவர். இவர்களில் ஓங்கி போன்ற பழங்குடியினர். மிகக் குறைந்த உயரமுடையவர்கள். பசிபிக் குள்ளர்கள் நியூகினி, அதையொட்டிய தீவுப் பகுதிகளில் பெரிதும் காணப் படுபவர்கள். பப்புவர்கள் நியூகினியிலும் மெலனீஷியாவின் பல தீவுகளிலும் வாழ்பவர்கள்.

3. அமெரிக்க நீக்ரோ

இவ்வகையினர் பலரின் கவனத்தை ஈர்ப்பவர்கள். மேற்கு ஆப்பிரிக்க நாடாகிய நைஜீரியாவிலிருந்து பெருமளவு நீக்ரோக்கள் அடிமைகளாக அமெரிக்காவுக்கு ஏற்றுமதி செய்யப் பட்டனர். ஆப்பிரிக்காவிலிருந்து அடிமைகளாகக் கொண்டு செல்லப்பட்ட நீக்ரோவினர் 19ஆம் நூற்றாண்டில் அடிமைமுறை ஒழிக்கப்பட்ட பின்னர் அங்கேயே வாழத் தலைப் பட்டதால் அமெரிக்க இனச் சேர்மத்தில் இவர்கள் தனி இனத்தவராகவே உள்ளனர்.

அமெரிக்க நீக்ரோ என இவர்கள் தனிமைப்பட்டாலும் இவர்கள் அங்குள்ள காக்கேசிய இனத்தாருடன் சில நூற்றாண்டு கள் கலப்புற்றதால் இன்று அங்கு வட அமெரிக்க காக்கேசியர் என்ற பிரிவினராகவும் தனி இன அடையாளம் பெற்று வாழ்கின்றனர்.

நவீன வரையறைகள், வகைப்பாடுகள்

உலகளாவிய நிலையில் மனித குலத்தாரைப் பல்வேறு இனங்களாகப் பாகுபடுத்திய முறையைப் பின்னாளில் மானிடவியலர்கள் மாற்ற விரும்பினார்கள். 'இனம்' என்னும் சொல்லுக்குப் பதில் 'மெண்டலிய மக்கள்' என்று கூறலாம் என கார்ன் (S.M.Garn) முன்மொழிந்தார். தொடக்க காலத்தில் இனம் எனும் சொல் ஏதோ ஒருவகையில் நேரடியாக இனவெறி யோடும், இன ஒதுக்குதல் கொள்கையோடும் தொடர்பு பெற்று விட்டதால் அச்சொல்லாடலைக் கைவிட வேண்டுமென விரும்பினார்கள். ஆனாலும் அது தொடர்ந்து கொண்டிருப் பதையும் காணமுடிகிறது. அதனால் மானிடவியலர்கள் இச்சொல்லை முழுக்க முழுக்க உயிரியல் துறைசார்ந்த

அர்த்தத்தோடு மட்டுமே பயன்படுத்தவேண்டுமெனவும் புரிந்துகொள்ள வேண்டுமெனவும் வலியுறுத்தினார்கள்.

இன்று மானிடவியலார் மனித குலத்தாரைப் பின்வரும் வகையினங்களாக வகைப்படுத்துகின்றனர். அவை:

1. புவியியல் சார்ந்த இனம் *(geographical race)*
2. வட்டார இனம் *(local race)*
3. நுண்ணினம் *(microrace)*

புவியியல் ரீதியாகத் தனித்துவம் கொண்ட நிலப்பகுதியில் வாழும் மக்களினத்தவரின் உயிரியல் பண்புகள் அப்பகுதிக் குள்ளேயே தொடருவதற்கு எல்லா வாய்ப்புகளும் உள்ளன. காரணம் அவர்களுக்குள்ளேயே மணவுறவு நிகழ்கிறது. இதனால் இத்தகைய மக்களை 'மெண்டலிய மக்கள்' என அழைப்பது வழக்கம். தீவுக்கூட்டம், ஒரு முழுமையான கண்டம்/ துணைக் கண்டம்/ மலை/ கடல் ஆகியவற்றால் பிரியும் ஒரு பிரதேசம் ஆகியவற்றில் வாழும் அனைவரும் புவியியல் சார்ந்த இனமாகக் கருதப்படுகின்றனர். பின்வரும் அட்டவணையில் முக்கியமான புவியியல் சார்ந்த இனங்கள் பட்டியலிடப்பட்டுள்ளன.

இனம்	புவியியல் பரப்பு
அமெரிக்க இந்தியர் *(Amerindian)*	அலாஸ்கா முதல் வடக்கு கனடா, லாப்ரடார், அமெரிக்கா (முழுவதும்) தென் அமெரிக்க முனை வரை
பாலினீசியர் *(Polynesian)*	பசிபிக் தீவுகள், நியூசிலாந்து முதல் ஹவாய் வரை, ஈஸ்டர் தீவு
மைக்ரோனிசியர் *(Micronesian)*	பசிபிக் தீவுகள் (உலுத்தி தீவு முதல் பாலங், டோபி, மார்ஷல், கில்பர்ட் ஆகிய தீவுகள் வரை)
மெலனீசியர் – பப்புவர் *(Melanesians and Papuans)*	நியூகினியும் அதனை யொட்டிய தீவுகளும்
ஆஸ்திரேலியர் *(Australian)*	ஆஸ்திரேலியா
ஆசியர் *(Asiatic)*	ஆசியக்கண்டத்தின் கிழக்குப் பகுதி, ஜப்பான்,

	பிலிப்பைன்ஸ் தீவுகள், சுமத்ரா, போர்னியோ, செலிபெஸ், ஃபார்மோசா
இந்தியர் *(Indian)*	இந்தியா (இமயமலை முதல் கன்னியாகுமரி வரை)
ஐரோப்பியர் *(European)*	ஐரோப்பா, மேற்காசியா, மத்திய கிழக்கு, சகாரா வுக்கு வடக்கேயுள்ள ஆப்பிரிக்கா
ஆப்பிரிக்கர் *(African)*	சகாராவுக்குத் தெற்கே யுள்ள ஆப்பிரிக்கா

புவியியல்சார் இனத்திற்கடுத்து வட்டார இனங்களாக மக்கள் வகைப்படுகின்றனர். ஒரு பரந்த புவியியல்சார் பரப்பிற் குரிய இனமானது வட்டார அடிப்படையில் சில தனித்துவங் களை முன்வைத்து வேறுபடுபவையே 'வட்டார இனங்கள்' எனப்படும். புவியியல்சார் இனத்தின் ஓர் உட்பிரிவே வட்டார இனம். இனப்பெருக்க அளவில் ஒரு பரந்த எல்லையை வரையறுத்து அந்த எல்லைக்குள்ளேயே (நில, சமூக, மொழி எதுவாகவும் இருக்கலாம்) இனப்பெருக்க முறையைக் கொண் டிருக்கும் மக்கள் வட்டார இனமாகக் கருதப்படுவார்கள்.

முக்கியமான வட்டார இனங்கள்

எஸ்கிமோ	இந்துஸ்தானியர்
வடஅமெரிக்க இந்தியர்	திராவிடர்
நடு அமெரிக்க இந்தியர்	பண்டைய ஐரோப்பியர்
தென் அமெரிக்க இந்தியர்	வடமேற்கு ஐரோப்பியர்
பூஃகியர் *(Fuegian)*	வடகிழக்கு ஐரோப்பியர்
லேடினோ *(Ladino)*	லாப்பியர்
புதிய ஹவாய் மக்கள்	ஆல்பைன் மக்கள்
நீக்ரிட்டோ	நடுநிலக்கடல் மக்கள்
முர்ரேயிய ஆஸ்திரேலியர்	வடஅமெரிக்க நிறமுடை யார்
கார்பென்டீரிய ஆஸ்திரேலியர்	தென்ஆப்பிரிக்க நிற முடையார்

துருக்கியர்	கிழக்கு ஆப்பிரிக்கர்
திபேத்தியர்	சூடானியர்
ஈரானியர்	கானக நீக்ரோ
வடக்குச் சீனர்	பண்டு
பூர்வ மங்கோலியர்	புஷ்மன், ஹாட்டண்டாட்
தென்கிழக்கு ஆசியர்	ஆப்பிரிக்க குள்ளர்
அய்னு	

ஒரு குறிப்பிட்ட குறுகிய நிலப்பரப்பின் சுற்றுச் சூழல் தரும் அழுத்தத்தின் இனப்பெருக்க வாய்ப்புகளையும், அதை யொட்டிய மரபணு பரவுதலில் ஓர் ஒழுங்கையும் தக்கவைக்கும் மக்கள் கூட்டமாக வட்டார இனம் அமைகிறது. இதுவுங்கூட ஒரு பரந்த வகையினமாகவே உள்ளது. ஏனெனில் திராவிடர் என்ற வகைப்பாட்டிற்குள் வட்டார இனம் இடம்பெறுகிறது. நுண்ணினம் என்ற அடுத்தகட்ட வகைப்பாட்டையும் கவனிக்கும் போது இனம் பற்றிய நமது புரிதல் மேலும் தெளிவடையும்.

நுண்ணினம்

வட்டார இனங்கள் என அறியப்படும் ஒவ்வோர் இனத்தின்கண் அமையும் கிளையினங்களே 'நுண்ணினம்' ஆகும். திராவிடர் எனும் வட்டார இனத்தின்கண் காணப்படும் மொழிவாரிப் பிரிவினர்களை நுண்ணினம் எனக் கொள்ளலாம். தமிழர் தமிழருடன் மணவுறவு கொள்ள விரும்பும் போக்கு இம்மக்களுக்கிடையில் காணப்படும் மரபணு ஒழுங்கமை வினைத் தொடர்ந்து கொண்டுசெல்ல உதவுகிறது. இதனால் ஏற்படும் மக்களினம் தனிவகையினமாக உருப்பெற்று காலங் காலமாகத் தொடர்ந்து வருகிறது.

இந்தவகையில் மனிதகுலமானது பல்வேறு நிலைகளில் படிப்படியாக வகைப்பட்டு அதனதன் மரபணு எல்லையின் தனித்துவத்தை வரையறுத்துக்கொண்டு வருகின்றது. மேற்கூறிய இனங்களுக்கிடையில் கலப்பு (*racial mixture*) நீண்ட நெடுங் காலமாக நடந்து வருகிறது. இந்த இனக்கலப்பு என்பது ஓர் இனத்தின் தனித்துவமான சில பண்புகளை உடனடியாக மாற்றிவிடாது. மாறாக, இதனை 'மரபணு ஓட்டம்' என்று கூறுவார்கள். இனப்பெருக்க வரையறைகொண்ட ஓர் இனத்தார்

மற்றொரு இனத்தாரை விரும்பி மணக்கும்போது ஒரு மரபணுச் சேர்மத்துக்குரிய பண்புகள் மற்றொரு இனத்தின் மரபணுச் சேர்மத்தோடு கலக்கிறது. இதனையே மரபணு ஓட்டம் என மானிடவியலர்கள் அழைக்கின்றனர். இந்திய இனச் சங்கமத்தில் ஆங்கிலோ – இந்தியர், மலபார் கரைக்குரிய மாப்பிள்ளை ஆகியோர் இனக் கலப்பால் உருவான நுண்ணின வகையினங்களாகும். மனித குலத்தின் நீண்ட நெடிய படிமலர்ச்சியில் இத்தகைய போக்குகள் இயல்பானவையே.

இந்தியாவில் இனங்கள்

வரலாற்றுக்கும் முந்தைய இனங்கள்

இந்தியாவில் வரலாற்றுக்கும் முந்தையகால மனிதர்கள் பல்வேறு இடங்களில் வாழ்ந்துள்ளனர். அகழாய்வு மூலம் இவர்களை அறியும் முயற்சி 1836இல் ஃபால்கொனர் (*Falconer*), காட்லி (*Cautley*) என்பவர்களால் தொடங்கப்பட்டது.

இமயமலையின் தாழ்வான பகுதிகளில் குறிப்பாக சிவாலிக் குன்றுகளின் உயரமான பகுதிகளில் உயர்பாலூட்டி வகையைச் சேர்ந்த புதைபடிவத்தை முதலில் கண்டெடுத்தனர். இந்த வாலில்லாக் குரங்கின் புதைபடிவத்தைத் தொடர்ந்து இதனையொத்த பல புதைபடிவங்கள் கண்டெடுக்கப்பட்டன.

1886இல் லைடேக்கர் (*Lydekkar*) இதற்கு சைனோ செஃபாலஸ் ஃபால்கொனரி எனவும், 1910இல் பில்கிரிம் (*Pilgrim*) கண்டெடுத்த இதே வகையினத்திற்கு பப்பியோ ஃபால்கொனரி எனவும் பெயரிட்டனர்.

இன்றைய பாகிஸ்தான் பகுதியிலுள்ள ஜாபி எனும் கிராமத்தில் சிவாலிக் மண்ணடுக்கு வரிசையில் கிடைத்த அதே வகையான மேலுமொரு புதைபடிவ வகைக்கு பேலியோ பித்தகஸ் சிவாலன்சிஸ் (*Palaeopithecus sivalensis*) எனவும், லீவிஸ் (*Lewis 1937*) கண்டெடுத்த இதே வகைக்கு சிவாபித்தகஸ் எனவும் பெயரிட்டனர். இவ்வகையினம் டிரையோபித்தகஸ் வகையைச் (*Dryopithecus pattern*) சேர்ந்தது என்ற முடிவுக்குப் பின்னர் வந்தனர்.

டிரையோபித்தகஸ் வகையைச் சேர்ந்த இன்னும் பல புதைபடிவங்கள் பலராலும் கண்டுபிடிக்கப்பட்டன. அவற்றுக்குப் பல பெயர்கள் இடப்பட்டன. சில வருமாறு: டிரையோ பித்தகஸ் (*Dryopithecus*), சிவாபித்தகஸ் (*Sivapithecus*), சுக்ரிவா பித்தகஸ் (*Sugrivapithecus*), பிராமபித்தகஸ் (*Brahmapithecus*), ஜைகேண்டோபித்தகஸ் அல்லது இண்டோபித்தகஸ் (*Giganto pithecus or Indopithecus)*, கிருஷ்ணபித்தகஸ் *(Krishnapithecus)*, சிவாஸ்மியா *(Sivasimia)* ஆகியனவாகும் *(விரிவாக அறிய காண்க: Vasisht 1985).*

இதற்கடுத்த ஆய்வுகளில் சிவாலிக் குன்றுகளில் ஓரளவு தொடர்புடைய, அதே நேரத்தில் இனங்காண்பதற்குச் சற்று சிக்கலான புதைபடிவமொன்று கிடைத்தது. இது வாலில்லாக் குரங்கினத்திற்கும் மனிதர்களுக்கும் இடைப்பட்டதாகக் கருதப் பட்டது. இதைப் போன்றதொரு புதைபடிவத்தை, 1934இல் இந்தியப் பகுதிக்குட்பட்ட சிவாலிக் குன்றுகளில் ஹரி டாலியங்கன் என்னுமிடத்தில் லூவிஸ் கண்டறிந்தார். இதனை ராமபித்தகஸ் பஞ்சாபிகஸ் **(Ramapithecus panjabicus)** எனப் பெயரிட்டார்.

வரலாற்றுக்கும் முற்பட்ட காலத்திலேயே இந்தியாவில் மனித இனம் காணப்பட்டதற்கான முக்கியமான சான்றாக விளங்குவது இந்த 'ராமபித்தகஸ்' இனம்தான். அதனால்தான் இந்த இன வகை குறித்துப் பல அறிஞர்கள்* ஆராயத் தொடங்கினர்.

பீல்பீம், சிமன்ஸ் இருவரும் ராமபித்தகசை வெகுவாக ஆராய்ந்தனர். இதன் பல் அமைப்பு ஹோமோ அல்லது ஆஸ்ட்ரலோபித்தகஸ் (Homo or Australopithecus) வகைக்கு நெருக்கமாக உள்ளதாகக் கருதினர். கடைவாய்ப் பற்களின் உச்சி குறுகி இருந்தது, கோரைப்பல் முன்வாய்ப்பல் இரண்டும் அளவில் சிறியதாக மாறியிருந்தன. இன்னும் பல கூறுகளைக் கவனத்தில் கொண்டு பார்த்தால் ஒட்டுமொத்த வாய், தாடை, பல் அமைப்புகளின் தகவமைப்பு ஆஸ்ட்ரலோபித்தகசுக்கு மிக நெருக்கமாக இருந்தது. இதனால் இவ்வறிஞர்கள் ராம பித்தகஸ் முதல் ஹோமினிட் வகையைச் சார்ந்தது என்று கருதினர். இக்கருத்தை கே (1983), சோப்ரா (1983), கே & சிமன்ஸ் (1983) ஆகியோர் இன்றுவரை ஏற்றுக் கொள்கின்றனர்.

1980களுக்குப் பிறகு பாகிஸ்தானில் அட்டோக் மாவட்டத் தில் போட்வார் பீடபூமியில் மேற்கொண்ட அகழாய்வில் கிடைத்த ராமபித்தகஸ் புதைபடிவத்தினை பில்பீம், ஸ்மித் இருவரும் (1981, 1982, 1983) ஆராய்ந்தனர். இவர்கள் இந்த இனம் மனித இனத்துக்கான கால்வழியோடு நெருங்காமல் சற்று விலகி நிற்கக்கூடிய ஆசிய மனிதக்குரங்கினத்தைச்

* *Simons and Pilbeam (1965), Dutta et al. (1976), Gupta et al. (1979), Pilbeam and Smith (1981), Pilbeam (1982,1983), Andreus (1982,1983), Lipson and Pilbeam (1982, 1983), Koenigswald (1983),Ward and Pilbeam (1983), Wolpoff (1982,1983), Chopra (1983), Kay (1983), Raza et al. (1983), Johnson et al. (1983), Kay and Simons (1983), இன்னும் சிலர்.*

சேர்ந்தது என்று கருத்து தெரிவித்தனர். அதாவது ஹோமினிட் இனத்திற்கு மூதாதையராக இல்லாமல் ஒராங்குட்டானுக்கு மூதாதையாராக இருந்தது என்றனர்.

மூன்றாவதாக ஒரு கருத்தினைச் சில அறிஞர்கள் (*Gregory, cf. Hooton 1965, Wolpoff 1982, 1983*) முன்வைத்தனர். அதாவது, ராமபித்தகஸ், அதன் உறவுடைய பிற வகையினம் யாவும் ஹோமினிட், பொங்கிட் ஆகியவற்றுக்குப் பொது மூதாதையராக இருந்தவை என்று கருதுகின்றனர்.

ராமபித்தகஸ் இனம் சற்று மேம்பட்டிருந்ததற்கு. காரணம் அது தொடர்ந்து உணவை மென்று கொண்டிருக்க வேண்டிய நிலையிலும், கடினமான உணவுப் பொருட்களை மென்று தின்னும் நிலையிலும் இருந்ததால் அத்தகு மேம்பட்ட பல் அமைப்பு ஏற்பட்டது என்ற கருத்து முன்வைக்கப்பட்டது (*Kay 1981*).

இவ்வறிஞர்கள் அனைவருமே ஒரு கருத்தை ஆதரிக் கின்றனர். ஹோமினிட் படிமலர்ச்சியில் ராமபித்தகஸ் இன வகையானது ஒரு மிக முக்கியமான வளர்ச்சிக் கட்டத்தைக் காட்டுகிறது என்பதை இவர்கள் ஒப்புக் கொள்கின்றனர்.

இந்த வகையினமானது பழைய உலகப் பகுதிகளில் பல இடங்களில் காணப்படுகிறது. ஆப்பிரிக்கா, ஐரோப்பா, சீனா ஆகிய இடங்களில் இவ்வினத்தைக் காணமுடிகிறது (*Lipson & Pilbeam 1982*). இதன் காலம் 14 – 7 மில்லியன் ஆண்டுகள் ஆகும். இந்நிலையில் நாம் கருத்தில்கொள்ள வேண்டியது என்னவெனில் இந்தியப் பகுதியும் இந்த வகையினத்தைக் கொண்டிருந்த ஒரு பகுதியாக விளங்குகிறது என்பதுதான்.

1. மொகஞ்சதாரோவில் மனித இனங்கள்

மொகஞ்சதாரோ நாகரிகத்தின் காலம் கி.மு. 2500 – கி.மு. 1500 எனப் பல வல்லுநர்கள் உறுதிப்படுத்தியுள்ளனர். இக்கால வரையறையானது ஒப்பீட்டு ஆய்வுகள் மூலம் பெறப் பட்டதாகும். இதன் பின்னர் இந்நாகரிகத்தின் இடைக்காலப் பகுதியில் மேற்கொண்ட கார்பன் – 14 முறையின்படி மேற் கொண்ட ஆய்வுகள் கி.மு. 2500 என்பதை உறுதி செய்கின்றன (*Sankalia 1962; Bose & Gosh 1962*). மொகஞ்சதாரோவின் பிற்காலகட்டத்தியப் பகுதியில் மேற்கொண்ட துல்லியமாகக் கணிக்கக்கூடிய கார்பன் – 14 முறைப்படி ஆராய்ந்தபோது அதன் காலகட்டம் கி.மு. 1760 – கி.மு. 115 என அறியப்பட்டது (*Kalla 1994: 27*).

இன்று பாகிஸ்தானில் உள்ள மொகஞ்சதாரோவில் பல அகழாய்வுகள் செய்யப்பட்டன. அங்குக் கண்டெடுக்கப்பட்ட எலும்புகள் மண்டையோடுகளைக் கொண்டு செவல், குகா இருவரும் பல உண்மைகளைக் கண்டறிந்தனர்.

இவ்வகழாய்வில் 26 எலும்புக்கூடுகள் கிடைத்தன. அவற்றில் 22 முழுமையானதாகவும், 3 மண்டையோடுகளாகவும் இருந்தன. இறுதி ஒன்று '*M*' மண்டையோடு என வகைப்படுத்தப்பட்டது. இவையனைத்தையும் உற்றுநோக்கிய செவல், குகா இருவரும் 14 மண்டையோடுகள் மட்டுமே முழுமையாக இருந்ததால் அவற்றை மட்டுமே ஆய்வு செய்தனர்.

இந்த 14 மண்டையோடுகளும் ஒரே மனித இனத்தைச் சேர்ந்தவையாக இல்லை. பின்வரும் நான்கு இனத்திற்குரியனவாக இருந்தன.

வகை 1: தொன்மை ஆஸ்திரேலிய இனம் *(Proto – Austroloid)*

வகை 2: நடுநிலக்கடல் இனம்

வகை 3: மங்கோலிய இனம்

வகை 4: ஆல்பைன் இனம்

ஆய்வுக்குத் தேர்வு செய்த 14 மண்டையோடுகளில் 2, 11, *M* என்னும் 3 மண்டையோடுகள் தொன்மை ஆஸ்திரேலிய இனத்துக்குரியதாக இருந்தன. இவையே திராவிடர்கள் உள்ளிட்ட தமிழர்களுக்குரியவை. இம்மூன்று மண்டையோடு களும் ஆண்களின் மண்டையோடுகள். பெண்களின் மண்டை யோடுகள் கிடைக்கவில்லை.

இம்மண்டையோடுகளின் சராசரி கொள்ளளவு 1490cc ஆகும். இத்தகு அளவுள்ளவை 'நீண்டு அகண்ட மண்டைகள்' எனப்படும்.

மொஹஞ்சதாரோவில் கிடைத்த இந்த மண்டையோடுகள் 1490cc அளவுள்ளவை. இவை அண்மையில் அற்றுப்போன டாஸ்மேனிய இனத்தை ஒத்ததாகவும் வடக்கு ஆப்பிரிக்காவில் காணப்பட்ட வரலாற்றுக்கும் முற்பட்ட காலத்தில் 1400cc – 1500cc சராசரி அளவு கொண்ட ஹோமோ நியாண்டர்தால் *(H. Neanderthalensis)* மனித இனத்தைப் பெரிதும் ஒத்துள்ளது என்றும் கருதினர்.

அடுத்து, ஆறு மண்டையோடுகள் (எண் 6, 7, 9, 10, 19, 26) நடுநிலக்கடல் இனத்தைச் சேர்ந்தவையாக இருந்தன. இவற்றில் 2 ஆண் மண்டையோடுகளும் 4 பெண் மண்டை யோடுகளும் அடங்கும். இவற்றின் அளவு சற்று சிறியதாக இருந்தது. சராசரி கொள்ளளவு 1332.5cc ஆகும்.

அடுத்ததாக மங்கோலிய இனத்தைச் சேர்ந்த மண்டை யோடு ஒன்று மட்டும் இருந்தது. இது நாகர் இனத்து மண்டையை ஒத்திருந்தது.

இறுதியாக, ஒரு குழந்தையின் மண்டையோடு ஆல்பைன் இனத்தைச் சேர்ந்ததாகும்.

மொகஞ்சதாரோவில் மேற்கொள்ளப்பட்ட இரண்டாவது அகழாய்வில் 15 நபர்களின் எலும்புக்கூடுகளும் மண்டையோடு களும் கண்டெடுக்கப்பட்டன. இவற்றில் 4 மட்டுமே முறையான அளவீட்டிற்கு உட்படுத்தப்படும் வகையில் இருந்தன. இந்நான்கும்கூட சடங்குமுறைகளுடன் இயல்பாகப் புதைக்கப் பட்டதாக இல்லை. இவ்வுடல்கள் கொடூரத் தாக்குதலுக்குட் பட்டு படுகாயங்களுடன் இறந்திருக்கக்கூடும் என்ற ஐயத்தை எழுப்புவதாக குகாவும் பாசுவும் (Guha & Basu 1938) கருது கின்றனர்.

மேற்கூறிய இவ்வுடல்கள் மொகஞ்சதாரோவின் பிற்கால கட்டத்தைச் சேர்ந்தவை என்று மெக்கே (1938, 1943) கூறுகிறார். இவ்வுடல்களில் ஒருபகுதி தொன்மை ஆஸ்திரேலிய இனத்திற் குரியதாகவும் உள்ளன என்று குகாவும் பாசுவும் கூறுகின்றனர். M28 எனக் குறிக்கப்பட்ட எலும்புக்கூடு மட்டும் இவ்விரண்டு இனங்களின் கூறுகளைத் தெளிவாகப் பெற்றுள்ளது என்றும் தெரிவித்தனர்.

இன்றுங்கூட மொகஞ்சதாரோவுக்குப் பக்கத்தில் உள்ள ஜலவான் மலை, சாரவான் மலைகளில் பிராகூய் மொழி பேசும் (திராவிடமொழி) மக்கள் வாழ்வது திராவிட இனத்தாரின் பரந்த பிரதேசத்தைக் காட்டுகிறது (Stein 1934).

ஹரப்பாவில் மனித இனங்கள்

அகழாய்வுகள் மூலம் இதுவரை கிடைக்கப்பெற்றுள்ள எலும்புக்கூடுகளையும் மண்டையோடுகளையும் கணக்கில் கொண்டால் ஹரப்பாவில்தான் இவை அதிக எண்ணிக்கையில் கிடைத்துள்ளன.

இவையனைத்தும் கிடைத்த வெவ்வேறு இடங்களை ஆய்வாளர்கள் தனித்தனிக் குறியீடுகள் கொடுத்து அடையாளப் படுத்தியுள்ளனர். R37 இடுகாடு, AB எனப் பெயரிடப்பட்ட மண்மேடு (mound area), G பகுதி, H இடுகாட்டுப் பகுதி ஆகிய நான்கு இடங்கள் மிக முக்கியமானவை.

இவற்றில் R37 பகுதியில் கிடைக்கப்பெற்ற எலும்புகள் மிகப் பண்டைய மனிதர்களின் எச்சங்கள் எனவும், H இடு

காட்டுப் பகுதியில் கிடைத்தவை கடைசியாக அங்கு வாழ்ந்த இனத்தவரின் எச்சங்கள் எனவும் கணிக்கப்பட்டுள்ளன.

H புதைவிடத்தின் அகழாய்வில் இரண்டு அடுக்குகள் காணப்பட்டன. அவற்றில் அடுக்கு I (பிற்காலத்தைச் சேர்ந்தது) குடத்தில் இட்டுப் புதைத்த முறையைச் சுட்டுகின்றது. அடுக்கு II (முற்காலத்தைச் சேர்ந்தது) பகுதியில் குடத்தில் இடாமல் திறந்த வெளியில் புதைக்கும் முறையைச் சுட்டுகின்றது.

மேற்கூறிய தரவுகளைக் கொண்டு பார்க்கும்போது மேலே கிடைத்த அடுக்கு Iஇல் வாழ்ந்தவர்கள் இறந்தவர்களால் புதுவகையில் அடக்கம் செய்யும் முறையைக் கொண்டிருந்ததை அறியமுடிகிறது (Vats 1940). இந்த இரண்டாம் அடுக்கைச் சேர்ந்தவர்கள் தொல் ஆஸ்திரேலிய இனத்தவர்கள் என்கிறார் குகா.

அடுக்கு Iஇல் வாழ்ந்த தொல் ஆஸ்திரேலிய இனத்தாரோடு ஆர்மீனியர் அல்லாத பிற இனத்தாரும், ஆர்மீனிய – ஆல்பைன் இனத்தாரும் அடங்குவர் என்கிறார்.

ஹரப்பாவில் 86 எலும்புக்கூடுகளை ஆய்வு செய்த குப்தா வும் பிறரும் (Gupta et al. 1962) இவ்விடத்தில் 4 வகையான இனத்தவர்கள் வாழ்ந்துள்ளனர் என்பதைத் திட்டவட்டமாகக் கூறியுள்ளனர்.

ஆதிச்சநல்லூர்

இந்தியாவின் தொல் மனித இனங்களை ஆய்வு செய்வதற்கு மிக முக்கிய இடங்களில் ஒன்று ஆதிச்சநல்லூர். தமிழ்நாட்டில் திருநெல்வேலி மாவட்டத்திலுள்ள ஆதிச்சநல்லூர் இரும்புக் காலத்தைச் சேர்ந்த ஊர். ஜகோர் (Jagor) என்னும் அறிஞர் 1876ஆம் ஆண்டு இவ்விடத்தில் அகழாய்வு செய்தார். இவ்வூரை லப்பிக் (Lappique 1905), தர்ஸ்டன் (1909), அலெக்சாண்டர் ரே (Rea 1915), ஸ்மித் (Smith 1924, 1927), சுக்கர்மேன் (Zuckerman 1930), செவல் & குகா (Sewell & Guha 1931), சட்டர்ஜி & குப்தா (Chatterjee & Gupta 1963) ஆகியோர் ஆய்வு செய்தனர் (சர்க்கார் 1972: 167).

ஆதிச்சநல்லூர் மண்டையோடுகள் தொல் திராவிடக் கூறுகள் கொண்டவை என்று லப்பிக் கூறினார். இவர் 1903 – 04 காலகட்டத்தில் ஆய்வு செய்தார். இந்த மண்டையோடுகள் அகன்ற தாடை கொண்டவை. ஹரப்பாவில் கண்டெடுக்கப் பட்ட மண்டையோடுகளும் ஆதிச்சநல்லூரில் கண்டெடுக்கப் பட்ட மண்டையோடுகளும் ஒத்த தன்மை கொண்டவை.

ஹரப்பாவில் அகழ்ந்த குழிகளில் முக்கியமான ஒரு குழிக்கு *R – 37* எனப் பெயரிடப்பட்டது. அந்தக் குழியில் கிடைத்த மண்டையோடுகள் ஆதிச்சநல்லூர் மண்டையோடுகளை ஒத்துள்ளன (சர்க்கார் 1972: 167, 177).

தமிழகத்தில் பல இடங்களில் அகழாய்வு மூலம் மனித மண்டையோடுகளும் எலும்புக்கூடுகளும் கண்டெடுக்கப்பட்டு ஆய்வு செய்யப்பட்டுள்ளன. செங்கல்பட்டு மாவட்டத்தில் குன்னத்தூர், அமிர்த மங்கலம், சானூர் ஆகிய மூன்று இடங்களில் மனித எலும்புகள், மண்டைகள் எடுக்கப்பட்டன. முதலிடத்தில் கிருஷ்ண மூர்த்தியும் பன்னிரண்டு இடங்களில் பானர்ஜியும் ஆய்வு செய்தனர். இலங்கையில் வேடர்களின் எலும்புகளை ஆஸ்மன் ஹில் (*Osman Hill, 1941*) ஆய்வு செய்தார். ஹரப்பாவில் பல ஆய்வாளர்கள் ஆய்வு செய்துள்ளனர்.

ஹரப்பா தொடங்கி தமிழகம் ஊடாக இலங்கை வரை ஆய்வு செய்ததன் மூலம் ஒரு ஒப்பீட்டு ஆய்வுக்கு வழி ஏற்பட்டது. இந்த ஒப்பீட்டின் மூலம்தான் இத்துணைக்கண்டத்தின் இனவியல் கூறுகளை வெகு நுட்பமாக அறிய முடிகிறது. தாமிரபரணி முகத்துவாரத்திலும் செங்கல்பட்டிலும் கிடைத்த மண்டையோடுகள் ஹரப்பா மண்டையோடுகளோடு நெருக்கமாக உள்ளன. வேடர்களின் மண்டையளவுகள் சற்று விலகி உள்ளன. ஆதலின் தமிழகத்தில் வாழ்ந்த ஆதிமக்கள் வேடர்களை விடவும் ஹரப்பா மக்களோடு இனவியல் ரீதியாக நெருக்கமுடன் இருப்பதைக் காணமுடிகிறது (மேலது: 165 – 177). இந்த இனவியல் பண்புகளை விளக்கும் சில தரவுகளை அட்டவணையில் காணலாம்.

தொல் ஆஸ்திரேலிய இனத்தாருக்கிடையே உடற்கூறு ஒப்பீடு

	ஆதிச்சநல்லூர்		ஹரப்பா (R–37 குழி)		இலங்கை வேடர்	
	ஆண்	பெண்	ஆண்	பெண்	ஆண்	பெண்
1. மண்டையின் நீளம்	185.86	180.70	188.46	179.64	178.56	169.78
2. மண்டையின் அகலம்	130.57	128.25	134.57	130.67	126.36	123.53
3. மண்டையின் சுற்றளவு	517.80	498.50	517.33	502.32	492.44	473.76

4. மூக்கின் உயரம்	51.50	47.50	52.92	47.97	44.47	41.08
5. மூக்கின் அகலம்	25.50	27.00	26.71	24.82	24.22	22.79
6. அண்ணத்தின் நீளம் (Palatal length)	45.50	–	48.18	44.55	50.36	46.85
7. அண்ணத்தின் அகலம் (Palatal breadth)	38.00	–	40.00	–	44.92	42.67
8. குறுக்கு வில்வளைவு (Transverse arc)	305.00	301.00	302.55	303.92	300.84	287.22
9. தலை வில்வளைவு (Sagital arc)	372.42	360.00	377.08	366.45	361.17	344.67
10. காதின் உயரம் (Auricular height)	117.33	114.25	115.46	111.25	110.77	108.71

தரவுகளுக்கான மூலம்: எஸ்.எஸ். சர்க்கார் (1972: 173–75)

2. தமிழர் தொன்மை, பரவல்: தொடக்ககால விவாதங்கள்

தமிழ்ச் சமூகத்தின் தொன்மையும் பரவலும் குறித்து ஒரு சுவையான ஆய்வு விவாதம் 1920களிலும் 1960களிலும் நடைபெற்றது. தமிழ்ச் சாதியார் பலரிடம் குறுகி அகன்ற தலை காணப்படுவதற்குக் காரணம் பாலினீசியர்கள் தென்னிந்தியாவில் குடியேறியதால் ஏற்பட்டது என்று ஜேம்ஸ் ஹார்னெல் (James Hornell 1920) கருதினார். இக்கருத்தை இந்தியாவின் மிக மூத்த உடல்சார் மானிடவியல் அறிஞர் குகா (B.S. Guha 1935) தான் எழுதிய நூலிலும் குறிப்பிட்டுள்ளார்.

திருநெல்வேலி மாவட்டத்தில் வாழும் பரதவர், சாணார், பறையர் ஆகியோரிடம் மலாய் – பாலினீசியர் உடற்கூறுகள் காணப்படுகின்றன என்று ஹார்னெல் கருதினார். இதற்குக் காரணம் திருநெல்வேலி பகுதியில் காணக்கூடிய படகு வகைகளும் மலாய் – பாலினீசியப் படகு வகைகளும் ஒத்துள்ளதை ஒரு முக்கிய ஆதாரமாக எடுத்துக் கொண்டார்.

பாலினீசியர்களின் படகு வகைகள் இப்பகுதியில் பரவியது மட்டுமின்றி இவர்கள்தான் இப்பகுதியில் தேங்காயை அறிமுகம் செய்தனர் என்றும் ஹார்னெல் கூறினார். எனினும், மலாய் – பாலினீசிய இனத்தவர்கள் இங்கு வந்தேறியதற்கு முன்னர் திராவிடர்கள் இப்பகுதிக்கு வந்திருக்கலாம் என்ற கருத்தையும் ஹார்னெல் கூறினார்.

1920களில் பேசப்பட்ட இக்கருத்தை 1930களில் இந்திய மானிடவியல் மதிப்பாய்வகத்தின் இயக்குநராகவும் இந்தியாவில் மனித இனங்கள் பற்றி அதிகம் சர்ச்சைகள் இல்லாத முடிவு களைக் கண்டறிந்தவருமான குகா (1935) விரிவான ஆய்வுகள் மூலம் மறுக்கிறார்.

இந்தியாவில் உடல்சார் மானிடவியல் ஆய்வுகளை மேற்கொண்ட இன்னொரு அறிஞராகிய சர்க்கார் (S.S. Sarkar) குகாவின் அணுகுமுறைகளிலிருந்து பெரும்பாலும் மாறுபட்டவர் என்றாலும் ஹார்னெல் கருத்தை எதிர்ப்பதில் குகாவுடன் இணைந்துகொள்கிறார். இவரும் கோஷ் என்பவரும் இணைந்து மேற்கொண்ட 'தூத்துக்குடி பரவன்: ஒரு முதல்கட்ட ஆய்வு' (The Paravan of Tuticorin: A Preliminary Study 1963) எனும் ஆய்வில் பல கருத்துக்களை முன்வைக்கின்றனர்.

திருநெல்வேலி மாவட்டத்திலுள்ள பரதவர், சாணார், பறையர் ஆகியோர் பாலினீஷியாவிலிருந்து தென்னிந்தியா வுக்குப் புலம் பெயர்ந்து வந்தார்கள் என்று ஹார்னெல் (1920) வாதிடுகிறார். அவ்வாறு வந்தபோது அங்கிருந்த தோணிகளையும் தேங்காயையும் கொண்டு வந்தனர் என்கிறார். ஹார்னெல் சொல்லுவது போல பாலினீசியாவிலிருந்து ஒருவகையான தோணியும் தேங்காயும் தமிழ் மண்ணுக்கு அறிமுகமானது என்று ஒரு வாதத்திற்கு ஏற்றுக்கொண்டாலும் 'குறுகி அகன்ற தலை' எனும் பண்பானது தமிழகக் கரையோர சாதியினரிடம் மட்டும் காணப்படுவதல்ல என்கிறார் சர்க்கார்.

இவ்வகைத் தலை கர்நாடகத்தைத் தொடர்ந்து மேலே மகாராட்டிரம், குஜராத் வரையில் எல்லா மேல்சாதிக்காரர் களிடமும் காணக்கூடியதாக உள்ளது என்கிறார். சர்க்கார், கோஷ் இருவரும் விரிவாகத் தொகுத்த உடற்கூற்று அளவுகளின் அடிப்படையில் குகாவின் முடிவினை இவர்களும் ஆதரிக் கின்றனர். மேலும் ஹார்னெல் பரவர்கள், பறையர், சாணார் ஆகியோரிடம் மேற்கொண்ட உடல் அளவுகளை சர்க்கார், கோஷ் மேற்கொண்ட பரவர் அளவுகளோடு ஒப்பிட்டுக் காட்டுகின்றனர் (மேலது: 111 – 15).

சர்க்கார் தன் கருத்துக்களை வலுவூட்ட உலகப் புகழ் பெற்ற தொல்லியல் அறிஞர் ஆல்சின், சூனர் (Allchin & Zeuner 1956) ஆகியோரின் கருத்தினை இங்குச் சுட்டிக் காட்டுகிறார்.

ஆல்சின், சூனர் கருத்துப்படி திருநெல்வேலிப் பகுதிகளில் கடற்கழிகளில் வரலாற்றுக்கும் முற்பட்ட காலத்தில் மீன்பிடித் தொழில் செய்து வந்தனர். இதன் தொடர்ச்சியாகவே இன்றும் தீபார் (Dhebar: இச்சொல்லின் பொருள் மீனவர் என்பதாகும்) எனக் கூடியவர்கள் கழிமுகப் பகுதிகளில் மீன்பிடித்து வாழ்வதைக் காணமுடிகிறது. இவர்கள் உடற்கூற்று அளவில் பழங்கால மக்களின் வழிவந்தோர் என்பது உறுதியாகிறது என்கிறார் சர்க்கார். இத்தகு மீனவர்களே அந்தந்தப் பகுதியின் பூர்வகுடிகளாக இருக்க முடியும் என்றும் சர்க்கார் கருதுகிறார்.

இந்தியா முழுவதும் மீனவர்களின் உடல் அளவுகளை எடுத்து அவர்கள் மற்ற மக்களிடமிருந்து எவ்வாறு வேறுபடு கின்றனர் என்று மேலாய்வு செய்ய வேண்டியுள்ளது என்கிறார் சர்க்கார் (மேலது: 115).

திராவிடர்களின் பூர்வீகம் பற்றி ஆராய்ந்தவர்களில் ஆல்சின் (Allchin 1960) என்பவரும், ரஷ்ய அறிஞர் ட்ரோஃபி மோவா (Trofimova 1957 – 58) என்பவரும் ஒத்த கருத்தைக் கொண்டுள்ளனர். பூர்வ திராவிடர்கள் புதிய கற்காலத்தில் ஈரானியப் பீடபூமியிலிருந்து தக்காணப் பகுதிக்கு வந்தார்கள் என்றும், இவர்களின் மண்டையோடுகள் நடுஆசியாவில் உள்ள கெல்டிமினார் பண்பாட்டுக்கு (keltiminar culture) உரியவர் களுடன் ஒத்துள்ளது என்றும் கருதுகின்றனர். ஆனால் இக் கருத்தை ஏற்க இயலாது. காரணம் தமிழகத்தில் புதிய கற்காலத் திற்கு முன்பே மக்கள் வாழ்ந்ததற்கான சான்றுகள் அதிக அளவில் கிடைத்துள்ளன. இருப்பினும் கி.மு. மூன்று மில்லியின் ஆண்டுகள் வாக்கில் ஈரானில் டெப்பி ஹிசார் (Tepe Hissar) பகுதியில் ஆஸ்ட்ரலாயிடு இனவகைக்குரிய மண்டையோடுகள் கிடைக்கின்றன (Krogman 1940).

இன்றைய ஆப்கானிஸ்தானின் ஹெல்மண்ட் தாழ்வுப் பகுதியில் (Helmand Basin) ஆஸ்ட்ரலாயிடு இன மக்கள் வாழ்ந்து கொண்டிருப்பதன் மூலம் ஈரானிலிருந்து ஆப்கானிஸ்தானம் வழியாக இவ்வினத்தார் இந்தியா வந்தடைந்தனர் என நிரூபிக்க முடிகிறது என்று ஆல்சின் உள்ளிட்ட அறிஞர்கள் கூறுகிறார்கள் (Coon 1952). எவ்வாறிருப்பினும் திராவிட இனமாகிய ஆஸ்ட்ரலாயிடு இனத்தவர்கள் இந்தியா தொடங்கி நடுஆசியா வரை காணக்கூடிய ஒரு இனவழிப் பாதை உள்ளதை இதன்மூலம் அறிய முடிகிறது.

இந்தியாவில் சமகால மனித இனத்தவர்கள்

இந்தியாவில் இன்று பின்வரும் மனித இனத்தவர்கள் வாழ்கின்றனர்.

1. நீக்ரிட்டோ இனத்தவர்
2. தொல் ஆஸ்திரேலியர்
3. மங்கோலியர்
    - அ. தொல் மங்கோலியர்
        1. நீண்ட தலையினர்
        2. அகன்ற தலையினர்
    - ஆ. திபேத்திய மங்கோலியர்
4. நடுநிலக்கடலினத்தவர்
    - அ. தொல் நடுநிலக்கடலினத்தவர்
    - ஆ. நடுநிலக்கடலினத்தவர்
    - இ. கீழைத்தேயத்தார்/ஆசியக் கண்டத்தார் *(Oriental)*
5. மேற்கத்திய குறுகி அகன்ற தலையினர்
    - அ. ஆல்பைனியர் *(Alpenoid)*
    - ஆ. ஆர்மீனியர் *(Armenoid)*
    - இ. தைனாரிக் இனத்தவர் *(Dinaric)*
6. நார்டிக் இனத்தவர் *(Nordics)*

நீக்ரிட்டோ

கருப்பின மக்களில் நீக்ரோ, நீக்ரில்லோ, நீக்ரிட்டோ எனும் மூன்று முதன்மையான பிரிவினர்கள் உள்ளனர். நீக்ரிட்டோ இனக்கூறுகள் கொண்டவர்கள் இந்தியத் துணைக் கண்டத்தின் மைய நீக்ரிட்டோ மக்கள் தொகையில் இல்லை. அந்தமான் தீவுகளில் நீக்ரிட்டோ இனப்பிரிவைச் சேர்ந்த பழங்குடியினர் உள்ளனர். அங்குள்ள ஓங்கே *(Onge)* பழங் குடியினர், அந்தமானியர் போன்றோர் இதற்குச் சிறந்த எடுத்துக் காட்டாகும். ஓங்கே பழங்குடியினரின் சராசரி உயரம் 148 செ.மீ.. அடர் கருமையான உடல் தோற்றம், தடித்த உதடுகள், குறுகி அகன்ற தலை, மிகவும் தடித்த உருண்ட பிட்டங்கள், ஒரு சென்டி மீட்டருக்கும் குறைவான உயரமுடைய சுருட்டையான தலை மயிர் போன்ற உடற் பண்புகளைக் கொண்டுள்ளனர்.

ஆனைமலைக் காடர், இருளர், சில வயநாட்டுப் பழங்குடிகள், புலையன் போன்ற குடிகளிடம் நீக்ரிட்டோ இனக்கூறுகள் காணப்பட்டன என்ற ஒரு விவாதம் தொடக்கக் காலத்தில் எழுந்தது. டி குவாட்ரிஃபேகஸ் *(De Quaterfages)* என்பவர்தான் இவ்வகை விவாதத்தை 1877இல் முதன் முதலில் எழுப்பினார். இம்மக்களிடம் காணப்பட்ட தடித்த உதடுகள், கருத்த மேனி, சுருட்டை மயிர் இவ்வகை விவாதம் எழுவதற்குக் காரணமாக அமைந்தன. எனினும் இவர்கள் அனைவரும் தொன்மை ஆஸ்திரேலிய இனவகையைச் சேர்ந்தவர்கள்தான் என்பதை குகா உள்ளிட்ட அறிஞர்கள் உறுதிப்படுத்தினார்கள்.

தொல் ஆஸ்திரேலியர்

இந்திய மக்களினத்தவர்களில் இவர்களே மிகத் தொன்மையானவர்கள்; இத்துணைக் கண்டத்தின் பூர்வக் குடிகளும் இவர்களே. தமிழர்கள் உள்ளிட்ட திராவிடர்கள் அனைவரும் இனவியல் வல்லுநர்களால் 'தொல் ஆஸ்திரேலிய இனம்' என்றே வகைப்படுத்தப்படுவார்கள். காரணம் இப்பிரிவைச் சேர்ந்த மக்களினத்தவர்களில் ஆஸ்திரேலிய முதுகுடியினரும் அடங்குவர். இம்முதுகுடியினர் மிகத் தொன்மையான பல கூறுகளைக் கொண்டுள்ளதால் இவர்களை முன்வைத்தே இப் பிரிவினர் யாவரும் ஓரினமாக வகைப்படுத்தப்படுகின்றனர்.

தொல் திராவிடக் குடிகளுக்கும் ஆஸ்திரேலிய முதுகுடிகளுக்கும் மிக நெருக்கமான இனவியல் உறவுண்டு. தமிழகத்தில் ஆனைமலையில் வாழும் காடர், நீலகிரி மலையில் வாழும் இருளர் ஆகிய பழங்குடியினர் தொல் குடியினராக உள்ளனர். காலங்காலமாகவே எளிய தொழில் நுட்பத்தையும் வாழ்க்கை முறையையும் கொண்டு வாழ்ந்து வந்துள்ளனர்.

தொல் ஆஸ்திரேலியர் என அடையாளப் படுத்தப்படும் திராவிட இனத்தாரிடம் மானிட உடலளவைக் கொண்டு பார்க்கும்போது பின்வரும் முக்கிய இனவியல் கூறுகள் காணப்படுகின்றன.

1. நீண்டு குறுகிய தலை
2. அகன்ற மூக்கு
3. கரும்பழுப்பு உடல் நிறம்

இனவியலர்களில் சிலர் தொல் ஆஸ்திரேலிய வகையினரை 'முன்னை திராவிடர்', 'திராவிடர்' என்னும் இரண்டு பிரிவினராக வகைப்படுத்துவார்கள். ஆனைமலை, நீலகிரி மலை முதல் நடு இந்திய மலைப் பகுதிகள் ஊடாக ராஜஸ்தான்

வரை பூர்வீகமாக வாழ்ந்து வரும் கோண்டு, பீல், சந்தால், ஓராவ்ன், முண்டர், குறும்பர், இருளர், செஞ்சு போன்ற பழங்குடிகள் முந்தைய திராவிடர்களில் குறிப்பிடத்தக்கவர்கள். இப்பிரிவில் அடங்கும் இலங்கை வேடர்கள் இனவியல் பண்புகளில் சில தனித்த கூறுகளைக் கொண்டுள்ளதால் இவர்கள் 'வேடர்' என்னும் தனி உட்பிரிவாகவும் சில இனவியல் அறிஞர்கள் வகைப்படுத்துவார்கள்.

திராவிடர் பிரிவில் தமிழ், தெலுங்கு, மலையாளம், கன்னடம் பேசும் சமூகத்தவர்கள் (தென்னிந்தியர்கள்) அடங்குவர்.

மங்கோலியர்

இவர்கள் இந்தியாவின் வடகிழக்குப் பகுதிகளில் மிகப் பெரும்பான்மையாக வாழ்பவர்கள். பொதுவழக்கில் 'மஞ்சள் இனத்தவர்' என்று சொல்லப்படுவதற்குக் காரணம் இவர்களின் உடல் நிறம் மஞ்சளாக இருக்கும். கண்ணின் மேல் இரப்பை உட்புறமாக மடிந்திருக்கும். முகத்திலும் உடலிலும் மயிர் மிகக் குறைவாக இருக்கும். கண்கள் செங்கோணமாக நிற்காமல் சாய்வாகக் காணப்படும். தமிழகத்தின் நகர்ப்புறங்களில் இரவில் ரோந்துப் பணியும், தொழிலகங்களில் வாயிற் காவற் பணியும், உணவு விடுதிகளில் சேவை பணி செய்யும் கூர்காக்கள் மங்கோலிய இனத்தவர்களே.

மங்கோலியர்களில் பின்வரும் இரண்டு வகையினர் உள்ளனர்.

1. தொல் மங்கோலியர்
2. திபேத்திய மங்கோலியர்

தொல் மங்கோலியர்களில் நீண்ட தலையினர், அகன்ற தலையினர் என்னும் மேலும் இரண்டு பிரிவினர் உள்ளனர். நீண்ட தலையினர் நடுத்தர உயரமும், நடுத்தர முகமும், தட்டையான குட்டையான முகமும், இளம் பழுப்பு கலந்த மஞ்சள் நிறமும் கொண்டுள்ளனர். இவர்கள் இமயமலையின் அடிவாரப் பகுதிகளில் பெரிதும் காணப்படுகின்றனர். மிகவும் குறிப்பிட்டுச் சொல்வதானால் அசாம், பர்மா எல்லைப் பகுதிகளில் இவர்கள் வாழ்கிறார்கள். அசாமின் சீமா நாகர்கள் *(Sema Naga)* நேப்பாளத்தின் லிம்புஸ் *(Limbus)* இருவரும் தொல் மங்கோலிய வகையினத்தின் பேராளர்கள் என்று சொல்லலாம்.

தொல் மங்கோலியர்களில் இன்னொரு பிரிவாக விளங்கும் 'அகன்ற தலையினர்' வட்ட முகத்தையும், கரும் மஞ்சள் நிறத்தையும், நடுத்தர மூக்கையும், சாய்வுக் கண்களையும்

கொண்டவர்கள். இவர்களின் இரப்பை அடிமடிப்பு நீண்ட தலையினரைக் காட்டிலும் கூடுதலானது. சிட்டகாங் மலைத் தொடரில் வாழும் குடியினரை இப்பிரிவின் மிகச் சிறந்த பேராளர்களாகக் கொள்ளலாம். சக்மா (*Chakma*), மஹ் (*Magh*) குடியினரும் முக்கிய எடுத்துக்காட்டுகளாவர்.

மங்கோலியர்களில் இன்னொரு வகையான 'திபேத்திய மங்கோலிய' மக்களிடம் உட்பிரிவுகள் ஏதுமில்லை. இவர்கள் அகன்ற கனமான தலையையும், நல்ல உயரத்தையும், நீண்ட தட்டையான முகத்தையும், நடுத்தரம் முதல் நீண்ட மூக்கையும் கொண்டவர். இவர்களின் கண்களும் சாய்ந்த வகையேயாகும். இவர்களிடமும் இரப்பை அடிமடிப்பு காணப்படுகிறது. முகத்திலும் உடலிலும் மயிர் இல்லை என்றே சொல்லலாம். மங்கோலியர்கள் மஞ்சள் நிறத்தவர் என்றாலும் இவர்களின் உடல் நிறம் லேசான இளம் பழுப்பு கலந்தது போல் இருக்கும். இப்பிரிவினரில் முக்கியமானவர்களைக் கூற வேண்டுமானால் பூட்டானிலும் சிக்கிமிலும் வாழும் திபேத்தியரைக் கூறலாம்.

நடுநிலக்கடலினத்தவர்

இன்று இந்தியாவில் பரவி வாழும் நடுநிலக்கடலினத்தவர் கள் பின்வரும் மூன்று பிரிவினர்களாகப் பாகுபடுகின்றனர்.

அ. தொல் நடுநிலக்கடலினத்தவர்

தமிழ்ப் பிராமணர்கள், தெலுங்கு பிராமணர்கள், கொச்சின் நாயர்கள் போன்றவர்கள் இந்த வகையினத்திற்குச் சிறந்த எடுத்துக்காட்டுகளாவர். தொல் நடுநிலக்கடலினத்தவர்கள் பல வகைகளில் தொல் எகிப்தியரை (*Proto – Egyptian*) ஒத்துள்ளனர்.

இன்று இந்தியாவில் வாழும் தொல் நடுநிலக் கடலினத் தவர்கள் நீண்ட தலை, குமிழ் வடிவான நெற்றி, தலையின் பின்புறத்தில் பின்னெழுந்த மண்டை, நடுத்தர உயரம், சிறிய அகன்ற மூக்கு, குறுகிய முகம், துருத்திய மோவாய் (முகவாய்க் கட்டை), முகத்திலும் உடலிலும் குறைவான மயிர், பொன்னிற மான உடல் நிறம் ஆகிய உடற் கூறுகளைக் கொண்டவர்கள்.

ஆ. நடுநிலக்கடலினத்தவர்கள்

இப்பிரிவினர் உத்திரப்பிரதேசம், மும்பை, வங்காளம், மலபார் பகுதிகளில் வாழ்ந்து வருபவர்கள். இந்த இனத்திற்குரிய சிறந்த எடுத்துக்காட்டாக கொச்சின் நம்பூதிரி பிராமணர்கள், அலகாபாத்தில் வாழும் பிராமணர்கள், வங்காளத்தில் வாழும்

பிராமணர்கள் போன்றோரைக் குறிப்பிடலாம். இப்பிரிவினரே சிந்து சமவெளி மக்களோடு தொடர்பை ஏற்படுத்திக் கொண் டார்கள் என்ற கருத்தும் நிலவுகிறது.

இ. கீழ்த்திசையினத்தார்

மேற்கூறிய நடுநிலக்கடலினத்தாரின் உடற் பண்புகளில் மூக்கைத் தவிர மற்ற அனைத்துப் பண்புகளையும் இவர்கள் கொண்டிருக்கிறார்கள். இவர்களிடம் மூக்கு மட்டும் வித்தியாச மானது. இவர்களின் மூக்கு நீளமானது: குவிந்து காணப் படுவது. கீழ்த்திசையினத்தாரின் முக்கியப் பேராளர்களாக பஞ்சாபி சத்திரி *(Chattri)*, ராஜபுதனத்தில் வாழும் பெனியா *(Benia)*, பதான்கள் *(Pathan)* போன்றோரைக் குறிப்பிடலாம்.

5. மேற்கத்திய குறுகி அகன்ற தலையினர்

மேற்கத்திய குறுகி அகன்ற தலையினர் *(Western Brachycephals)* எனும் இவ்வினத்தார் பின்வரும் மூன்று வகையினங்களாகப் பாகுபடுகின்றனர்.

அ. ஆல்பைனியர்

ஆ. தைனாரிக்

இ. ஆர்மீனியர்

அ. ஆல்பைனியர்

ஆல்பைன் இனத்தாரின் பூர்வீகம் அல்லது தோன்றிய இடம் நடு ஆசியா எனச் மானிடவியர்கள் சிலர் கூறுவர். காலங்காலமாக இவர்கள் பெரும்பான்மையாக வாழ்ந்துவரும் பகுதி நடு, கிழக்கு ஐரோப்பாவாகும். குறிப்பாக பிரான்ஸ் முதல் ஊரல் பகுதிவரை. டென்மார்க், பால்கன், நார்வே, வடக்கு இத்தாலி, சிற்றாசியாவின் மலைப்பகுதிகள் ஆகிய இடங்களிலும் இவர்கள் காணப்படுகின்றனர். ஐரோப்பா முழுவதிலும் இவர்கள் சிதறலாகக் காணப்படுகின்றனர்.

ஆல்பைன் இனத்தார் நடு ஆசியா ஊடாக இந்தியத் துணைக்கண்டத்திலும் ஊடுருவினார்கள். இன்று இவ்வினத் தின் முக்கிய பேராளர்களாகக் குஜராத்தின் பனியா, கத்திய வாரில் வாழும் கத்தி, வங்காளத்தில் வாழும் கயஸ்தர்கள் போன்றோரைக் குறிப்பிடலாம்.

ஆ. தைனாரிக்

இவ்வினத்தாரின் பூர்வ குடியினர் வாழுமிடம் தைனாரிக், ஆல்ப்ஸ் பகுதியாகும். குறிப்பாக யூகோஸ்லேவியா, அல்பேனியா,

ஆஸ்ட்ரியன் தைரால் பகுதிகளாகும். இவ்வினத்தார் மத்திய ஐரோப்பா முழுவதிலும் சிதறிக் காணப்படுகின்றனர். தைனாரிக் இனத்தார் அட்ரியாட்டிக் (Adriatic) அல்லது இல்லீரியர் (Illyrian) என்றும் கூறப்படுவர்.

வரலாற்றுக்கும் முற்பட்ட காலத்தில் நடு ஆசியா ஊடாக வந்து பலுச்சிஸ்தானம், சிந்து, குஜராத், மகாராட்டிரம் வழியாக இந்தியாவிற்குள் நுழைந்த இவர்கள் வங்காளம், ஒரிசா, குடகு ஆகிய பல்வேறு பகுதிகளில் குடியேறத் தலைப் பட்டனர். இன்றைய வங்காளப் பிராமணர்கள், மைசூர்ப் பிராமணர்கள், குடகு மக்கள், ஒரிசா பிராமணர்கள் ஆகியோர் தைனாரிக் பிரிவினைச் சார்ந்தவர்கள். கன்னடப் பகுதியி லிருந்து இவர்கள் இலங்கைக்கும் சென்றனர். வரலாற்றுக்கும் முந்தைய சிந்துவெளி, திருநெல்வேலி, ஹைதராபாத் ஆகிய பகுதிகளிலும் இவர்கள் வாழ்ந்துள்ளமைக்கான புதைபடிவச் சான்றுகள் கிடைத்துள்ளன.

இ. ஆர்மீனியர்

ஆர்மீனியர் ஒரு தனித்த, தூய இனத்தவரல்லர். பூர்வ நடுநிலக்கடலினத்தவர், ஆல்பைன் இனம், நார்டிக் இனம் ஆகியோரின் கலப்பால் உருவானவர்களே ஆர்மீனிய இனத்தார் என பைரோன் கூறுவார். இவர்களிடம் இந்திய – ஆப்கானித் தானிய இனக் கூறுகள் சிலவும் கலந்துள்ளதாகக் கருதுகின்றனர். சிற்றாசியாவே இவர்கள் தோன்றிய இடமென்றும், அங்கிருந்து தெற்கு நோக்கி அரேபியா, இந்தியா போன்ற இடங்களுக்குப் பரவினர் என்றும் கருதப்படுகின்றது.

மொகஞ்சதாரோ புதைபடிவங்களில் இவ்வினச்சாயல் கொண்ட சிற்பமொன்று கண்டெடுக்கப்பட்டுள்ளது. இன்று துருக்கி, சிரியா, பாலஸ்தீனம் ஆகிய பகுதிகளில் பெரும்பாலும் வாழ்கின்றனர். கிரீஸ், பல்கேரியா, அமெரிக்கா ஆகிய நாடு களிலுங்கூட இவர்கள் வாழ்கின்றனர். இவ்வினத்தாரின் உடற்கூறுகள் ஈராக், ஈரான், பால்கன் நாட்டவர்களிடமும் காணப்படுகின்றன. பண்டைய ஹிட்டைட்டுகளே (Ancient Hittites) ஆர்மீனியர்களின் பூர்வ குடியினர். பாபிலோனியர், அசிரியர் (Assyrians), ஹிட்டைட் ஆகியோர் இவ்வினத்தாரின் கால்வழியினர் எனக் கொள்ளலாம்.

இந்தியாவில் தைனாரிக் இனத்தாரைப் போன்றே உடல் தோற்றத்தில் ஆர்மீனிய இனத்தாரும் காணப்படுகின்றனர். எனினும் சில வேறுபாடுகளைக் கொண்டு இவர்களைத் தனியாக இனம் பிரித்துவிடலாம். அகன்ற தலையும், தட்டை யான பின்மண்டையும், சாய்ந்திறங்கும் நெற்றியும் இவர்களை

வேறுபடுத்திக் காட்டும். உடல்நிறம் ஆலிவ் முதல் மஞ்சள் பழுப்புவரை காணப்படும். கண் இமைகள் தடிமனாக இருக்கும். தாடியும் உடலின் மயிரும் அடர்த்தியாகக் கணப்படும். நடுத்தர உயரத்துடன் வலுவான உடற்கட்டுடன் காணப்படுவார்கள்.

மும்பையில் வாழும் பார்சியினர் ஆர்மீனிய இனத்தாரின் உண்மையான பிரதிநிதியாகக் கூறலாம். வங்காளத்தின் வைத்யர், கயஸ்தா ஆகியோரும் ஆர்மீனிய இனத்தின் பேராளர்கள் எனலாம்.

6. நார்டிக்

ஸ்காண்டிநேவிய மக்களே நார்டிக் இனத்தின் பூர்வ குடிகள் ஆவர். மேலும், பால்டிக் பகுதியிலும் இவர்கள் பரவிக் காணப்படுகின்றனர். அடுத்து, வடக்கு ஜெர்மனி, வடக்கு பிரான்ஸ், நெதர்லாந்து, பெல்ஜியம், பிரிட்டிஷ் தீவுகள் ஆகிய இடங்களிலும், ஐரோப்பாவின் பல்வேறு பகுதிகளிலும் பரவலாகக் காணப்படுகின்றனர். அமெரிக்காவிலும் கடந்தகால ஆங்கிலேய காலனி நாடுகள் பலவற்றிலுங்கூட இவ்வினத்தார் உள்ளனர்.

இவ்வினத்தார் இளஞ்சிவப்பு அல்லது சிவந்த வெண்மை நிறத்தோடு, வில்வடிவ நடுத்தரத் தலையையும், நேரான எடுப்பான குறுகிய மூக்கையும், செங்குத்து நெற்றியையும், நீலம் அல்லது சாம்பல் நிற கண்ணையும், மெலிந்த உதடுகளை யும், சராசரி 172 செ.மீ. உயரத்தையும் கொண்டிருப்பார்கள்.

நார்டிக் இனத்தவர்கள் வடபுலத்திலிருந்து, குறிப்பாக தென்கிழக்கு ரஷ்யா அல்லது தென்மேற்கு சைபீரியா பகுதியி லிருந்து கிளம்பி நடு ஆசியா வழியாக இந்தியாவிற்குள் வந்திருக்கலாம் எனக் கருதப்படுகிறது.

இந்தியாவில் நார்டிக் இனத்தார் வட இந்தியாவின் பல பகுதிகளில் காணப்பட்டாலும், பஞ்சாபிலும் ராஜபுதனத்திலும் பரவலாகக் காணப்படுகின்றனர். சித்ரால் பகுதியில் வாழும் கோ (*Kho*), சிவந்த நிறமுள்ள காஃபிர்கள் (*Red Kaffirs*), கட்டாஷ் (*Khatash*) போன்றோர் நார்டிக் இனத்தவர்களே.

இந்தியாவில் பிற இனத்தவர்கள்

ஆங்கிலோ இந்தியர்

இவர்கள் இந்தியாவிற்கு வந்து இங்கேயே தங்கிய ஆங்கிலேயர்களின் வழித்தோன்றல்கள். 1900க்கு முன் இத் தொடருக்கு இந்தியாவில் பிறந்து வளர்ந்த ஆங்கிலேயர்கள் என்ற பொருளே குறிப்பிடப்பட்டது. ஆனால் 1900க்குப் பின்

இந்தியாவில் பிறந்த ஐரோப்பியர்கள் என்னும் விரிந்த பொருண்மையும் இத்தொடர் குறிக்க முற்பட்டது.

ஆங்கிலோ – இந்தியர் என்னும் வழக்கு பிற்காலத்தில் தோன்றிய ஒன்று. அதற்கு முன் 'யூரேசியர்' (Eurasian), 'கிழக்கிந்தியர்' என்னும் சொற்கள் பயன்பாட்டில் இருந்தன. இன்று 'ஆங்கிலோ – இந்தியர்' என்னும் வழக்கு இந்தியா, பிரிட்டன், கனடா, ஆஸ்திரேலியா போன்ற நாடுகளில் பெரு வழக்காகப் பயன்படும் சொல்லாகிவிட்டது. ஸ்விட்ஹெல்ம் அல்லது சீக்லினஸ் (Swithelm or Sigelinus) என்பவரே இந்தியாவிற்கு வந்த முதல் ஆங்கிலேயர். இவர் புனித தாமஸ் கல்லறையைப் பார்வையிட கி.பி. 884இல் ஆல்ஃபிரடு மன்னனின் தூதராக இங்கு வந்தவர். ஆங்கிலேயர்கள் கடந்த 200 ஆண்டுகளாக இந்தியாவோடு தொடர்பு கொண்டுள்ளனர் எனச் சொல்லலாம். 1951ஆம் ஆண்டு குடிமதிப்பின்படி ஆங்கிலோ இந்தியர்களின் எண்ணிக்கை 11,637ஆக இருந்தது.

இந்திய மண்ணில் பிறந்த போர்த்துக்கீசியர் கஸ்டீஸ் (Castees) என்னும் கலப்பு மொழியைப் (cerole) பேசுகிறார்கள். இவர்கள் மஸ்டீஸ் அல்லது மெஸ்டிஸ் (Mustees or Mestiz) என்றும் அழைக்கப்படுகின்றனர்.

பார்சி

பார்சியினர் பெர்ஷியாவிலிருந்து கி.பி. 936 வாக்கில் இந்தியாவிற்கு வந்தவர்கள். இவர்கள் சொரஸ்ட்ரானியச் சமயத்தைச் சார்ந்தவர்கள். பெர்ஷியாவில் அரேபிய முகமதியர்கள் பெர்ஷிய அரசைக் கைப்பற்ற முனைந்தபோது தப்பியோடி கி.பி. 651 வாக்கில் சீனத்துக்கு வந்து தங்கியவர்களில் ஒரு பிரிவினர் இந்தியாவில் குடியேறினர். இன்று இந்தியாவிலேயே நகரமயமாக்கலிலும் மேற்கத்திய வயமாக்கலிலும் முன்னிலை பெற்றுள்ள சமூகமாக பார்சியினர் விளங்குகின்றனர். சில அயலினச் சமூகங்களில் சாதி முறை உள்ளே நுழைந்தாலும் பார்சிகளிடம் சாதி முறை ஊடுருவவில்லை.

ஈரானின் (பெர்சியா) சமநிலப் பகுதியே நவீன பெர்சியா ஆகும். இது பிரான்ஸ் நாட்டைப் போல் இரண்டு மடங்கு பெரியது. இன்று பரவலாக அழைக்கப்படும் *Persia* எனும் பெயருக்கு *Faristan* என்றே பெயர். அதிலிருந்து *Farsees, Parses* ஆகிய சொற்கள் வழக்குக்கு வந்தன.

பெர்சியா மீது அரேபியர்களும் கிரேக்கர்களும் படை யெடுத்து வெற்றி கொண்ட பின்னர் பார்சியினர் பல இடங்களுக்கும் சென்று தஞ்சமடைந்தனர். பார்சி இனத்தாரில் ஒரு பிரிவினர் கி.மு. 521 வாக்கிலேயே இந்தியாவிற்கு வந்திருக்க

வேண்டுமென்று கருதுகின்றனர். ஹெரோடாட்டஸ் கி.மு. 5ஆம் நூற்றாண்டிலேயே பார்சி மக்களின் மதத்தைப் பற்றிக் குறிப்பிடுகிறார். இவர்களுக்குக் கோயில் இல்லை; கற்சிலை வழிபாடில்லை; நெருப்பையே கடவுளாக வணங்குகிறார்கள். அதனால் அக்னி வழிபாட்டாளர்கள் என்று பெயர் பெற்று விட்டனர். இவர்களுடைய சமயத்திற்கு சொரஷ்ட்ரானியம் என்று பெயர்.

அரேபியர்

இந்தியாவில் இஸ்லாமியர் இனரீதியாக அரேபியர், துருக்கியர், இந்தியர் என்ற அடையாளங்களுடன் உள்ளனர். மொழி ரீதியாக உருது மொழியும் அந்தந்த மாநிலத்தின் மொழியும் பேசுவோராக உள்ளனர். சமய ரீதியாக ஷாஃபி, ஹனாஃபி ஆகிய இரண்டு பிரிவினர்களாக உள்ளனர்.

இந்தியாவில் இஸ்லாமியரின் வருகை இரண்டு வகையான வரலாற்று நிகழ்வுகளால் நிகழ்ந்தது. தொடக்கத்தில் அரேபியர்கள் வணிகத்தின் பொருட்டு கடல்வழிப் பயணத்தின் மூலம் இங்கு வந்தார்கள். இவர்கள் ஷாஃபி பிரிவினர் ஆவர். அடுத்து, இஸ்லாமியர்களின் படைபெயடுப்பின் மூலம் இங்கு வந்தவர்கள் ஹனாஃபி பிரிவினர் ஆவர் (*Fanselow 1996: 202*). இவர்கள் யாவரும் அடுத்தடுத்த காலகட்டத்தில் மேலும் பலவகையான சமூக, சமயப் பிரிவுகளாகப் பாகுபடத் தொடங்கினார்கள். தமிழகத்தில் மட்டும் 18 வகையான பிரிவினர்கள் இருப்பதைக் காணமுடிகிறது (*K.S. Singh 1997*).

அரேபிய வணிகர்கள் மூலம் தொடக்கக் காலத்திலேயே இஸ்லாம் அறிமுகமானது. ஆயினும் இடைக்காலத்தில்தான் இங்கு வெகுவாக வேரூன்றியது. இன்று தமிழகத்தில் மூன்றாவது பெரிய சமயமாகவும், 5.2 விழுக்காட்டினர் இஸ்லாத்தைப் பின்பற்றுபவராகவும் உள்ளனர். (கிறித்தவர்கள் 5.8 விழுக்காட்டினர்).

பெனி இஸ்ரேல்

இவர்கள் ஷன்வார் டெலி (*Shanwar Teli*) என்றும் அழைக்கப்படுவர். இவர்களின் பழங்கதைப்படி இஸ்ரேலிலிருந்து வந்த முன்னோர்கள் கி.மு. 175 வாக்கில் கொங்கண் கடற்கரைப் பகுதியில் கப்பல் தரை தட்டியதால் இப்பகுதியிலேயே தங்கிவிட்டனர். அப்போது அவர்கள் புனித நூல்களை இழந்துவிட்டாலும் வழிபாட்டுமுறையை விட்டுவிடாமல் இன்றும் கடைப்பிடித்து வருகின்றனர். கி.பி. 1830களில் 6000 எண்ணிக்கையில் இருந்த இவர்கள் 1948இல் கொங்கண் பகுதியில்

100 கிராமங்களில் 20,000 எண்ணிக்கையாக உயர்ந்தனர். 1948க்குப் பின் பல ஆயிரம்பேர் இஸ்ரேலுக்குச் சென்றுவிட்டனர். இப்போது 5,000 – 10,000 பேர் மட்டுமே உள்ளனர். இப்போது இவர்கள் மராத்தி மொழியைப் பேசுகின்றனர்.

இந்தியாவில் வாழும் யூதர்கள் பெனி இஸ்ரேல் (*Bene lsrael*) என்றழைக்கப்படுகின்றனர். ஷன்வார் டெலி (*Shanwar Teli*) என்றும் அழைக்கப்படுவார்கள். காலங்காலமாக கொங்கண் கடற்கரையோர கிராமங்களிலும் பின்னர் மும்பையிலும், அதன் பின்னர் அகமதாபாத், புனே, டில்லி போன்ற நகரங் களிலும் வாழ்ந்து வருகின்றனர். இன்று இந்தியாவில் இவர்களின் மக்கள் தொகை 10,000க்கும் குறைவாகவே உள்ளது.

'பெனி இஸ்ரேல்' என்றால் எபிரேயத்தில் 'இஸ்ரேல் நாட்டுக் குழந்தைகள்' என்று பொருள். இவர்கள் இந்தியாவில் வந்து குடியமர்ந்தது கி.மு. 175 ஆகும். இம்மக்களின் இன வரலாற்றின்படி இவர்கள் இஸ்ரேலிலிருந்து கிளம்பி இந்தியக் கரை வந்தடைந்தபோது இவர்களுடைய கப்பல் தரை தட்டிச் சிக்கிக் கொண்டது. அதனால் அவர்கள் அனைவரும் கொங்கண் கடற்கரையில் குடியமர்ந்துவிட்டார்கள். ஒரு கட்டத்தில் அவர்கள் இக்கடற்கரைப் பிரதேசத்தில் 100 கிராமங்களில் வாழ்ந்து வந்தனர். பென், ஆஸ்டேம், நவ்காவன் போன்ற ஊர்களில் வாழ்ந்து வந்தனர். கி.மு. 175 வாக்கில் இந்தியாவில் தங்க நேரிட்டபோது அவர்களுடைய புனித நூல்களை இழந்து விட்டனர். இருந்தாலும் சடங்கு சம்பிரதாயங்களை நினைவு படுத்திச் செய்துவந்தார்கள். பிறகு மும்பைக்கும் மேலும் சில நகரங்களுக்கும் சென்று குடியேறினார்கள். பெனி இஸ்ரேல் இனத்தார் 'வெள்ளை இனத்தார்' என்றும், 'கருப்பினத்தார்' என்றும் வகைப்படுகின்றனர். முன்னவர் கலப்பற்ற யூத மூதாதை யரிடமிருந்து தோன்றியவர்கள், பின்னவர் பெனி இஸ்ரேல் ஆணுக்கும் பிற இனப் பெண்ணுக்கும் பிறந்தவர்கள் ஆவர்.

இந்திய யூதர்கள் என்றழைக்கப்படும் பெனி இஸ்ரேல் இனத்தார் இந்தியாவில் நீண்டகாலமாக மராத்தி பேசி வந்தா லும் இன்று படித்தவர்கள் ஆங்கிலத்தையும் இந்தியையும் அறிந்திருக்கிறார்கள். 1948க்குப் பிறகு பெரும்பான்மையானவர் கள் இஸ்ரேல் நாட்டிற்கே திரும்பிவிட்டனர். குறைவான எண்ணிக்கையினர் தொடர்ந்து இந்தியாவில் தங்கி வாழ்ந்து வருகின்றனர்.

இந்தியாவிலிருந்து இஸ்ரேலுக்குச் சென்றவர்கள் பூர்வ யூதர்களாக அங்கீகரிக்கப்படவில்லை. அதனால் 1962 முதல் 1964 வரை மூன்றாண்டுகள் தொடர்ந்து போராடினார்கள்.

அதன்பின்னர் 'முழு யூதர்கள்' என்று அங்கீகாரம் பெற்றார்கள். அவர்கள் இப்போது நவீன எபிரேயம் மொழியைப் பேசுகிறார்கள்.

கொச்சின் யூதர்கள்

உலகிலேயே மிகச் சிறிய யூத சமூகத்தவர்களில் கொச்சின் யூதர்களும் ஒருவர். இந்தியாவில் கி.பி. 1781இல் டச்சு கவர்னர் மோவன்ஸ் (A. Moens) 422 குடும்பத்தாரைக் (ஏறக்குறைய 2000 பேர்) கணக்கிட்டார். எனினும் 1953இல் 2400 பேர் இஸ்ரேலுக்கு திரும்பிவிட்டனர். இவர்களின் பழங்கதைப்படி 8ஆம் நூற்றாண்டில் அசிரியாவில் சிறைக் கைதிகளாகப் பிடிபட்டவர்களின் வழித்தோன்றல்கள் ஆகும். இன்று கொச்சின் யூதர்களிடம் சாதிப் படிநிலைபோன்று 'வெள்ளை யூதர்', 'கருப்பு யூதர்' என்னும் இரு பிரிவுகளுண்டு.

பாஸ்கர ரவிவர்மா காலத்தில் (962 – 1020) இவர்கள் 72 சலுகைகளைப் பெற்றிருந்தனர். இவ்வினத்தின் தலைவருக்கு 'அஞ்சு வண்ணம்' உரிமையும் கொடுக்கப்பட்டது.

சிடி

நீக்ரோ இனத்தைச் சேர்ந்த இவர்கள் கிழக்கு ஆப்பிரிக்கக் கடற்கரைப் பகுதியிலிருந்து வந்தவர்கள். இவர்கள் 'ஹப்ஷி' (Habshi) என்றும் அழைக்கப்படுகின்றனர். சிடி (Sidi) இனத்தவர் அரேபிய வணிகர்களால் அடிமைகளாக 13 – 14ஆம் நூற்றாண்டுகளில் டில்லி சுல்தான் ஆட்சிக் காலத்தில் கொண்டுவரப் பட்டவர்கள்.

இன்று கர்நாடகம், மகாராட்டிரம், குஜராத் ஆகிய மாநிலங்களில் காணப்படுகின்றனர். இவர்கள் கர்நாடகத்தில் இந்து, இஸ்லாம், கிறித்தவம் ஆகிய மூன்று சமயங்களையும் பின்பற்றுபவர்களாக உள்ளனர். ஆனால் குஜராத்தில் இவர்கள் முஸ்லிம் சமய இரவலர்களான பக்கிர்களின் (Fakir) பணியாட் களாக உள்ளனர். இதனால் இங்கு இவர்கள் பெரும்பாலும் முஸ்லிம்களாக உள்ளனர்.

இனவியல் விவாதங்கள்

இந்தியாவில் மக்களினங்களைப் பற்றிப் புரிந்து கொள்வதில் மூன்று முக்கிய நிலைகள் பரஸ்பரம் சார்ந்து நிற்கின்றன.

1. உயிரியல் பண்புகளை மையமிட்டு இங்குள்ள மக்கள் நான்கு பெரும் இனங்களாகப் பாகுபடும் நிலையை அறிவது முதல்நிலை.

2. அடுத்து, ஒவ்வொரு இனத்திற்குள்ளும் உயிரியல்சாரா பண்புகளை மையமிட்டு அவை சாதிகளாகப் பாகுபட்டுள்ள நிலையை அறிதல். உயிரியல் பண்புகளை மையமிட்ட இனம் எனும் கருத்தினம் முழுவதுமாக அழிந்து உயிரியல் சாராத பண்பாக மாறி சாதி எனும் கருத்தினமாக மாறிவிட்டதன் தன்மையை அறிதல்.

3. இறுதியாக, உயிரியல் பண்புகளையும் உயிரியல் சாராப் பண்புகளையும் இணைத்து மையமிடும் 'இனவியம்' சார்ந்த நிலையை அறிதல்.

முதலில் உயிரியல் அடிப்படையில் இனங்களாகப் பாகு படுவதன் பரிமாணங்களை நோக்குவோம். இந்திய மக்களினங் களின் உயிரியல் சார்ந்த கட்டமைப்பு பல கூறுகளால் ஆக்கப் பெற்றாலும் அவற்றில் உருவத் தோற்றக்கூறுகள் முதன்மை யானவையாகும். குறிப்பாக, உடலுயரம், தலையின் நீளம், மூக்கின் நீளம் போன்ற முக்கிய உடலளவுகளும், தோலின் நிறம், மயிரின் தன்மை, மூக்கின் வடிவம் போன்ற புறத் தோற்றப் பண்புகளும் முதலில் கவனத்தில் கொள்ளப்படும். இரத்தவகை, என்சைம்கள், புரோட்டீன்கள் உள்ளிட்ட மேலும் சில மரபணு சார்ந்த அடையாளங்கள் அகக் கூறுகளாகும். இவையும் இனத்திற்கினம் வேறுபடும்.

மக்களுடைய உடல்களில் காணப்படும் புறத்தோற்றக் கூறுகளை முன்னிலைப்படுத்தி அவர்கள் சில இனங்களாகப் பாகுபடும் தன்மையை அறிவது மானிடவியல் துறைசாரா பலருக்கும் ஆர்வமளிக்கும்.

புறத்தோற்றத்தின் அடிப்படையில் இந்திய மக்களினங் களை அறியும் முயற்சி 1868இல் தொடங்கப்பட்டது. எனினும், அனைத்திந்திய அளவிலான மதிப்பாய்வு 1915இல் இங்கிலாந்து இனவரைவியலர் ரிஸ்லி (*Risely*) என்பவரால் மேற்கொள்ளப் பட்டது. இவர் இந்தியாவில் குடிமதிப்பு எடுக்கும் துறையின் இயக்குநராகப் பல காலம் பணியாற்றியவர். இவருக்கடுத்து 1934இல் எய்க்ஸ்டெட் என்பவரும், அதற்கடுத்து 1935இல் இந்திய அறிஞர் குகாவும் மேற்கொண்டனர். இம்மூவரின் ஆய்வுகளில் ஒருமித்த கருத்து ஏற்படவில்லை. ஒவ்வொருவரும் வெவ்வேறு வகையில் மக்களினங்களை இனங்கண்டு வகைப்படுத்தினர். ஒவ்வொரு இனத்தின் கீழ்வரும் கிளையினங்களை அடையாளம் காண்பதிலும் ஒருமித்த நிலை ஏற்படவில்லை.

இவர்களுக்குப் பிறகு இந்திய அறிஞர்கள் பலர் இனவியல் ஆய்வுகளை மேற்கொண்டனர். இவற்றின் வாயிலாக இனவியல் தரவுகளும் முடிவுகளும் பெருகின. இதனால் இனவியல்

பற்றிய புரிதல்களும் விரிவு பெற்றன. இறுதியாக இனங்கள், வருணங்கள், சாதிகள் ஆகியவற்றிற்கிடையிலான உறவு பற்றியும் விவாதிக்கப் பெற்றன.

வருணங்கள் சமூக வகையினமா? உயிரியல் வகையினமா?

வருணங்கள் எந்த வகையினம் என்பதை ஆராயும் முகமாக, அவை உயிரியல் வகையினமே என்ற கருதுகோளை ஒரு வாதமாக எடுத்துக்கொள்வோம். வருணங்கள் உயிரியல் வகையினமே என வாதிட முற்பட்டால் ஒரு வருணத்திற்குட்பட்ட சாதிகள் அனைத்தும் உயிரியல் ரீதியாக ஒன்றுபட்ட பண்புகளைப் பெற்றிருக்க வேண்டும். பிறிதொரு வர்ணத்தைச் சேர்ந்த சாதிகள் இன்னுமொரு வருணத்திற்குட்பட்ட சாதிகளின் உயிரியல் பண்புகளிலிருந்து வேறுபட்டதாக இருக்க வேண்டும்.

இங்குச் சில எடுத்துக் காட்டுகளைக் கொண்டு ஒரு வருணத்திற்குட்பட்ட சாதிகளின் உயிரியல் கூறுகளில் ஒற்றுமைகள் உள்ளனவா, வேற்றுமைகள் உள்ளனவா என்பதை அறிய வேண்டும். அடுத்து இரு வேறு வருணங்களைச் சேர்ந்த சாதிகளுக் கிடையில் ஒற்றுமைகள் மிகுந்துள்ளனவா, வேற்றுமைகள் மிகுந்துள்ளனவா என்பதையும் அறிய வேண்டும். அவ்வாறு ஆராயும்போதே வருணங்கள் உயிரியல் பண்புகளைக் கொண் டிருக்கின்றனவா என்பதை அறிய முடியும்.

உத்திரப் பிரதேசம், குஜராத், மகாராட்டிரம், மேற்கு வங்கம், தமிழ்நாடு ஆகிய மாநிலங்களில் மேற்கொள்ளப்பட்ட விரிவான மானிட உடலளவை ஆய்வுகள் மூலம் திட்டவட்ட மான, தெளிவான முடிவுகள் பல கிடைத்துள்ளன. ஒரு குறிப்பிட்ட சாதியானது வெவ்வேறு வட்டாரங்களில் காணப் படும்போது அச்சாதியானது ஒருபடித்தானதாக இல்லாமல் பல படித்தான வேறுபாடுகளைக் கொண்டுள்ளது. அடுத்து, ஒரு குறிப்பிட்ட நிலப்பகுதியில் காணப்படும் வெவ்வேறு வர்ணங்களைச் சேர்ந்த பல சாதிகள் நெருக்கமான ஒற்றுமைக் கூறுகளைக் கொண்டுள்ளன. மேலும், ஒரே சாதிக்குரிய கிளைச் சாதியினர் வெவ்வேறு பகுதிகளில் பரவி வாழும் சூழலில் அவர்களுக்குள் ஒற்றுமைக் கூறுகளைவிட வேற்றுமைக் கூறுகளே பெரிதும் காணப்படுகின்றன.

ஆக சாதியானது இட ரீதியில் மாறுபட்ட பண்புகளைக் கொண்டுள்ளது. இன்னொருவகையில் சொல்ல வேண்டு மானால் ஒற்றுமைக் கூறுகளை நிலைநிறுத்துவதில் சாதியை விட வட்டாரமே பெரிதும் முன்னிலை பெறுகிறது என்ற ஒரு முக்கிய முடிவு கருத்தூன்றி நோக்குதற்குரியதாக உள்ளது.

உடலுயரம், தலை அளவு, மூக்கின் அளவு ஆகியவற்றைக் கொண்டு பிராமணர்களிடம் ஆய்வு செய்த ரக்ஷித் (1966) இந்தியாவில் பிராமணர்கள் ஒருபடித்தானவர்களாக இல்லை என்றும், பலபடித்தானவர்களாகவே உள்ளனர் என்றும் கூறுகிறார். பிராமணர்கள் இந்தியாவிற்குள் வெவ்வேறு கட்டங்களில் வந்தேறியதன் விளைவாக அவர்களிடம் அடிப்படையாகவே பல வேறுபாடுகள் காணப்படுகின்றன என்றும் அவர் வலியுறுத்துகிறார். இந்தியாவிற்குள் பிராமணர்கள் குறைந்தது இரண்டு கட்டங்களாக உட்புகுந்தனர் என்பதும், முதலில் வந்தவர்கள் அசுரர்கள் (வங்க பிராமணர்கள் இவ்வகையில் முக்கியமானவர்கள்) என்பதும், அவர்கள் சிந்துவெளி மக்களுடன் இயைபுடன் ஒத்துப் போனார்கள் என்பதும், இறுதியாக வந்தவர்கள் தேவர்கள் (சிந்துவெளி மக்களுடன் முரண்பட்டவர்கள்) என்பதும் இரண்டு கட்டக் குடியேற்றக் கோட்பாட்டாளர்களின் கருத்தாகும்.

மகாராட்டிரத்தில் எட்டு பிராமணச் சாதிகளிடம் மிக விரிவாக ஆய்வு செய்தவர் கே.சி. மல்ஹோத்ரா (1966). இவர் 18 வகையான உடலளவுகளையும், 16 வகையான புறத் தோற்றக் கூறுகளையும், 8 மரபணுக் கூறுகளையும் தேர்ந்தெடுத்துக் கொண்டு மொத்தம் 42 உடற்கூறுகளின் அடிப்படையில் இந்த எட்டு பிராமணச் சாதிகளை ஆய்வு செய்தார். இந்த ஆய்வு முடிவுகளின்படி அவர் எட்டு பிராமணச் சாதிகளிடமும் மரபணு ரீதியிலும், புறத்தோற்ற ரீதியிலும் ஒற்றுமைகளைவிட வேற்றுமைகளே மிகுந்து காணப்பட்டன; குறிப்பாக, 3 பிராமணச் சாதியினர் எஞ்சிய 5 பிராமணச் சாதியினரோடு நெருங்குவதைவிட பிராமணரல்லாத சாதியினருடன் நெருங்கிக் காணப்படுகின்றனர் என்கிறார்.

மஜும்தாரும் மல்ஹோத்ராவும் 11 மாநிலங்களில் 50 பிராமணர்களிடம் OAB இரத்த வகைகளை ஆய்வு செய்தனர். இவ்வாய்வின்படி பிராமணர்களுக்கிடையில் பலபடித்தான தன்மையே பெரிதும் காணப்பட்டது. இத்தகு ஆய்வுகள் பலவற்றையும் மதிப்பாய்வு செய்யும்போது வருணம் என்பது ஒரு சமூக வகையினமே என்பதையும், இது ஒருபடித்தான தன்மை கொண்ட உயிரியல்சார் வகையினம் அல்ல என்பதையும் தெள்ளத் தெளிவாக அறிய முடிகிறது. என்றும் இவ்வாய்வுகள் மூலம் பல கிளைச்சாதிகளை உள்ளடக்கிய ஒரு சாதியோ ஒரு வருணமோ ஒத்த புறத்தோற்ற அல்லது உயிரியல் கூறுகளைக் கொண்டிருக்கவில்லை என்பதையும் உறுதிப்படுத்தமுடிகிறது என்றும் கூறுகிறார்.

திராவிடச் சமூகம்

தொல்சமூகங்கள் X அகண்ட தமிழகம்: வட இந்தியாவில் திராவிடச் சமூகங்கள்

ஆதி சமூக முறை

ஒரு சமூகமானது இரண்டு பெருங்கூட்டடங்களாகப் பாகுபட்டு நிற்குமானால் அத்தகைய முறை 'இருகுழுச் சமூக முறை' கொண்டது என்று மானிடவியலர்கள் வகைப்படுத்துவார்கள். ஒரு சமூகம் இரண்டு பெருங்கூட்டங்களைக் கொண்டிருக்கும் முறையென்பது ஓர் ஆதி முறையாகும். இன்றைக்குத் தமிழகத்தில் ஒரு சாதிக்குள் 300க்கும் மேற்பட்ட கால்வழிக் குழுக்கள் இருப்பதையும் காணமுடிகிறது. ஆனால் மனித குலத்தில் ஆதியில் ஒரு சமூகமானது இரண்டு பெருங்கூட்டங்களாகப் பிரிந்து தங்களுக்குள் பெண் கொடுத்து எடுக்கும் பரஸ்பர உறவைக் கொண்டிருந்தது. இதுவே ஆதி நிலை என்கிறார் பிரெஞ்சு நாட்டு அமைப்பிய மானிடவியலர் லெவிஸ்ட்ராஸ்.

இருகுழுச் சமூக முறையில் ஒவ்வொரு குழுவும் ரத்த உறவுடையவர்களைக் கொண்டதாக இருந்ததால் ஒருவர், தான் சார்ந்த குழுவுக்குள் திருமணம் செய்யக் கூடாது என்ற புறமண விதி உருவானது. இதனால் ஆதியில் ஒரு குழுவைச் சேர்ந்த பெண்ணை அடுத்த குழுவினருக்குக் கொடுத்து, அக்குழுவிலிருந்து பெண்ணைப் பெற்றுக் கொள்ளும் 'நேரடிப் பரிமாற்றம்' உருவானது. ஒரு குழு இல்லையென்றால் அடுத்த குழு வாழ

முடியாது என்ற நிலையே ஆதியில் இருந்தது. இதனால் திருமணத்தில் தமக்கைப் பரிமாற்றம், உறவுத் திருமணம் போன்ற திருமணங்கள் ஏற்பட்டன. இத்தகைய ஆதி வடிவங்கள் தொல் குடிச் சமூகத்திற்குரியவை. அவற்றின் எச்சங்களைத் தமிழ்ச் சமூகத்திலும் தேடிமுடியும் என்பதற்கானச் சான்றுகள் பல கிடைக்கின்றன. அது பற்றி இவ்வியலில் காணலாம்.

பழந்தமிழரிடம் இருந்த இரண்டு புறமணப் பெருங்கூட்டங் கள் என்ற தொல் அமைப்பை மீட்டுருவாக்கக் கூடிய தரவுகள் கண்டு பிடிக்கப்படவேண்டும். கிடைக்கக்கூடிய மிகக்குறைவான தரவுகள் வழி இம்முயற்சியில் ஈடுபட வாய்ப்புண்டு. இன்றும் சில சாதிகளிடமும் பழங்குடிகளிடமும் இம்முறை காணப் படுகிறது. அனுப்பர்களிடம் காணப்படும் 64 குலங்களும் முறை உறவுடைய இரண்டேயிரண்டு பெருங்கூட்டங்களாகப் பாகு பட்டு ஒவ்வொரு குழுவிலும் 32 குலங்கள் உள்ள இருகுழுச் சமூகமாக உள்ளது. வேலமர், சாது செட்டியார், செட்டியார் போன்ற சாதிகளிலும் இருகுழுச் சமூக முறை உள்ளது (சிங் 1997: 41).

சில பழங்குடிகளிடமும் இருகுழூச் சமூக முறை உள்ளது. ஆலு குறும்பர்களிடம் உள்ள 9 குலங்களுள் 5 குலங்கள் ஒன்று சேர்ந்து ஒரு பெருங் கூட்டமாகவும், எஞ்சிய 4 குலங் கள் ஒன்று சேர்ந்து மற்றொரு பெருங்கூட்டமாகவும் அமைந்து இவர்களிடம் இரு குழுச் சமூக முறை உள்ளது. காணிக்காரர், மலை வேளாளர்கள் ஆகியோரிடமும் இருகுழுச் சமூகமுறை உள்ளது (மேலது: 41). பழங்குடிச் சமூகங்களில் அங்குமிங்குமாக இவ்வமைப்பு இருப்பதை முக்கர்ஜி (1982) விளக்குகிறார்.

தருமபுரி மாவட்டச் சித்தேரி மலையில் வாழும் மலை யாளிப் பழங்குடியினர் விஷ்ணு கூட்டத்தார் என்றும், சிவன் கூட்டத்தார் என்றும் இரண்டு பெருங் கூட்டங்களாகப் பாகு படுகின்றனர். இவர்களில் திருமாலை வழிபடும் குழுவினர் அண்ணாமலையை வழிபடுவோரை மாமன் முறையாகக் கொண்டுள்ளனர் (கோவிந்தன் 1995: 17).

புதுவையில் வாழும் அருந்ததியர் சமூகம் பூஜகோலு, நாமகோலு எனக்கூடிய இரண்டு அகமண வம்சங்களைக் கொண்டுள்ளது. பூஜகோலு சிவனை வழிபடுவோர். நாமகோலு பெருமாளை வழிபடுவோர். இவ்விரண்டு வம்சங்களும் இன்று அகமணக்குழுக்களாக அமைந்துள்ளதால் இவர்களுக்குள் மணவுறவு நிகழ்வதில்லை.

ஆந்திராவில் மேடக் மாவட்டத்தில் சக்கிலியர்களாக உள்ள மாதிகாவினர் தங்கேதி மாதிகா அல்லது தெகா மாதிகா

என்றும், கோசங்கி மாதிகா என்றும் இரண்டு பிரிவினராக உள்ளனர். இவர்களுள் தங்கேதி மாதிகா பிரிவினர் தீர்மந்தர், இபோதிதர் என்னும் இரண்டு பிரிவினர்களாகப் பாகுபடுகின்றனர். இவ்விரண்டு குழுக்களைச் சேர்ந்தோர் முறையே வைணவ, சைவ மரபினராக உள்ளனர். அதோடு புதுவையைப் போலல்லாது, இவ்விரண்டு குழுவினரும் புறமணக் குழுவினராக அமைந்து, கொண்டு – கொடுத்தல் செய்து கொள்கின்றனர் *(சிங் 1969: 41 – 43)*.

தீர்மந்தர் பெண் ஒருத்தி இபோதிதர் மணமகனைத் திருமணம் செய்துகொண்டு கணவன் வீட்டுக்குச் சென்றவுடன் புனிதமாக்கும் சடங்கினை மேற்கொண்டு இபோதிதர் குழுவின் அடையாளமான சிவலிங்கச் சின்னத்தைக் கழுத்தில் அணிந்து கொள்வாள். வீட்டுக்குச் செல்லும்போது கூட அதனைக் கழற்றமாட்டாள். அதோடு தினந்தோறும் சிவ மரபினர் பூசக் கூடிய விபூதிப் பட்டையை நெற்றியில் பூசிக் கொள்வாள் *(மேலது:41 – 43)*.

புதுவையில் வாழும் வள்ளுவர் சாதியினர் தாதர் (வைணவர்), பூசையார் (சைவர்) ஆகிய இரண்டு கூட்டங்களாகப் பிரிந்துள்ளனர். ஆனால் இவர்களின் சாதியத் தொன்மமானது இவ்விரண்டு குழுக்களுமே சைவத்திலிருந்து பிரிந்தவை என்று கூறுகின்றது. சக்தியின் ஆயுதமான சூலத்தின் வடிவமே தாதர் குழுவின் நெற்றியில் இடும் நாமம் என்று அத்தொன்மம் சொல்கின்றது. சிவனின் வழிவந்தவர்கள் பூசையார் என்றும் அது கூறுகின்றது. பூசைக் கூட்டத்தைச் சேர்ந்த ஏழு கால்வழிக் குழுக்களின் பெயர்களான பச்சைக் கந்தையர், ஆழ்வார், பந்தமூட்டி, திருவள்ளுவர், ஆண்டி, தாதர், பிச்சாண்டி ஆகிய பெயர்கள் சைவ, வைணவக் கலப்புடன் காணப்படுகின்றன. சில இடங்களில் தாதர், பூசைக் குழுவினர் புறமணக் குழுவினராகவும் (மணவுறவு கொள்பவர்களாக) சில இடங்களில் அகமணக் குழுவினராகவும் (மணவுறவு கொள்ளாதவர்களாக) காணப்படுகின்றனர்.

அனுப்பர்களிடம் ‘பெரிய ஓலை’, ‘சிறிய ஓலை’ என்னும் இரண்டு அகமணப் பெருங்கூட்டங்கள் உள்ளன. அதே போன்று காப்பிலியர்களிடம் தர்மகட்டு, மூனுகட்டு ஆகிய இரண்டு அகமணப் பெருங்கூட்டங்கள் உள்ளன. அவர்களும் சைவ, வைணவக் குழுவினராகப் பாகுபடுகின்றனர். ஆலு குறும்பர்களிடமும் இருகுழு முறை உள்ளது. மலை வெள்ளாளர்களிடம் இரண்டு கூட்டங்கள் உள்ளன. ஒன்று அரவுலீஸ்வர்; மற்றொன்று ரங்கநாதர். இவை முறையே சைவ, வைணவக் குழுக்களாக உள்ளன.

கன்னியாகுமரியிலும் திருநெல்வேலி மாவட்டத்தில் செங்கோட்டை வட்டாரத்திலும் பரவி வாழும் காணிக்காரர்களிடம் முத்தில்லம், மேனில்லம் என்ற இரண்டு பெருங் கூட்டங்கள் உள்ளன. இவை தாய் வழியில் அமையும் புறமணக் கூட்டங்களாகும்.

மதுரையிலிருந்து 13கி.மீ. தொலைவிலுள்ள ராஜாக்கூர் (மதுரை கிழக்கு வட்டம்) கிராமத்திலுள்ள அகமுடையார்களின் முத்துக்கருப்பத் தேவன் கூட்டத்தினர் வைணவக் கடவுளான அழகர்சாமியைக் கும்பிடுபவர்கள். இவர்கள் திருப்பரங்குன்றம் முருகன்சாமியைக் கும்பிடக் கூடிய கருப்பத் தேவன் கூட்டத்தினருடன் மணவுறவு கொள்கின்றனர். இவ்விரு குழுவினரும் முறையே ஏறக்குறைய 150 தலைக்கட்டுகளைக் கொண்டுள்ளனர்.

இதுபோன்று விழுப்புரம் மாவட்டம் விருத்தாசலம் வட்டம் கே நல்லூரில் வசிக்கும் வன்னியர்களும், கடலூர் மாவட்டம், சிதம்பரம் வட்டம் மஞ்சக்கொல்லை கிராமத்தில் வசிக்கும் வன்னியர்களும் சைவ வைணவப் பிரிவுகளைக் கொண்டு அவர்களுக்குள் மணவுறவை ஏற்படுத்திக் கொள்கின்றனர் (இராமநாதன் 1997). பிற பகுதிகளிலும் இந்நிலை காணப்படுகிறது.

சைவ, வைணவப் பிரிவுகள் என்னும் நிலையில் அல்லாது இருகுழுச் சமூக முறை காணிக்காரர், குறும்பர் போன்ற பல பழங்குடியினரிடம் காணப்படுகின்றது (முக்கர்ஜி 1982: 34 – 35). கோட்டைப் பிள்ளைமார் திருநீர்க்காரர், திருநாமக்காரர் எனும் இரு பிரிவினர்களாகப் பாகுபடுகின்றனர். இந்நிலையில் திராவிடப் பகுதி முழுவதும் இவ்வகையான இனவரைவியல் தரவுகளை ஒப்பு நோக்கி ஆராய்வதன் மூலம் சைவம், வைணவம் என்னும் சமூகப் பிரிவுகள் பழங்குடிச் சமூகம் தொடங்கி அவற்றின் படிமலர்ச்சியில் எவ்வாறு சமயப் பிரிவுகளாக மாறின என்பதை அறிய இயலும். எவ்வாறு இருப்பினும், இதுவரை கிடைத்துள்ள தரவுகள் இருகுழுச் சமூக அமைப்பானது கட்டமைந்து இருந்த ஒரு தொல்வடிவத்தின் தொடர்ச்சியை அல்லது திரிபுநிலையைக் காட்டுகின்றன என்பதில் ஐயமில்லை.

சமூகம் என்னும் தளத்தில் காணப்படும் இருகுழுத் தன்மையானது சமயம் என்னும் தளத்தில் சைவம், வைணவம் என்னும் இரு குழு வெளிப்பாடாக அமைந்துள்ளது என்று கூடக் கூறலாம். நீண்ட கால எல்லையில் இவை எந்தெந்தப் பெயர்களில் மணப்பெண்களைப் பரிமாறிக்கொள்ளும் புறமணக் குழுக்களாக முதலில் இருந்தன என்றும் பின்னர் எவ்வாறெல்லாம் சைவம், வைணவம் என்ற அகமணக் குழுக்களாக

மாறின என்றும், பின்னர் எவ்வாறு முழுக்க முழுக்க சமயப் பிரிவுகளாக மாறின என்றும் அவை விரிவான தரவுகளுடன் ஆராயப்பட வேண்டும்.

இன்று சைவர், வைணவர் என்னும் இருபெரும் சமயக் குழுவினர் தொல் தமிழர் சமூக அமைப்பில் இருந்த இரண்டு புறமணக் குழுவினரின் உருமாறிய நீட்சியினர் என்று மீட்டுரு வாக்குவதற்குச் சில தடயங்கள் கிடைக்கின்றன. சைவர்களின் முப்பட்டையும், வைணவர்களின் நாமமும் முறையே இரண்டு புறமணக் குழுவினரின் குலக்குறிகள் என்றுகூடக் கருத இட முண்டு. இக்குலக்குறிகளுக்கு உரிய சிவன், பெருமாள் இவ் விரண்டு புறமணக் குழுக்களின் தெய்வங்கள் எனவும் கருதலாம்.

சைவர்கள், வைணவர்கள் என்ற அடையாளங்களுடன் தான் தொல் அமைப்புக்குரியவர்கள் இருந்தனர் என்பதற் கான சான்றுகள் வலுவாக இல்லையாயினும் விஷ்ணுவின் தங்கையாகிய பார்வதியை சிவன் மணந்துகொண்ட இவர்களின் ஒட்டு மொத்த உறவுமுறையைக் கவனிக்கும்போது சிவனும் விஷ்ணுவும் முறை உறவினர்களாகத் தொன்மங்கள் கூறுகின்றன. எனினும், இருவேறுபட்ட சமயங்களுடன் எதிரெதிர்ப் பண்பு களைப் பெற்று இருவேறு குழுவினராக உள்ளனர்.

சிவனும் விஷ்ணுவும் எதிரெதிர்ப் பண்புகளைப் பெற்றிருந் தாலும் அமைப்பியக் கண்ணோட்டத்தில் பார்க்கும்போது ஒன்று இல்லாத இடத்தில் இன்னொன்று தோன்றுவது, நிரப்புவது போன்று இவ்விருவரும் ஒரு முழுமைக்குள் இருபகுதிகளாக அமையும் பரிவர்த்தனைக் கூறுகள்போல் அமைந்து அம் முழுமையை நிரப்புகின்றனர். இந்த முழுமைக்குள் விஷ்ணுவும் சிவனும் பின்வருமாறு நிறைவுறுப்புகளாக அமைகின்றனர்.

ஒரு முழுமைக்குள் இயங்கும் பகுதிகளாக சிவன், விஷ்ணு சார்ந்த குழுக்கள் உள்ளன. இவ்விரு குழுக்களும் உறவுமுறை சார்ந்தவை; கொண்டு – கொடுத்தல் சார்ந்தவை; பரஸ்பர பரிவர்த்தனையை விழைபவை. இந்நிலையில் சைவ, வைணவக் குழுவினர் முழுமையை நிரப்பும் குழுக்களாகவே உள்ளனர் என்பது புலப்படும்.

சைவம், வைணவம் என்ற சமயப் பிரிவுகளாக உள்ள இன்றைய நிலையிலிருந்து ஆதிகாலத்தில் இருந்த இருகுழுச் சமூக முறையை அடையாளப்படுத்துவது மிக நீண்ட படி மலர்ச்சிக் காலகட்டத்தைச் சுட்டுவதாகும். இருகுழுச் சமூக முறையில் உள்ள இரண்டு குழுவின் பணி குடிவழியைத் தொடர்புபடுத்துவது, யார் யாரை மணக்க வேண்டும்

என்ற மணவுறவை ஒழுங்குபடுத்துவது. ஆக, ஆராயும் சமூகத்தில் உள்ள சைவ, வைணவக் குழுக்கள் சமயத்தை முன்னிலைப் படுத்துகின்றனவா அல்லது குடிவழி, திருமணத்தை ஒழுங்கு படுத்துதல் என்னும் இரண்டு சமூகப் பணியை முன்னிலைப் படுத்துகின்றனவா என்பதைக் கவனத்தில் கொண்டால் இவை சமயம் சார்ந்தவையா, சமூகம் சார்ந்தவையா என்பதை அறியலாம்.

மேற்கூறிய அடித்தளச் சாதிகள், பழங்குடியினர் ஆகியோரிடம் காணப்படும் சைவ, வைணவக் குழுக்கள் முழுமையை நிரப்பும் இரு பகுதிகளாக அமைந்து குடிவழி, திருமண முறைகளை ஒழுங்குபடுத்துதல் ஆகிய பணிகளைக் கொண்டுள்ள அதேவேளையில் அவர்கள் சார்ந்த சமயத்தை வெளிப்படுத்தும் வகையில் இருப்பதால் இக்குழுக்களை இருகுழுச் சமூக முறையின் இன்றைய அடையாளமாகக் கருத இயலும். பிற சாதிகள் இப்பண்புகளைக் கொண்டிருக்கவில்லை. வெறும் சமயக் குழுக்களாக மட்டுமே உள்ளன. இந்நிலையில் இருகுழுச் சமூக முறை நேரடியாக வெளிப்படவில்லை.

பழங்குடிச் சமூகங்களிலும் சாதியச் சமூகங்களிலும் சைவர்கள், வைணவர்கள் பெண் கொடுத்து எடுக்கும் நேரடிப் பரிமாற்றத்தை விளக்கும் தரவுகள் இவ்வகை மீட்டுருவாக்கத்திற்கு இடமளிக்கின்றன.

ஒரு சமூகம் நீண்ட வரலாற்றுக் கட்டங்களைக் கடந்து வரும்போது அதன் புறமணக் குழுக்கள் அகமணக் குழுக்களாக மாறுவது இயல்பு. உலகந்தழுவிய பல பழங்குடிச் சமூகங்களில், குறிப்பாக, இந்திய சூழலில் புறமணக் குழுக்கள் அகமணக் குழுக்களாக மாறிய முறைகளும், அதன் பின்னர்ப் பெருங் கூட்டம், குலம், கால்வழிக் குழு எனச் சிறிய குழுக்களாக மாறிய முறைகளும் பலரால் அறியப்பட்டுள்ளன (மஜூம்தார் & மதன் 1961: 125, இன்னும் பலர்). இதற்கான இனவரைவியல் சான்றுகள் இந்தியப் பழங்குடிச் சமூகங்களிலும் ஊரகச் சமூகங்களிலும் கிடைக்கின்றன.

தென் திராவிட மொழிக் குடும்பத்தைச் சேர்ந்தவர்களாகவும் திராவிட உறவு முறையின் பேராளர்களாகவும் விளங்குகின்ற நீலகிரித் தொதவர் (*Toda*) பழங்குடியினர் தெய்வளியோல், தார்த்தரோல் எனக்கூடிய இரண்டு அகமணக்குழுவினராகப் பாகுபடுகின்றனர். இப்பாகுபாட்டினை ரிவர்ஸ் (1906) விளக்கும் போது தெய்வளியோல் என்னும் சொல்லானது ‘தெய்வ’ என்னும் சமஸ்கிருதச் சொல்லின் மூலத்தைக் கொண்டதாகும். இதனாலேயே தெய்வளியோலைச் சேர்ந்தவர்கள் ‘கடவுளின்

மக்கள்' எனக் கருதப்பட்டு தொதவர்களின் கோயில்களில் பூசாரியாகப் பணிபுரியும் பொறுப்பைப் பெற்றுள்ளனர். தார்த்த ரோல் பிரிவினர் 'சாதாரண மக்கள்' எனக் கருதப்படுகின்றனர் என ரிவர்ஸ் கூறுகிறார்.

ஆனால் ரிவர்ஸின் கருத்திற்கு மாறாக ஐராவதி கார்வே (1965: 286) வேறொரு விளக்கத்தினை முன்வைக்கின்றார். தெய்வளியோல் என்னும் சொல் தெய்+வளி+ஓல் என்ற கூட்டினைப் பெற்றுள்ளது என்றும் திராவிட வேர்ச் சொல்லாய்வுப்படி இவை தாய்+வழி+ஓல் (தொதவர் மொழியில் 'ஓல்' என்பதற்கு 'மக்கள்' என்று பொருள்) என்னும் பொருளைக் கொண்டுள்ளது என்றும் விளக்குகிறார். ஆக, கார்வேயின் முடிவுப்படி தொதவர்களின் இருகுழூச் சமூக அமைப்பில் தாய்வழி மரபில் வரக்கூடியவர்களை (தெய்வளி யோல்) ஒரு பிரிவாகவும், தந்தைவழி மரபில் வரக்கூடியவர் களை (தார்த்தரோல்) மறு பிரிவாகவும் கொள்ளவேண்டும் என்கிறார்.

நீண்ட சமூகப் படிமலர்ச்சிக்கு உட்பட்டுள்ள இச்சமூகத் தில் இன்று இப்பிரிவுகள் அகமணக் குழூக்களாகச் செயல் படுகின்றன. தெய்வளியோல் பிரிவினர் அவர்களுக்குள் பாகு பட்டுள்ள கால்வழிக் குழூக்குள்ளும் தார்த்தரோல் அவர்களுக் குள் உள்ள கால்வழிக் குழூக்குள்ளும் மணம் செய்து கொள் கின்றனர். இதனால் ஏறக்குறைய 25 ஆண்டுகளாக தொதவர் களிடம் ஆய்வு செய்த அந்தோனி வாக்கர் (1986) தெய்வளி யோல், தார்த்தரோல் ஆகிய இரண்டு பிரிவுகளையும் தொதவர் பழங்குடியினர் இரு அகமணப் பெருங்கிளைகளாகக் காண் கிறார். புறமணக் குழூக்கள் அகமணக் குழூக்களாக மாறி யமைக்கு இன்னும் ஏராளமான தரவுகள் கிடைக்கின்றன.

லெவிஸ்ட்ராஸ், ரிவர்ஸ் போன்றோர் கருதுகோள் அளவில் இரு குழூச் சமூகமுறை திராவிடப் பகுதியில் கண்டிப்பாக இருந்திருக்க வேண்டும் என்று அனுமானித்தமை தமிழ்ச் சமூகத் தில் பழங்குடி முதல் சாதியச் சமூகங்கள்வரை சில இடங்களில் தெளிவாகவும் சில இடங்களில் எச்சக்கூறுகளாகவும் கிடைக் கின்றன. இவற்றையெல்லாம் கருத்தில் கொள்ளும்போது சைவ, வைணவ மரபுகள் மணவுறவு கொள்ளும் நிலையில் இருகுழூச் சமூக அமைப்பாக தமிழர்களிடம் ஒரு கட்டத்தில் ஏற்பட் டிருக்கவேண்டும் அல்லது சமூக அமைப்பில் காணப்படும் இருகுழூத் தன்மையானது சமயம் என்னும் தளத்தில் சைவம், வைணவம் என்னும் இருகுழூ வெளிப்பாடாகப் பின்னர் ஏற்பட்டிருக்க வேண்டும் என்று கூட விளக்கம் காணலாம்.

ஒரு சமூகம் இரண்டு பெருங்குழுக்களாகப் பாகுபட்டுள்ள முறையை லெவிஸ்ட்ராஸ் விளக்கும்போது மனித மனமானது எதிரிணைகளை முன்வைத்தே அச்சமூகத்தின் சிந்தனையையும் நடத்தை முறைகளையும் வெளிப்படுத்துகிறது என்கிறார் (லெவிஸ்ட்ராஸ் 1969: 75).

ஒரு சமூகத்தில் இருகுழுச் சமூகமுறை இருப்பதென்பது நேரடியாகவே எதிரிணைப் பண்பைக் காட்டுகிறது. எவ்வாறெனில், ஒரு குழுவில் பிறந்தவர் மற்றொரு குழுவில் உள்ள வரைத் திருமணம் செய்ய வேண்டும். இந்நிலையில் இருகுழுக்களும் எதிரும் புதிருமாக இருந்தாலும் அவை பரஸ்பர பரிவர்த்தனையை விழைந்து நிற்கின்றன.

மனித மனம் எதிரிணையாகச் சிந்திக்கும் முறையின் வெளிப்பாடானது சமூகத்தில், பண்பாட்டில் புறத்தளத்தின் தன்மைக்கேற்ப மாறுபடுவதாக இருக்கும். பண்பாடு மனச் செயல்பாட்டினால் கட்டப்படுவதால் ஆழ்மனச் சிந்தனையில் இதன் வடிவம் வேறொரு எதிரிணையாக அல்லது எல்லா வற்றுக்கும் மூலமான, ஒரு பொதுவான எதிரிணையாகக் கூட இருக்கலாம். உலகில் குறைந்த அளவு சமூகங்களில் மட்டுமே இருகுழுச் சமூகமுறை உள்ளது.

பெரும்பாலான சமூகங்களில் இம்முறையானது இன்று காணப்பெறவில்லை. இந்நிலையில் பெரும்பான்மையானது உலகளாவியது என்று கூறப்படுகிறது. இதில் குறைவான சமூகங்களின் பண்புகள் கணக்கில் கொள்ளப்படுவதில்லை. ஆதலின் உலகளாவிய பண்பை முன்னிறுத்திக் குறைவான சமூகங்களின் பண்புகளைக் கணக்கிடாதபோது இவற்றின் பண்புகளை எவ்வாறு விளக்க முடியும் என வினவுகிறார். இக்கருத்தை விளக்கும்போது லெவிஸ்ட்ராஸ் 'உலகளாவிய நிலையில் பொதுவாக இருக்கும் சில கூறுகள் எவ்வாறு பொதுவாகக் காணப்படாதவற்றை விளக்கமுடியும் என வினா எழுப்புகிறார். அதாவது பொதுவானது சிறப்பானதை விளக்கமுடியாது என்பது அவருடைய வாதமாகும்' (மேலது: 1969) என்று கூறுவார்.

தமிழரின் ஆதி சமூக அமைப்பினைத் தேடுவதற்கான கோட்பாட்டியல் பின்புலத்தை அறிமுகப்படுத்தும் நிலையிலும் சைவ, வைணவப் பிரிவுகள் ஆதிசமூகத்தின் இருகுழுச் சமூகப் பிரிவின் இன்றைய சமய வெளிப்பாடாகப் பரிமாணம் பெறுவதற்கான அடிப்படையை ஏற்படுத்திய நிலையிலும் இவ்வியலின் களம் அமைகிறது. இதுவரை கிடைக்கப்பெறாத வருங்காலத்தில் திரட்டுகிற கூடுதல் தரவுகளைக் கொண்டு இதனை ஆராய்வது மேலும் புதிய உள்ளொளிகளைத் தரக்கூடும்.

வட இந்தியாவில் தொல் திராவிடர்கள்

உண்மையில் திராவிடக் குடிகள் இந்தியத்துணைக் கண்டத்தில் மிக நீண்ட வரலாற்று அசைவியக்கம் கொண்டவர்கள். இத்துணைக் கண்டத்தின் அனைத்து நிலப்பரப்போடும் தொடர்புடையவர்கள்; வாழ்ந்தவர்கள்; இன்றும் வாழ்ந்து வருபவர்கள்.

இன்று இந்தியாவில் உள்ள 461 பழங்குடிகளிலேயே அதிக மக்கள் தொகை கொண்ட பழங்குடி கோண்டுகள் ஆவர். இவர்கள் திராவிடப் பழங்குடியினர். நடு இந்தியப் பகுதிகளில் வாழ்கிறார்கள். அதிக மக்கள் தொகை கொண்ட இரண்டாவது பழங்குடி பீல்கள். ராஜஸ்தான் தொடங்கி வடஇந்தியாவில் 7 மாநிலங்களில் பரவி வாழ்கின்றனர். இவர்களும் திராவிடப் பழங்குடிகளே. நான்காவது பெரிய பழங்குடியான ஒராவ்ன் திராவிடப் பழங்குடியே. இந்தியாவின் ஏழாவது பெரிய பழங்குடியான கோந்த் பழங்குடியும் திராவிடப் பழங்குடியே. ஒரிசாவிலும் அதனை ஒட்டிய மாநிலங்களிலும் இவர்கள் வாழ்கிறார்கள்.

இந்நிலையில் திராவிடப் பழங்குடிகள் என்ற சொல்லாட்சியை எங்ஙனம் கையாள வேண்டும் என்பது இப்போது நமக்குத் தெளிவாகிறது. பண்டைய தமிழ்ச் சமூகத்தின் தொல் கூறுகளை அறிவதற்கு இந்த வடஇந்தியத் திராவிடப் பழங்குடிகளை ஆராய வேண்டியது அவசியமாகிறது.

அடுத்ததாகப் பண்டைய திராவிடப் பழங்குடிகளுக்கான உறவினை ஆராய இன்றைய தென்னிந்தியாவை மட்டும் கணக்கில் கொள்ளமுடியாது. பண்டைய திராவிடப் பகுதி விரிந்த பரப்புடைய ஒரு அகண்ட பிரதேசமாக இருந்ததை நாம் அறிவோம். இந்நிலையில் பழந்தமிழர் மரபின் பல கூறுகளை இன்றும் எச்சங்களாக இந்த அகண்ட தமிழகத்தில் தான் காணமுடிகிறது. இன்றைய தமிழகத்தில் பல கூறுகளை இனங்காண முடியவில்லை.

பிராமணர்கள் வீட்டிற்கு வந்து சென்றவுடன் தீட்டுப்பட்டு விட்டதாக எண்ணி வீட்டைச் சுத்தம் செய்யும் பழங்குடியை அறிந்திருக்கிறோமா? குறிச்சன் பழங்குடியினர், பிராமணர்களிடம் மிகுந்த வெறுப்புடையவர்கள். பிராமணன் ஒருவன் குறிச்சன் இல்லத்திற்கு வந்து சென்றதும் அவன் உட்கார்ந்திருந்த இடத்தினைச் சாணியால் மெழுகித் தீட்டு நீக்குவர் (தர்ஸ்டன் 1909, 4:157) என்பதைக் கவனத்தில் கொண்டுள்ளோமா? பிராமணர்களின் பிற்கால சாதி உயர்வினைப் பண்பாட்டு ரீதியில் விளக்குவதற்குப் பழங்குடியியல் ஆய்வு உதவ முடியும் என்பதைக் கருத்தில் கொள்ள வேண்டுமல்லவா?

64 பக்தவத்சல பாரதி

இந்தியாவின் சாதியமைப்பு திடீரென தோன்றிய ஒன்றா? இதற்கான மூலம் எங்கிருந்து தொடங்குகிறது? நீலகிரியில் வாழும் தொதவர், கோத்தர், குறும்பர், படுகர் ஆகிய நான்கு குடிகளுக்கிடையே பரஸ்பர ஊழியப் பரிமாற்றமும், பொருள் பரிவர்த்தனையும் காணப்பட்டன. இதனை மானிடவியலர்கள் 'நீலகிரியின் பரஸ்பர பரிவர்த்தனை' என்பார்கள். ஒருவர் மற்றவரைச் சார்ந்து வாழ்தல் இதன் அடிப்படைப் பண்பாகும். இத்தகு பண்புகளே சாதியமைப்பிற்குத் தோற்றுவாய் என்று கூறும் கொள்கையாளர்கள் மானிடவியலில் உள்ளனர். இவை யெல்லாம் திராவிடச் சமூகவியலில் ஆராய்வதற்குரிய சில முக்கிய விடயங்களாகும்.

நீண்ட, நெடிய, அறுபடாத தொடர்ச்சியைக் கொண்ட திராவிடச் சமூக மரபின் தொல் எச்சங்களை எங்கிருந்து தேடுவது? சங்க இலக்கியங்களிலிருந்தா? பழங்கற்கால வாழ் விடங்களின் அகழாய்வுகளிலிருந்தா? அல்லது சிந்துவெளி நாகரிகத்திலிருந்தா? வடமொழி இலக்கியங்களிலிருந்தா?

பண்டைய இலக்கியத் தரவுகளை ஆராயுமிடத்தும், அகழாய்வு செய்து ஆராயுமிடத்தும் ஏற்படும் வெற்றிடங்களை இட்டு நிரப்பும் கூறுகளைத் தொல் திராவிடர் வாழ்விலிருந்து பெரிதும் பெற முடியும். தென்னிந்தியப் பண்பாட்டின் தொல் எச்சங்களாகத் திகழும் இன்றைய ஆதிக்குடி, பழங்குடி ஆகியோரின் வாழ்விலிருந்து கால ஓட்டத்தில் ஏற்பட்டுள்ள திராவிடச் சமூகவியல் பற்றிய பல்வேறு வெற்றிடங்களை நிரப்பி ஆராய முடியும். ஆதலின் இன்றைய ஆதிக்குடிகளையும் பழங்குடிகளையும் ஆராய வேண்டியது அவசியமாகும்.

திராவிட மொழிக் குடும்பத்தைச் சேர்ந்த குடிகளிடம் மிக நுட்பமான ஒப்பியல் ஆய்வுகள் இதுவரை மேற்கொள்ளப் படவில்லை. இது பண்பாட்டுத் தளத்தில் ஒரு மிகப் பெரும் வெற்றிடத்தைத் தொடர்ந்து நிலை நிறுத்தி வருகிறது. தென் திராவிடம், நடு திராவிடம், வட திராவிடம் பேசும் இவர்கள் பல பிராந்தியங்களில் பல்வேறு படிநிலைகளில் தத்தம் பண்பாட்டுத் தனித்துவங்களைக் காத்துக் கொண்டும், பல்வேறு நிலைகளில் அண்டைப் பண்பாடுகளுடன்/மொழிகளுடன் உறவாடி மாற்றம் பெற்றும் வருகின்றனர்.

இத்தகு நிலையில் நடு இந்திய திராவிடச் சமூகங்கள் வட இந்திய ஆரியச் சமூகங்களுடன் கொண்டு கொடுத்து வருகின்றன. அதே நேரத்தில் இத்துணைக் கண்டத்தின் பூர்வ குடிகளின் தொல் கூறுகள் பலவற்றைத் தன்னகத்தே காப்பாற்றி வருகின்றன.

வட இந்தியாவில் பல பகுதிகளிலும் திராவிடப் பழங்குடிகள் பரவி வாழ்கின்றனர். இன்னும் சொல்லப் போனால் இந்தியாவின் 461 பழங்குடிகளிலேயே அதிக மக்கள் தொகை கொண்ட முதல் இரண்டு பழங்குடிகள் (கோண்டு, பீல்) திராவிடப் பழங்குடிகளாகும். நான்காவது இடத்திலுள்ள ஒராவ்ன்களும் திராவிடப் பழங்குடியினரே. மூன்றாவது, ஐந்தாவது இடத்திலுள்ள குடிகள் (சந்தால், மினா) திராவிடர் களல்லர். 7வது இடத்திலுள்ள கோந்த் பழங்குடி திராவிடப் பழங்குடியே.

கோண்டு

மத்தியப் பிரதேசமே கோண்டுகளின் பூர்வீக தேசமாகும். பண்டையக் காலத்தில் கோண்டுகள் 52 சிற்றரசர்களாகக் கோட்டை கட்டி ஆட்சி செய்தார்கள். அக்காலத்தில் இவர்களின் தேசம் 'கோண்டுவானா' என்றே அழைக்கப்பட்டது. இதனை 'ராஜ் கோண்டுகள்' ஆண்டு வந்தார்கள் (ஹெய்மண்டார்ஃப் 1979).

இவர்கள் இன்று நடு இந்தியாவையும் தாண்டி விரிந்து பரவிக் காணப்படுகின்றனர். கிழக்கில் ஒடிசா, வடக்கே சட்டீஸ்கர், பிகார், ஜார்கண்ட் மாநிலங்கள் தொடங்கி ஆந்திரப் பிரதேசத்தின் ஊடாக மகாராட்டிரம் வரை இவர்களின் பரவல் விரிந்து செல்கிறது. இன்றைக்கு நடு இந்தியாவைச் சுற்றியுள்ள ஆறு மாநிலங்களில் இவர்கள் பரவி வாழ்கின்றனர். மகாராட்டிரத்தில் விதர்பா பகுதியில் மட்டும் கோண்டியா, பண்டாரா, கட்சுரோலி, யவட்மால் முதலான மாவட்டங்களில் வாழ்ந்து வருகின்றனர். ஆக, வடக்கே சட்டீஸ்கர் தொடங்கி மேற்கே மகாராட்டிரம்வரை ஏழு மாநிலங்களில் பரவி வாழக் கூடியவர்களாக கோண்டுகள் உள்ளனர்.

கோண்டுகளில் 'ராஜ் கோண்டு' (Raj Gond) உயர்ந்தவர். இவர்கள் 52 கோட்டைகள் அமைத்துக் கோண்டுவானாவை ஆட்சி செய்தவர்கள். கோண்டுகளில் துருவா கோண்டு (Dhurwa Gond), முரியா கோண்டு (Muria Gond), மரியா கோண்டு (Maria Gond), தாக்கூர் கோண்டு (Thakur Gond), தோர்லா கோண்டு, அமதா கோண்டு (Amata Gond) முதலான பிரிவுகள் முக்கிய மானவையாகும். மொத்தத்தில் கோண்டுகள் 24 உட்பிரிவினராகப் பிரிந்து காணப்படுகின்றனர் (விரிவுக்குக் காண்க: ஹெய்மண் டார்ஃப் 1948, 1979). 1981இல் கோண்டுகளின் மக்கள் தொகை 73.88 லட்சங்களாகும்.

கோண்டுகள் தம் தாய்மொழியாகிய 'கோண்டி'யைப் பேசுகின்றனர். கோண்டியானது வடதிராவிட மொழிகளில்

மிக முக்கியமான ஒரு பழங்குடி மொழியாகும். வரிவடிவம் இல்லாத ஒரு கிளைமொழியாக இது இருந்து வருகிறது. இந்தியாவில் மிக அதிகமானோர் பேசக்கூடிய பழங்குடி மொழிகளில் கோண்டி மூன்றாவது மிக முக்கியமான மொழியாகும் (உமா மகேஸ்வர் ராவ் 2008).

கோண்டியானது வடமேற்குப் பிரிவு, தென்கிழக்குப் பிரிவு எனக்கூடிய இரண்டு பெரும் பிரிவுகளாகப் பாகுபடுகின்றது. வடமேற்குப் பிரிவில் ஆறு கிளைமொழிகளும், தென் கிழக்குப் பிரிவில் நான்கு கிளைமொழிகளும் உள்ளன. மொத்தத்தில் கோண்டியானது பத்துக் கிளைமொழிகளைக் கொண்டுள்ளது (மேலது: 2008). கிளைமொழிகள் அதிகம் கொண்ட பழங்குடி மொழிகளில் கோண்டி முக்கியமானது. மிகப்பரந்த நிலப்பகுதியில் கோண்டுகள் பரவி வாழ்வதாலேயே கோண்டிக்கு இத்தனை கிளைமொழிகள் உள்ளன. இன்று தமிழுக்கு இருப்பதைவிடவும் இருமடங்குக் கிளைமொழிகளைக் கோண்டி கொண்டிருக்கிறது. காரணம் வட இந்தியாவில் கோண்டுகள் ஆறு மாநிலங்களில் பரவி வாழ்வதேயாகும்.

கோண்டுகள் தங்களுடைய சமூகப் பிரிவுகளுக்கேற்பவும் பரவி வாழும் நிலப் பகுதிகளுக்கேற்பவும் பேச்சு வழக்கில் வேறுபாடுகளைக் கொண்டிருக்கின்றனர். இதனால் கோண்டியானது சமூகக் கிளைமொழியாகவும், வட்டாரக் கிளைமொழியாகவும் பாகுபடுகின்றது.

இனி கோண்டு பழங்குடிகளுக்கும் தொல் தமிழ்ப் பண்பாட்டிற்கும் இடையே காணப்படும் சில உறவுகளை இனங்காணலாம். நடு இந்திய திராவிடக் குடியான கோண்டுகள் இறப்பவரின் நினைவாக எழுப்பும் கொடக்கல் ஆதியில் தமிழர்களிடம் காணப்பட்ட நடுகல் நினைவுச் சின்னமாகத் தொடர்வதைக் காணமுடிகிறது. ஆனால் ஆதியில் தமிழர்களிடம் காணப்பட்ட ஒரு பண்பாட்டுக் கூறு இது என்ற நினைவையோ முக்கியத்துவத்தையோ கோண்டுகள் ஞாபகத்தில் கொண்டிருக்கவில்லை.

கோண்டுச் சமூகத்தில் இசைக் கருவியுடன் பாடும் பர்தான்களைப் பார்க்கும்போது சங்க காலத் தமிழ்ச் சமூகத்தில் காணப்பட்ட பாணர்களை நினைவுபடுத்துகிறது. இவ்வாறு தொடர்புபடுத்துவதற்கு வாய்ப்பிருக்கிறது. ஏனெனில் கோண்டுகளிடம் தோட்டி என்பாரும் அண்டி வாழ்கின்றனர். இன்றைய தமிழ்ச் சமூகத்திலும் தோட்டிகள் உள்ளனர். கோண்டுகளின் தோட்டி பற்றி ஹெய்மண்டார்ஃப் பின்வருமாறு கூறுகிறார்.

கோண்டு குலத்தினர் சிலர் தங்களுக்கு இசை ஊழியம் செய்வதற்கு பர்தான்களை வைத்துக்கொள்வதில்லை. தோட்டி களை மட்டுமே வைத்துக் கொள்கின்றனர். கோண்டுகளுடன் தோட்டிகள் ஆதிகாலம்தொட்டு உறவு கொண்டு இருப்பதால் இத்தகு தொடர்பு காணப்படுகிறது. அதே நேரத்தில் தோட்டி களுக்கு இணையாக பர்தான்களும் கோண்டுகளுடன் உறவு கொண்டுள்ளனர். இந்நிலையில் கோண்டுகளுடன் அதிக உறவு வைத்திருப்பவர்கள் தாங்களே என்ற போட்டி இரு பிரிவினர்களிடமும் காணப்படுகிறது. ஒருவர் மற்றவரைக் காட்டிலும் தாங்களே உயர்ந்தவர் என்றும் கூறிக்கொள்கின்றனர் (ஹெய்மண்டார்ஃப் 1989:217).

கோண்டுகளுக்குச் சேவை செய்பவராக தோட்டி என்னும் பிரிவினர் இருந்துள்ளனர். இன்றைய தமிழ்ச் சமூகத்திலும் இத்தகு பிரிவினர் இருப்பது பழம்பெரும் வரலாற்றுத் தொடர்ச்சியைக் காட்டுகிறது. வட இந்தியாவில் வாழும் பூர்வ திராவிடர்களாகிய கோண்டுகளை அண்டி வாழும் பர்தான் குடியினரும் இருந்துள்ளனர். இவர்கள் எத்தகு குடியின ராகத் தென்னிந்தியாவில் இன்று காணப்படுகின்றனர் என்பதை நாம் ஆராய வேண்டியுள்ளது.

மேலும் தென்கோண்டுகளின் இசைக்கருவியான 'கொக்ரை' திருவிதாங்கூர் பகுதிகளிலும், தமிழகக் காணிக்காரர் பழங்குடிகளிடமும் உள்ளதை ஒப்பிட்டு நோக்க முடிகிறது. காணிக்காரரிடம் கொக்கரை என்னும் இசைக்கருவி இன்றும் இருப்பதை இங்கு ஒப்பு நோக்கலாம். (கொக்கரை பற்றி அறிய காண்க: ஸ்டீபன் 1997: 64–68). இவ்வாறாகப் பல ஒற்றுமைகளை வரிசைப்படுத்திக் கொண்டே செல்வதற்குப் பல சான்றுகள் உள்ளன.

கோண்டுகளின் வாழ்வில் இளையவர்கூடம் கோட்டுல் எனப்படும். இது பற்றிய மிகச் சிறப்பான விவரங்களை *முரியரும் கோட்டுலும்* (*Muria and their Ghotul* 1944) எனும் நூலில் வெரியர் எல்வின் மிக விரிவாக எழுதியுள்ளார். இத்தகைய இளையோர் கூடம் நீலகிரி கோத்தர், காணிக்காரர், முதுவர் உள்ளிட்ட மேலும் சில பழங்குடிகளிடம் இருந்தது. முதுவர்களின் ஆண்கள் கூடம் 'இளந்தாரி மடம்' என்றும் பெண்கள் கூடம் 'குமரி மடம்' என்றும் அழைக்கப்பட்டன. மலமலசர்களின் இளையோர் கூடம் 'சாவடி வீடு' எனப்பட்டது. இத்தகு இளையோர் கூடங்கள் முதியவர்களின் மேற்பார்வையின் கீழ் இயங்கின.

கோண்டுகளின் கோட்டுல் எனும் சொல் 'கொட்டில்' எனும் பழந் தமிழ்ச் சொல்லின் திரிபு என மானிடவியலர் அய்யப்பன் (1988: 22) கூறியுள்ளமை கவனிக்கத்தக்கது. கொட்டில்

என்பது அக்காலத்தில் வில்வித்தை கற்பிக்கும் இடமாக இருந்ததையும் நாம் நினைவில் கொள்ளலாம். இளையோர் கூடங்கள் போர்ப்பயிற்சி பெறும் இடமாக இருந்துள்ளதை இதன் மூலம் அறிய முடிகிறது.

மேலும், மணமான முரியா கோண்டு பெண்கள் தலையில் சீப்பைச் செருகி வைப்பர். இப்பழக்கம் மேற்குத் தொடர்ச்சி மலைகளில் முதுவர், காடர் போன்ற சில பழங்குடிகளிடம் உள்ளது. இத்தகு சான்றுகள் மூலம் கோண்டுகள் தொல் திராவிடக் கூறுகள் பலவற்றை இன்றும் விட்டுவிடாமல் பேணிப் பாதுகாத்து வருவதைக் காணமுடிகிறது.

பர்தான் (கோண்டுகளின் இசைவாணர்)

பர்தான்கள் கோண்டு எஜமான்களுக்குப் பல்வேறு பங்கு பணிகளைச் செய்கிறார்கள். பூசகர்கள், இசைவாணர்கள், கைவினைஞர்கள், வம்ச வரலாறு சொல்பவர்கள், கோண்டு அரசர்களின் புகழ் பாடுபவர்கள், வாழ்க்கைவட்டச் சடங்குகள் நிகழ்த்துபவர்கள், பிற பணிகளைச் செய்பவர்கள் என இவர் களின் பணிகள் பலவாறாக உள்ளன.

பர்தான்களிடம் மிகச் சில வேறுபாடுகளும் உள்ளன. மகாதியோ மலையில் உள்ள பர்தான்கள் தகுதியில் உயர்ந்த வர்கள். அவர்கள் பூசாரிகளாக மட்டும் செயல்படுகின்றனர். கோண்டு எஜமானர்கள் வீடுகளைத் தேடிச்சென்று, தானங் கள் பெறுவதில்லை. இவர்களுக்கு மாறாக மற்ற பர்தான்கள் கோண்டுகளின் கிராமங்களில் சுற்றித் திரியும் இசைவாணர் களாக உள்ளனர். இவர்கள் கோண்டுகளின் சமூக மதிப்பில் தாழ்ந்த நிலையில் இருப்பவர்களாகக் கருதப்படுகிறார்கள் *(காண்க: ஹிவாலே நூலிலுள்ள (1946) பின்னிணைப்பு 31).*

கோண்டுகள் சிறப்பாக ஆட்சி செய்து கொண்டிருந்த காலகட்டத்தில் அவர்களுக்கு அமைச்சர்களாக, முகவர்களாக, ஆலோசகர்களாக, அரசவை அலுவலர்களாக பர்தான்கள் பணியாற்றினார்கள். கோண்டுகளின் வரலாற்றையும் பழம் பெரும் சிறப்புகளையும் அறிவதற்கு எழுத்து வழியிலான வரலாறும் ஆவணங்களும் இல்லை. வாய்மொழி வழக்காறுகள் மட்டுமே சான்றாக விளங்குகின்றன. கோண்டுகளின் வரலாற்றை யும் அவர்களுடைய சிறப்புகளையும் வாய்மொழி வழக்காறு களையும் பேணி வருபவர்கள் பர்தான்களே. கோண்டுகளின் இசைவாணர்களாகவும் வம்ச வரலாறு கூறுபவர்களாகவும் வீடுகளில் புரோகிதம் செய்பவர்களாகவும் பர்தான்கள் இருந்துள்ளனர்.

பர்தான்கள் பாட்டு இயற்றிப் பாடுவதில் வல்லவர்கள். கோண்டுகளின் இனத்தோற்றப் பாடலை, கோண்டு எஜமான் களின் வீடுகளில் பாடுவார்கள். கோண்டு மன்னர்களின் கதை, அவர்களுடைய வீரர்கள், தளபதிகள் ஆகியோரின் வீரதீரக் கதைகள் அனைத்தையும் பாணா எனும் இசைக் கருவியுடன் சுவைபடப் பாடி மகிழ்விப்பார்கள். இத்தகைய பாடல்கள் கோண்டவானிப் பாடல்கள், பாண்ட்வானிப் பாடல்கள் எனப்படும். இவை தவிர இராமாயணம், சைலா, சத்யஹரிசந்திரா, நளதமயந்தி, நாட்டுப்புறப் பாடல்கள், சாகசக் கதைகள் போன்றவற்றையும் இசைபடப் பாடுவார்கள்.

வட இந்தியாவில் வாழும் மிக முக்கியமான தொல் திராவிடப் பழங்குடியாக கோண்டுகள் விளங்குகிறார்கள். இன்னும் சில திராவிடப் பழங்குடிகள் வட இந்தியாவில் இருப்பதாலேயே ஒரு காலத்தில இந்தியத் துணைக்கண்டம் முழுவதும் தொல் திராவிடர்கள் பரவி வாழ்ந்தார்கள் என்றும், இத்துணைக்கண்டத்தின் பூர்வ குடிகள் தொல் திராவிடர்களே என்றும் நிறுவ முடிகிறது. கோண்டுகள் மலையுச்சிகளில் 52 கோட்டைகள் கட்டி 52 சிற்றரசர்களாக கோண்டுவானாவை ஆண்டு வந்திருக்கிறார்கள். இத்தனை சிறப்புகளையும் இன்றும் பாமர கிராமத்து மக்கள் அறிவதற்கு உதவுபவர்கள் பர்தான்களே. கோண்டுகளின் வரலாறு பட்டி தொட்டிகளிலெல்லாம் இசைவாணர்களாகிய பர்தான்களின் வழி பேசப்படுகிறது.

பர்தான்களின் இசை ஊழியத்தில் கோண்டு மக்களின் இனத்தோற்றக் கதைப்பாடல் பாடுவது மிக முக்கியமானது. ஒவ்வொருமுறையும் கோண்டுகளின் வீடுகளைத் தேடிச் சென்று தானம் பெறும்போது இதனைப் பாடுவார்கள். பாராதியோ (சிவன்) சாமிக்குச் செய்யும் லிங்கோ வழிபாட்டின் போதும் கதைப்பாடலாகப் பாடுவார்கள். இவ்விரண்டு நிகழ்வுகளின் போதும் பாணா (யாழ் போன்ற இசைக்கருவி) இசைத்துப் பாடுவார்கள். பாராதியோவுக்கும் இறந்த முன்னோர்களுக்கும் மே – ஜூன் மாதங்களில் நடத்தப்படும் குடிபூஜையின்போது பாணா இசைக்கருவியுடன் பாடுவது மிகவும் முக்கியமானது. இவ்வளவு முக்கியத்துவமுள்ள, பாரம்பரியமான பாணாவின் பயன்பாடும் அதனைப் பேணிக் காப்பதும் குறைந்து வருகிறது. பாணா கருவிகள் பல இன்று நல்ல நிலையில் இல்லை (ரெங்கையா முருகன் & ஹரிசரவணன் 2010: 238 – 42).

பன்னெடுங்காலமாகவே பர்தான்கள் நிலபுலம் ஏதுமற்றவர் களாக வாழ்ந்து வந்தார்கள். தங்கள் ஆண்டைகளாகிய கோண்டு மக்களையே முழுவதும் நம்பி வாழ்ந்தார்கள். நல்ல வசதி படைத்த ஆண்டைகள் தங்கள் குடும்ப நிகழ்ச்சிகளில் அதிகமான

தானங்களையும் வெகுமதிகளையும் கொடுத்து வந்தார்கள். திருமணம் போன்ற மங்கள நிகழ்ச்சிகளின்போது தானியம் மட்டுமின்றிப் பசு, பொன், சிறிய அளவு நிலம்கூடக் கொடுத்து உதவினார்கள். மிகவும் வசதி படைத்த கோண்டுகளே இத்தகைய உதவிகளைச் செய்வார்கள்.

பர்தான்கள் ஆண்டுதோறும் அல்லது இரண்டு வருடங்களுக்கு ஒருமுறை தங்களுக்கு ஒதுக்கப்பட்ட உரிமைக் கிராமங்களில் உள்ள ஆண்டை வீடுகளுக்கு முறைவைத்துச் செல்வார்கள். ஒரு முறை சென்றால் மீண்டும் அங்கு வருவதற்கு இரண்டாண்டுகள் ஆகக்கூடும் (மகேந்திரகுமார் மிஸ்ரா 2007: 49). ‘நாடாறு மாதம் காடாறு மாதம்’ எனக்கூடிய இத்தகைய வாழ்க்கை முறையில் உரிமைக் கிராமங்களுக்குச் சென்று தொழில் செய்து தங்கள் ஆண்டைகளிடமிருந்து தானங்களையும் வெகுமதிகளையும் பெற்றுத் திரும்பும் பணியானது இவ்வகைத் தொழிலில் ஈடுபட்டுள்ள எல்லா வகையான குடிப்பிள்ளைகளுக்கும் முதன்மையான வாழ்வாதாரமாகும். நிரந்தர வருமானம் கிடைக்கக்கூடிய காலமிது. அறுவடை முடிந்த காலகட்டத்தில்தான் ஆண்டைகளிடம் செல்வார்கள். கோண்டு ஆண்டைகள் தத்தம் வீட்டுக்குரிய பர்தான்களை ‘ரோட்டா பட்டாரி’ (Rota Patari) என்றழைப்பார்கள். அவர்தம் வீட்டுக்கான பர்தான் என்பதே இதன் பொருளாகும் (முர்குடே 1991: 38).

பர்தான்கள் தங்களுடைய வீட்டிற்கு வருவது நற்பேறு என்று கோண்டுகள் கருதுகிறார்கள். பர்தான்கள் தங்கள் வீட்டிற்கு வரும்போது நன்கு கழுவிய வெண்கலச் செம்பில் தண்ணீர் கொடுத்து வணங்கி வரவேற்பார்கள். பர்தான்கள் தண்ணீரை வாங்கி, கை, கால், முகம் கழுவி அதன் பின்னர் வீட்டின் முகப்பறையில் அல்லது வாசலில் விரிக்கப்படும் துணியின் மேல் அல்லது மரக் கட்டிலின் மேல் அமர்வார்கள். நன்றாக இளைப்பாறிய பின்னர் உணவருந்திவிட்டு முறைப்படியாக பாராதியோ, கிராம தேவதை, உள்ளூர்த் தெய்வங்களை வணங்கி கோண்டுகளின் இனத் தோற்றப் பாடலை, கிக்ரி (பாணா) இசைத்துப் பாடுவார்கள்.

கோண்டுகளின் விவசாய வாழ்வில் பர்தான்களின் வரவு மகிழ்ச்சியையும் இனிமையையும் தருவதாக அமைகிறது. பர்தான்கள் தங்களுடைய இனத்தோற்றத்தையும் இனப் பெருமைகளையும் மட்டும் சொல்கிறார்கள் என்பதற்காகக் கோண்டுகள் மகிழ்வடைவதில்லை. கூடவே தங்களுடைய வம்சம் என்ன, குலம் என்ன, கால்வழி முறை என்ன என்பதையெல்லாம் பர்தான்கள் வழி அறிந்து மகிழ்கின்றனர். எல்லாவற்றிற்கும்

மேலாக, கோண்டுகளின் குடும்பங்களில் கால்நடைகள் பெருக வும் விவசாயத்திற்கு உறுதுணையாக உள்ள மாடுகள் வளமுடன் வாழவும் பர்தான்கள் வாழ்த்துவார்கள். அவ்வாறே விளைச்சல் பெருகவும் மகசூல் மங்களமாக நிறையவும் வேளாண் நிலங் களை வாழ்த்துவார்கள். பர்தான்களில் பலர் பின்னாளில் நெசவுத் தொழிலையும் வாழ்வாதாரத்திற்குரியதாக ஏற்றுக் கொண்டனர்.

கோண்டு வீடுகளில் நடைபெறும் அனைத்து வகையான சடங்கு சம்பிரதாயங்களையும் நடத்தி வைப்பவர்கள் பர்கானியாதான். திருமணம், இறப்பு, பிறப்பு உள்ளிட்ட எல்லா வகையான வாழ்வியல் சடங்குகளையும் பர்கானியா முன்னின்று செய்கிறார்கள். இவர்கள் இல்லாமல் சடங்குகள் விழாக்கள் நடைபெறா. கோண்டுகள் தங்கள் தகுதி நிலைக் கேற்ப குடிப்பிள்ளைகளான பர்கானியாவுக்கு நெல், அரிசி, பிற தானிய வகைகள், உப்பு, மிளகாய், புளி, மஞ்சள், துணி மணிகள், பொன், வெள்ளி, ஆடு, மாடு எனப் பலவகையான வெகுமதிகளைக் கொடுத்துப் பெருமைப் படுவார்கள். சில வசதிபடைத்த கோண்டு எஜமானர்கள் நிலம்கூட ஒதுக்கு வதுண்டு. தானங்களையும் வெகுமதிகளையும் கொடுக்கும்போது, "பாபு இப்போது எங்கள் கையில் உள்ளது இவ்வளவுதான், பெற்றுக் கொள்ளுங்கள், அடுத்த ஆண்டு மேலும் தந்து உங்களை மகிழ்விக்கிறோம்" என்பார்கள் (மகேந்திர குமார் மிஸ்ரா 2007: 51).

பர்கானியா எப்போதுமே எஜமானர்களாகிய கோண்டு களின் வீட்டில்தான் சாப்பிடுவார்கள். மற்ற சமூகத்தாரிட மிருந்து தண்ணீர்கூடப் பெற்றுக் குடிப்பதில்லை. பண்டைய நாட்களில் பர்கானியா ஒவ்வொரு கிராமத்திலும் சில வாரங்கள் தங்குவதுண்டு. அப்போது மாலை நேரம் தொடங்கிச் சில மணி நேரம்வரை கதைப்பாடல் பாடுவர். கோண்டு அரசர் களின் கதையே இதில் முதன்மை பெறும். சித்தல்சிங் சாத்ரி கதை, தொல்கா சாமராஜ கதா போன்று பல கதைகளைச் சொல்வார்கள். ஏழு இரவுகள்வரை சொல்வது ஒரு பழம் மரபாகும். கதைப்பாடல்கள் பாடுவதற்கு முன்னர் 'மோவா' என்னும் சாராயத்தைக் குடிப்பார்கள். ஆனால் கடவுள் தொடர்பான கதைப்பாடல் பாடும்போது மோவா குடிப்ப தில்லை; தூய்மை பேணுகின்றனர் (ரெங்கையா முருகன் & ஹரிசரவணன் 2010: 312).

மொழி

கோண்டுகள் 'கொய்டோர்' (Koytor) என்று அழைக்கப் படுவார்கள். வடக்கே நர்மதை ஆறு தொடங்கி தெற்கே

கோதாவரி ஆறுவரை கோண்டுகள் வாழ்கிறார்கள். இவர்கள் பேசுவது கோண்டி மொழியாகும். இது இலக்கிய வளம் சாராத ஒரு மொழியாகும்.

கோண்டி மொழி பின்வரும் பத்துக் கிளைமொழிகளைக் கொண்டுள்ளது (உமா மகேஸ்வர்ராவ் 2008: 330).

1. மேல்நாட்டு கோண்டி
2. வடநாட்டு கோண்டி
3. நடுநாட்டு கோண்டி
4. அடிலாபாத் கோண்டி
5. தென்னாட்டு கோண்டி
6. வடபஸ்தர் கோண்டி
7. மலைமரியர் கோண்டி
8. தென்பஸ்தர் கோண்டி
9. டொர்லி கோண்டி
10. தென்கிழக்கு கோண்டி

வட திராவிட மொழிகளில் மிக முக்கியமான மொழியாக விளங்கும் கோண்டி திராவிட மொழிகளின் மீட்டுருவாக்கத்திற்கு உதவக்கூடிய ஒரு மொழியாகும். ஹிந்தியின் தாக்கத்தால் கோண்டி மொழி வேகமாக மாறி வருகிறது.

பீல்

இந்தியாவில் 461 பழங்குடிச் சமூகத்தார் வாழ்கின்றனர். இவர்களில் 7 சமூகத்தார் மிகப்பெரும் பழங்குடிகளாக உள்ளனர். அவர்கள்: பீல் (Bhil), கோண்டு (Gond), சந்தால் (Santhal), ஓராவ்ன் (Oraon), மினா (Mina), முண்டா (Munda), கோந்த் (Khonds). இந்த 7 பழங்குடிகளில் பீல் சமூகத்தாரே இந்தியாவில் எண்ணிக்கையில் மிகப்பெரும் பழங்குடியாகும். 1981ஆம் ஆண்டுக் கணக்குப்படி இவர்களின் எண்ணிக்கை 73.67 லட்சங்களாகும்.

பீலி எனும் கிளைமொழியைப் பேசும் பீல் பழங்குடியினர் பூர்வ திராவிடர்கள். இவர்கள் இன்று வடஇந்தியாவில் ராஜஸ்தான் தொடங்கி மத்திய பிரதேசம், மகாராட்டிரம், குஜராத், திரிபுரா, கர்நாடகம், ஆந்திரப்பிரதேசம்வரை ஏழு மாநிலங்களில் பரவிக் காணப்படுகின்றனர். எனினும், மேற்கு ராஜஸ்தான், தெற்கு மத்தியப் பிரதேசம், கிழக்கு குஜராத்

ஆகிய பகுதிகளில் பெரிதும் பரவி வாழ்கின்றனர். தொல்குடி யினர் வாழும் பகுதியாக இருப்பதால் இந்திய அரசியலமைப்பின் 5ஆவது பிரிவானது இப்பிரதேசங்களை 'அட்டவணைப் பகுதிகள்' என வரையறை செய்கிறது.

பீல் பழங்குடியினர் இந்தியாவின் மிகத் தொன்மையான தொல்குடிகளில் ஒருவர். இதில் எவ்வகையான ஐயமுமில்லை. வேதங்களிலும் புராணங்களிலும் இவர்களைப் பற்றிப் பல குறிப்புகள் உள்ளன. 'பீல்' எனும் சொல் 'வில்' எனும் பொருளுடைய திராவிடச் சொல்லிலிருந்து மருவியதாகும். இவர்கள் மிகச் சிறந்த வில் வித்தகர்கள். லால்ஜி எனும் பீல் பையன் ஒருவன் 1980ஆம் ஆண்டு கோயம்புத்தூரில் நடந்த அகில இந்திய கிராமிய வில் போட்டியில் முதற்பரிசை வென்றான் (R.C. Verma 1990: 20).

மகாபாரதத்தில் வரக்கூடிய ஏகலைவன் பீல் பழங்குடியைச் சேர்ந்தவன். இவன் ஒரு மிகச் சிறந்த வில் வித்தகன். இவன் வில் வித்தையில் புகழ்பெற்ற விற்பன்னரான துரோணாச் சாரியாவிடம் அக்கலையைக் கற்க விரும்பினான். ஆனால் அவர் அவனைத் தன்னுடைய மாணவனாக ஏற்றுக்கொண்டு கற்றுத்தர மறுத்துவிட்டார். ஏகலைவன் திராவிட குடியைச் சேர்ந்தவன். துரோணாச்சாரியாரோ ஆரிய வகுப்பைச் சேர்ந்தவர். அதனால் அவன் தினமும் துரோணச்சாரியார் கண்ணில் படுமாறு வெகுதூரத்தில் நின்றுகொண்டு அவரை மானசீக குருவாக மனதில் நினைத்துக்கொண்டு வில் பயிற்சி செய்து வந்தான். இதன்மூலம் வில்வித்தையில் மிகப்பெரும் வீரனானான்.

தன் குரு முன்னால் நின்று பயிற்சி எடுத்ததற்காகத் தன் வலக்கையின் கட்டை விரலை வெட்டி தன் குருவுக்குத் தட்சணை வைத்தான். அதிலிருந்து தன் இடதுகையாலேயே வில் யுத்தம் செய்யும் வீரனாகத் திகழ்ந்து வந்தான்.

பீல் குடியினர் பழங்காலத்தில் குறுநில மன்னர்களாக ஆட்சி செய்து வந்தார்கள். ராஜபுதனத்தில் துங்கர்ப்பூர், பண்ட்ஸ்வாடா, பிரதாப்கார் ஆகிய இடங்களில் இவர்கள் சிற்றரசர்களாக இருந்தனர். கோட்டா எனும் பகுதியிலும் ஆட்சி செய்துள்ளனர். பின்னாளில் ராஜபுத்திரர்கள் இவர் களின் நாடுகளைக் கைப்பற்றிக் கொண்டனர். பீல் மக்களிட மிருந்து நாட்டைக் கைப்பற்றியதை நினைவுபடுத்தும் வகையில், ராஜபுத்திரர்கள் முடிசூட்டு விழாக்களில் பீல் தலைவர்கள் தம் கட்டை விரலைக் கீறி அதிலிருந்து வெளிப்படும் இரத்தத் தால் ராஜபுத்திரர் நெற்றியில் திலகமிட்டு கௌரவப்படுத்தும் வழக்கத்தைக் கொண்டிருந்தனர். துங்கர்ப்பூர், பண்ட்ஸ்வாடா,

தியோலியா போன்ற அரசுகளில் இப்பழக்கம் தொடர்ந்து இருந்து வந்தது. பீல் அரசுகளை ராஜபுத்திரர்கள் கைப்பற்றிக் கொண்டதன் குறியீடாகவே இது நிகழ்ந்ததாக வரலாற்றாசிரியர்கள் எழுதுகின்றனர் (மேலது: 21).

ராஜபுத்திரர்களின் வரலாற்றில் பீல் மக்கள் மிக முக்கிய பங்கு வகித்தனர். முகலாயர்களுக்கு எதிரான சண்டையில் உதயப்பூரை ஆண்ட மகாராணா பிரதாப் என்பவருக்குப் பீல் மக்கள் போரில் உதவியது வரலாற்று மாணவர்கள் அனைவரும் நன்கு அறிந்த ஒன்றாகும். பீல் மக்களின் போர்த் திறமையையும் வலிமையையும் முகலாய மன்னர் அக்பர் நன்கு அறிந்தவர்.

முகலாயர்களுக்கு எதிரான சண்டையில் பீல் மக்கள் செய்த உதவிக்கு ராணா மிகப்பெரும் கௌரவத்தைச் செய்தார். மேவார் நாட்டின் சின்னத்தில் ஒருபுறம் பீல் மக்கள் நிற்பது போலவும், மறுபுறம் ராணா பிரதாப் நிற்பது போலவும் இடையில் மேவார் நாட்டுத் தெய்வம் ஏக்லிங்ஜி உட்கார்ந்திருப்பது போலவும் உருவாக்கப்பட்டது. மேலும், பீல் தலைவர்களின் குடும்பத்தில் பெண் எடுத்துக் கொள்ளவும் ராஜபுத்திரர்கள் முன்வந்தனர். இத்தகு கலப்பால் ஏற்பட்டவர்களே பின்னாளில் 'பிலாலா' எனப்பட்டனர்.

ராஜபுத்திரர்களுக்கும் பீல் மக்களுக்கும் இடையே நிலவிய இத்தகு சமூக உறவு நீண்டகாலம் தொடரவில்லை. இவர்களுக்கிடையில் ஏற்பட்ட மனக்கசப்பு, முரண்பாடு பற்றி அறிவதற்குப் போதுமான வரலாற்றுச் சான்றுகள் கிடைக்கவில்லை. பீல் மக்களின் வாய்மொழி வரலாற்றிலிருந்து தேடினால் கூடுதலாக அறிய வாய்ப்புண்டு.

பின்னாளில் ராஜபுத்திரர்கள், மராட்டியர்கள், முகம்மதியர்கள் மூவருமே பீல் மக்களை இழிவாக நடத்தியுள்ளனர். ஒரு கட்டத்தில் மேற்கிந்தியாவில், குறிப்பாக காண்டேஷ் பகுதியில் பீல் மக்கள் இஸ்லாத்துக்குப் பெருமளவு மதம் மாறினர். தாட்வி முஸ்லிம்கள் எனப்படுவோர் முகலாயர் காலத்தில் மதம் மாறிய பீல் மக்களே என்று கருதப்படுகின்றது.

மத மாற்றத்திற்காகப் பீல் மக்கள் ஒடுக்கப்பட்டு அவமதிக்கப்பட்டு இழிவாக நடத்தப்பட்டனர். இதன் காரணமாக பீல் மக்கள் அடர்ந்த காட்டுப் பகுதிகளுக்குள் தஞ்சம் புகுந்தனர். பலர் உயர்ந்த மலைப் பகுதிகளுக்குச் சென்றுவிட்டனர். பின்னாளில் இவர்களில் ஒரு பகுதியினர் கொள்ளையர்களாக மாறினர். இன்னும் சிலர் பெருவழிச் சாலைகளில் வழிப்பறியர்களாக மாறினர். இதன்பின்னர் 18, 19ஆம் நூற்றாண்டுகளில்

பீல் மக்கள் தங்களின் பகுதிகளில் குடியேற முயன்றவர்களின் அடக்குமுறையை, சுரண்டலைத் தடுக்க கிளர்ச்சியில் ஈடுபடத் தொடங்கினர். 1818இல் காண்டேஷ் பகுதி பிரிட்டிஷ் ஆட்சியின் கீழ் கொண்டுவரப்பட்டபின் புதிய அரசாங்கத்தையும் எதிர்த்து கிளர்ச்சியில் ஈடுபட்டனர்.

பீல் மக்கள் வீரம் மிகுந்த மறவர்கள் என்பதை உணர்ந்த பிரிட்டிஷ் அரசு அவர்களைத் தமக்குச் சாதகமாகப் பயன் படுத்தத் தொடங்கியது. இதன் ஒரு பகுதியாக 1824இல் 'மேவார் பீல் படை' என்ற ஒன்றை ஏற்படுத்தியது. பின்னர் 1891இல் அது 'பீல் படை' என்ற பெயரில் தனிப்படையாக்கப்பட்டது. இப்படையைச் சேர்ந்தவர்கள் ராணுவத்திலும், மாகாண காவல் படையிலும் பணியாற்றினர். ஷெர்ரிங் (*M.A. Sherring*) எனும் காலனி ஆட்சியாளர் பீல் மக்களைப் பற்றிக் கூறும் போது 'இந்தியத் துணைக் கண்டத்தைப் பொறுத்தவரை பீல் மக்கள் உண்மையான ஒரு பூர்வகுடி எனக் கருதினார். இவர்கள் எக்காலத்திலும் இந்துக்களோடு கலக்காமல் தங்கள் அடையாளத்தைக் காத்து வந்தனர். அதன் மூலம் அவர்களுடைய தனித்துவத்தையும் சுதேசித் தன்மையையும் வெளிப்படுத்தி வந்தனர் என்று குறிப்பிடுவார்.

பீல் மக்கள் 12 பெரும் பிரிவினர்களாக உள்ளனர். இவர்கள் அனைவரும் ஒரு வகையான பின்தங்கிய தொடக்ககால விவசாய முறையை வாழ்வாதாரமாகக் கொண்டு வாழ்ந்து வந்தனர். கூடவே காட்டுப் பகுதிகளில் பல்வேறு பொருட்கள் (காய், கனி, கொட்டைகள், பட்டைகள், தேன், போன்றவை) சேகரித்தலையும் உணவு ஆதாரத்திற்குத் துணையாகக் கொண்டனர். இன்றுங்கூட பீல் மக்களின் பொருளாதாரம் உணவுப் பொருட்கள் சேகரித்தலைப் பெருமளவு நம்பியுள்ளது எனலாம்.

பீல் மக்கள் பண்பாட்டில் 'பட்வா' (*Badwa*) என்பவர் வைத்தியராக, காத்து – கருப்பு ஓட்டுபவராக உள்ளார். இவர் ஓர் அச்சங் கலந்த மனிதராகவே மற்றவருக்குக் காணப்படுவார். இன்றைய பேச்சு வழக்கில் துடுக்குத்தனமானவரைப் 'படவா' என்று கூறுவது இதன் திரிபு வடிவமா என்று ஆராய வேண்டி யுள்ளது.

பீல் மக்களின் பூசாரி பூஜாரோ எனக் கூறப்படுகிறார். கோட்வால் என்பவர் தூர் (*tur*) எனப்படும் பறை வாசிப்பவர் ஆவார். இவர் பறை அடித்து இறப்பை அறிவித்தலும் இன்னும் சில வேலைகளையும் கவனிக்கிறார். பீல் மக்களின் மரபான பஞ்சாயத்து முறை இன்றும் செயல்பட்டு வருகிறது.

பீல் மக்கள் பூர்வ திராவிடக் குடிகள் ஆவர். இவர்கள் எண்ணற்ற நூற்றாண்டுகளாக வடஇந்தியப் பகுதிகளில் தொடர்ந்து வாழ்ந்து வருவது என்பது ஒரு காலத்தில் திராவிடர்கள் இந்தியா முழுமையும் பரவி வாழ்ந்தனர் என்பதற்குச் சான்றாக அமைகிறது.

தமிழர்களின் பூர்வ பண்பாட்டை அறிய வேண்டுமானால் பீல் போன்ற வடஇந்திய பூர்வ திராவிடர்களின் பண்பாட்டையும் அறிய வேண்டியது அவசியமாகும். இன்று வடதமிழகத்தில் பல கிராமங்களில் 'வில்லி' என்றொரு சமூகத்தார் வயல் வெளிகளில் எலி பிடித்தும் வேட்டையாடியும் கூலி வேலை செய்தும் பிழைக்கின்றனர். இவர்களின் சமய நம்பிக்கையும் வழிபாட்டு முறையும், இரவு முழுவதும் ஒருவாரம்வரை பாடி சாமி வரவழைத்துக் குறியறியும் முறையும், கிராமத்திற்கு வெளியே தனி இடத்தில் வாழ்வதும் இவர்கள் ஒரு தனித்த தொல்குடியின் எச்சமாகும் எனக் கருத இடமுள்ளது. பீல் மக்களின் திரிபாக 'வில்லி' என்ற பெயர் நிலவுகிறதா என்றும் எண்ணிப் பார்க்க வேண்டியுள்ளது. சமவெளி இருளர்களின் ஒரு பிரிவினராக வில்லிகள் அறியப்படுகிறார்கள் என்ற ஒரு கருத்தும் உண்டு. இனவரலாற்றின் தொல் வடிவத்தை இனங் காணும்போது பூர்வ காலம் வரையிலும் அதன் தொடர்ச்சியை ஆராய வேண்டும்.

பீலி ஒரு ஆதி திராவிட மொழியாகும். இன்றைய நோக்கில் இது ஒரு ஆரிய மொழி என்பதை கிரியர்சன் ஏற்கவில்லை (ரத்னாகர் 2010: 9) பீல் மக்களே ஆரியர்கள் அல்ல எனும்போது அவர்கள் எப்படி ஆரிய மொழியைப் பேசமுடியும் என்கிறார். அவர்களின் மொழியில் திராவிடமும் முண்டா மொழியும் கலந்துள்ளன என்கிறார். கிரியர்சன் கருத்துப்படி பீல் மக்களின் பூர்வீக மொழி முற்றிலுமாக அழிந்துவிட்டது (மேலது: 9).

இன்றைய பீலி மொழியில் 26 கிளை மொழிகள் உள்ளன. ராத்லி, நய்க்டி, காமிடி, சோத்ரி, அஹிரி போன்றவை இவற்றில் சில முக்கியமான கிளைமொழிகளாகும். (மேலது: 9).

கோந்த் (கந்தர்)

தமிழகத்திற்கு வெளியே பல நூற்றாண்டுகளாக வாழ்ந்து வரும் ஒரு பூர்வ திராவிடக் குடியினர் கோந்த் ஆவர். இவர்கள் பழைய பீகார், மத்தியப்பிரதேசம் ஆகிய மாநிலங்களில் பரவிக் காணப்படுகின்றனர். எனினும் ஆந்திரத்தின் வடபகுதியிலும் ஒரிசாவிலும், ஒரிசா எல்லையை ஒட்டிய பீகாரிலும் இவர்கள் பெரிதும் காணப்படுகின்றனர். மிகவும் குறிப்பிட்டுச் சொல்வதானால் ஒரிசாவில் காலஹண்டி, கொராபுட் மாவட்டங்களில்

அதிக எண்ணிக்கையில் வாழ்கின்றனர். 1971 குடிமதிப்பின்படி இவர்களின் எண்ணிக்கை 9.12 லட்சங்கள் ஆகும். இதில் 93% ஒரிசாவிலும் 6% ஆந்திரத்திலும், எஞ்சியோர் பிற பகுதியிலும் பரவிக் காணப்படுகின்றனர்.

கோந்த் பழங்குடியினர் ஒடிசா மாநிலத்தில் அதிகமாக வாழ்கின்றனர். எனினும் ஒடிசாவை அடுத்து ஆந்திரத்தின் வடபகுதி பீகார், ஜார்கண்ட், மேற்கு வங்கம் ஆகிய மாநிலங்களிலும் காணப்படுகின்றனர். ஒடிசாவில் புல்பானி, கொராபுட், காலஹண்டி, ராயகடா, நவ்ரங்பூர், மல்கான்கிரி, கஞ்சம் ஆகிய மாவட்டங்களில் அதிகம் உள்ளனர். ஆந்திரப்பிரதேசத்தில் விசாகப்பட்டினம், விஜயநகரம் ஆகிய எல்லையோர மாவட்டங்களிலும் பரவியுள்ளார்கள்.

கோந்த் பழங்குடியின் தோற்றமும் பூர்வீகமும் இன்னும் பூடகமாகவே உள்ளன. கோந்த் எனும் சொல் கோண்டு எனும் சொல்லின் இனச் சொல்லாகும் எனச் சில அறிஞர்கள் கருதினார்கள். கோண்டுகளுடன் உறவுடையவர்கள் என்று கருதி இவ்வாறு கூறினார்கள். ஆனால் சமூக அளவில் இருவரும் வெவ்வேறானவர்கள். தமிழ்ச் சொல்லாகிய 'கந்தர்' எனும் சொல்லிலிருந்தே கொந்தர் >கோந்த் என மருவியது என்பார் டால்டன் (E.T. Dalton). 'கண்ட' எனும் தமிழ்ச் சொல்லுக்கு 'மலை' என்றும், கந்தர் என்பதற்கு மலைவாசிகள் என்றும் பொருள் கொள்ளலாம் என்பார் அவர். ஒடிய மொழியில் 'வாள்' எனும் பொருள் கொண்ட 'கண்ட' (Khanda) எனும் சொல்லே பின்னாளில் 'கோந்த்' என மருவியது என்று கருதுபவர்களும் உண்டு (தியாடி 1965).

கோந்த் பழங்குடியின் பூர்வீகம் தென்னிந்தியாவென்று பலரும் கருதுகின்றனர் (பட்நாயக் 1992: 11 – 16). கி.மு. 1700க்கும் இடைப்பட்ட காலத்தில் ஆரியர்கள் இந்தியாவில் குடியேறிய பின்னர் தங்களின் வலிமையால் சிதறலாக வாழ்ந்த பல தொல்குடிகளை விரட்டிவிட்டார்கள். விரட்டப்பட்டவர்கள் மலைகளுக்கும் காடுகளுக்கும் சென்று பாதுகாப்பாக வாழத் தொடங்கினார்கள் என்பார் கோர்டான் (1958: 172).

ஒடிசாவில் காலஹண்டியையும் இன்னும் சில பகுதிகளையும் நாக வம்சத்தினர் ஆண்டு வந்தார்கள் (மகேந்திரகுமார் மிஸ்ரா 2007: 127). 'கொந்தன் தேசம்' என்றே இப்பகுதி அக்காலத்தில் வழங்கப்பட்டது. ஆங்கிலேயர்கள் காலத்தில் அது மருவி 'கொந்திஸ்தான்' எனப் பெயர் பெற்றுவிட்டது. கொந்தன் தேசத்தை ஆண்டு வந்த அரச குலத்தாருக்கும் கோந்த் பழங்குடியினருக்கும் பாரம்பரியமான உரிமையும் உறவும் உள்ளன.

நாக வம்சத்து மன்னரின் முடிசூட்டு விழாவில் 'புடகா கோந்த்' குலத்தார் மன்னரின் தலையில் பட்டம் கட்டவும், 'துடுகா கோந்த்' குலத்தார் முடிசூடும் மன்னரைத் தன் தொடைமேல் உட்கார வைக்கவும், 'சேர்மெல்கா கோந்த்' குலத்தார் முடிசூட்டு விழாவில் சடங்கியல் ரீதியாகத் தன் மகளை மன்னனுக்கு மணம் முடித்து வைக்கவும் உரிமை கொண்டிருந்தார்கள் (மேலது: 115, 127; *Kuanr 1980: 53*).

பெரிய சாதிகளில் கிளைச்சாதிகள் பல இருப்பது போன்று கோந்த் குடியிலும் பல கிளைகள் உள்ளன. வாழும் இடத்தாலும் வாழ்க்கை முறையாலும் இப்பாகுபாடு உருவானது. சாதி இந்துக்கள் பொதுவாக இவர்களை 'மலை கோந்த்' என்றும், 'சமவெளி கோந்த்' என்றும் பாகுபடுத்துவார்கள் (ரஸல் & ஹீராலால் 1916: 465). ஆனால் கோந்த் மக்கள் தங்களுக்குள் அகவயமான நிலையில் பல அகமணக் கிளைகளைக் கொண்டுள்ளனர்.

இவர்களில் 'தொங்கரியா கோந்த்' காட்டுவாசிகள் ஆவார்கள். இவர்கள் பஹாரியா கோந்த் என்றும் அழைக்கப்படுவார்கள். காட்டுவாசிக்கு நேர்மாறானவர்கள்; சமநிலங்களில் விவசாயம் செய்பவர்கள். இவர்கள் 'தேசியா கோந்த்' என்றழைக்கப்படுவார்கள். இவர்கள் தங்களைச் சுற்றியுள்ள சாதி இந்துக்களின் நடை உடை பாவனைகளை ஓரளவிற்கு ஏற்றுக்கொண்டவர்கள். அடுத்த பிரிவினர் 'குட்டியா கோந்த்' எனப்படுகிறார்கள். இவர்கள் மலை உச்சிகளில் வாழ்கிறார்கள். குட்டியா என்றால் 'உடைத்தல்' என்று பொருள். மாமிசத்திற்காக வேட்டையாடும் இவர்கள் அவ்விலங்குகளின் மண்டைகளை உடைத்து அதிலுள்ள மாமிசத்தையும் உண்பார்கள். அதனால் இவர்கள் குட்டியா கோந்த் எனப் பெயர் பெற்றனர் (பட்நாயக் 1992: 17).

அடுத்த பிரிவினர் 'ஜடபு கோந்த்' என்றழைக்கப்படுவார்கள். மற்ற பிரிவினர்களைக் காட்டிலும் இவர்கள் உயர்ந்தவர்கள். அதிகம் இந்துவயமானவர்கள். ஓரளவு பிராமண வயப்பட்டவர்கள் என்றும் சொல்லலாம் (மேலது:18). மேற்கூறிய நான்கு முக்கியமான பிரிவுகளுக்கடுத்து அர்ரிய கோந்த், கச்சரியா கோந்த், டிங்கி கோந்த், பெத்தியா கோந்த், பென்னியா கோந்த், மாலியா கோந்த், மாலுவா கோந்த், ராஜ் கோந்த் ஆகிய எட்டு பிரிவினர் உள்ளனர்.

தமிழகத்தில் வேளாளர் போன்ற பெரிய குடிகளில் காணப்படுவதுபோல ஏறக்குறைய 12 கிளைகள் கோந்த் பழங்குடியிலும் உள்ளன. மேலும், இவர்களிடம் 60க்கும் குறையாத புறமணக் கூட்டங்கள் (*gochi*) உள்ளன.

பண்டு தொட்டு கோந்த் மக்கள் தங்கள் தெய்வங்களுக்கு ‘மெரியா’ (*meriah*) படைப்பார்கள். மெரியா என்றால் மனித உயிர்ப்பலி கொடுப்பதாகும். கோந்த் மக்கள் பேசும் கூவி மொழியில் ‘மெர்வி’ எனப்படுகிறது. ஒடிசியில் இது மெரியா என மருவிவிட்டது.

புர பேனு எனப்படும் சூரியக் கடவுளும், அவரது மனைவியாகிய டாரி பேனு எனப்படும் பூமித் தாயும் கோந்த் களுக்கு மிக முக்கியமான கடவுளர்களாகும். இக்கடவுளர் களுக்கு மனித உயிர்ப்பலி மிகவும் அவசியமானதாகும். எனினும் பன்னெடுங்காலம் நிலவி வந்த இந்தப் பழக்கத்தினை ஆங்கில ஆட்சியாளர்கள் 1861இல் தடை செய்தார்கள். மேலும் இவர்களிட மிருந்து பச்சிளம் குழந்தைகளைக் கொல்லும் வழக்கத்தையும் ஆங்கில அரசு தடுத்தது. இருப்பினும் இவை மறைமுகமாகவும் இரகசியமாகவும் சில இடங்களில் சில காலம் தொடர்ந்தன (பட்நாயக் 1992: 251, 317 – 339).

கோந்த்களின் தேவகணம் மிகவும் விரிவானதாகும். ஒவ்வொன்றுக்கும் ஒரு கடவுளை வணங்குகின்றனர். இவர் களுடைய தேவகணத்தில் பேனு (*Pennu*) எனும் சாமி மிக முக்கியமானதாகும். தாய்த் தெய்வம், ஆண் தெய்வம் இரண்டை யும் ‘பேனு’ என்று அழைக்கின்றனர். இவர்கள் 32 வகையான ‘பேனுகளை’ வணங்குகின்றனர். அவை வருமாறு (பட்நாயக் 1992: 198 – 215).

1. காரி பேனு – பிறப்புக் கடவுள்
2. கொபேரி பேனு – சாணக்குவியல் சாமி
3. கோச பேனு – கானகத்துக் கடவுள்
4. டான்சு பேனு – முழுமதி கடவுள்
5. சந்தி பேனு – எல்லைக் கடவுள்
6. சரு பேனு – மலைக் கடவுள்
7. சிங் பேனு – அழித்தல் சாமி அல்லது புலிக் கடவுள்
8. சிட்ருஜீ பேனு – நீரூற்றுக் கடவுள்
9. சுகு பேனு – நீர் ஊற்றுக் கடவுள்
10. செக்கோரீ பேனு – கோந்த் மக்களின் ஒரு கடவுள்
11. டாரி பேனு – பூமித் தேவி
12. தர்ம பேனு – அம்மைக் கடவுள்

13. திங்க பேணு – இறந்தவர்களின் நாட்டாமை
14. துங்கரி பேணு – இணையான கடவுள்
15. துர்க்கி பேணு – குப்பைக் குவியல் சாமி
16. நசு பேணு – கிராமக் கடவுள்
17. பண்ட்ரி பேணு – கோந்த் மக்களின் சாமி
18. பாமுண்டி பேணு – கோந்த் மக்களின் சாமி
19. பாமென் பேணு – கோந்துகளின் சாமி
20. பிட்சு பேணு – மழைக்கடவுள்
21. பிட்டேரி பேணு – வளத்தைக் கூட்டும் சாமி
22. பீமுல் பேணு – கோந்த் மக்களின் சாமி
23. பீலமு பேணு – வேட்டைச் சாமி
24. புர்பி பேணு – விரைந்தோடுவதற்கான சாமி
25. புர பேணு – சூரியக் கடவுள்
26. பெல்ல பேணு – சூரியக் கடவுள்
27. மிரிவி பேணு – கோந்த் மக்களின் சாமி
28. முண்ட பேணு – ஏரி, குளத்துக்கான சாமி
29. லஹா பேணு – போர்க் கடவுள்
30. ஜகேரி பேணு – கோந்த் மக்களின் சாமி
31. ஜூஹா பேணு – அம்மைக் கடவுள்
32. ஜெங்கரி பேணு – கோந்த் மக்களின் சாமி
33. ஜோரி பேணு – ஆற்று சாமி

கோந்த் மக்கள் 84 வகையான சாமிகளைக் கும்பிடுவதாக வும் ஒரு கருத்து உள்ளது (ரஸல் & ஹீராலால் 1975: 473). கோந்த் தேவகணத்தில் அவர்களுடைய பூர்வீகமான சாமிகள் ஒருபுறம் உள்ளன. கால ஓட்டத்தில் மாற்றத்தை ஏற்றுக்கொண்டதால் கலப்புற்ற சாமிகள் மறுபுறம் உள்ளன. இந்துவயமாதலுக்கு ஆட்பட்டுவிட்டதால் இந்துக் கடவுளர்களை இன்னொரு புறம் ஏற்றுக் கொண்டுள்ளனர். வழிபாட்டு முறையிலும்கூட மாற்றங்களை ஏற்றுக்கொண்டார்கள்.

சூரியக் கடவுளும் (புர பேணு), பூமித் தேவியும் (டாரி பேணு) இவர்களுக்கு முதன்மையான சாமிகளாகும். பண்டு தொட்டே இச்சாமிகளுக்கு மனித உயிர்ப்பலி கொடுத்து

வணங்குவார்கள். ஆங்கிலேயர்கள் இதற்குத் தடைவிதித்த பின்னர், எருமையைப் பலியிடத் தொடங்கினார்கள். இதனை 'கேது லகா' என்பார்கள். தொல்திராவிடப் பழங்குடிகளிடம் எருமை என்பது அவர்களுடைய தொல்பண்பாட்டின் குறியீடாக விளங்குவதைக் காண்கிறோம் (விரிவுக்குக் காண்க: வொயிட் ஹெட் 1983). கோண்டுகளிடம் 'காட்டெருமை நடனம்' மிகவும் புகழ்பெற்றதாகும். தேவர் – அசுரர் எதிரிணையில் அசுரர் களுக்குரிய குறியீடாக எருமை முன்வைக்கப்படுவதையும் காண்கிறோம்.

கோந்த்களிடம் பீமா வழிபாடு மிக முக்கியமானது. பீமா மழைக் கடவுள். இவ்வழிபாட்டை குருமாய் என்றழைக்கப்படும் பெண் பூசாரி முன்னின்று நடத்துவார். அவ்வமயம் கோந்த் களின் பாணர்களாகிய 'பொகுவா' (*Bogua*), 'பீமா சிடி' (*Bhima Sidi*) ஆகிய இரு பிரிவினரும் புராணக் காப்பியத்தைப் பாடுவார் கள். கோந்த்களின் தேசம் வானம் பார்த்த பூமி. மானாவாரி நெல்தான் முக்கியப் பயிர். அரிசியை உண்ணும் இவர்களுக்கு ஒரு போகம் மானாவாரி நெல் விளைந்தாக வேண்டும். விளையா விடில் அவ்வாண்டு பஞ்சம்தான். ஆகவே நல்ல மழை பெய்யவும், அதன் மூலம் ஒரு போகம் நெல் விளையவும் பீமா வழிபாட் டினை மிகுந்த சிரத்தையுடன் நடத்துவார்கள்.

கோந்த்களிடம் காணப்படும் பாணர் மரபு இன்னொரு மிக முக்கியமான விடயமாகும். பண்டைய சங்க இலக்கிய மரபோடும் இன்று தமிழகத்தில் காணப்படும் 'குடிப்பிள்ளைகள்' மரபோடும் இணைத்து அறிவதற்குரிய ஒரு தொல் மரபாக இது காணப்படுகிறது. சங்ககாலத்தில் பாணர்கள் சீறூர் மன்னர்களையும், முதுகுடி மன்னர்களையும், குறுநில மன்னர் களையும் வாழ்த்திப் பாடிப் பரிசில் பெற்றார்கள்.

தேசியா கோந்த் உள்ளிட்ட கோந்த் மக்கள் இன்று தென்கிழக்கு ஒடிசாவில் குடியானவர்களாகவும் நிலவுடைமை யாளர்களாகவும் விவசாயிகளாகவும் உள்ளார்கள். அவர் களுடைய இனப் புராணத்தில் அவர்களுடைய தோற்றமும், தென்புலத்திலிருந்து புலம்பெயர்ந்து வந்த கதையும், ஒரு காலத்தில் வேட்டையாடி உணவு சேகரித்து வாழ்ந்த கதையும், பின்னர் படிப்படியாக வேளாண் உற்பத்தியாளராக மாறிய கதையும், இவற்றினூடே அவர்கள் எதிர்கொண்ட வெற்றி, தோல்வி கதைகளும் உள்ளன. அவற்றையெல்லாம் கோந்த் பாணர்கள் நிரல்பட இசையுடன் போற்றிப் பாடுவார்கள்; தம் ஆண்டைகளாகிய கோந்த் மக்களிடம் பரிசில் பெறுவார் கள் (மகேந்திரகுமார் மிஸ்ரா 2007: 56, 88 – 127).

கோந்த் மக்களிடம் 'மாரல்', 'பொகுவா' எனும் இரண்டு வகையான பாணர்கள் உள்ளார்கள். இப்பாணர்களின் மிக முக்கியமான இசைக்கருவி தும்குனியா ஆகும். இது யாழ், வீணை இவ்விரண்டின் சாயல் கொண்ட ஒரு தொல் இசைக் கருவியாகும். இந்த இசைக்கருவியை இசைத்துக் கொண்டு ஜனம்கேன புராணம், பீமா சிடி, நாங்மதி ராஜபூலியா, கோவ உத்ர, மண்டுக மஜ்ஹி ஆகிய கதைப் பாடல்களைப் பாடுவார்கள். மாரல், பொகுவா இருவருமே தங்களை மகாதியோ எனக்கூடிய சிவனின் குழந்தைகள் எனக் கூறிக் கொள்வார்கள். சிவபெருமானே தங்களுக்குத் தும்குனியா இசைக்கருவியைக் கொடுத்தார் என்பார்கள். இன்று இந்த இசைவாணர்களின் தொழில் மறைந்து வந்தாலும் சமயச் சடங்குகளின் போதும், சமூக விழாக்களின் போதும் இவர்களைக் காணமுடிகிறது (மேலது: 55 – 56)

கோந்த் மக்களின் வாழ்வியலில் பல்வேறு தொல்குடி களிடம் காணப்பட்ட 'இளையோர்கூடம்' இருந்துள்ளது. இதனை 'டாங்கெனிடு' (dangeniddu) என்பார்கள். திருமணம் ஆகும்வரை சிறார்கள் தத்தம் பாலாருக்குரிய இளையோர் கூடத்தில் தங்கி வளரவேண்டும். இளையோர் கூடங்களை மூதாட்டிகள் கவனித்துக் கொள்வார்கள். திருமணத்திற்கு முன்பு களவு வாழ்க்கை அனுமதிக்கப்பட்டது. காதல்வயப்பட்ட பையனும் பெண்ணும் உடல்ரீதியாகப் பழகலாம் (பட்நாயக் 1992: 101).

கோந்த் வாழ்வியல், பழங்குடித்தன்மைகள் மிகுந்தது. இங்குப் பெண்கள் தன்னாட்சியும் சமூகத் தகுதியும் கொண் டிருக்கிறார்கள். மலை விவசாயத்தில் பெண்களின் பங்கு அதிகமாகும். பெண்கள் நிலத்தை உழுவார்கள். பண்பாட்டுப் படிமலர்ச்சியில் 'உழுதல்' சார்ந்த வேலைப் பகிர்வு ஆண்டு களுக்கு முழுவதுமாக மாறிவிட்ட சூழ்நிலையில்தான் பெண் களின் சமூகத் தகுதி குறைந்து போனது. கோந்த் வாழ்வியலில் ஆண், பெண் வேலைப் பகிர்வில் பெண்களுக்கான சமூகப் பெறுமானம் குறையவில்லை எனலாம்.

இன்று 'கோந்த்' (Khond) என்று பரவலாக இவர்கள் அழைக்கப்பட்டாலும் மொழியியல் மீட்டுருவாக்கத்தின்படி இவர்கள் 'கந்தா' என்றே அழைக்கப்படவேண்டுமென்பார் மகேஸ்வரன் (2008). கந்தா என்பது சமூகத்தையும் அவர்களுடைய மொழியையும் குறிக்கும் ஒரு பொதுவான சொல்லாகும். உண்மையில் கந்தர்கள் கூயி (Kui), கூவி (Kuvi), பெங்கோ (Pengo), மண்டா (Manda), இண்டி – ஆவி (Indi – Ave) ஆகிய ஐந்து மொழிகளைப் பேசுகின்றனர் (இராமகிருஷ்ண ரெட்டி

2001: 125). இவை யாவும் வடதிராவிட மொழிகளாகும். ஆகவே கந்தர்கள் பேசும் மொழியால் ஐந்து பிரிவினராக உள்ளனர். கூயி பேசுவோர் 'கூயி கந்தர்' என்றும், கூவி பேசுவோர் 'கூவி கந்தர்' என்றும், பெங்கோ பேசுவோர் 'பெங்கோ கந்தர்' என்றும், மண்டா பேசுவோர் 'மண்டா கந்தர்' என்றும், இன்னொரு மொழி பேசுவோர் இண்டி – ஆவி கந்தர் என்றும் அகவய நிலையில் குறிப்பிடப்படுவார்கள் (மகேஸ்வரன் 2008: 1).

கோண்ட் மால் என்றழைக்கப்படும் மலைத்தொடர்களில் வாழும் வடபிரிவைச் சேர்ந்த கோந்த் மக்கள் பேசும் மொழி 'கூய்' எனப்படுகிறது. கஞ்சம் சமவெளிக்கு மேற்குப் பகுதிவரை இம்மொழி வழக்கில் உள்ளது. ஒடிசாவில் கொராபுட் மாவட்டம் தொடங்கி வட ஆந்திரப்பிரதேசம்வரை பரவி வாழும் தென் பிரிவிற்குரிய கோந்த் மக்கள் பேசுவது 'கூவி' எனப்படுகிறது.

கந்தர்கள் இயல்பிலேயே இருமொழியாளர்களாகக் காணப்படுகின்றனர். தம் தாய்மொழியோடு தம்மைச் சுற்றி வாழும் பெரும்பான்மை மக்களின் மொழியாகிய ஒரியாவையும் பேசுகின்றனர். சமவெளிப்பகுதியில் வாழும் தேசியா கந்தர் கள் ஒரியா பேசினாலும் அட்டவணைச் சாதியாகிய டோம் (Dom) மக்களின் பேச்சுமொழியை அதிகம் அறிந்துள்ளனர். பல்லாயிரமாண்டுகள் இப்பிரதேசத்தில் தொடர்ந்து வாழ்ந்து வருவதால் இவர்கள் முண்டா, இந்திய – ஆரிய மொழி ஆகியவற்றின் இலக்கணக் கூறுகளைக் கொஞ்சம் தழுவிக் கொண்டுள்ளனர் (இராமகிருஷ்ண ரெட்டி 2001: 125).

கோந்த் பழங்குடியினர் குட்டியா கோந்த், தொங்கரியா கோந்த் எனும் இரண்டு பிரிவினராக உள்ளனர். இவ்விரண்டு பிரிவினருமே காட்டெரிப்பு வேளாண்மை அல்லது இடம் பெயரும் வேளாண்மையைச் செய்து வந்தனர். இத்தகு விவசாயத்தைப் பொடுசா (poducha) என்றனர். மலைகளிலும் மலைச்சரிவுகளிலும் மலைகளில் உள்ள சமநிலங்களிலும் பொடுசா செய்து வந்தனர். மிக எளிய கருவிகளையும் தொழில் நுட்பத்தையும் கொண்ட ஆதி விவசாய முறை இது. சங்ககாலத் தமிழர்கள் (குறிஞ்சியில் கானக்குறவர், முல்லையில் கொல்லைக் கோவலர்) இத்தகு விவசாயத்தைக் கொண்டிருந்தனர் என்பது இங்கு எண்ணிப் பார்க்கத்தக்கது (பக்தவத்சல பாரதி 2013: இயல் 9).

கோந்த் பழங்குடிகளிடம் நரபலி கொடுக்கும் பழக்கம் பலகாலம் தொடர்ந்து இருந்து வந்தது. இப்பழக்கம் 'மெரியா' எனப்பட்டது. அவர்கள் வாழ்வில் ஏற்பட்ட கொள்ளை நோய், பஞ்சம், இயற்கைச் சீற்றங்கள் யாவும் தெய்வங்களின் சீற்றங் களால் ஏற்படுபவை என எண்ணினர். ஆக, தெய்வங்களின்

சீற்றத்தைத் தணித்து அமைதிப்படுத்த நரபலியிட்டனர். மேலும், விவசாயம் செழிக்கவும் சண்டையில் பெறும் வெற்றிக்கும் நரபலி இட்டனர்.

இவர்கள் தம் குழந்தைகளையோ சமூகத்தாரையோ எப்போதும் நரபலி கொடுப்பதில்லை என்பது குறிப்பிடத்தக்கது. வெளியாரையே நரபலியிட்டனர். இப்பழக்கத்தை கோந்த் பகுதிகளை ஆண்ட அரசர்களும் தடை ஏதும் செய்யாமல் மெரியா பலியிடும் வழக்கம் தொடருவதற்கு இசைவளித்தனர்.

தெய்வங்களுக்கு நரபலியிடும் மெரியா பழக்கம் 1857இல் ஆங்கிலேயர்களால் தடை செய்யப்பட்டது. அதன்பின்னர் எருமை அல்லது பிற விலங்குகளைப் பலியிடத் தொடங்கினர்.

கோண்டுகளை அடுத்து ஒடிசாவின் மலைப் பகுதிகளில் வாழும் திராவிடப் பழங்குடியான கோந்த் தொல் திராவிடப் பண்பாட்டுக் கூறுகளைத் தன்னகத்தே கொண்டிருப்பதை அறிய முடிகிறது. தமிழகத்திலிருந்து அப்பகுதிக்குச் சென்று ஆராய்ந்த மொழியியல் அறிஞர் சி. மகேசுவரன், இலக்கிய ஆய்வாளர் பாலகிருட்டிணன், இ. ஆ. ப. (பேராசிரியர் தமிழ்க் குடிமகன் அவர்களின் மாணவர்) போன்ற ஆய்வாளர்கள் பண்டைத் தமிழ் இலக்கியங்களில் காணலாகும் வர்ணனை கள் பலவற்றை நினைவு கூரும் கோந்த் வாழ்வியல் முறைகளை நேரில் கண்டுள்ளனர்.

ஆங்கிலேய இராணுவ அதிகாரிகள் இவர்களைப் பற்றி எழுதி வைத்துள்ள விவரங்கள் மூலம் பண்டைத் தமிழ்ச் சமூகத்தின் போர்முறையை இவர்கள் நினைவுபடுத்துவதாக அய்யப்பன் (1988) அவர்களும் கூறுகிறார். கிராமத்தின் காவல் மரத்தை வெட்டும் ஒரு நிகழ்வையுங்கூட அய்யப்பன் (மேலது: 23) நினைவுபடுத்துகிறார்.

ஓராவ்ன்

பீகார், ஜார்க்கண்ட், மத்தியப்பிரதேசம், சத்தீஸ்கர், மகாராட்டிரம், ஒடிசா, மேற்குவங்கம் ஆகிய மாநிலங்களில் பரவலாக வாழ்கின்ற பூர்வ திராவிடப் பழங்குடியினர் ஓராவ்ன் (Oraon). இவர்கள் குரூக் (Kurukh) எனும் வடதிராவிட மொழியைப் பேசுகின்றனர்.

சோட்டாநாக்பூர் மேட்டுச் சமவெளிகளில் கலப்பை கொண்டு உழுது பயிரிடும் விவசாய முறையை முதன்முதலில் அறிமுகப்படுத்திய பழங்குடி எனும் பெருமை கொண்டவர் கள் ஓராவ்ன்கள். இவர்களின் பூர்வீக நிலப்பகுதிகளைப்

பல வழிகளில் இழந்துவிட்டனர். அந்நியர்களாலும், ராஞ்சியைச் சுற்றி ஏற்பட்ட கனிமச் சுரங்கங்களாலும் தொழில்மயமாக்கத் தாலும் இவர்களின் பூர்வ பகுதிகள் மெல்ல மெல்ல பறி போயின. இதனால் இவர்களின் வாழ்வாதாரம் விவசாயக் கூலி, சுரங்கங்களில் கூலி போன்ற வகையில் பரிதாப நிலைக்குத் தள்ளப்பட்டது.

ஒராவ்ன்களிடம் திருமணம் என்பது பையனும் பெண்ணும் விரும்பி ஒன்று சேரும் களவு மணமாகவே உள்ளது. களவுக்குப் பின் மணச்சடங்குகள் பெற்றோரால் ஏற்பாடு செய்யப்படுகின்றன. இதனைப் 'பஹன்' என்கின்றனர் (சங்க கால மணமுறையை ஒத்துள்ளதைக் காண முடிகிறது).

ஒராவ்ன்களின் பூசாரிகள் 'பாஹான்' என்றழைக்கப்படு கிறார். மனைவியுடன் வாழ்பவரே பூசாரியாகச் செயல்பட முடியும். ஒவ்வோர் ஆண்டும் சர்ஹீஸ் திருவிழாவின் போது பூசாரியும் அவருடைய மனைவியும் சடங்கு முறையுடன் திருக்கல்யாணம் செய்துகொள்ள வேண்டும். இது சூரியனுக்கும் பூமிக்கும் நடக்கும் திருமணம் என்கின்றனர் (ராய் 1985: 7 – 8).

ஒராவ்ன்களின் மிகப் பெரிய கடவுள் 'தர்மேஸ்' ஆகும். இவரே உலகத்தைப் படைத்தவர்; இப்பிரபஞ்சத்தை உருவாக் கியவர். சூரியக் கடவுளைத்தான் தர்மேஸ் என்கின்றனர். இவர்கள் மரங்கள் சூழ்ந்த காவுக்கிடையில் கல் நட்டு சாமி கும்பிடுகின்றனர். தேவிமாய் எனப்படும் தாய்த் தெய்வத்தைக் களிமண் கூம்பு வடிவில் வழிபடுகிறார்கள் (மேலது: 11). மரங்கள் சூழ்ந்த காவுக்கிடையில் கல் நட்டும் சாமி கும்பிடுவார்கள்.

ஒராவ்ன்களின் சமய நம்பிக்கையும் வழிபாட்டு முறை களும் மிகவும் விரிவானவை. இவர்களிடம் முன்னோர் வழிபாடு முக்கியமானதாகும். இறந்தவரின் ஆவியை வழிபடுதல் இதன் சிறப்பம்சமாகும். இது தவிர ஊர் சாமி என்ற ஒன்றும் உண்டு. சாலா பாச்சோ என்பதே ஊர் சாமியாகும். ஊர் எல்லையில் உள்ள ஆவி 'தார்ஹா' ஆகும். இதுவே ஊரைக் காக்கின்றது. சாலா பாச்சோ என்பது ஊர் சாமியாகும். இது அனைவரும் வழிபடும் சாமியாகும்.

மகாதியோ (*Mahadeo*) ஒரு துணைக் கடவுளாகும். ஒராவ்ன் கிராமங்கள் சிலவற்றில் இக்கடவுளுக்கு ஆதி பீடங்கள் உள்ளன. இவை 'மகாதியோ மாண்டா' அல்லது 'மகாதியோ ஆஸ்தான்' (மகாதியோவின் பூர்வ பிறப்பிடம்) என்றழைக்கப்படுகின்றன (மேலது: 53). திருமணமாகி நீண்ட காலமாக மக்கட்பேறு இல்லாமல் இருந்தால் மகாதியோவுக்குப் பால் ஊற்றி வேண்டிக் கொள்வார்கள். சிறிய அளவில் கல்நட்டு மகாதியோவைக்

கும்பிடுகிறார்கள். குழந்தை பிறந்தவுடன் அதற்கு மொட்டை யடித்து மயிரை சாமிக்குக் காணிக்கையாக்கி குழந்தைக்கு மகாதியோ என சாமியின் பெயரைச் சூட்டுவார்கள்.

பெண் தேவதை வழிபாடும் இவர்களிடமுண்டு. சாப்பர் பூர்ஹியா (*Chchappar Burhia*) எனும் தேவதை முக்கியமான தாகும். இதன் பொருள் 'கூரையின் மூதாட்டி' என்பதாகும். 12 ஆண்டுகளுக்கு ஒருமுறை ஆடு அல்லது எருமை பலியிட்டு நேர்த்திக்கடன் செலுத்துவார்கள் (மேலது: 55).

ஒராவ்ன் மக்களிடம் பூத வழிபாடு முக்கியமானது. ஊர் மக்கள் அனைவரும் ஒன்று திரண்டு வழிபடும் பூத கணங்களில் மிக முக்கியமானது 'கைராகி பூதம்' (*Gairahi Bhut*) ஆகும். குடும்பத்தார் தனித்தனியாக வழிபடும் பூதங்களும் உண்டு. மாணிட்ட பூதம், கூந்த் பூதம் அவற்றில் சில. இப்பூதங்களுக்கு உரிய காலத்தில் பலியிட்டு வழிபடாவிட்டால் தீமைகள் ஏற்படும் என நம்புகின்றனர். அதனால் உயிர்ப்பலி வழிபாடு இவர் களிடம் காணப்படுகிறது. உடல்நலத்திற்கும் பயிர்வகைகள் நல்ல விளைச்சல் தரவும் இதனை வழிபடுகின்றனர் (மேலது: 56). பூத கணங்களை 'பாட்' என்றும் 'பாட்ராஜா' என்றும் அழைப்பார்கள்.

சங்க இலக்கியங்கள் வழி தொல் தமிழர்களிடம் காணப் பட்ட பூத வழிபாடு இன்று தமிழகத்தில் இல்லை. பண்டைய அகண்ட தமிழகத்தின் ஒரு பகுதியாக விளங்கும் துளு நாட்டில் (சங்ககாலத்தில் புன்னாடு) இன்றைக்கும் பூத கணங்களை மக்கள் வழிபடுகின்றனர். பூத வழிபாடு ஒரு தொல்திராவிடக் கூறாக இருந்துள்ளது. சிலப்பதிகாரத்திலும் மணிமேகலையி லும் சதுக்கப்பூதம் பற்றிக் காண்கிறோம். அதனை ஒராவ்ன் மக்களிடம் இன்றும் காணமுடிகிறது.

ஒராவ்ன்களின் வழிபாட்டு முறையில் அடுத்து நம் கவனத்தை ஈர்ப்பது 'வீட்டுத் தெய்வம்' ஆகும். ஒவ்வொரு வீட்டுக்கும் தனித்தனியாக தெய்வம் உண்டு. இது 'பார்ண்டா பாச்சோ' எனப்படுகிறது. கூட்டுக் குடும்பத்திலிருந்து ஒருவர் பிரிந்து தனிக் குடும்பம் நடத்தத் தொடங்கினால் அவர் 'பார்ண்டா' கும்பிட வேண்டும். தானியக் களத்தைக் காக்கும் கடவுளாக பார்ண்டா வழிபடப்படுகின்றார். உண்மையில் பார்ண்டா என்பது 'தூசு கலந்த சுழற்காற்று' என்பது பொருளாகும். நெற்களத்தில் கதிர் அடித்தவுடன் வைக்கோல் கூளத்துடன் கலந்திருக்கும் நெல்லைத் தூற்றி எடுப்பதற்குக் காற்று முக்கியமானதாகும். அதனை அன்போடு அழைக்க

வேண்டும். சுழற்காற்று அடித்தால் நல்லதல்ல. ஒராவ்ன்கள் வாழும் சோட்டா நாக்பூர் பகுதியில் உள்ள முண்டா பழங் குடியினரும் இவ்வகை தெய்வத்தை வழிபடுகின்றனர்.

ஒராவ்ன்கள் இன்னும் சில நன்மைகள் வேண்டி ஆவிகள் சார்ந்த ஆற்றல்களை வழிபடுகின்றனர். விவசாயக் குடியாக இருப்பதால் கால்நடைகள் இவர்களுக்கு மிக முக்கியம். கால்நடைகளின் நலன் பேணுவதற்குக் 'கோசாலி நாட்' *(Goesali nad)* ஆவியைக் கும்பிடுகின்றனர். உடல் நலன் பேணவும் கெட்ட கனவுகள் வராமலிருக்கவும் சிக்ரி நாட் *(Chigri nad)* ஆவியை வழிபடுகின்றனர். இவை தவிர ஒராவ்ன்களின் வழிபாட்டு மரபில் குலக்குறி வழிபாடு மிகவும் ஆழமாக வேரூன்றியுள்ளது. புலிக்குலம், மீன்குலம், ஆமைக்குலம் எனப் பல்வேறு குலங்கள் இவர்களிடம் உள்ளன. ஒவ்வொரு குலத்தாரும் தமக்கான விலங்குகளைகூட (புலி, மீன், ஆமை, இன்னும் பல) குலக்குறியாக ஏற்று அதனைப் புனிதமாக மதித்து வழிபடுகின்றனர். இக்குலக்குறிகளை மரக்கட்டையில் செதுக்கி வழிபடுமிடங்களில் வைத்துள்ளனர் (விரிவுக்குக் காண்க: ராய் 1915: 338 – 42). மக்கள் கற்சிலைகளை உருவாக்கு வதற்கு முன்னர் மரக்கடைகளில் செதுக்கிய உருவங்களே வழிபாட்டிற்குரியவையாக இருந்தன என்பதை இங்குக் கவனத்தில் கொள்ளவேண்டும்.

திருவிழாக்களின்போது ஊரின் தனித்த அடையாளத்து டன் கொடிகள் உயரமான கம்பத்தில் பறக்கவிடப்படும். ஜாத்ரா மைதானத்தின் ஓரத்தில் கொடிக் கம்பத்தில் விழாக் கொடி ஏற்றப்படும். ஒவ்வொரு ஊருக்குமான தனி அடையாள மாக இது அமையும். இக்கொடிக் கம்பம் 'ஜாத்ரா கூந்தா' *(Jatra Khunta)* எனப்படுகிறது. இத்தகைய விழா மந்தையின் ஓரத்தில் கூம்பு வடிவ மண் கோபுரம் லிங்கத்தின் குறியீடாக அமைக்கப்படுகிறது. சமயத்தின் தளத்தில் லிங்கவடிவம் இடம் பெறுகிறது என்றால், சமூகத் தளத்தில் பெண் பாலினக் குறியீடுகள் விரவிக் கிடக்கின்றன. சிறார்களின் இளையோர் கூடத்தில் கொட்டகையின் மைய கம்பங்களில் பெண்ணின் மார்பகங்கள், இனக்குறி அடையாளங்கள் செதுக்கப்படுகின்றன (ராய் 1985: 84 – 86).

மேற்கூறிய இக்கூறுகளெல்லாம் தொல் திராவிடப் பண்பாட்டிற்குரிய கூறுகளாகும். ஒப்பியல் நிலையில் ஆராய் வதற்கும் தொல் பண்பாட்டு மரபினை மீட்டுருவாக்குவதற்கும் ஒராவ்ன் மக்களின் மரபு நமக்கு ஒரு புதிய தடத்தைக் காட்டு வதாக அமையும் என்பதில் ஐயமில்லை.

பின்னுரை

இவ்வாறாக, இன்று நடு இந்தியாவிலும் வட இந்தியாவிலும் வாழும் திராவிடப் பழங்குடிகள் பண்டைத் திராவிடச் சமூகத்தின் தொல் கூறுகளை இலைமறை காயாகப் பேணி வருகின்றனர். இவர்கள் பற்றிய விரிவான, நுட்பமான இன வரலாற்று அணுகுமுறையிலான ஆய்வுகள் தொல் திராவிட மீட்டுருவாக்க ஆய்வுகளுக்குப் பெரிதும் உதவும் என்பதில் ஐயமில்லை. திராவிடவியல் ஆய்வாளர்கள் இத்தகு சமூகங்களை ஆராய வேண்டியது அவசியமாகும்.

இலங்கையின் பூர்வ குடியினர் வேடர்கள். இவர்கள் வெத்தர் என மாற்று உச்சரிப்புடன் அறியப்படுபவர்கள். இவர்கள் தமிழ்க் குடியினரே. இவர்களின் பூர்வ மொழியானது முற்றிலுமாக அழிந்து போனாலும் அவர்களிடம் திராவிட உறவுமுறைச் சொற்களும், திராவிட உறவு முறையின் அமைப்பும் இன்றும் அழியாமல் இருக்கின்றன. மொழி அழிந்தாலும் உறவுமுறை அழியவில்லை என்பதைக் கருத்தூன்றி அறிய வேண்டும். இவ்வாறே ராஜஸ்தான் உள்ளிட்ட 7 வடமேற்கு மாநிலங்களில் வசிக்கும் திராவிடப் பழங்குடியான பீல் மக்கள் தாங்கள் பேசி வந்த திராவிட மொழியை இழந்தபோதிலும் திராவிடப் பண்பாட்டின் பல கூறுகளைக் கொண்டுள்ளனர். வட இந்தியாவில் வாழும் பிற திராவிடப் பழங்குடிகளான மாலர் (மால் பஹாரியா) கோலம், பார்ஜி, பர்தான், கோண்டு, கோந்த், ஓராவ்ன், ராஜ்மஹால், பெங்கோ மால்தோ, கதபா, பட்ஜி, மண்டா ஆகியோரையும் ஒப்பாய்வு செய்தால் தொல் திராவிடக் கூறுகளை மேலும் நன்கு புரிந்துகொள்ள முடியும்.

இன்று தமிழகத்தில் உள்ள பழங்குடிகளின் நீண்ட நெடிய வரலாற்றைப் பார்க்கும்போது இவர்களின் புவியியல் பரப்பு மிக விரிந்ததாக உள்ளதை அறிய முடிகிறது. இப்பரப்பு கேரளம், துளு நாடுவரை விரிந்து ஒரு அகண்ட தமிழகத்தைக் கொண்டதாக உள்ளது. இதனை அக, புறச் சான்றுகள் தெளிவாகவே விளக்குகின்றன.

இன்று தென் கேரளத்தில் (பழைய திருவிதாங்கூர்) வாழும் 2000க்கும் மேற்பட்ட மலைப் பண்டாரங்கள் தங்களின் பூர்வீகம் தமிழகமென்றே கூறுவர். அடுத்து, திருவிதாங்கூர் பகுதியில் வாழும் முதுவன் பழங்குடியினர் இரு நிலைகளில் காணப்படுகின்றனர். மேலைப் பகுதியினர் மலையாளம் பேசுபவராகவும், கீழைப் பகுதியினர் தமிழ் பேசுபவராகவும் உள்ளனர். இவ்வாறான இருமொழி நிலையினைப் பல கேரளப் பழங்குடிகளிடம் காண முடிகிறது.

புவியியல் நோக்கில் பார்த்தால் கேரளத்தின் வய நாடானது தமிழகத்தின் நீலகிரிப் பகுதியின் தொடர்ச்சியே யாகும். இதனாலேயே நீலகிரி குறும்பர்களும் கேரள குறும்பர் களும் ஒத்த சமூக – பண்பாட்டு அமைப்பைக் கொண்டவராக உள்ளனர். தமிழகத்தின் பல பழங்குடிகள் கேரளத்திலும் வாழ்கின்றனர். எடுத்துக்காட்டாக இருளர், குறும்பர், எர வல்லான், காட்டுநாயக்கர், காணிக்காரர், குறிச்சியன், முதுவர், சோளிகர், சோளநாயக்கர், பளியர், மலசர், மன்னான், ஊராளி போன்ற பல பழங்குடியினர் இரு பகுதிகளிலும் காணப்படு கின்றனர். ஆதியில் இவ்விரு பகுதிகளும் தமிழகமாகவே இருந்துள்ளதை வரலாற்றுச் சான்றுகள் வழி அறிகிறோம்.

இன்னும் சொல்லப்போனால் கர்நாடகத்தின் சில பகுதிகள் பண்டைத் தமிழகமாகவே இருந்துள்ளன. புன்னாடு என்பது சங்ககாலத்தில் வடகொங்கு நாட்டில் இருந்தது. இன்று அது கர்நாடகத்தில் ஹெக்கட தேவன வட்டமாக இருக்கிறது. சங்க இலக்கியங்களில் புன்னாடும் அதன் தலைநகரமான கட்டூரும் கூறப்பட்டுள்ளன. காவிரி ஆற்றின் துணை ஆறாகிய கபினியைச் சுற்றி புன்னாடு இருந்தது.

மேலும் இன்றைய மைசூர் அன்று எருமையூர் எனும் பெயரில் இருந்தது. சங்கச் செய்யுள்கள் எருமையூரையும் அதனையாண்ட எருமையூரனையும் கூறுகின்றன. இது கொங்கு நாட்டின் வட எல்லையில் இருந்தது. நாரரிநறவின் எருமை யூரன் (அகம். 36.17), நேரா வன்றோள் வடுகர் பெருமகன், பேரிசை எருமை நன்னாடு (அகம். 253.18 — 19), எருமையூரன் குடநாட்டையும் அரசாண்டான் என்பது நுண்பூண் எருமை குடநாடு (அகம். 115.5) என்பதால் தெரிகிறது. சங்க இலக்கியச் சான்றுகளுக்கடுத்து, சாசன சான்றுகள் வழியும் இதனை அறிய முடிகிறது. எருமை என்பது வட மொழியில் மகிஷம் எனப்பெயர் பெற்று பின்னர் அது மகிஷை ஊர் என்றாகி இறுதியில் மைசூர் என்றாயிற்று.

இவ்வாறே இன்றைய துளுநாடும் பண்டைய தமிழகத்தின் ஒரு பகுதியாக இருந்தது. சங்க காலத்தில் துளுநாடு என்றும் கொங்கண நாடு என்றும் பெயர் பெற்றிருந்த இப்பகுதி இன்று தென்கன்னட மாவட்டமாக மாறியுள்ளது. துளுநாட்டை நன்னன் என்னும் பெயருள்ள வேள்குல அரசர்கள் ஆண்டனர். அவர்கள் கொண்கானம் கிழான் எனும் பெயர் பெற்றிருந்தனர். இதன் பொருள் கொண்கான நாட்டுக்குத் தலைவன் என்பதாகும்.

பாலை பாடிய பெருங்கடுங்கோ எனும் சேர அரசர் தாம் பாடிய நற்றிணை 391ஆம் செய்யுளில் பொன்படு

கொண்கான நன்னன் என்கிறார். மேலும் மோசிகீரனார் என்னும் புலவர் கொண்கானம் கிழான் ஒருவனைப் பாடுகிறார்.

இந்நிலையில் அன்றைய பழங்குடிகளின் தொடர்ச்சியாக இருக்கும் இன்றைய பழங்குடிகளை ஆராயும்போது கேரளம், துளு நாடு வரையுள்ள பழங்குடிகளையும் நாம் கவனத்தில் கொள்ளுவது தவறாகாது. இன்னும் சொல்லப்போனால் சங்க காலத்தின் பல சமூக – பண்பாட்டு மரபுகள் இன்றைய கேரளம், துளு பகுதிகளில் மட்டுமே அழியாமல் எஞ்சி நிற்கின்றன.

சங்க காலத்தில் பெரிதும் வழக்கிலிருந்த பூத வழிபாடு இன்று தமிழகத்தில் இல்லை. ஆனால் அம்மரபு துளு பகுதியில் இன்றும் காணக் கூடியதாக உள்ளது. அங்குப் பாடப்படும் பாடுதனாக்கள் (பிரார்த்தனை பாடல்கள்) பூதங்களைப் போற்றும் பாடல்களாகவே உள்ளன. சங்க காலத்தில் மன்னர்களும் பிறரும் விரும்பி சூட்டிக்கொண்ட பெயர் பூதம் ஆகும். ஆனால் அத்தகு பெயர்கள் இன்று நம்மிடமில்லை (தொ. பரமசிவன் 2007).

வேலன் வழிபாட்டு மரபினராக விளங்கும் வேலன் சாதியினர் இன்று கேரளத்தில்தான் உள்ளனர். கேரளத்தின் ஆதிக்குடிகளில் ஒன்றாகிய ஆலார் (அண்மைக்காலம் வரை குகைவாசிகள்) தங்களைச் சாத்தன் எனக் கூறிக் கொள்கின்றனர். இவர்கள் பாலக்காடு, மலப்புறம் ஆகிய மாவட்டங்களில் இன்று பெரிதும் காணப்படுகின்றனர். (விரிவுக்குக் காண்க: பக்தவத்சல பாரதி 2012).

இவர்களின் இனவரலாறு ஆராயப்பட வேண்டும். ஆகவே தமிழகப் பழங்குடிகள் பற்றிய ஆய்வாயினும் சரி, சங்க காலம் பற்றிய ஆய்வாயினும் சரி அவ்வாய்வுகளை மேற்கொள்ளும் போது அன்றைய அகண்ட தமிழகமாகிய கேரளம், குடகு (Coorg), துளு நாடுவரை விரிந்துள்ள பகுதியில் வாழும் பழங் குடிகளையும் ஆராய வேண்டியது மிக அவசியம் என்பதை இப்போது நாம் நன்கு உணர முடியும். இந்நிலையில் தமிழகப் பழங்குடிகளைப் பற்றிய ஆய்வு என்பது திராவிடப் பகுதி களில் வாழ்ந்த பழங்குடிகள் மட்டுமல்லாது இத்துணைக் கண்டம் முழுவதும் பரவி வாழ்ந்த, இன்றும் வாழ்ந்து வருகின்ற திராவிடப் பழங்குடிகளைப் பற்றிய ஆய்வாக அமைந்தால் மட்டுமே முழுமையான புரிதலை அடைய முடியும் என்பதையும் இப்போது நாம் உணர முடியும்.

திராவிட உறவுமுறை

சபிண்ட உறவு x முறை உறவு: உறவின்முறைவழி கட்டமையும் வடக்கும் தெற்கும்

திராவிட உறவுமுறை குறித்த ஆய்வு 1860களின் இறுதியிலேயே தொடங்கிவிட்டது. மார்க்ஸ், எங்கெல்ஸ் இருவரின் கவனத்தையும் ஈர்த்த முதுபெரும் அமெரிக்க மானிடவியல் அறிஞராகிய லூயிஸ் ஹென்றி மார்கன் (L.H. Morgan) ஒப்பியல் உறவுமுறை பற்றி ஆராய்ந்த முதல் அறிஞராவார். இவர் தென்னிந்திய ஆற்காடு மிஷனைச் சேர்ந்த ஹென்றி ஸ்கடர் (Dr. Henry W. Scudder) உதவியுடன் தமிழ் உறவுமுறைச் சொற்களைப் பெற்று அவற்றின் தனித்துவங்களை உலகளாவிய இரத்த உறவு, மணவுறவு முறைகளுடன் ஒப்பிட்டு 1859இல் எழுதினார்.

தொடக்கத்தில் 'திராவிடம்' என்பது ஒரு வரலாற்று மொழியியல் கருத்தினமாகவே இனங் காணப்பட்டது. திராவிட மொழிக்குடும்பம் என்று பிரான்சிஸ் எல்லிஸ் அவர்களால் 1816இல் முன்மொழியப்பட்ட மொழி மரபியல் பண்பானது, பின்னர் பண்பாட்டிற்கும் பொருந்தி வந்ததை ஆய்வுகள் நிரூபித்தன. 'திராவிடப் பண்பாடு' என்ற ஒரு தனித்துவமான இனமரபியல் மூலத்தில் சமூகம், திருமணம், உறவுமுறை, சமயம், சடங்குகள், வழிபாடு, தேவகணம், விழாக்கள் என எண்ணற்ற உள்தளங்களில் திராவிட இனமரபியல் தொடர்ச்சி இனங்காணப்பட்டது. அவற்றில் ஒன்றே 'திராவிட உறவுமுறை'.

திராவிட உறவுமுறை என்பது நீண்ட, நெடிய, அறுபடாத ஒரு வரலாற்று ரீதியான உருவாக்கமாகும். இது ஒரு தொல் மூலத்திலிருந்து கிளைத்து வளர்ந்த ஒன்றாகும். இதனை வரலாற்று மீட்டுருவாக்க முறையில் விளங்கிக்கொள்ள முற்படும் போதுதான் அதன் தொடர்ச்சியையும் பன்மியத் தன்மைகளையும் அறிந்துகொள்ள முடியும். இதற்கு, மானிடவியல், மொழியியல், வரலாற்றியல் அணுகுமுறைகள் அடிப்படையானவை யாகும். இவ்வாறு அணுகும்போதுதான் இந்தியப் பண்பாட்டு உருவாக்கத்தில் திராவிட, இந்திய – ஆரிய, முண்டா ஆகிய மூன்று பண்பாடுகளுக்கிடையில் காணப்படும் வேறுபாடுகளை அறிய முடியும்.

திராவிட உறவுமுறையானது அடிப்படையில் இரண்டு முக்கிய பண்புகளைக் கொண்டுள்ளது. 1. 'சீர்மைப் போக்கு', 2. யாரை உரிமையுடன் மணக்க வேண்டுமென்ற விருப்பத்தைச் சுட்டுவது. இவ்விரு முக்கியமான பண்புகளும் இருவழி உறவுத் திருமணத்தால் அமைவன.

திராவிடர்களின் நீண்ட நெடிய நாகரிக வளர்ச்சியின் இறுதி நிலை நீர்ப்பாசன வேளாண் நாகரிகமாகும். இந்த நீர்ப்பாசன வேளாண் நாகரிகத்திற்கு ஆதாரமாக விளங்கும் நிலமும் நீரும் திருமணத்தால் சிதறக்கூடாது என்பதற்கான பிற்காலத் தகவமைப்பே இருவழி உறவுத் திருமணமாகும். ஆதியில் முடியாட்சியும் குடும்ப உடைமையும்கூட இவ்வகை மணமுறையால் காக்கப்பட்டன. தாய்மாமன் மகள் (MBD), அத்தை மகள் (FZD), அக்காள் மகள் (eZD) ஆகியோரே முறைப் பெண்கள்; உரிமைப் பெண்கள். இவர்களை உரிமையுடன் மணக்க வேண்டுமென்ற விருப்பம் உறவுமுறைச் சொற்களிலேயே வெளிப்படுகிறது. ஆக, திராவிடர்களின் பொருளாதார அடித்தளம் ஒரு நிலை. அதற்காக உருவாக்கப்பட்ட உறவுத் திருமணங்கள் அடுத்தநிலை. அத்தகு உறவுத் திருமண விருப்பத்தை வெளிப்படுத்தும் வகையில் உறவுமுறைச் சொற்கள் காணப்படுவது இன்னொரு நிலை. இவ்வடிப்படைகளின் மீது கட்டப்பட்டவையே திராவிட உறவுமுறையின் அமைப்பியல்பு களாகும். இவற்றை இவ்வியல் விரிவாக ஆராயும்.

இவ்வியலானது மிச்சிகன் பல்கலைக்கழக வரலாற்றுப் பேராசிரியர் தாமஸ் ட்ரவுட்மன் (Thomas R. Trautmann) திராவிட உறவுமுறை குறித்து மேற்கொண்ட ஆய்வினை அடிப்படையாகக் கொண்டது. இவர்தம் ஆய்வு *திராவிட உறவுமுறை (Dravidian Kinship)* என்னும் தலைப்பிலேயே ஆங்கிலத்தில் நூலாக 1981இல் வெளியாகியது. ட்ரவுட்மன் ஒரு வரலாற்றுப் பேராசிரியர் என்று நூல்வழி அறியப்பட்டாலும் அவர் மானிடவியலில் முறையான பயிற்சி பெற்றவர். மானிடவியலில் இளங்கலை

படிப்பு மேற்கொண்ட காலத்திலிருந்தே இந்தியா, இலங்கை பற்றிய ஆர்வம் அவரிடம் மேலோங்கியிருந்தது. மானிடவியல் படிப்பிற்குப் பின்னர் வரலாற்றிலும் தேர்ச்சி பெற்று லண்டன் பல்கலைக்கழகத்தில் வரலாற்றுப் பேராசிரியர் ஏ.எல். பாஷம் அவர்களிடம் முனைவர் பட்டத்திற்குச் சேர்ந்து ஆய்வு செய்தார். இதன்வழி பண்டைய இந்திய வரலாற்றிலும் வெகுவாகப் பயிற்சி பெற்றார்.

இதனையடுத்து, ஐராவதி கார்வே, லெவிஸ்ட்ராஸ், லூயி துய்மோன், நூர் யால்மன் ஆகிய மானிடவியலாரின் எழுத்துக் களைப் படித்த நிலையில் இந்திய இலங்கை உறவுமுறைகளை ஆராயும் ஆர்வம் ட்ரவுட்மனிடம் வலுப்பெற்றது. குறிப்பாக, 1949இல் லெவிஸ்ட்ராஸ் எழுதிய *உறவுமுறையின் தொடக்ககால அமைப்புகள் (Elementary Structures of Kinship)* நூலையும், அவ் வாண்டிலேயே அவர் எழுதிய வரலாற்றுக்கும் மானிடவியலுக் கும் உள்ள தொடர்பு குறித்த கட்டுரையையும் (இக்கட்டுரை லெவிஸ்ட்ராசின் *Structural Anthropology* நூலில் *'Introduction: History and Anthropology'* என்னும் தலைப்பில் ஓர் இயலாக அமைக்கப்பட்டிருக்கிறது) தன்மனதில் அசைபோட்டுக் கொண் டிருந்த ட்ரவுட்மன் மாணவர்களுக்குப் பாடம் நடத்த முற்பட்ட போது உறவுமுறை குறித்த ஆய்வுக்குத் தன்னைத் தயார் செய்து கொண்டார்.

குறிப்பிட்டுக் கூறுவதானால் 1970இல் பண்டைய இந்தியா, இலங்கையில் உறவுமுறையும் முடியாட்சியும் குறித்து மாணவர் களுக்குப் பாடம் நடத்த நேர்ந்தபோது இதுபற்றிய சிந்தனை தீவிரமானது என்கிறார். இக்காலகட்டத்தை ஒட்டிய 7 – 8 ஆண்டுகளில் அவர் இந்தியாவிலும் பிற நாடுகளிலும் இது குறித்த பல கட்டுரைகளை வெவ்வேறு அரங்குகளில் வழங்கினார். 1978 நவம்பரில் இக்கட்டுரைகளை ஒரு முழுநீள நூலாக வடிவம் கொடுத்தார். இறுதி வடிவமானது முழுமை யான, நுட்பமான, முன்னோடி ஆய்வாகச் செழுமைப்பட்டு 1981இல் கேம்பிரிட்ஜ் பல்கலைக்கழக வெளியீடாக வெளி வந்தது. இதன்பின்னர் 15 ஆண்டுகளுக்குப் பின் இது இந்தியப் பதிப்பாகவும் வெளியிடப்பட்டது. இந்தியப் பதிப்பில் ஒரு முன்னுரையை ட்ரவுட்மன் எழுதியுள்ளார். முதல் பதிப்பிற்கும் இந்தியப் பதிப்பிற்கும் இடைப்பட்ட காலத்தில் வெளிவந்த ஆய்வுகளின் மூலம் திராவிட உறவுமுறை பற்றிய புரிதலில் என்னென்ன கூடுதல் விளக்கங்கள் காணமுடியும் என்பதை இந்த முன்னுரையில் விளக்கியுள்ளார்.

'திராவிட உறவுமுறை' என்னும் தலைப்பிலான இந்நூல் திராவிடவியல் ஆய்வுகளில் மிக உன்னதமான மிகச்சில

நூல்களில் முக்கியமான ஒன்றாகப் போற்றப்படுகிறது. இந்நூலின் ஆய்வுமுறையான மானிடவியல், வரலாறு ஆகிய இருதுறைகளையும் ஒன்றிணைக்கிறது; மொழியியலுங்கூட இவற்றோடு ஒருங்கிணைக்கப்பெறுகிறது. திராவிடவியல் ஆய்வுக்களம் பெரிதும் ஒப்பியல் களமாகவே அமையுமென்பதும், அதில் பல்துறை இணைவுப்போக்கு புதிய வீச்சுகளையும் உள்ளொளிகளையும் அடைவதற்கு உதவுமென்பதும் ட்ரவுட்மனின் திராவிட உறவுமுறை பறைசாற்றுகிறது.

இந்நூலில் ஆறு இயல்களில் திராவிட உறவுமுறையின் அமைப்பியல்புகள் ஆராயப்பட்டுள்ளன. முதல் இயல் முன்னுரை ஆகும். இதில் ஆய்வின் மையப்பொருள், இந்தியாவின் மொழி வரலாறு, திராவிட, இந்திய – ஆரிய உறவுமுறையின் வரையறைகள், இந்திய உறவுமுறையும் அரசியல் முறைகளும் குறித்து ஆராய்ந்துள்ளார்.

இரண்டாம் இயல் திராவிட உறவுமுறைச் சொற்கள் பற்றியது. திராவிட உறவுமுறை ஆய்வினைத் தொடங்கிவைத்த லூவி ஹென்றி மார்கன் தொடங்கி இன்றுவரை திராவிட உறவுமுறைச் சொற்கள் குறித்த சிந்தனையையும் இவ்வியலில் ஆராய்கிறார்.

மூன்றாம் இயல் திராவிட உறவுமுறையின் எல்லைப் பகுதி பற்றியது. திராவிட உறவுமுறையும் வட இந்திய உறவு முறையும் இணையும் பகுதியில் இவ்விரண்டு உறவுமுறைகள் எத்தன்மையான அமைப்பினைக் கொண்டுள்ளன என்பது பற்றியும் இவ்வியல் விரிவாக ஆராய்கிறது. இவ்வியலில் கோட்பாட்டியல் விவாதம் விரிவாக அமைந்துள்ளமை இந்நூலை வாசிக்க விரும்புவோர் அறிய வேண்டிய ஒரு செய்தியாகும்.

நான்காம் இயல் தர்மசாத்திரங்களில் திருமணம் பற்றியது. உறவுமுறை திருமண உறவுகளாலும் அமைவதால் தர்மசாத்திர நூல்களில் கூறப்படும் கோத்திரம், பிரவாரா, சாபிண்ட, சவர்ணம், அனுலோமம், கன்னியாதானம் போன்ற முறைகளை இவ்வியலில் ட்ரவுட்மன் ஆராய்கிறார். இறுதியில் தர்மசாத்திர நூல்களும் திராவிட உறவு முறையும் குறித்து ஆராய்கிறார்.

ஐந்தாம் இயல் பண்டைய இந்திய – ஆரிய இலக்கியங்கள் பதிவு செய்யும் உறவுத் திருமணம் பற்றியது. இவ்வியலில் பாலி இலக்கியம், சமண இலக்கியம் ஆகியவற்றில் காணப்படும் உறவுத் திருமணம், சமஸ்கிருத இலக்கியங்களில் உறவுத் திருமணம், புராண இதிகாச வீரர்கள் கொண்ட உறவுத் திருமணங்கள், வேதங்களில் உறவுத் திருமணம் பற்றியும் தொல் இந்திய – ஐரோப்பியர்களிடம் உறவுத் திருமணம் காணப் பட்டதா என்பது பற்றியும் இவ்வியலில் ஆராயப்பட்டுள்ளது.

இறுதியியல், உறவுமுறையும் அரசியலும் பற்றியது. முடியாட்சியின் அரசியலைப் பேணிக் காப்பதற்கு உறவுத் திருமணம் எவ்வாறு உதவுகிறது என்பதை எண்ணற்ற எடுத்துக் காட்டுகள் மூலம் இவ்வியல் ஆராய்கிறது. இவ்வியல்களுக் கடுத்து இரண்டு முக்கிய பின்னிணைப்புகளை நூலாசிரியர் ட்ரவுட்மன் நம் சிந்தனைக்குரியதாக்குகிறார். முதல் இணைப்பில் ஆஸ்திரேலிய முதுகுடியான கரைரா (*Kariera*) மக்களின் உறவுமுறைச் சொற்கள் திராவிட உறவுமுறையை அமைப்பு ரீதியில் ஒத்துள்ளமையை விளக்குகிறார். இரண்டாம் பின்னிணைப்பில் சாயன மாதவாச்சாரியார் சாத்திரங்களில் உறவுத் திருமணம் காணப்படுவது குறித்து எழுப்பியுள்ள விவாதத் தின் மொழிபெயர்ப்பினைக் கொடுத்துள்ளார். இவ்விரண்டு பின்னிணைப்புகளும் திராவிட உறவுமுறையின் பிறப்பை, தொன்மையை வலுப்படுத்துவதாகும்.

இத்தகு நிலையில் பெரும் பங்களிப்பு செய்துள்ள இந்நூலின் இரண்டாம் இயலும் மூன்றாம் இயலும் இனவரைவியல் தரவுகளை அடிப்படையாகக் கொண்டிருப்பதால் இவற்றில் மானிடவியலர்கள் கூடுதல் கவனம் செலுத்த முடியும். நான்கு, ஐந்து, ஆறு ஆகிய மூன்று இயல்களும் இந்திய, இலங்கை ஆகிய இரு நாடுகளின் பழைய ஆவணங்களிலிருந்து மூலத்தரவு களைக் கொண்டு ஆராய்ந்துள்ளமையால் அவை வரலாற்றியலர் களுக்கு ஆர்வத்தைத் தூண்டும். மூன்றாம் இயலில் பொதிந்து கிடக்கும் திராவிட உறவுமுறையின் வரலாற்றுப் பொருண்மை களை அறிவதில் மொழியியலார் ஆர்வங்காட்டுவர்.

மேற்கூறிய மூன்று துறைகளின் அறிவுப் பரப்புகள் அவற்றிற் கென்ற எல்லைகளைக் கொண்டிருக்கின்றன. என்றாலும், ஓர் ஆய்வுப்பொருளை நுட்பமாக ஆராய்ந்து விளங்கிக் கொள்வ தில் தொடர்புடைய அறிவுத் துறைகளை ஒருங்கிணைத்துப் புதிய உள்ளொளிகளை ஆராயும் போக்கை ட்ரவுட்மன் மிக நேர்த்தியாக மேற்கொண்டிருக்கிறார். மேலும் இத்துறைகளுக் குரிய புலமையாளர்கள் மட்டுமின்றி, பிறதுறையாளர்களும், பொது ஆர்வங்கொண்டவர்களுங்கூட இந்நூலினைப் படித்தறிய இயலும் வகையில் ஆய்வு நுட்பத்தை இளகச் செய்யாமலும், கருத்துக்களை அனைவரும் அறியும் வகையிலும் எழுதியிருக் கிறார். இந்நூல் புலமைத்துவ நிலையில் மிக உயர்ந்த இடத்தைப் பெற்றுள்ளது.

இந்நூலில் ட்ரவுட்மனுடைய இலக்கு திராவிட உறவுமுறை ஒரு வரலாற்றுக் கட்டமைவாகும் என்பதை நிறுவுவதாகும். இன்னொரு கோணத்தில் இதனை எளிமைப்படுத்திக் கூறுவ தானால் திராவிட உறவுமுறையின் வரலாற்று மீட்டுருவாக்

கத்தை மேற்கொள்வதாகும் எனக் கொள்ளலாம். இப்போது கிடைக்கும் சான்றாதாரங்களைக் கொண்டும், பண்டைய ஆதாரங்களைக் கொண்டும், சமகால இனவரைவியல் ஆதாரங்களைக் கொண்டும் இக்கட்டமைப்பை, மீட்டுருவாக்கத்தைச் செய்திருக்கிறார்.

இத் துணைக்கண்டத்தின் பண்பாட்டு வரலாற்றில் பண்பாடுகள் பன்னெடும் நூற்றாண்டுகளின் காலவெளியில் அறுபடாமல் ஒன்றோடு ஒன்று பரஸ்பரம் கலந்து அவற்றிற்குள் கொண்டு – கொடுத்துக் கலப்புற்றுக் காணப்படுகின்றன. இத்தகு கலப்புத்தன்மையை இவ்வாய்வின் முதல் சிக்கலாக, பெருஞ்சிக்கலாக உணர்கிறார் ட்ரவுட்மன் (1981: 27 – 28).

கலப்புற்றுக் காணப்படும் இக்கூட்டு உருவாக்கத்தில் எது திராவிடம் என்பதையறிய திராவிடம் அல்லாததை நீக்க வேண்டியிருக்கிறது என்றும், திராவிடம் அல்லாதது எது என்பதை உறுதிப்படுத்த திராவிடம் எது என்பதை நிர்ணயிக்க வேண்டியுள்ளது என்றும் கூறுகிறார். இது மிகவும் சிக்கலானது என்பதை ட்ரவுட்மன் நன்கு உணர்ந்துள்ளார். திராவிடம், திராவிடம் அல்லாதது என்பனவற்றை ஆராய்வதில் ஒரு தோராய மதிப்பீட்டை ஏற்படுத்திக் கொண்டு அந்நிலையிலிருந்தே நம் ஆய்வைத் தொடங்க வேண்டியுள்ளது என்கிறார் (மேலது: 28).

இத்தேடலில் ஒன்றுக்கடுத்து மற்றொன்றாக ஆராய்ந்து பலவற்றிலும் தெளிவுகாண வேண்டுமென்கிறார். இதில் ஒன்றிலிருந்து அடுத்தது என்ற நேர்க்கோட்டு வரிசைமுறை உதவாது எனவும் உணர்கிறார். இத்தகு முறையியலை மிக நேர்த்தியாக நடத்திச் செல்லும் ட்ரவுட்மனின் ஆய்வுமுறை ஆய்வாளர்களுக்கு மிகப்பெரும் வழிகாட்டியாகும். பல்துறை இணைவு கொண்ட (குறிப்பாக வரலாறு, மானிடவியல், மொழியியல்) ஆய்வுமுறையில் இது ஒரு முன்னோடி ஆய்வாக அமைகிறது.

திராவிடம்

திராவிடம் என்பது மரபுவழிப்பட்ட உருவாக்கத்தைக் கொண்ட ஒரு கருத்தமைவாகும். இக்கருத்தமைவு வரலாற்று மொழியியல் நோக்கிலான பொருண்மை கொண்டது. அதாவது, திராவிட மொழிகளின் அறுபடாத, நீண்ட மரபின் மூலத்திலிருந்து இன்றைய மாறுபாடுகள்வரை அம்மொழிக் குடும்பத்தின் அடையாளமாக மொழிநூல் வல்லுநர்கள் 'திராவிடம்' என்னும் கருத்தமைவாகக் கையாளுகின்றனர். ஆதலின் திராவிடம் என்பது இங்கு ஒரு மொழிசார் கருத்தாக்கமாகவே இனங்காணப்பட்டது.

மொழிநூலாரின் 'திராவிடம்' என்னும் இச்சுட்டுகையைக் கடந்து இச்சொல்லின் பயன்பாடு பின்னர் விரிவடைந்தது. திராவிட மொழிகள் பேசும் மக்களிடம் காணக்கூடிய உறவுமுறை, சமயம், இலக்கியம் உள்ளிட்ட சமூக, பண்பாட்டு முறைகளில் அறியலாகும் பொதுமைப்பாடுகளும் தனித்துவமும் 'திராவிடப் பண்பாடு' என்பதாகக் கருத்தமைவு செய்ய இடமளித்தது. திராவிடப் பண்பாட்டின் ஒரு பகுதியாக அமையும் 'திராவிட உறவுமுறை', 'திராவிடச் சமயம்' போன்ற கருத்தமைவுகளைக் காணவும் இடந்தந்தது.

மொழியும் பண்பாடும் ஒன்றையொன்று பரஸ்பரம் பாதித்துக்கொள்வதால் மரபுவழிப்பட்ட நிலையில் உறவுமுறை யின் அமைப்பும் மாற்றங்களும் அறியப்பட வேண்டும். இன்று காணப்படும் சமகாலத்திய வேறுபாடுகளும் மாறுபாடுகளும் மரபுவழிப்பட்ட மாற்றத்தினூடே விளக்கங்காணப்பட வேண்டும். வேறு வகையில் கூறுவதானால், வரலாற்று ரீதியாக அமையும் இந்த மரபுவழிப்பட்ட அறுபடாத தொடர்ச்சியும் விரிவாக்கமும் மாற்றமும் சமகாலத்தில் பல்வேறு சிறுசிறு மாறுதல்களுடன் காணப்படுவதற்கான காரணங்களும் ஆராயப்பட வேண்டும்.

திராவிட உறவுமுறை என்பதைக் காலரீதியாக ஏற்பட்ட மாறுபாடுகளையும், இது மற்ற உறவுமுறைகளிலிருந்து மாறு படும் போக்கையும், இன்று இது பல்வேறு சமூகங்களில் எவ்வாறெல்லாம் சிறுசிறு வேறுபாடுகளுடன் காணப்படுகிறது என்பதையும் அறியும்போதே முழுமையாக விளங்கிக்கொள்ள முடியும் என்கிறார் ட்ரவுட்மன் (1981: 19 – 23).

இன்றைய இந்தியப் பண்பாட்டிற்கு அடித்தளமாய் விளங்கும் திராவிட, இந்திய – ஆரிய, முண்டா ஆகிய மூன்று பண்பாடுகளும் ஒன்றையொன்று பாதித்துக் கொண்டவையாக, கொண்டு – கொடுத்துக் கொண்டவையாக உள்ளன. இத்தகு பாதிப்பினூடே சமகாலத்திய திராவிட உறவுமுறை வெவ்வேறு சமூகங்களில் சிற்சில மாறுபாடுகளுடன் காணப்படுகிறது. இப்பின்னணியிலும் திராவிட உறவுமுறையின் கருத்தமைவை அறிய வேண்டும் என்கிறார் ட்ரவுட்மன் (மேலது: 19).

திராவிட உறவுமுறை

திராவிட உறவுமுறை குறித்த ஆய்வு 1850களின் இறுதி யிலேயே தொடங்கிவிட்டது. அமெரிக்க மானிடவியலர் லூயி ஹென்றி மார்கன் தென்னிந்திய ஆற்காடு மிஷன் சபையைச் சேர்ந்த டாக்டர் ஹென்றி ஸ்கடர் என்பவரிடமிருந்து பெற்ற தமிழ் உறவுமுறைச் சொற்களை ஆராய்ந்து 1859இல் வெளி யிட்டார். அதன்பின் திராவிட உறவுமுறை மானிடவியலில்

பெரும் விவாதத்தை உருவாக்கி இன்றுவரை அது தொடர வழிவகுத்தது.

திராவிட உறவுமுறைச் சொற்கள் உறவினர்களைக் குறைந்தது ஐந்து தலைமுறையினர்களாகப் பாகுபடுத்திவிடு கின்றன. ஒவ்வொரு தலைமுறையிலும் பால் வேறுபாடு தெளிவாகச் சுட்டப்படுகின்றது. மேலும் ஒவ்வொரு தலை முறையிலும் வயதுவேறுபாடும் தெளிவாகச் சுட்டப்படுகின்றது. பெரும்பாலான சொற்கள் ஒன்றுக்கும் மேற்பட்ட உறவினர் களை ஒரு தொகுதியாக வகைப்படுத்தி விடுவதால் இதனை 'வகைப்படுத்தும் உறவுமுறை' என்பர்.

மேற்கூறிய தலைமுறை வேறுபாடு, பால் வேறுபாடு, வயது வேறுபாடு, வகைப்படுத்தும் போக்கு போன்றவை வேறு சில உறவுமுறைகளிலும் காணப்படுகின்ற சூழலில் திராவிட உறவுமுறைக்கான தனித்துவம் எதில் அடங்கியிருக்கிறது எனில் அதன் சீர்மைப் போக்கிலும், விரும்பத்தக்க மண உறவினர் களைச் சுட்டிக் காட்டுவதிலும் ஆகும். அதனால்தான் திராவிட உறவுமுறையைச் 'சீர்மைப் போக்குடையது' என்றும், யாரை மணக்க விரும்புகின்றனர் என்ற 'விருப்பச் சுட்டுதலைக்' காட்டு கிறது என்றும் இதன் முதன்மையான இரு பண்புகளைக் கூறலாம்.

விருப்பச் சுட்டுதலைப் பின்வருமாறு புரிந்துகொள்ளலாம். பெரியப்பா, சித்தப்பா மக்களும், பெரியம்மா சின்னம்மா மக்களும், அத்தை மக்களும், தாய்மாமன் மக்களும் ஒருவருக்குக் கிளைவழி உறவினர்கள் ஆவர். இதில் பெரியப்பா, சித்தப்பா, பெரியம்மா, சின்னம்மா மக்களைப் பேசுநர் (ego) தன் உடன் பிறந்தாருடன் இணைந்து அண்ணன், தம்பி, அக்காள், தங்கை ஆகிய உறவினமாக இணைத்துக்கொண்டு, அவர்களைப் பங்காளி உறவினமாக்கி மீதமுள்ள கிளை உறவினர்களான அத்தை மக்களையும், தாய்மாமன் மக்களையும் மட்டும் முறை மக்களாக, அவர்களை விரும்பி மணக்கும் உறவினர்களாக, இன்னும் சொல்லப்போனால் உரிமைகொண்டு மணக்கும் முறை உறவினர் களாகக் காண்பதால் அவர்கள் தனித்த உறவுமுறைச் சொற் களுடன் அழைக்கப்படுகின்றனர். ஆக, கிளை உறவினர்களில் ஒரு பாதியினரை உடன்பிறந்தவர்களாக இணைத்துக்கொண்டு மறுபாதியினரைத் தனித்த உறவினமாக, அதாவது மணஉறவின மாகப் பிரித்துவிடுவதால் திராவிட உறவுமுறை பிரித்திணைத்தல் முறை கொண்டதாகும். இதுவே மற்ற உறவுமுறைகளிலிருந்து இதனைத் தனிமைப்படுத்திக் காட்டுகிறது.

திராவிட உறவுமுறையின் பிரித்திணைக்கும் முறையில் தந்தையின் சகோதரியான அத்தையின் மக்கள் ஒரு நிலையிலும்,

தாயின் சகோதரரான தாய்மாமன் மக்கள் மறுநிலையிலும், அதாவது தந்தை வழியிலும் தாய்வழியிலும் மணக்கும் விரும்பத் தக்க மணஉறவு கிடைக்கிறது. இந்த இருவழி உறவுத் திருமணம் திராவிட உறவுமுறையின் சீர்மைக்கு அடித்தளமாக அமைகிறது. தந்தைவழி உறவினர்களையும் தாய்வழி உறவினர்களையும் ஒத்த சீர்மையுடன் அழைக்கும் உறவுச் சொற்கள் உள்ளமையே இருவழிச் சீர்மைக்குக் காரணமாகின்றது. இருவழி முறை மணத்தை அடிப்படையாகக் கொண்டு கட்டப்பட்டுள்ள திராவிட உறவுமுறை, அதன் திருமண விதிகளை உறவுமுறைச் சொற்கள் வழி வெளிப்படுத்துவதாக உள்ளது. அதனால்தான் தமிழர் உறவுமுறையை ஆராய்ந்த லூயி துய்மோன் (*Dumont 1953*) தமிழர் உறவுச் சொற்கள் அவர்களின் திருமண முறையை வெளிப்படுத்துவதாக உள்ளது என்றார். இத்தன்மை திராவிட உறவுமுறைக்கும் பொருந்துவதாகும்.

மேலும் திராவிட உறவுமுறையில் இருவழிச் சீர்மையும், யாரை மணக்க வேண்டுமென்ற விரும்பத்தக்க மணஉறவும் காணப்படுவதால் உறவினர்களைப் பங்காளிகள் என்றும், சம்பந்தி உறவினர் என்றும் இரண்டே இரண்டு வட்டங்களாகப் பாகுபடுத்தும் போக்கு காணப்படுகிறது (விரிவுக்குக் காண்க: பக்தவத்சல பாரதி 1990, 1999).

முறைமண வகைகள்

தமிழர்கள் உள்ளிட்ட திராவிடச் சமூகங்களில் தாய் மாமன், தந்தையின் சகோதரி (அத்தை) ஆகியோரின் மகள்களை, மகன்களை முறையே முறைப் பெண்கள், முறைப் பையன்கள் என உரிமை கொண்டாடி அவர்களை மணக்கும் 'முறைமணம்' அல்லது 'உறவுத் திருமணம்' ஓர் அடிப்படையான திருமண முறையாகும்.

இம்மணமுறையானது கொண்டு – கொடுத்தலை அடிப்படையாகவும், பரஸ்பர உறவை மையமிட்டதாகவும், மண உறவைக் காலந்தோறும் போற்றிப் பேண வேண்டியதை யும் வலியுறுத்துகிறது.

தாய்மாமன் மகள், அத்தை மகள் இருவருமே முறைப் பெண்கள். இவர்களை மணக்கின்ற உறவுத் திருமணமே 'முறை மணம்' தமிழர் உள்ளிட்ட திராவிடச் சமூகங்கள் பின்பற்றி வருகின்ற திராவிட உறவுமுறையின் அடித்தளம். எனினும், இந்த முறைமணத்தின் சமூகப் பரிமாணம் நீண்ட காலகட்டத் தில் சில தனித்தன்மைகளை ஏற்றுக்கொண்டுவிட்டது. இம் மாற்றத்தின் வாயிலாகப் பின்வரும் மூன்று வகையான முறை மணங்கள் இன்று காணப்படுகின்றன.

1. இருவழி உறவுத் திருமணம் தந்தைவழியில் அத்தை மகளையும் (தந்தையின் சகோதரி மகள்), தாய்வழியில் தாய் மாமன் மகளையும் எவ்விதத் தயக்கமுமின்றி மணக்கும் முறை. இருவழியிலும் பெண் எடுத்தலை இத்திருமண முறை ஆதரிக் கிறது. பெரும்பாலான தமிழ்ச் சமூகங்களில் இம்மணமுறை காணப்படுகிறது.

2. தந்தை வழி உறவுத் திருமணம் தந்தையின் சகோதரி யான அத்தை மகளை மட்டும் மணந்துகொள்ள விரும்பும் மணமுறை. தாய்மாமன் மகளை விரும்புவதில்லை. தாய்க்கால் வழியைக் கொண்டுள்ள மறவர், கள்ளர், பிள்ளைமார் போன்ற சாதியினர் இவ்வகை மணமுறையைக் கொண்டுள்ளனர். திராவிடர் திருமணமுறையில் அக்கா மகளைத் திருமணம் செய்யும் முறை தலைமுறையிடைத் திருமணமாக உள்ளது. ஒரு தலைமுறையைச் சேர்ந்த மணமகன் தனக்குக் கீழான தலைமுறையைச் சேர்ந்த அக்காள் மகளை மணப்பது என்பது தந்தைவழி உறவுத் திருமணத்தின் ஒரு நீட்சி என்பார் ட்ரவுட்மன் (மேலது: 206).

3. தாய்வழி உறவுத் திருமணம் தாய்மாமன் மகளை மட்டும் மணக்க விரும்புதல். தாய்வழி உரிமையை விரும்பும் சமூகத்தினர் இம்மணமுறையைக் கொண்டுள்ளனர்.

வடஇந்தியாவில் இவ்வாறான தன்மைகள் இல்லை. வட இந்திய முறைகளை விளக்குவதற்கு இங்கு விரிவான களம் இல்லையாதலால் மிகச் சுருக்கமாக அறிய வேண்டும். இத்துணைக் கண்டத்தின் திருமண முறைகளை ஆராயும்போது வடஇந்தியப் பகுதியும் தென்னிந்தியப் பகுதியும் பல தனித் தன்மைகளைக் கொண்டுள்ளமை வெளிப்படுகிறது. வட இந்தியாவில் சாதி இந்துக்களிடம் பெரு வழக்காக அமையும் திருமண முறை அனுலோம எனப்படும் உயர்குலத் திருமணம் ஆகும். இம்முறையின்படி பெண்ணை உயர்குலத்தைச் சேர்ந்த மணமகனுக்குக் கொடுக்க வேண்டும். இதனை வேறுவகையில் சொல்ல வேண்டுமானால் பெண் எடுக்கும்போது அவளைக் கீழ்க்குலத்திலிருந்தும், பெண் கொடுக்கும்போது அவளை உயர்குலத்திற்கும் கொடுக்க வேண்டும் (விரிவுக்குக் காண்க: பக்தவத்சல பாரதி, *தமிழர் மானிடவியல்*, 2008: 64 – 84).

ஆய்வின் மையப்பொருள்

திராவிட உறவுமுறை பற்றிய தம் நூலில் ட்ரவுட்மன் இவ்வாய்வுக்கான நோக்கத்தைப் பின்வருமாறு தொடங்குகிறார்.

> "இந்நூலின் ஆய்வுப் பொருள் திராவிட உறவுமுறை பற்றியது. இன்றைய சமகால திராவிட உறவுமுறையின்

அமைப்பு முறைகள் ஒரு தொல் மூலத்திலிருந்து கிளைத் தவை. இதனை ஒரு வரலாற்று மீட்டுருவாக்க முறையில் விளக்கிக்கொள்ள இயலும். இதற்கு மானிடவியல், வரலாறு ஆகிய இருதுறைகளின் அணுகுமுறைகளும் ஆதாரங் களும் இன்றியமையாதன" (மேலது: xiii).

விவாதத்தின் அடுத்த கட்டமாக ட்ரவுட்மன் முன்வைக்கும் கருத்துக்களை அவருடைய எழுத்துக்களிலேயே இங்குக் கவனிக்க வேண்டும்.

"திராவிட உறவுமுறை என்றால் என்ன? தென்னிந்தியா, இலங்கை குறித்த இனவரைவியலை நோக்கும்போது இங்குள்ள சாதிகள், பழங்குடிகள் அனைத்தும் அவற்றிற் கிடையே சமூக அளவிலும் மொழி அளவிலும் மாறுபாடு களைக் கொண்டிருப்பினும் உறவுமுறைகளைப் பொறுத்த வரை வலுவான ஒற்றுமையைக் கொண்டுள்ளன. இச் சமூகங்களுக்கிடையே காணப்படும் ஒத்த தன்மையையே திராவிட உறவுமுறை என அறிஞர்கள் இனங்கண்டனர்" (மேலது: 2).

உண்மையில், நேரடியாக உற்றுநோக்கும்போது இந்த ஒத்த தன்மை புலப்படுவதில்லை. அந்தந்த வட்டாரத்திலுள்ள சமூகத்தின் தன்மைகளே வெளிப்படுகின்றன. இவற்றில் சில வேறுபாடுகள் காணப்படுகின்றன. இத்தகு வட்டார முறைகளின் கூட்டுத் தொகுப்பாகவே திராவிட உறவுமுறை என்னும் வடிவம் பெறுகிறது. இந்நிலையில் ஆய்வாளர்களால் முன்வைக்கப்படும் ஒரு கருத்தாக்கமாக இது அமைகிறது. இக்கருத்தாக்கம் எவ் வகையான கட்டமைவைச் சார்ந்தது என்பது ட்ரவுட்மனின் ஆய்வாக அமைந்தது.

பல மானிடவியலர்கள் திராவிட உறவுமுறையை, குறிப்பாக திராவிட உறவுமுறைச் சொல்வழக்குகளை உருவம் சார்ந்த ஒரு வகையினம் என்பர். உலகின் மற்ற உறவுமுறைகளோடு ஒப்பிட்டுப் பார்க்கும்போது இதன் தனித்த வேறுபாடுகளை யும் கூறுவர். பல சாதிகளும், பழங்குடிகளும் கொண்டிருக்கும் வட்டார வடிவங்களின் ஒப்புமையாலேயே திராவிட உறவு முறையின் பொதுத்தன்மை அமைகிறது. அவ்வாறாயின் இந்த ஒப்புமை தென்னிந்தியா முழுவதிலும் காணப்படுவதோடு, இலங்கைவரையிலும் இந்த ஒப்புமை பரவியுள்ளது. மேலும் புறவடிவ ஒப்புமையைப் பார்க்கும்போது அமெரிக்க இந்தியர் களான இரோக்குவர் (Iroquois), ஆஸ்திரேலிய முதுகுடியான கரைரா (Kariera) ஆகியோரிடமும் இத்தகு ஒப்புமை காணப் படுவதால் இவையாவும் ஒப்புமையளவில் ஓரினமாக வகைப் படுகின்றன.

மேற்கூறிய கருத்திற்கு மாறாக மானிடவியலர்களில் ஒருசாரார், திராவிட உறவுமுறை என்பது வரலாற்றுப்போக்கில் இந்தியாவின் ஒரு பண்பாட்டுப் பரப்பிற்குரியது என்று விவாதிப்பர். இந்தவகையில்தான் 'திராவிட' என்னும் சொல் பயன்படுத்தப்படுகிறது என்பர். ஏனெனில் இவ்வினத்துக்குரிய பல சமூகங்கள் யாவும் வரலாற்றில் ஒன்றுக்கொன்று தொடர்பு கொண்டிருந்தன என்றும் இக்கருத்துடைய மானிடவியலர்கள் கூறுவர்.

துரதிர்ஷ்டவசமாக இத்தகு கருத்தின் அடிப்படையில் ஆய்வுகள் மேற்கொள்ளப்படவில்லை. தான் ஆய்வு மேற் கொள்ளும் ஒரு வட்டாரத்தின் வகைமாதிரியை திராவிட முறைக்கான ஒட்டுமொத்தத்தின் பிரதிபலிப்பு என்று ஆராயும் போக்கே காணப்படுகிறது என்பார் ட்ரவுட்மன். ஒரு வகை மாதிரியைக் கொண்டு முழுமைக்கான பொருளைத் தேடுவது ஒருவகையில் முறையானது என்றாலுங்கூட, இவ்வகையான அணுகுமுறை சில தவறான முடிவுகளை எட்டவும் வழிவகுத்து விடும் என்பார். இதனாலேயே அண்மைக்கால ஆய்வுகள் சிலவற்றில் ஆழ்நிலை வரலாற்றியம் காணக்கூடியதாகவும் (எகா: துய்மோன், யால்மன்), சில ஆய்வுகளில் (கார்டர்) வெளிப்படையான எதிர்வரலாற்றியம் காணக்கூடியதாகவும் உள்ளது என்கிறார் ட்ரவுட்மன் (மேலது: 3).

திராவிடப் பகுதியில் அந்தந்த வட்டார அளவிலான சமூகங்களுக்கிடையே காணப்படும் சிற்சில மாறுபாடுகளுடன் காணப்படும் உறவுமுறைகள் யாவும் வரலாற்றின் நீண்ட காலவெளியில் உருவானவை. வேறுவகையில் சொல்வதாயின், மேலும் துல்லியமாகக் கூறவேண்டுமாயின், இந்த வட்டாரச் சமூகங்களின் உறவுமுறைகள் எல்லாம் ஒரு பொது மூலத்தி லிருந்து தோன்றி வளர்ந்தவை. இப்பொது மூலத்தைத் 'தொல் திராவிடம்' என்று கொள்ள வேண்டும் என்கிறார் ட்ரவுட்மன். இன்று வட்டார அளவில் ஒத்திருப்பதற்குக் காரணம் அவையா வும் பொது மூலமான தொல் திராவிடத்தின் குடிவழியைப் பெற்றிருப்பதாகும் என்ற கருதுகோளை ட்ரவுட்மன் முன் வைத்துத் தன் ஆய்வினைத் தொடங்குகிறார்.

திராவிட உறவுமுறையின் தன்மைகளை அறிந்து கொண்ட இந்நிலையில் அதன் சமகாலப் பண்புகளில் காணப்படும் மாறுபாடுகளை ட்ரவுட்மன் கவனத்தில் கொள்கிறார். இம் மாறுபாடுகள் வரலாற்றின் கால ஓட்டத்தில் ஏற்பட்ட மாற்றங் களின் வெளிப்பாடு என்று விளக்குகிறார். ட்ரவுட்மன் பல எடுத்துக்காட்டுகளைக் காட்டினாலும் மிக முக்கியமான சில எடுத்துக்காட்டுகள் இங்குச் சுருக்கித் தரப்படுகின்றன.

திராவிட மானிடவியல்

சிங்களவர்

இவர்கள் இந்தியத் துணைக்கண்டத்தின் தென்பகுதிக்கு அப்பால் உள்ள இலங்கையில் இந்திய – ஆரிய மொழி பேசுபவர்கள். இந்திய – ஆரிய மொழியைப் பேசினாலும் இவர்கள் திராவிட உறவுமுறையைக் கொண்டிருப்பவர்கள்.

திராவிட உறவுமுறை இலங்கைத் தீவு முழுவதும் நீக்கமற நிறைந்திருக்கிறது. இது தமிழர் – சிங்களவர் என்றோ, இந்து மதத்தினர் – பௌத்த மதத்தினர் என்றோ பாகுபாடு பார்க்காமல் அனைவருக்கும் பொதுவானதாகக் காணப்படுகிறது. அதனால் தான் 18ஆம் நூற்றாண்டில் ஆங்கில காலனி ஆட்சியாளராக வந்த காட்ரிங்டன் என்பவர் "சிங்களவர்கள் மொழியால் இந்தோ – ஆரிய மொழியைப் பேசுகின்றனர்; மதத்தால் பௌத்தத்தைப் பின்பற்றுகின்றனர்; பண்பாட்டாலும் சமூக அமைப்பாலும் தென்னிந்திய முறையைப் பின்பற்றுகின்றனர்" என்று தான் எழுதிய இலங்கையின் சுருக்கமான வரலாறு (A Short History of Ceylon, 1926) எனும் நூலில் கூறினார். இக்கூற்று ஓர் இனவரைவியல் சார்ந்த கூற்றாகும். இன்றைய தென்னாசியச் சமூகங்கள் பற்றிய விரிவான மானிடவியல் ஆய்வுகள் கண்டெடுத்த தீர்க்கமான முடிவுகளை அன்றே காட்ரிங்டன் உணர்த்தியுள்ளார் என்பது நாம் கருத்தூன்றிக் கவனத்தில் கொள்ள வேண்டிய ஒரு கருத்தாகும்.

சிங்கள மக்கள் பன்னெடுங்காலமாகப் பின்பற்றிவரும் உறவுமுறையை நூர் யால்மன் (Nur Yalman) எனும் மானிடவியல் அறிஞர் போதி மரத்தடியில் (Under the Bo Tree, 1971) எனும் தலைப்பில் மிக விரிவாக ஆராய்ந்திருக்கிறார். கூடவே ஸ்டிராட் (Stirrat), ரொபின்ஸ், பியரிஸ், தம்பையா போன்றோரும் ஆராய்ந்திருக்கின்றனர். இவ்வாய்வுகள் மூலம் சிங்கள மக்களின் திருமண முறைகள், உறவுமுறைச் சொற்கள், மணக்கொடை, குடும்ப அமைப்பு, சொத்துரிமை போன்ற ஏனைய கூறுகளையும் வெகுவாகவே அறிய முடிகிறது. இங்கு நாம் சிங்கள மக்களின் உறவுமுறைச் சொற்களை மட்டும் கணக்கில் எடுத்துக் கொள்ளலாம்.

சிங்கள உறவுமுறைச் சொற்கள்

1. முத்தா — பாட்டன் (தாத்தாவின் அப்பா)
2. சியா — தாத்தா (அப்பாவின் அப்பா, அம்மாவின் அப்பா)
3. ஆச்சி, ஆத்தா — பாட்டி (அப்பாவின் அம்மா, அம்மாவின் அம்மா)

4. கிரியாத்தா, அத்தப்பா – அப்பாவின் அப்பா
5. கிரியம்மா, அத்தம்மா – அப்பாவின் அம்மா
6. அப்பா, அப்புச்சி, தாத்த, பியா – சொந்த தந்தை
   லொகு தாத்த, லொகு அப்பா, மஹா அப்பா – பெரியப்பா
   குட அப்பா, பால அப்பா – சித்தப்பா
   பாபொச்சி – சித்தியின் கணவர் (சித்தப்பா)
7. அம்மா, மவு – சொந்த அம்மா
   லொகு அம்மா – அம்மாவின் மூத்த சகோதரி
   குட அம்மா – அம்மாவின் இளைய சகோதரி
   மஹா அம்மா – பெரியப்பா மனைவி
   பால அம்மா – சித்தப்பாவின் மனைவி
   புஞ்சி அம்மா – இரண்டாம் தாய் (மாற்றாந்தாய்)
8. மாமா, மாமாண்டி – தாய்மாமன், அத்தையின் கணவர், மாமனார்
9. நந்தா, நந்தம்மா – தாய்மாமனின் மனைவி, அத்தை, மாமியார்
10. ஐயா – அண்ணன்
    லொகு ஐயா – மூத்த அண்ணன்
    மத்தியம ஐயா – பெரியண்ணன்
    புஞ்சி ஐயா – நடு அண்ணன்
    பின் ஐயா – சின்னண்ணன்
    பொடி ஐயா – இளைய அண்ணன்
    ஹின் ஐயா – குட்டியண்ணன்
11. அக்கா – அக்கா (மூத்த சகோதரி)
    லொகு அக்கா – மூத்த அக்கா
    மத்தியம அக்கா – பெரிய அக்கா
    புஞ்சி அக்கா – நடு அக்கா
    பின் அக்கா – சின்ன அக்கா
    பொடி அக்கா – இளைய அக்கா
    ஹின் அக்கா – குட்டி அக்கா
12. மல்லி – தம்பி
    லொகு மல்லி – மூத்த தம்பி

மத்தியம மல்லி – பெரிய தம்பி
புஞ்சி மல்லி – நடுத் தம்பி
பின் மல்லி – சின்னத் தம்பி
பொடி மல்லி – இளைய தம்பி
ஹின் மல்லி – குட்டித் தம்பி

13. *நங்கி* – தங்கை
லொகு நங்கி – மூத்த தங்கை
மத்தியம நங்கி – பெரிய தங்கை
புஞ்சி நங்கி – நடுத் தங்கை
பின் நங்கி – சின்னத் தங்கை
பொடி நங்கி – இளைய தங்கை
ஹின் நங்கி – குட்டித் தங்கை

14. *மசினோ, மச்சாங், ஹுரா* – மச்சான்
15. *நானா* – மைத்துனி
16. *பானா* – மருமகன்
17. *லேலி* – மருமகள்
18. *சகோதரி* – சகோதரி
19. *சகோதரா* – சகோதரன்
20. *பவுலா, கனு* – மனைவி
21. *மினிஹ, புருசய்யா* – கணவன்
22. *புதா* – மகன்
லோகு புதா – மூத்த மகன்
பொடி புதா – இளைய மகன்
23. *துவா* – மகள்
லோகு துவா – மூத்த மகள்
பொடி துவா – இளைய மகள்
24. *முனுபுரா* – பேரன்
25. *மினிபிரி* – பேத்தி

சிங்கள மக்களின் மேற்கூறிய உறவுமுறைச் சொற்கள் திராவிட உறவுமுறையை அச்சு வார்த்தது போல் பிரதிபலிக்கக் கூடியவகையில் இருப்பதைக் காண்கிறோம். பல சொற்கள் நேரடியாகத் திராவிட உறவுமுறையில் வழங்கும் சொற்களாகவே உள்ளன. சிங்களவர்கள் தாத்தாவைக் குறிப்பிட 'சியா' எனும்

சொல்லைப் பயன்படுத்துகின்றனர். இது மதுரை வட்டாரத்தில் தேவர் சாதிக் குழுக்களிடம் பாட்டனைக் குறிக்கப் பயன்படும் 'சிய்யா/சிய்யான்' எனும் சொல்லின் திரிபுவடிவமாகும். சில சொற்கள் மட்டும் இடைக்காலச் சிங்கள மொழியின் சொற்களாக உள்ளன. துவா, புதா உள்ளிட்ட பிற சொற்கள் இடைக்காலச் சிங்கள மொழியின் சொற்களாக உள்ளன என்கிறார் டிரவுட்மன். இங்கு மிக முக்கியமாக கவனத்தில் கொள்ள வேண்டியது சிங்கள உறவுமுறையில் நேர் திராவிடச் சொற்கள் மிகுதியாகவும், இடைக்காலச் சிங்களச் சிலவும் கலந்திருந்தாலும் சிங்கள மக்களுடைய உறவுமுறையின் அடிப்படைக் கட்டமைப்பு முழுக்க முழுக்க திராவிட அமைப்பைச் சார்ந்ததாகும்; திராவிடரின் இருவழி உறவுத் திருமணத்தை அடிப்படையாகக் கொண்டதாகும். வடஇந்தியாவில் இந்தோ – ஆரிய மொழி பேசும் சமூகத்தார் பின்பற்றி வரும் உயர்குல மணமுறை (hypergamy – கன்னிகாதானம்) இவர்களிடம் இல்லை.

சிங்களவர்கள் இந்தோ – ஆரிய மொழியைப் பேசினாலும் மேற்கு வங்கம், ஒடிசா ஆகிய பகுதிகளோடு பூர்வ இனத் தொடர்பு கொண்டிருந்தாலும் இங்கு நாம் எழுப்பும் கேள்வி என்னவெனில் அவர்களிடம் பண்டு தொட்டுக் காணப்படும் திராவிட உறவுமுறையின் இருப்பு எதனால் என்பதே. அவர்கள் திராவிட உறவுமுறையை ஏன் தமக்கான முறையாகக் கொண்டிருக்கிறார்கள்? அது அவர்களுக்கு எப்போது, எங்குக் கிடைத்தது? மொழி, இன உறவுகள் வேறுபட்டிருக்க சமூகப் பண்பாட்டு முறைகள் மட்டும் திராவிடம் தழுவியதாக இருப்பதேன்? இவற்றிற்கான அரசியல் வரலாறும் சமூகப் பண்பாட்டு வரலாறும் முழுமையாக, நேர்மையாக, அறிவுத் துறைகளின் ஊடாக விளங்கிக் கொள்ளப்பட வேண்டும்.

சமூகப் பண்பாட்டு வரலாற்றைப் பொறுத்தவரை சிங்களவர்கள் தென்னிந்தியா வழியாகக் கடந்து இலங்கையில் குடியமர்ந்தது என்பது ஒரு பகல், ஓரிரவில் நடந்ததல்ல. ஒரு நீண்ட காலகட்டத்தில் தென்னிந்தியா வழியாக நகர்ந்து சென்றபோது அவர்கள் இப்பகுதிகளில் தங்கி, வாழ்ந்து, இங்குள்ள பெண்களைத் திருமணம் செய்து கொண்டு, தமிழ் பௌத்தத்தைத் தழுவி, தமிழ் தேசத்தோடு உறவாடி, தென்னிந்திய கிராமத் தெய்வங்களை வணங்கி வழிபட்டு, மெல்ல மெல்ல நகர்ந்து இலங்கை சென்றடைந்தார்கள். அனைவரும் வங்காளத்திலிருந்து நேரடியாகக் கப்பலில் ஏறி இலங்கை சென்றுவிடவில்லை. அப்படிச் சென்றிருந்தால் இன்று அவர்களிடம் திராவிட உறவுமுறைச் சொல் ஒன்றுகூட இருக்காது. அவர்கள்

திராவிட மானிடவியல்

இன்றும் பின்பற்றும் உறவுத் திருமணங்களும் திராவிட உறமுறைச் சொற்களும் அவர்கள் தென்னிந்தியாவோடு ஏற்படுத்திக் கொண்ட அறுபடாத உறவையே காட்டுகின்றன. இன்று தென்னிந்தியாவில் வாழும் பிராமணர்கள், முஸ்லிம்கள் ஆகியோர் இப்பகுதிக்குரிய உறவுத் திருமணங்களை ஏற்றுக் கொண்டதுபோல, சிங்களவர்களும் திராவிடர்களின் உறவுத் திருமணங்களை ஏற்றுக்கொண்டார்கள்.

வேடர்

இவர்கள் இலங்கையின் தொல்குடியினர். இப்போது கிழக்கு மாகாணத்தில் பெரிதும் வாழ்கின்றனர். பாலி நூல்களைப் பொறுத்தவரை இவர்கள் யாக்கர்கள் எனக் கருதப் படுகின்றனர். 12ஆம் நூற்றாண்டுவரை மலைக்குகைகளை வாழிடமாகக் கொண்டு வேட்டையாடி உணவு சேகரித்து வாழ்ந்தவர்கள். செலிக்மன் (*Seligmann*) எனும் ஆசிரியர் வேடர்களைப் பற்றி எழுதிய இனவரைவியல்படி இவர்கள் சிங்களத்தின் ஒரு கிளை மொழியைப் பேசி வருகின்றனர். எட்மண்ட் லீச் சிங்களர்களிடம் தொகுத்த உறவுமுறைச் சொற்களின் அமைப்பியல்போடு வேடர்களின் சொற்களும் ஒத்துள்ளதால் இவ்விரு இனத்தாரும் உறவுமுறையைப் பொறுத்தவரை திராவிட முறையைக் கொண்டவர்களாகவே உள்ளனர்(மேலது: 155).

தொதவர்

நீலகிரி மலைத்தொடரில் ஆயர் வாழ்க்கை நடத்தும் தொதவர்களைப் பற்றி 1906இல் ரிவர்ஸ் (*W.H.R. Rivers*) எழுதிய பின்னரே இனவரைவியல் பரப்பில் தொதவர்கள் ஒரு தனித்த இடம் வகிக்கின்றனர் என்பது தெரிய வந்தது. ரிவர்சைத் தொடர்ந்து எமனோ இவர்களின் உறவுமுறை குறித்து ஆராய்ந்தமை இவர்கள் பற்றிய மொழி, இனவரைவியல் புரிதலை விரிவுபடுத்தியது. தமிழர்களைப் போலல்லாது பேசுநர் தன் முறைப்பையன்களையும், முறைப்பெண்களையும் வயது வேறுபாட்டை முன்வைத்துப் பிரித்தழைப்பதில்லை. இது இலங்கையில் சிங்களர்களிடமும் வேடர்களிடமும் காணப்படும் ஒரு தன்மையாகும். மூத்தவர், இளையவர் இருவரையும் ஒரு சொல் கொண்டு அழைக்கும் முறையைக் கொண்டுள்ளனர். திராவிட உறவுமுறையைப் பின்பற்றும் தொதவர்கள் இதன் இன்னொரு வடிவத்தின் பேராளர்களாக உள்ளனர் என்பதே இவர்களின் உறவுமுறைக்கான தனித்துவ மாகும் (ட்ரவுட்மன் 1981: 155 – 56).

குடகு மக்கள்

எமனோ எழுத்துக்கள் மூலம் நாம் அறிய வேண்டிய மற்றுமொரு உறவுமுறை வடிவமானது கர்நாடகத்தின் குடகு மாவட்டத்தில் வாழும் குடகு மக்களின் உறவுமுறையாகும். திருமணத்தால் இணையும் தம்பதியினர் இருவரும் ஒரு பெண் மூதாதையரைத் தங்கள் குடிச் சந்ததியினராகக் கொண்டிருப்ப தில்லை. நீலகிரி தோடர்களைப் போன்று சமூக மையமிட்ட தாய்த்தாயக் கால்வழிக் குழுக்களைக் கொண்டிருக்கவில்லை. எனினும் இருவழியிலும் முறைமக்களை மணம் செய்யும் உரிமையைக் கொண்டிருப்பதால் முறைப்பையனை விடுத்து வேறு ஒருவனை மணக்கும் திருமணத்தில் பெண் வீட்டார் முறைப்பையன் வீட்டாருக்கு இழப்புத் தொகை கொடுக்க வேண்டும் என்ற முறை நீண்டகாலமாக இருந்து வந்துள்ளது. முறை மக்களை மணக்கும் முறை இவர்களிடம் இருப்பதால் குடகு உறவுமுறைச் சொற்கள் திராவிட உறவுமுறையை ஒத்துள்ளது. ஆதலின் குடகு மக்கள் சமகால திராவிட உறவு முறையில் மற்றுமொரு பரிமாணத்தைக் கொண்டிருப்பவர் களாக உள்ளனர் (மேலது: 161).

துளு: தென்கன்னட சமணர்

கர்நாடகத்தில் தென் கன்னட மாவட்டத்தில் மங்களூர் வட்டாரத்திலும் அதனைச் சுற்றியும் வாழும் திகம்பரச் சமணர் கள் நிலவுடைமைச் சமூகத்தாராக வாழ்ந்து வருகின்றனர். அண்மைக் காலத்தில் மருமக்கள்தாய முறையை ஒழிக்கும் சட்டம் இயற்றும்வரை இவர்களிடம் சொத்துரிமை தாய்வழி யில் கொடுக்கப்பட்டது. இதற்கு 'அளிய சந்தானம்' என்று பெயர். இவர்கள் இருவழி முறைமணத்தை பின்பற்றுகின்றனர். நடு திராவிட மொழியான துளு பேசும் இவர்கள் கன்னடம், கொங்கணி பேசுவோருடன் அண்டி வாழ்வதால் இருமொழி யாளராகவும், ஓரளவு மும்மொழி பேசுபவராகவும் உள்ளனர்.

தென்கன்னட சமணர்களின் உறவுமுறையில் கவனிக்கத் தக்க ஒரு மாறுபாடு என்னவெனில் பேரக் குழந்தைகளைப் பேரன், பேத்தி எனப் பால் அடிப்படையில்கூட வேறுபடுத்தும் வகைப்பாடு இல்லை. மேலும் பேரன், பேத்தி மட்டுமல்லாமல் மகனின் மகளுடைய கணவர், மகளின் மகளுடைய கணவர், மகனின் மகள், மகளின் மகள், மகனின் மகனுடைய மனைவி, மகளின் மகனின் மனைவி போன்ற அனைவரையும் 'புள்ளி' *(pulli)* என்ற ஒரேயொரு சொல்லால் அழைக்கும் முறை உள்ளது. இவ்வகை முறை தவிர மற்ற சொற்பொருண்மைக் கூறுகள் யாவும் திராவிட உறவுமுறையை ஒத்துள்ளன. ஆதலின் திராவிட உறவுமுறையின் மற்றுமொரு தனிவடிவத்தைக்

கொண்டவர்களாக தென்கன்னட சமணர்கள் உள்ளனர் (மேலது: 164).

இனி, கேரளத்தின் தாய்வழிச் சமூகமாக இருந்து வந்துள்ள நாயர்களிடம் திராவிட உறவுமுறையின் தன்மைகளை ஆராய்கிறார் ட்ரவுட்மன். முதன்மையான சில கருத்துக்களைக் கணக்கில் கொள்ளலாம்.

	தமிழ்	நாயர்
மகன்	மகன், ☌சகோதரனின் மகன், ♀சகோதரியின் மகன்	♀மகன், ♀சகோதரியின் மகன், ☌மனைவியின் மகன் (கணவன் கூறும்போது)
மகள்	மகள், ☌சகோதரனின் மகள், ♀சகோதரியின் மகள்	♀மகள், ♀சகோதரியின் மகள், ☌மனைவியின் மகள் (கணவன் கூறும் போது)
மருமகன்	☌சகோதரியின் மகன், ♀சகோதரனின் மகன்	☌சகோதரியின் மகன்
மருமகள்	☌சகோதரியின் மகள், ♀சகோதரனின் மகள்	☌சகோதரியின் மகள்

குறிப்பு: ☌ = ஆண் கூறும்போது ♀ = பெண் கூறும்போது

நாயர்கள் தாய்வழிச் சமூகமாயினும் அவர்கள் திராவிட உறவுமுறையைக் கொண்டுள்ளனர். எனினும் இவர்களின் உறவுமுறைச் சொற்களில் தாய்வழி முறையின் வெளிப்பாடு காணப்படுவதை அறியமுடிகிறது. அதனால்தான் திராவிட உறவுமுறை நாயர்களின் தாய்வழி முறையின் கனத்தைத் தாங்கமுடியாமல் உருச்சிதைவது ஒருநிலையிலும், அதே நேரத்தில் தென்னிந்தியா, இலங்கை முழுமைக்கும் பரவியுள்ள ஒரு மிக நீண்ட வரலாற்றுப் பாரம்பரியம் மிக்க திராவிட உறவுமுறையானது தாய்வழி முறையைத் தன்னுள் கிரகித்துக் கொண்டு தனது செல்வாக்கை அதன்மேல் செலுத்தியுள்ளதை மறுநிலையிலும் காணமுடிகிறது.

நாயர் பெண் எந்த ஒரு கட்டத்திலும் தன் சகோதரன் மக்களை 'மருமகன்', 'மருமகள்' என்று அழைப்பதேயில்லை.

ஏனெனில் தாய்த்தாய முறையில் பெண் தன் சகோதரரின் மக்களை உரிமை கொண்டாடுவதில்லை (இதிலிருந்து தமிழ் முறை மாறுபடுவதை மேற்கூறிய அட்டவணையில் காணலாம்.)

மேற்கூறிய கருத்தியல்புகளை வெளிப்படுத்தும் திராவிட உறவுமுறைச் சொற்கள் நாயர்களிடம் காணப்படுவதால் இவை திராவிட உறவுமுறையின் மேலுமொரு வடிவத்தைப் பெறுகிறது என்கிறார் ட்ரவுட்மன் (மேலது: 172). கேரளத்தின் சுன்னி முஸ்லிம்களான மாப்பிள்ளைமார் அரபு வணிகர்களாகவும், முஸ்லிம்களாக மதம் மாறிய உள்ளூர்க்காரர்களாகவும் உள்ளனர். இவர்கள் சில நாயர்களைப் போலல்லாது தாயக உறைவிடம் (matrilocal) கொண்டவர்கள். இவர்கள் இருவழி உறவுத் திருமணத்தைக் கொண்டிருப்பினும் தாய்மாமனின் மகன், தந்தையின் சகோதரியின் மகளை மணப்பதே பெரிதும் விரும்பப்படுகிறது. இவ்வகையான தன்மைகளைக் கொண்டிருப்பதாலும் மாப்பிள்ளைகளின் உறவுமுறைச் சொற்கள் திராவிட உறவுமுறைக்கு மற்றுமொரு வடிவத்தைக் கொடுப்பதாக உள்ளன (மேலது: 168 – 69).

கேரளத்தில் சிரியன் கிறித்தவர்களிடம், நாயர்களிடம் காணப்படுவது போன்றே திராவிட உறவுமுறையின் போக்குகள் சற்று மாறுபட்ட நிலையில் காணப்படுகின்றன. இவர்களிடம் காணக்கூடிய பின்வரும் முக்கியமான ஆறு கூறுகளில் தமக்கைப் பரிமாற்றம், பிரித்திணைத்தல் முறை, உறவினர்களைப் பங்காளி உறவு, சம்பந்தி உறவு என இரண்டேயிரண்டு வகையினமாகப் பிரித்து விடுதல் ஆகிய மூன்றும் திராவிட உறவுமுறை சார்ந்தவை. மற்ற மூன்று கூறுகளான உறவுமுறைச் சொற்கள் விரும்பத்தக்க மணஉறவினர்களைச் (முறைமக்களை) சுட்டாத நிலை (அதாவது முறை மக்களை மணப்பதைத் தடுக்கும் திருமண விதிகளால் இவ்வகைச் சொற்கள் காணப்படவில்லை), பெண் தன் கணவனோடு ஒன்றிணைந்துவிடுவதால் கணவன் பயன்படுத்தும் சொல்லைக் கொண்டே அப்பெண்ணும் அவனது உறவினர்களை அழைக்கும் முறை, இரத்த உறவினர் – மணவழி உறவினர் என்ற இணைவைச் சுட்டிக் காட்டாத நிலை ஆகிய பண்புகள் ஆரிய உறவுமுறை சார்ந்தவையாகும்.

இந்நிலையில் சிரியன் கிறித்தவர்கள் அண்டைய திராவிட உறவுமுறை சமூகத்தாருடன் ஓரினமாகக் கூடிய போக்கைக் கொண்டிருக்கும் அதே வேளையில், முற்றிலுமாக ஓரினமாகாமல் சற்று விலகி நிற்கும் போக்கையும் கொண்டுள்ளனர்.

இவ்வகையில் தென்னிந்தியச் சமூகங்களிடம் காணப்படும் திராவிட உறவுமுறையின் சிற்சில வேறுபாடுகள் இதற்குப் பல வடிவம்/உருவம் கொடுத்துப் பன்முகத் தோற்றமுடையதாக

ஆக்கியுள்ளன என்பதை ட்ரவுட்மன் கோண்டு, மரியா கோண்டு *(Maria Gond)*, கோயர் *(Koya)*, தெலுங்குச் சாதியினர், குடகுக் கௌடர்கள் *(Coorg Gaudas)*, முள்ளுக்குரும்பர் பழங்குடி போன்றோரின் உறவுமுறைகள் வாயிலாகவும் விளக்கியுள்ளார் (மேலது: 152 – 73). வடதிராவிடர்களிடம் காணப்படும் சில தன்மைகளை இங்கு அறிந்து கொள்ள வேண்டும்.

வடதிராவிடர்கள்: குருக், மாலர், பிராகூய்

1.குருக்

இன்று வாழும் மொழியாக உள்ள மூன்று வடதிராவிட மொழிகளில் ஒன்று குருக் ஆகும் (மற்ற இரண்டு: மால்டோ, பிராகூய்). இதனைப் பேசும் குருக் மக்கள் அண்டைய மக்களால் ஓராவ்ன் என்று அழைக்கப்படுகின்றனர். சோட்டாநாக்பூர் பீடபூமியிலும், மேற்கு வங்கத்தின் சுந்தர்வனப் பகுதியிலும், மத்தியப்பிரதேசத்தின் பல மாவட்டங்களிலும் இவர்கள் பரவி வாழ்கின்றனர். இவர்களிடம் திராவிட முறையான முறை மக்களை விரும்பி மணக்கும் முறை இல்லாததாலும், இவர்களின் வாழிடம் கடைகோடி திராவிட உறவுமுறைப் பகுதியாக இருப்பதாலும் இவர்களின் உறவுமுறைச் சொல்வழக்கில் திராவிடக் கூறுகள் முழுவதுமாகக் காணப்படவில்லை; மிகக் குறைவாகவே உள்ளன (மேலது: 143). திராவிட உறவுமுறையின் மிச்ச சொச்சங்களைக் கொண்டவர்களாகவே இந்த திராவிடப் பழங்குடியினர் உள்ளனர்.

2.மாலர்

பழைய ஒன்றுபட்ட பீகாரின் ராஜ்மகால் பீடபூமியில் சந்தால் பர்கனாக்களில் வாழும் இவர்கள் குரு மக்களைப் போன்றே திராவிடர்களின் மரபான உறவுத் திருமணத்தைக் கொண்டிருக்கவில்லை. இவர்களிடம் மணமக்கள் தத்தம் தாய், தந்தை வழியில் மூன்று கால்வழிகளைத் தாண்டி திருமணம் செய்ய வேண்டும் என்ற வட இந்திய மக்களின் விதியைப் பின்பற்றுவதால் இவர்கள் ஹிந்தி திருமண முறையைப் பிரதிபலிப்பவர்களாகவே உள்ளனர். எனினும், இவர்களின் உறவுமுறைச் சொற்களில் திராவிடக் கூறுகள் ஓரளவு காணப் படுகின்றன. ஆதலின் இவர்களும் குருக் போன்றே எஞ்சி நிலைத்த திராவிட உறவுமுறைக் கூறுகளைக் கொண்டவர் களாகவே உள்ளனர் (மேலது: 146 – 147).

3. பிராகூய்

மற்றுமொரு வடதிராவிட மொழியான பிராகூய் இந்தியாவிற்கு வெளியே பாகிஸ்தானில் பேசப்படும் ஒரு

திராவிட மொழியாகும். பிராகூய் மக்கள் அனைவரும் முஸ்லிம்களாக உள்ளனர். அதனால் அவர்கள் சிற்றப்பா மகளை மணக்கும் முறையைக் கொண்டுள்ளனர். திராவிட உறவுமுறையின் சிறப்புக்கூறான முறைமக்களைத் தனிமைப்படுத்திக் கூறும் முறை இவர்களிடம் இல்லை.

இவர்களின் தாய்மொழியான பிராகூய் நிச்சயமாக ஒரு திராவிட மொழியாயினும் இவர்கள் ஈரானிய மொழிக் குடும்பத்தைச் சேர்ந்த பாஷ்டு, இந்திய – ஆரிய மொழிக் குடும்பத்தைச் சேர்ந்த சிந்தி ஆகியவற்றில் ஏதாவது ஒன்றைப் பேசும் இருமொழியாளராக உள்ளனர். இவர்கள் திராவிடப் பகுதியிலிருந்து நில அளவில் நெடுந்தொலைவு விலகி வாழ்வதாலும், இஸ்லாத்தைத் தழுவிக் கொண்டதாலும் திராவிட உறவுமுறையின் கூறுகள் இவர்களிடம் மறைந்து போயின *(மேலது: 146 – 147).*

வடதிராவிடர்களின் நிலை இவ்வாறிருக்க, திராவிட உறவுமுறையும் ஆரிய உறவுமுறையும் சந்திக்கும் எல்லைப்புறம் எவ்வாறான நிலையைக் காட்டுகிறது என்பதை ஆராய்கிறார் ட்ரவுட்மன்.

புறநிலைக் குவிதலும் புதைநிலைக் குவிதலும்

வடஇந்திய ஆரிய உறவுமுறைப் பகுதியும் தென்னிந்திய திராவிட உறவுமுறைப் பகுதியும் கூடும் எல்லைப் பகுதி மேற்கே கத்தியவார் முந்நீரகம், கொங்கன் பகுதி தொடங்கி, நடு இந்தியாவின் ஊடாக பீகார், மேற்குவங்கம், ஒரிசா, கிழக்கே ஆந்திரப்பிரதேசத்தின் வடபகுதி வரை பரந்து காணப் படுகிறது. இந்த எல்லைப்பகுதி முழுவதும் திராவிட உறவு முறையானது இந்திய – ஆரிய உறவுமுறையின் தாக்கத்தோடு பலநிலைகளில் காணப்படுகிறது.

திராவிட மானிடவியல் 113

கும்பர்ஸ், வில்சன் (*J.J. Gumperz & R. Wilson*) ஆகிய இரண்டு மொழியியல் வல்லுநர்கள் *'Convergence and Creolization: A Case from the Indo – Aryan / Dravidian Border'* என்னும் கட்டுரையில் (1971) தென் மகாராட்டிரத்தில் உருது, மராத்தி, கன்னடம் ஆகிய மும்மொழிகளைப் பேசும் கிராமத்தின் மொழிநிலையை ஆய்வு செய்தனர். இந்த மும்மொழிச் சூழலில் அனைவரும் தொடர்புகொள்ளும் பொதுத்தளத்தில், சொல்லுக்குச் சொல் மொழியாக்கம் செய்யும் முறை காணப்படுகிறது. இதனால் உருபனியல், தொடரியல், பொருண்மையியல் ஆகிய மூன்றிலும் குறிப்பிடத்தகுந்த மாற்றம் காணப்படுகிறது. மாறாக, அந்தந்தச் சமூகத்தாருக்குள்/குடும்பத்திற்குள் அமையும் தனித்தளத்தில் மொழிச் சிறப்புநிலை காக்கப்படுகிறது என்பதை கும்பர்சும் வில்சனும் (1971) கண்டறிந்தனர் (மேலது: 147 – 148).

இவ்வாறான மொழிச்சூழல் உள்ள நிலையில் உறவுமுறை எவ்வாறு செயல்படுகிறது என்பதை ட்ரவுட்மன் ஆராய்கிறார். சாதிகளுக்கிடையிலான கருத்துப்புலப்படுத்தலில், அதிலும் குறிப்பாக உறவுமுறையை முன்வைத்துப் பேசுமிடத்து சொல்லுக்குச் சொல் நேரடி மொழியாக்கம் செய்யும் சூழல் நிலவுகிறது என்கிறார். இவ்வாறான எல்லைப் பகுதிகளில் இருபண்பாட்டுச் சூழல் தவிர்க்கமுடியாத நிலையில் அடுத்தவரின் உறவுமுறையைக் கொண்டு பேச சொல்லுக்குச் சொல் மொழியாக்கமே சிறந்த கருத்துப் பரிமாற்ற ஊடகமாக விளங்குகிறது.

இந்நிலையில் இந்த இருபண்பாட்டுப் பகுதியில் உள்ள மராத்தி, மெர், பெய்கா, கோந்த், குருக் ஆகிய மொழிகளில் உறவுமுறைச் சொற்கள் இந்திய – ஆரிய மொழிகளின் சொற்களைக் கொண்டுள்ளன. ஆனால் உறவுநிலையைக் குறிப்பிடும்போது திராவிட முறையின் குறிப்பு நிலையைக் கொண்டுள்ளன. இவ்வாறான போக்கினையே கும்பர்சும் வில்சனும் புறநிலைக் குவிதலும் புதைநிலைக் குவிதலும் என விளக்கியுள்ளனர். மெர் மொழியைத் தவிர மற்ற எல்லா மொழியிலும் தமிழில் உள்ளது போன்றே, ஒருவனின் சகோதரியின் மகளும், ஒருத்தியின் சகோதரனின் மகளும் ஒரே இனமாக வகைப்படுத்தப்படுகின்றனர். மற்ற வகையினங்களில் காணக்கூடிய ஓரளவு ஓரினப்படுத்தல்களின் தன்மைகளை ட்ரவுட்மன் மிக நுட்பமாக ஆராய்ந்திருக்கிறார் (மேலது: 149). இதனைப் பின்வரும் பட்டியலில் காணலாம்.

திராவிட உறவுமுறையின் எல்லைப்பகுதியில் சொந்த மகள்களும் உடன் பிறந்தாரின் மகள்களும் எவ்வாறு வகைப்படுத்தப்படுகின்றனர் என்பது பின்வரும் அட்டவணையில் விளக்கப்பட்டுள்ளது.

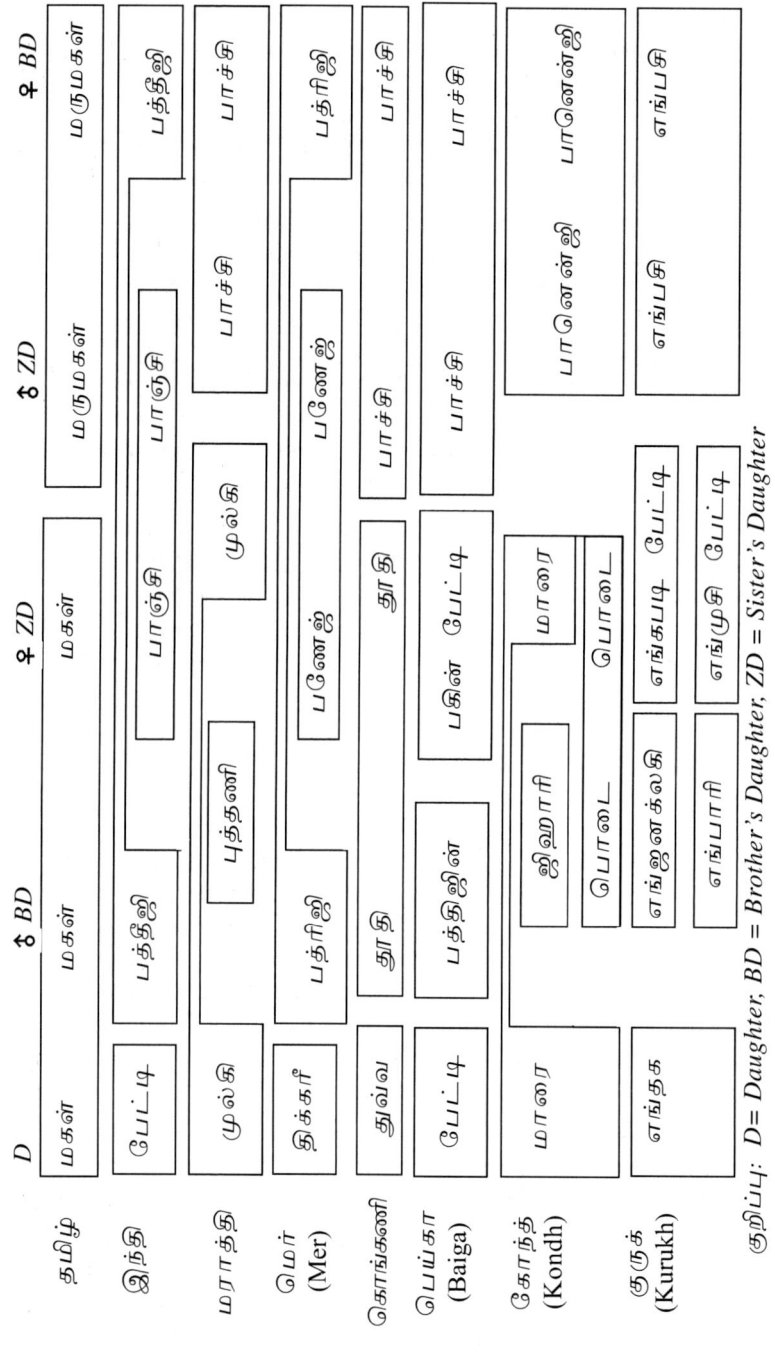

	D	♂ BD	♀ ZD	♂ ZD	♀ BD
தமிழ்	மகள்	மகள்	மகள்	மருமகள்	மருமகள்
இந்தி	பேட்டி	பத்தீஜி	பாஞ்சி	பாஞ்சி	பத்தீஜி
மராத்தி	முல்கி	புத்தணி	முல்கி	பாச்சி	பாச்சி
மெர் (Mer)	திக்கரீ	பத்ரிஜி	பணேஜ்	பணேஜ்	பத்ரிஜி
கொங்கணி	துவ்வ	தூதி	தூதி	பாச்சி	பாச்சி
பெய்கா (Baiga)	பேட்டி	பத்திஜின்	பகின் பேட்டி	பாச்சி	பாச்சி
கோந்த் (Kondh)	மாரை	ஜிஹாரி பொடை	மாரை பொடை	பானென்ஜி	பானென்ஜி
குருக் (Kurukh)	எங்தக	எங்ஜனக்லகி எங்பாரி	எங்கபடி பேட்டி எங்முசி பேட்டி	எங்பசி	எங்பசி

குறிப்பு: *D= Daughter, BD = Brother's Daughter, ZD = Sister's Daughter*

மகள்களுக்கடுத்து மற்ற வகையினங்களும் வெவ்வேறு உறவுமுறைகளில் எவ்வாறு வேறுபடுகின்றன என்பதையும் ட்ரவுட்மன் விளக்கியுள்ளார்.

திராவிட உறவுமுறையின் தொல்வடிவத்திற்கான அடிப்படை

இன்றைய சமகாலத் திராவிட உறவுமுறையின்கண் வெளிப்படக்கூடிய எண்ணற்ற திருமண விதிகள் யாவும் ஆதியில் ஒரு மூல விதியிலிருந்து கிளைத்து வேறுபாடுகளை ஏற்படுத்திக் கொண்டவையாகும். இருவழியிலும் முறைமக்களை மணந்து கொள்ளும் (bilateral cross-cousin marriage) முறையே ஆதி முறையாக இருந்திருக்க வேண்டும். இதன்வழி ஒரு தலைமுறையிலிருந்து பெண் எடுப்பதாகவும் அல்லது மரியா கோண்டுகளிடம் காணப்படுவது போன்று ஒன்றுவிட்ட தலைமுறைகளில் பெண் எடுப்பதாகவும் அமையலாம்.

திருமண விதிகளுக்கும் உறவுமுறைச் சொற்களுக்கும் உள்ள உறவைக் காணவேண்டியது இங்கு அவசியமாகிறது என்பார் ட்ரவுட்மன். திராவிட உறவுமுறைக்கு இருவழி உறவுத் திருமணம் அடிப்படையானது என விளங்கிக் கொள்வதிலிருந்து திராவிட உறவுமுறையின் சமகால மாறுபாடுகளைத் தெளிவுபடுத்திக் கொள்ளலாம்.

மாறாக, இன்று திராவிடச் சமூகங்களில் காணக்கூடிய பல்வேறு திருமண விதிகள் யாவும் 'இருவழி உறவுத் திருமணம்' என்ற ஒரு பொதுமூலத்திலிருந்து தோன்றியவை என்பதை இன்றைய சமகால விதிகளிலிருந்தும், பின்னோக்கிச் சென்றும் மூலத்தைத் தேட முடியும் என்கிறார் ட்ரவுட்மன். இருவழியிலும் பரிமாற்றத்தை அடிப்படையாகக் கொண்ட தொன்மை விதியானது இன்று பரிமாற்றமற்ற ஒருவழிப் போக்குடைய விதியாகவும் மிகச்சில சமூகங்களில் காணப்படுகின்றது. சில சமூகங்களில் தந்தையின் சகோதரியின் மகளை மட்டும் மணக்கும் தந்தைவழி உறவுத் திருமணம் காணப்படுகிறது. இன்னும் சில சமூகங்களில் தாய்மாமன் மகளை மட்டும் மணக்க விரும்பும் தாய்வழி உறவுத் திருமணம் காணப்படுகிறது.

கேத்தலின் கோ (Kathleen Gough) தஞ்சைப் பிராமணர்களிடம் தாய்வழி உறவுத் திருமணம் விரும்பப்படுவதையும் அக்கருத்தியலை விளக்கும் உறவுமுறைச் சொற்கள் அவர்களிடம் காணப்படுவதையும் தொடர்புபடுத்திப் பார்க்கிறார். பேசுநர் தன் அத்தை மகனை 'அத்தான்' என்கிறார். மறுமுனையில் உள்ள தாய்மாமன் மகனை 'அம்மாஞ்சி' என்கிறார். தாய்மாமனை 'மாமா' என்றும், அவருடைய மனைவியை 'மாமி'

என்றும் இனங்காணும் அவர், மறுதிசையில் தந்தையின் சகோதரியை 'அத்தை' என்றும், அவளுடைய கணவரை 'அத்திம் பேர்' என்றும் அழைக்கிறார். ஆக தாய்வழி உறவினர்களை, தந்தைவழி உறவினர்களிடமிருந்து பிரித்துப் பார்க்குமளவிற்கு அவர்களின் சொற்கள் அமைந்துள்ளன. இவ்வாறே தந்தைவழி உறவுத் திருமணத்தை விரும்பும் சமூகங்களும் அவ்வகை உறவினர் களுக்கு முக்கியத்துவம் கொடுக்கும் நிலையில் அவர்களைத் தனிமைப்படுத்தி அழைக்கும் சொற்களைக் கொண்டுள்ளன. பிராமணர்கள் திராவிட உறவுமுறையை ஏற்றுக்கொண்ட போதிலும் அவர்களுடைய பூர்வ கன்னிகாதன முறையிலான வடஇந்தியத் திருமண முறையைப் பிரதிபலிக்கும் வடஇந்திய உறவுமுறைக் கருத்தியலைக் கொண்டுள்ளனர்.

இந்நிலையில் உறவுமுறைச் சொற்கள் ஒரு தனித்த சமூக நிறுவனமன்று என்பதை ஊகிக்க முடியும். அவை திருமணம் என்னும் நிறுவனத்தின் பொருண்மைத் தளமாக விளங்கு கின்றன. இவை மொழியின்கண் விளங்கும் ஒரு தனித்த களமாக வும் மொழியின் நீண்டகால இயக்கத்தில் பெரிதும் மாற்றத் திற்கு உட்படாதவையாகவும் உள்ளன. மேலும் சமூகத்தின் திருமண விதிகளைப் பிரதிபலிப்பவையாக இவை உள்ளன. அதனால்தான் சமூகத்தில் தோன்றக்கூடிய சமகால, புதிய திருமண முறைகளைக் காலங்காலமாக நிலைபெற்றுவரும் உறவுமுறைச் சொற்கள் பிரதிபலிப்பதில்லை.

திராவிட உறவுமுறை குறித்த லெவிஸ்ட்ராசின் (1969) கருத்தினை தன் ஆய்வுக்கு வலுசேர்த்துக் கொள்கிறார் ட்ரவுட்மன் (மேலது: 1). இந்த உலகில் முறைமக்களை மணக்கும் முறை துரதிர்ஷ்டவசமாக எவ்வகைச் சமூகத்திலும் பின்பற்றப் படாமல் போயிருக்குமாயின், அத்தகு விசித்திரமான பரிமாற்ற முறை திருமண விதிகளாக அறியப்படுவதற்கு வாய்ப்பில்லாமல் போயிருக்கும். உலக அளவில் காணக்கூடிய விதிமுறைகளை எல்லாம் தொகுத்து ஆராய்ந்தபின் இத்தகு பரிமாற்ற முறை இருந்திருக்கக்கூடிய வாய்ப்பு இருக்கிறது என அறிஞர்கள் ஊகித்திருக்கலாம். ஊக அனுமானம் செய்யவேண்டிய தேவை இல்லாமலேயே இத்தகு முறை ஒரு பழம்பெரும் முறையாக, மிக நேர்த்தியான பரிமாற்ற முறையாக உள்ளதை திராவிடச் சமூகங்களில் இன்று நேரடியாகக் காணமுடிகிறது. இத்தகைய மிகச்சிறந்த பரிமாற்ற முறை இன்று மிக எளிய சமூகங்களில் காணப்படவில்லை என்பது ஆச்சரியத்தைக் கொடுக்கிறது என்கிறார் லெவிஸ்ட்ராஸ். இவ்வாறான போக்கில் திராவிட உறவுமுறையின் தொல்வடிவம் இருவழி உறவுத் திருமணம் என்பதை விரிவான ஆய்வு மூலம் ட்ரவுட்மன் (மேலது: 173 – 199, 229 – 237) மிக நுட்பமாக நிறுவியுள்ளார்.

முறைமக்களை மணத்தலின் அரசியல் பயன்பாடு

இந்தியத் துணைக் கண்டத்தில் தக்காணப் பகுதியிலும் தென்னிந்தியாவின் பிற பகுதிகளிலும் காணப்பட்ட பண்டைய முடியாட்சியின் வரலாற்று ஆவணங்களை ஆராயும்போது திராவிட உறவுமுறையின் தொன்மையும் அதற்கு அடிப்படையாக அமையும் உறவுத் திருமணமும் முடியாட்சியின் வரலாற்றில் எந்த அளவு பங்கு கொண்டிருந்தது என்பதும் தெரியவருகிறது என்கிறார் ட்ரவுட்மன் (மேலது: 363). சாதவாகனர்கள், ஈக்ஷ வாகுகள், ராட்டிரகூடர்கள், சோழர்கள், சிங்கள மன்னர்கள், கேரள அரசர்கள் ஆகியோரிடம் காணப்படும் முறைமக்களை மணக்கும் முறை அவர்களின் அரசியலோடு எவ்வாறு தொடர்பு கொண்டிருந்தது என்பதை மிக நுட்பமாக ஆராய்ந்திருக்கிறார் (மேலது: 363 – 394). முடியாட்சியையும் நாட்டையும் தன் உறவின் முறைக்குள் தக்கவைக்கும் ஒரு சொத்துக்காப்பு முறையாக தங்கள் திருமணங்களையும் உறவுமுறையையும் வடிவமைத்துக் கொண்டனர் என்பதை எண்ணற்ற எடுத்துக்காட்டுகள் மூலம் மிக விரிவாக விளக்குகிறார் (மேலது: 357 – 425). திராவிடர்களின் உறவுத் திருமணம் ஆதியில் வேற்று இன, மொழிச் சமூகங்களிலும் காணப்பட்டமையை ட்ரவுட்மன் விளக்குகிறார். அவற்றுள் சில வருமாறு:

பாலி இலக்கியத்தில் முறைமணம்

நமக்குக் கிடைக்கக்கூடிய இலக்கியக் குறிப்புகளை இலங்கையின் பாலி புத்த இலக்கியங்களோடு ஒப்பிடும்போது உறவுத் திருமணம் குறித்த 11 கதைகள் வடஇந்தியச் சூழலில் நிகழ்ந்ததற்கான குறிப்புகள் கிடைக்கின்றன. இலங்கை அரசர்களிடம் இத்தகு திருமணங்கள் பல நிகழ்ந்ததற்கான சான்றுகளும் இலங்கை பாலி நூல்களில் பதிவாகியுள்ளன. மகாவம்சத்தில் புத்தரின் குடிவழியை ஆராயும்போது அதில் நான்கு உறவுத் திருமணங்கள் குறிப்பிட்டுள்ளதை விளக்குகிறார் (மேலது: 320 – 329). மேலும் புத்த இலக்கியங்கள் பலவற்றில் காணப்படும் உறவுத் திருமணங்களை ட்ரவுட்மன் பட்டியலிட்டுக் காட்டுகிறார். அவற்றில் சில வருமாறு:

1. அக்கிபிரமா X சம்கமித்தா: மகாவம்சத்தின்படி அசோகரின் சகோதரி மகனாகிய அக்கிபிரமா அசோகரின் மகளாகிய சம்கமித்தாவை (தாய்மாமன் மகள்) மணக்கிறார்.

2. மகா X சுஜாதா: தம்மபத கதையின்படி சுஜா அல்லது சுஜாதா என்பவள் மகாவின் தாய்மாமன் மகள் எனவும் இவள் மகாவின் நான்கு மனைவிகளுள் ஒருத்தியாக இருந்தாள் எனவும் கூறப்படுகிறது.

3. நந்தியா x ரேவதி: நந்தியாவின் பெற்றோர்கள் புத்த சமயத்தைத் தீவிரமாகக் கடைபிடிப்பவர்கள். தன் மகன் நந்தியாவை அவனது தாய்மாமன் மகளான ரேவதிக்குத் திருமணம் செய்து வைக்க விரும்பினர். ரேவதி புத்த சமயத்தில் நம்பிக்கையற்றவளாய் இருந்ததால் நந்தியா திருமணத்திற்கு மறுத்துவிட்டான். அதன்பின் ரேவதியின் தாய் தன் மகளைப் புத்த பிக்குகளுக்கு மரியாதை காட்டு பவளாய் இருப்பாள் என உறுதி கூறியபின் திருமணம் நடைபெற்றது.

4. அரசன் பிரம்மதத்தாவின் மகள்: காசியின் மன்னனாக இருந்த பிரம்மதத்தா தன் மகளைச் சகோதரியின் மகனுக்குத் திருமணம் செய்து வைக்க விரும்பினான். பின்னர் வேற்று நாட்டு அரச குடும்பத்தாருடன் மணம் செய்ய விரும்பிய தால் தன் மகள் யாருடனும் உடன்போகாமல் காத்து வந்தான். அவளோ முறைப் பையனை மணக்க விரும்பி ஒருநாள் தன் தந்தையுடன் வெளியே செல்லும்போது தப்பித்து ஓடி தன் மாமன் பையனை மணந்துகொண்டாள்.

5. வசந்தரா x மட்டீ: வசந்தரா ஜாதகக் கதையின்படி அக்கதையின் வீரன் தன் தாய்மாமன் மகளான மட்டீயை (மாத்துல தீத்தரம்) மணந்து கொள்கிறான்.

இதிகாச வீரர்களின் உறவுத் திருமணங்கள்

இதிகாசங்களில் உறவுத் திருமணங்கள் காணப்படுவதை ட்ரவுட்மன் விரிவான தரவுகளுடன் ஆராய்கிறார் (1981: 330 – 335). அவற்றுள் சில வருமாறு:

1. கிருஷ்ணர் x பத்ரா: பாகவத புராணத்தின்படி கிருஷ்ணரின் அத்தையாகிய (தந்தையின் சகோதரி) ஸ்ருதகீர்த்தியின் மகளான பத்ராவை மணந்து கொள்கிறார். ஆனால் மகாபாரதத்தில் இது இடம்பெறவில்லை. பாகவத புராணத் தில் மட்டுமே கிருஷ்ணரின் இத்தகு முறை மணம் பற்றி கூறப்பட்டுள்ளது.

2. கிருஷ்ணர் x மித்ரவிந்தா: பாகவத புராணத்தின்படி கிருஷ்ணர் தன் தந்தையின் சகோதரியான ராஜாதிதேவி யின் மகளான மித்ரவிந்தாவை வலிய கவர்ந்து மணந்து கொண்டார்.

3. பிரதியுமா x ருக்மாவதி, அனிருதா x ரோச்சனா: விதர்பாவின் மன்னனும் கிருஷ்ணருடைய மனைவியின் சகோதரருமான ருக்மன் தன் மகள் ருக்மாவதியைத் தன் சகோதரியின் மகன் பிரதியுமாவுக்கு மணமுடித்தார். மேலும், தன் மகனின்

மகளான ரோச்சனாவை தன் மகளின் மகன் அனிருதா விற்கு மணமுடித்தார். இவ்விரு திருமணங்களும் உறவுத் திருமணங்களாகவே உள்ளன.

4. பரீக்ஷித் x ஐராவதி: பாகவத புராணத்தின்படி அபிமன்யு, உத்தரா ஆகிய இருவருக்கும் பிறந்த மகன் பரீக்ஷித் தன் தாய்மாமன் மகளான ஐராவதியைத் திருமணம் செய்து கொண்டான். இது தாய்வழி உறவுத் திருமணமாக அமைகிறது.

பாகவத புராணத்தின்படி கிருஷ்ணரின் குடிவழியினர் செய்துகொண்ட உறவுத் திருமணங்கள்

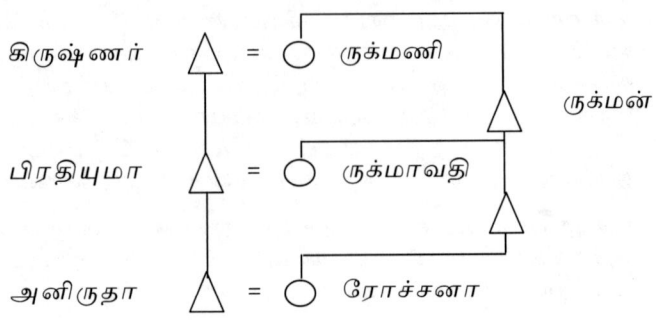

5. அபிமன்யு x வத்சலா: அர்சுனன், சுபத்திரா ஆகிய இருவரின் மகனாகிய அபிமன்யு தன் தாய்மாமன் பலராமரின் மகளாகிய வத்சலாவைத் திருமணம் செய்துகொண்டார்.

6. அர்ச்சுனன் x சுபத்ரா: அர்ச்சுனன் தன் தாய்மாமன் மகளாகிய சுபத்ராவைக் கவர்ந்து சென்று திருமணம் செய்துள்ளமை மூலம் இதிகாச காலத்தில் உறவுத் திருமணம் வழக்கிலிருந்தமையைத் தெளிவுபடுத்துகிறது.

இந்திய சமண இலக்கியங்களில் உறவுத் திருமணங்கள்

மகாராட்டிரம், குஜராத், சௌராட்டிரம் ஆகிய மேற்குப் பகுதி இந்தியாவில் கிடைத்த சமண இலக்கியங்களில் உறவுத் திருமணங்கள் நடந்திருப்பது பதிவாகியுள்ளன. இவற்றில் 4 முறை மணங்களை ட்ரவுட்மன் (மேலது:336 – 337) சுட்டிக் காட்டுகிறார்.

சமஸ்கிருத இலக்கியத்தில் உறவுத் திருமணங்கள்

சமயச்சார்பற்ற சமஸ்கிருத இலக்கியத்தில் மிகச்சில உறவுத் திருமணங்கள் இப்போதைய திராவிட உறவுமுறைப் பகுதியில் காணப்பட்டதை முன்னிறுத்தி இத்தகு திருமணங்களின்

தொன்மையை மீட்டெடுக்கிறார் ட்ரவுட்மன் (மேலது: 337 – 342). காமசூத்திரத்தை எழுதிய வாத்சாயன் தக்காணப் பகுதியில் மாமன் குடும்பத்தைவிட்டுப் பிரிந்து வறுமையில் வாடும் ஓர் இளைஞனை அவனுடைய மாமன் மகளை மணந்து கொண்டு மகிழ்ச்சியுடன் வாழுமாறு அறிவுறுத்துகிறார் (மேலது: 338).

இவ்வகை மணங்களைப் பட்டியலிடும்போது ட்ரவுட்மன் (338 – 342) பின்வரும் உறவுத் திருமணங்களைப் பட்டியலிடு கிறார். அவிமாரகா x குரங்கி, ஜெயவர்மன் x சுமித்திரா, சந்தவர்மன் x அவந்திசுந்தரி, அர்த்தபாலா x மணிகர்ணிகா போன்றவர்களின் உறவுத் திருமணங்கள் முக்கியமானவை யாகும்.

வேதத்தில் உறவுத் திருமணம் பதிவாகியுள்ளதா?

வடஇந்தியாவில் பண்டைக் காலத்தில் உறவுத் திருமணம் இருந்திருக்குமாயின் அதன் பதிவுகள் வேதங்களில் பதிவாகி யிருக்க வேண்டும். மகாபாரதத்தில் வரும் கிருஷ்ண பகவானின் கதையொன்றில் இத்தகு மணம் பற்றி ஒரேயொரு குறிப்பு கிடைக்கிறது. சத்பத பிராமணத்திலும் இத்தகு குறிப்பொன்று கிடைக்கிறது. வடமொழி உறவுமுறைச் சொற்களைப் பொறுத்த வரை இத்தகு உறவுத் திருமணத்தை வெளிப்படுத்தும் சொற் பொருண்மையோ அமைப்பியல்புகளோ இல்லை.

பர்ரோவின் மொழியியல் ஆய்வானது ரிக் வேதம் உள்ளிட்ட பிற வேதங்களில் திராவிடச் சொற்கள் கலந்துள்ளன என நிறுவியுள்ளது. சிந்துவெளி, பஞ்சாப் போன்ற இடங்களில் ஆரியர்கள் முதன்முதலாக நுழைந்தபோது அங்குத் திராவிடத் தொல்குடியினர் வாழ்ந்திருந்தனர். அதிலிருந்து ஒரு காலகட்டம் வரை அப்பகுதியில் இருமொழியம் தவிர்க்கமுடியாததாக இருந்திருக்க வேண்டும். அதனாலேயே வடமொழியில் திராவிடச் சொற்கள் கலப்புற்றுள்ளன. வேதங்கள் மொழிக் கலப்பை உறுதிசெய்யுமளவிற்குத் திராவிடர்களின் உறவுத் திருமணம் ஆரியர்களிடம் சென்று சேர்ந்ததா என்பதை அறிவதற்கு உதவவில்லை என்பார் ட்ரவுட்மன் (மேலது: 349).

தொல் – இந்திய – ஐரோப்பியர்களிடம் உறவுத் திருமணம் இருந்ததா?

எமிலி பென்வெனிஸ் (Emile Benveniste) மேற்கொண்ட மிகச் சிறந்த ஓர் ஆய்வின்படி லத்தின் உறவுமுறைச் சொற்களில், குறிப்பாக தொல் – இந்திய – ஐரோப்பியச் சொல்லான awos தாத்தாவையும் தாய்மாமனையும் குறிப்பதில் உள்ள

பொருண்மை மாறுபாட்டைக் கொண்டுள்ளன. அவ்வாறே மற்றுமொரு தொல் – இந்திய – ஐரோப்பியக் குடிவழியினரில் *nepos* என்னும் சொல் சகோதரனின் மகனையும் பேரனையும் குறிக்கிறது. இக்கூறுகளை எல்லாம் எவ்வாறு விளக்குவது என்ற வினாவை முன்னிறுத்தி லத்தினின் *avus.avunculus/nepos* ஆகிய சொற்களையும் இணைத்து ஆராயும் பென்வெனிஸ் பண்டைய இந்திய ஐரோப்பியர்களிடம் இரட்டை உறவுத் திருமணம் இருந்தமைக்கான வாய்ப்புக்களை மீட்டுருவாக்கம் செய்கிறார் (மேலது: 351). எனினும் பென்வெனிஸின் கருது கோளைப் பின்னாளைய உறவுமுறை ஆய்வாளர் லவுன்ஸ்பரி (*Lounsbury*) மறுக்கிறார். இதற்கான நீண்ட விவாதத்தை ட்ரவுட்மன் விரிவாக எழுதுகிறார் (மேலது: 353 – 354). இது குறித்த பிற அறிஞர்களின் விவாதங்களையும் இதனோடு ஒருங்கிணைத்து ஆராய்கிறார் (மேலது: 355 – 356).

பின்னுரை

இந்திய மக்கள் தொகையில் ஏறக்குறைய 1% மட்டுமே இருக்கக்கூடிய முண்டா மொழி பேசுபவர்கள் இந்திய நாகரிக உருவாக்கத்தில் திகைக்க வைக்கும் புதிராகக் காணப்படுகின்றனர் என்கிறார் ட்ரவுட்மன். திராவிட மொழிக் குடும்பத்தாரையும், இந்திய – ஆரிய மொழிக்குடும்பத்தாரையும் இணைக்கும் பாலமாக இவர்கள் உள்ளனர் என்கிறார். ஆதலின் மிகக் குறைந்த மக்கள் தொகையினராக இவர்கள் இருந்தாலும் இவர்களைப் பற்றிய புரிதல் மிகவும் இன்றியமையாததாகிறது என்கிறார் ட்ரவுட்மன்.

உறவுமுறை குறித்த கோட்பாட்டாய்வில் பெரிதும் மதிக்கத்தக்க ராட்னி நீதாம் (*Rodney Needham*) திராவிட உறவுமுறையை 'சீர்மை நோக்குடையது' என்பார். முண்டா மொழி பேசுவோரும் இத்தகு சீர்மைப் பண்பைக் கொண்டு திராவிட உறவுமுறையோடு சில நிலைகளில் ஒப்புமை கொண்டுள்ளனர். இருப்பினும் பின்வரும் நான்கு நிலைகளில் அவர்கள் வேறுபடுகின்றனர். 1. முறைமக்களும், சித்தப்பா, சின்னம்மா மக்களும் உடன்பிறந்தவர்களோடு இணைக்கப் படுகின்றனர். 2. மணவழி உறவினர்களுக்குத் தனிச் சொற்கள் உண்டு. 3. குறிப்பிட்ட சில விதிவிலக்குகளைத் தவிர நேர்வழியில் அமையும் முறைமக்களை மணப்பதில்லை. 4. ஒருமுறை பெண் கொடுத்த இடத்தில் மீண்டும் சம்பந்தம் செய்வதற்கு ஒன்று அல்லது மூன்று தலைமுறைகள் செல்ல வேண்டும். இவ்வாறான 'காலதாமதப்படுத்தும் விதிமுறை'யானது முண்டர்களின் விதிமுறைகளில் முக்கியமானதாகும்.

முண்டர் உறவுமுறையைப் போன்றே திபேத்திய – பர்மியர் உறவுமுறையும் ஒரு நிலையில் திராவிட உறவுமுறையை ஒத்த (சீர்மை முறை) பண்புகளைக் கொண்டும், மறுநிலையில் திராவிடத்திலிருந்து விலகிச் சென்றுவிட்ட பண்புகளைக் கொண்டும் காணப்படுகிறது. இவ்வகையான ஒப்புமைப் பண்புகளும் விலகிச் செல்லும் பண்புகளும் திராவிட உறவுமுறையின் தொன்மை, அதன் பரவல், தாக்கம் ஆகியவற்றை ஆராய்வதற்கான களங்களைச் சுட்டிக்காட்டுகின்றன.

இந்நிலையில் திராவிட, முண்டா, திபேத்திய – பர்மிய முறைகளுக்கிடையே அமைப்பியல் சார்ந்த ஒப்புமைகள் உள்ளன. (முண்டா, திபேத்திய – பர்மிய முறைகள் திராவிடத்தோடு சொல் அளவில் ஒத்துப்போகவில்லை. பொருண்மை அளவில் மட்டுமே ஒத்துப்போகின்றன என்பதை நினைவில் கொள்ள வேண்டும்.) ஆனால் திராவிட முறையும் இந்திய – ஆரிய முறையும் ஒன்றுக்கொன்று நேரெதிரான பண்புகளைக் கொண்டுள்ளன. சீர்மை முறையையும், யாரைத் திருமணம் செய்துகொள்ள வேண்டும் என்று உறவுமுறைச் சொற்கள் வழி தெரிவிக்கும் முறையையும் கொண்டுள்ள உறவுமுறையானது (அதாவது திராவிட உறவுமுறையை ஒத்தது) ஆசியப் பகுதியிலும், பசிபிக் பகுதியிலும், அமெரிக்கப் பகுதியிலும் காணப்படுகின்றது. ஆனால் ஐரோப்பாவிலும் ஆப்பிரிக்காவிலும் இது அறவே காணப்படவில்லை.

இவ்வாறான வகையில் மேற்கண்ட வெவ்வேறு கண்டங்களில் நிலப் பகுதிகளில் திராவிட முறையை ஒத்த உறவுமுறை பரவிக் காணப்படுவதற்கான காரணம் என்ன? இதற்குப் பதில் சொல்ல முற்படும்போது திராவிட உறவுமுறை குறித்து இரண்டு கருத்துக்களைக் கவனத்தில் கொண்டாக வேண்டும் என்கிறார் ட்ரவுட்மன். தென்னிந்தியாவில் அல்லது இலங்கையில் காணப்படும் தனித்ததொரு உறவுமுறை வகையினம் திராவிடமுறை எனச் சுட்டிவிடலாம். ஆனால் இதனை ஒத்த வகையினம் பிற பகுதிகளில் காணப்படுவது என்பது வரலாற்று ரீதியில் இதனோடு தொடர்புடையது என்று கூறுவதா? அல்லது வேறு எந்த வகையில் கூறுவது?

தொடர்ச்சியாக நீண்டு செல்லும் நிலப்பகுதிகளில் இத்தகு நிலை காணப்படுமாயின் அதனுடைய வேரும் கிளையும் வரலாற்றோடு தொடர்புடையது எனக் கூறமுடியும். ஆனால் உலகின் வெவ்வேறு பகுதிகளில் இத்தகு முறை காணப்படுவதென்பது ஓர் அமைப்பு வெவ்வேறு பகுதிகளில் தோன்றி நிலவக்கூடியது என்றே கருத இடமளிக்கிறது. ஆதலின் ஓர் அமைப்பு பல்வேறு இடங்களில் ஒத்த தன்மையுடன் இருக்கின்றது

எனக் கொள்வோமானால் அது வரலாற்று ரீதியான தொடர்பைக் கொண்டிருக்கவில்லை என்றே அனுமானிக்க வேண்டியுள்ளது.

மார்கன் தொடங்கி பல மானிடவியலர்கள் பல்வேறு அணுகுமுறைகளில் இதுபற்றிய விவாதத்தை முன்வைத் துள்ளனர். இதில் படிமலர்ச்சி சார்ந்த, அமைப்பியம் சார்ந்த, வரலாற்றியம் சார்ந்த மூன்று அணுகுமுறைகள் குறிப்பிடத் தக்க விவாதத்தை முன்வைத்துள்ளன.

கால ஓட்டத்தில் சமூகங்களிடையே ஏற்பட்ட படிமலர்ச்சி நிலைகளுக்கேற்ப உறவுமுறை வகைகளும் தோன்றின என்ற படிமலர்ச்சியாளரின் வாதம் ஒரு கட்டத்திற்கு மேல் நிலை பெற முடியாமல் நிராகரிக்கப்பட்டது. சமூகத்தின் பொருளாதார, அரசியல், பண்பாட்டு அமைப்பியல்புகளுக்கு ஏற்ப உறவுமுறை அமைப்பும் காணப்படும் என்ற படிமலர்ச்சிக் கோட்பாட் டாளர்களின் அணுகுமுறைப்படி பார்த்தால் முர்டாக்கின் உறவுமுறை வகைப்பாடுகளின்படி எஸ்கிமோக்களும் ஆங்கிலேயர் களும் 'எஸ்கிமோ முறை'யைக் கொண்டிருக்கின்றனர். ஆக எஸ்கிமோ முறை என்ற வகைப்பாடு இரண்டு வேறுபட்ட சமூக, பொருளாதார, பண்பாட்டுச் சமூகங்களையும் ஒன்றிணைக்கிறது. அதுபோலவே சூடானிய முறையானது சூடானியர்களையும் சீனர்களையும் ஒன்றிணைக்கிறது. சீர்மைத் தன்மையையும் திருமணத்தில் யாரை விரும்பி மணக்க வேண்டு மெனச் சுட்டிக்காட்டும் திராவிட உறவுமுறையும் பல்வேறு பட்ட சமூக, பொருளாதார பண்பாட்டு நிலைகளைக் கொண்ட சமூகங்களில் காணப்படுகிறது. இந்நிலையில் படிமலர்ச்சி யாளரின் சமூகப் படிமலர்ச்சிக்கேற்ப உறவுமுறைகளும் தோன்றின என்ற வாதம் நிராகரிக்கப்பட்டது.

ஒரு குறிப்பிட்ட சமூக, பொருளாதார, பண்பாட்டு நிலைக்கு ஏற்ப ஒரு குறிப்பிட்ட உறவுமுறை காணப்படும் என்ற வாதம் ஏற்புடையதல்ல என்பது வேறொரு கோணத் தில் ஜேக் கூடி (Jack Goody) எழுதிய நூலில் (1990) சிறப்பாக ஆராய்ந்திருக்கிறார். உடைமை, உற்பத்திமுறை, உறவுமுறை இவற்றிற்கிடையே படிமலர்ச்சி ரீதியான ஒருபோகு நிலை காணப்படவில்லை என்ற கருத்துநிலை படிமலர்ச்சி சார்ந்த கொள்கை நிலைக்குச் சவாலாகவே அமைந்துவிட்டது.

மிக அண்மையில் படிமலர்ச்சியியல் சார்ந்த ஆலனின் (Allen) நாற்கூறு கோட்பாடு கட்டுரையும் (Tetradic Theory: An Apporach to Kinship Terminologies, 1986) உறவுமுறைச் சொற் களின் படிமலர்ச்சி (The Evolution of Kinship Terminologies, 1989) கட்டுரையும் ஆதியில் ஒவ்வொரு பால் சார்ந்த உறவு

நிலைக்கு நான்கு உறவுமுறைச் சொற்கள் இருந்திருக்க வேண்டும் என்று வாதிடுகிறது. ஆலனின் வாதத்தின்படி திராவிட உறவு முறை மிகத் தொன்மையான முறையாக இருந்துள்ளது என்று வாதிடுவதற்கு உதவுகிறது. இவரது கோட்பாடும் அமைப்பியவாதிகள் தொடுத்த வாதத்தினால் பின்னுக்குத் தள்ளப்பட்டது.

படிமலர்ச்சி அணுகுமுறைக்கு மாறாக, அமைப்பிய அணுகு முறை மாறுபட்ட விவாதத்தை முன்வைத்தது. அமைப்பிய வாதிகள் 'மணவுறவுக் கோட்பாட்டை' முன்வைத்து மண வுறவுக்கு முக்கியத்துவம் கொடுக்கும் முறையாக, அதிலும் பரஸ்பரம் கொண்டு கொடுத்து வாழையடி வாழையாக மணவுறவைப் பேணும் பரிமாற்றத்தை முன்வைக்கும் முகமாக திராவிட உறவுமுறை தோன்றி நிலைபெற்று வருகிறது என்ற லெவிஸ்ட்ராஸ், துய்மோன் போன்ற அமைப்பியக் குழுவினர் வாதிடுகின்றனர். இவர்கள் உறவுமுறையை அமைப்பு ரீதியாக அணுகுகின்றனர் (ட்ரவுட்மன் அணுகுமுறையும், அவரது திராவிட உறவுமுறை நூலும் அமைப்பியவாதத்தை முன்வைப்ப தாகும் என்பதை இங்குக் கவனத்தில் கொள்ள வேண்டும்.)

ஒரு குழுவினர் பெண்ணைக் கொடுத்த இடத்திலிருந்து மீண்டும் பெண் எடுத்துக் கொள்வது, கிடைக்குமென எதிர் பார்ப்பது என்னும் பரஸ்பர பரிவர்த்தனையும் பரிமாற்றமும் திராவிட உறவுமுறைக்கு அடித்தளமாகும். இத்தகு கருத்து கொண்ட சமூகங்கள் உலகில் எங்கெல்லாம் இருக்கின்றனவோ அங்கெல்லாம் திராவிட உறவுமுறையை ஒத்த உறவுமுறை காணப்படுகிறது என்பது அமைப்பியவாதிகளின் வாதமாகும். புறநிலையில் உறவுமுறைச் சொற்களாகக் காணப்படும் இவை புதையிலையில் மணவுறவுப் பரிமாற்றத்தை அடிப்படை அமைப் பாக, மனவியல் சிந்தனையாகப் பொதிந்து கிடக்கின்றது என்பதும் இவ்வாதத்தின் தொடர்ச்சியாகும். பரஸ்பர பரிமாற்றத்தை நாடுமிடங்களிலெல்லாம் மனித மனம் இத்தகு மணஉறவை நாடுகிறது என்கிறார் லெவிஸ்ட்ராஸ்.

திராவிட உறவுமுறை தாய்வழியிலும், தந்தை வழியிலும் முறைமக்களை மணக்க விரும்பும் திருமண முறையைக் கொண் டிருப்பதால் முறைமக்கள் (முறைப்பையன், முறைப்பெண்) யார் என்பதை விளக்கும் சொற்களும் இருவழிச் சீர்மையும் கொண்டு விளங்குகிறது. இதுவே திராவிட உறவுமுறையின் தனித்துவமாகும்.

மேற்கூறிய படிமலர்ச்சி அணுகுமுறையும் அமைப்பிய அணுகுமுறையும் இருவேறு போக்குடையவை. படிமலர்ச்சியி யல் அணுகுமுறையானது கால ஓட்டத்தில் வரலாற்றின்

போக்கென்பது சமூகங்களின் மாற்றத்திற்கான திசையைக் காட்டும் முகமாக அமைகிறது என்கிறது. ஆனால் அமைப்பிய அணுகுமுறையோ வரலாற்றை ஒரு சீரான பாதையில் ஏற்படும் வளர்ச்சி என்றோ மாற்றம் என்றோ கருதுவதில்லை. வரலாறு என்பது ஒரு பெருங்குழப்பத்தின் முடிவில் தோன்றும் இன்னொரு புதிய வடிவமாகும் என்கிறது. இதற்கு மாறாக மனித மனமானது எவ்வகை வரலாற்றுக் காலத்தையும் தாண்டி தன் இருப்புக்குத் தேவையான தர்க்கத்தை உருவாக்கி அதற்கான அமைப்பை வகுத்துக் கொள்கிறது என வாதிடுகிறது.

வரலாற்றியம் சார்ந்த அணுகுமுறையானது ஒன்றுக் கொன்று தொடர்புடைய நிலப்பகுதிகளில் காணப்படும் முறைகளை ஒன்றோடு ஒன்று தொடர்புபடுத்தி ஆராய்கிறது. குறிப்பாக, ட்ரவுட்மன் திராவிட உறவுமுறை குறித்த ஆய்வில் படிமலர்ச்சியியம், அமைப்பியம் அணுகுமுறைகள் இனங் காணாத வெற்றிடத்தில் வெளிப்படும் உண்மைகளைத் தேடுகிறார்.

'திராவிட உறவுமுறை ஒரு வரலாற்றுக் கட்டமைவு' என்று நிறுவியுள்ள ட்ரவுட்மன் இந்தியா குறித்து ஒரு முக்கிய மான கருத்தினை முன்வைத்துள்ளார். அதனை நினைவு கூர்ந்து இவ்வியலை நிறைவு செய்வது பொருத்தமாக இருக்கும்.

மேலைப்புலத்தார் இந்தியாவோடு உறவாடியதால் இரண்டு தனித்த அறிவுப் பிரிவுகள் தோன்றின என்கிறார் ட்ரவுட்மன் (1981: 1 – 2). சமஸ்கிருதம் பற்றி அறிய நேர்ந்ததால் 'வரலாற்று மொழியியல்' என்னும் பிரிவு மொழியியலில் உருவாகவும், திராவிட உறவுமுறை குறித்து அறிய முற்பட்ட தால் மானிடவியலில் 'ஒப்பியல் உறவுமுறை' என்னும் பிரிவு தோன்றவும் வாய்ப்புகள் ஏற்பட்டன என்பார் ட்ரவுட்மன். இவ்விரு பிரிவுகளும் அதனதன் துறையில் மிக முக்கியமான ஆய்வுப் பரப்பாக விளங்குகின்றன என்றும், இவற்றில் இன்றளவும் கோட்பாட்டியல் விவாதங்கள் தொடர்ச்சியாக நடைபெறும் அறிவுப் பிரிவுகளாக திகழ்கின்றன என்றும், இதற்குக் காரணமாக அமைவது இந்தியாவுடனான தொடர்பு என்றும் இந்தியாவின் பெருமையைக் கூறுகிறார் ட்ரவுட்மன்.

திராவிட உறவுமுறை உலக உறவுமுறைகளில் ஒரு தொல் வடிவம் என விவரிக்கும் இவரது நூல் திராவிடவியல் ஆய்வு களில் முழுமையானதும் முதன்மையானதும் ஆகும். இத்தகு ஆய்வின் ஊற்றுக்கண்ணாக விளங்கும் திராவிட உறவுமுறை பற்றிய ட்ரவுட்மனின் ஆய்வு திராவிடவியல் ஆய்வுகளில் மட்டுமல்லாது இந்தியவியல் ஆய்வுகளிலும் ஒரு முன்னோடி ஆய்வாகச் சிறப்பிடம் பெறுகிறது.

திராவிடத் திருமணம்

கன்னிகாதானம் x உறவுத் திருமணம்:
மணமுறைகள் ஊடாகக் கட்டமைந்த
வடக்கும் தெற்கும்

இந்தியாவில் பண்பாட்டு மரபுகள்

மானிட இனத்தின் பண்பாட்டுப் படி மலர்ச்சியைப் பேசும்போதெல்லாம் இந்தியத் தீபகற்பப் பகுதி ஒரு முதன்மையான இடத்தைப் பெறுகின்றது. மிகப் பழமையான மண்ணியல் காலம் எனக் கருதத்தக்க ஆர்க்கியன் காலத்தில் தோன்றிய இப்பகுதியில் பழங்கற்காலம் முதல் இன்றுவரை பண்பாட்டுத் தொடர்ச்சி காணப் படுவது இப்பகுதிக்கான தனித்தன்மைகளுள் ஒன்று. அதோடு புதிய கண்டங்களையும் நிலப்பகுதிகளை யும் கண்டுபிடிக்கும் முயற்சிகளுக்கு முன்னரே பழைய உலகப் பகுதிகளில் தோன்றிய முதன்மை யான நாகரிகமாக விளங்கிய சிந்துவெளி நாகரிகம் இப்பகுதியில் உயர்நிலையில் இருந்தது.

இந்நீண்ட பண்பாட்டுக் காலகட்டத்தில் இம்மண்ணுக்கான திணைப் பண்பாடுகளின் அறுபடாத் தொடர்ச்சியும், அயற்பண்பாடுகளின் பரவலும், இவற்றிற்கிடையிலான கொண்டு – கொடுத்தலும் நிகழ்ந்துள்ளன. திணைப் பண் பாடுகளாலும் அயற்பண்பாடுகளாலும் பல நூற்றாண்டுக் காலம் தொடர்ந்து நிலவிய பன்மைப் பண்பாட்டுச் சூழல் இன்றைய இந்தியப் பகுதியின் பண்பாட்டு அமைவிற்கு அடித்தளமாய் அமைந் துள்ளது.

எனினும் மானிடவியல் ஆய்வுவழி நோக்கும்போது இன்றைய இந்தியப் பகுதியின் பண்பாட்டு அமைவில் ‘வடக்கு’, ‘தெற்கு’ என்ற இரண்டு தனித்தன்மை வாய்ந்த பண்பாட்டுப் பகுதிகள் வரையறை கொள்கின்றன. இவ்விரண்டு பகுதிகளுக்கு மான நீண்டகாலப் பண்பாட்டு உறவு சில களங்களில் பொதுத் தன்மைகளைக் காட்டுகின்றன என்றாலும், இரண்டிற்குமான தொல் மூலப் படிவ (*archetypal*) வகையிலான வேறுபாடுகள் தெளிவாக உள்ளன. சமஸ்கிருதம் வேறு, தமிழ் வேறு என்பதைப் போலவே இனம், சமூகம், உறவுமுறை, சமயம், திருமணம் போன்ற களங்களிலும் தெளிவான வேறுபாடுகள் உள்ளன. இத்துணைக் கண்டத்தின் பண்பாட்டு வரலாற்றை இனங்காண வும் மீட்டுருவாக்கவும் உதவக்கூடிய மிக முதன்மையான களங்களாக இவை அமையும் என்பதில் ஐயமில்லை.

இந்தியாவில் திராவிடம், இந்திய ஆரியம், ஆஸ்திரிய ஆசியம், திபேத்திய பர்மியம், அந்தமான் மொழிகள் எனும் ஐந்து மொழிக் குடும்பங்கள் உள்ளன. இந்த ஐந்து மொழிக் குடும்பங்களைச் சேர்ந்த மக்கள் வெவ்வேறு வகையான பண் பாட்டு மூலங்களைக் கொண்டவர்கள். இந்தப் பண்பாட்டு மூலங்கள் யாவும் நீண்ட நெடிய வரலாற்றுக் காலத்தினூடே கட்டமைக்கப்பட்டு இன்றும் தொடர்ந்து வருவதால் இவற்றை தாமஸ் ட்ரவுட்மன் போன்ற அறிஞர்கள் “வரலாறு உருவாக்கிய கட்டமைவுகள்” என்கின்றனர். ஆகையால் இந்த வரலாற்றுக் கட்டமைவுகளை அறிவதால் மட்டுமே இந்தியத் துணைக் கண்டத்தில் ஏற்பட்டு வந்துள்ள ஐந்து பெரும் பண்பாட்டு மரபுகளைப் புரிந்துகொள்ளமுடியும். இவ்வியலில் திராவிடம், ஆரியம் எனும் இரண்டு மரபுகளுக்கிடையே வரலாறு உருவாக்கித் தந்த வேறுபாடுகளை அறிய முற்படுவோம். குறிப்பாகத் திருமணம் என்னும் நிறுவனத்தை மட்டும் ஆய்வுக் குட்படுத்தி இவ்விரண்டு மரபுகளின் தனித்துவங்களைக் காண்போம்.

ஆரிய மரபு

இன்று வட இந்தியாவில் வாழும் பெருவாரியான சமூகங் களில் காணக்கூடிய மரபாக ஆரிய மரபு உள்ளது. இத்துணைக் கண்டத்தின் திருமண முறைகளை ஆராயும்போது வட இந்தியப் பகுதியானது தென்னிந்தியப் பகுதியில் வாழும் திராவிடச் சமூகத்தாரிடம் இருந்து பல தனித்தன்மைகளைக் கொண்டுள்ளது (துய்மோன் 1966; கார்வே 1953; ட்ரவுட்மன் 1974, 1981; இன்னும் பிறர்).

வட இந்தியாவில் சாதி இந்துக்களிடம் பெரும் வழக்காக இருக்கும் திருமணமுறை 'உயர்குலத் திருமணம்' ஆகும். இவ்வகைத் திருமண முறை தென்னிந்தியப் பகுதியில் பெரு வழக்காக இல்லாததால் இதன் அடிப்படையைத் தெளிவு படுத்திக் கொள்ளுதல் வேண்டும்.

இந்தியா முழுவதிலும் ஒவ்வொரு சாதியும் பல கால்வழிக் குழுக்களாகப் பிரிகின்றன. இரத்த உறவையும் கால்வழித் தொடர்ச்சியையும் குறிக்கும் இக்குழுக்கள் குலம், கோத்திரம், கூட்டம், பரம்பரை, வகையறா, வம்சாவளி போன்ற பல சொற்களால் குறிக்கப்படுகின்றன.

தென்னிந்தியப் பகுதியில் இக்கால்வழிக் குழுக்களுக் கிடையே எவ்வித உயர்வு தாழ்வும் இல்லை. அனைத்துமே சம தகுதியைக் கொண்டவை. ஆனால், வடஇந்தியாவில் இக்கால்வழிக் குழுக்கள் உயர்வு, தாழ்வு அடிப்படையில் சாதி அடுக்கு போன்று ஒரு படிநிலையில் அமைகின்றன. அதோடு, இக்கால்வழிக் குழுக்கள் உயர்வு, தாழ்வு அடிப்படை யில் ஏற்றத்தாழ்வுகளையும் கொண்டுள்ளன. இதனால், இக்கால்வழிக் குழுக்கள் பெண் கொடுத்தல், எடுத்தலில் ஒரு வரையறைக்குட்பட்ட படிநிலையைக் காட்டுகின்றன.

இவ்வரையறையின்படி பெண்ணை உயர்குலத்தைச் சேர்ந்த மணமகனுக்குக் கொடுக்க வேண்டும். இதனை வேறுவகையில் சொல்ல வேண்டுமானால் பெண்ணெடுக்கும்போது அவளைக் கீழ்க்குலத்திலிருந்து எடுக்கவும், பெண் கொடுக்கும்போது, அவளை உயர்குலத்திற்கு கொடுக்கவும் வேண்டும் (இண்டன் 1976; கார்வே 1965; போக்காக் 1954; சூர் 1973).

இந்த உயர்குலத் திருமணமுறையில் பல விதிமுறைகள் பின்பற்றப்படுகின்றன. இவை பல்வேறு சாதிகளிடம் வெவ்வேறு வடிவங்களில் வெளிப்படுகின்றன. பிராமணர்களில் எந்த ஒருவரும் அவர்களின் தந்தைக் கால்வழியோடு தொடர்புடைய கோத்திரங்களில் மணம் செய்யக்கூடாது. இப்போது விதியைத் தொடர்ந்து 'சபிண்ட' எனப்படும் நெருங்கிய உறவுள்ளவர் களுடன் திருமணம் செய்துகொள்ளக் கூடாது என்ற விதியும் கடைபிடிக்கப் படுகிறது. இங்கு நெருங்கிய உறவு என்ற வரையறை தந்தைவழியில் ஏழு வரிசை வரையிலும், தாய்வழி யில் ஐந்து வரிசை வரையிலும் அமையும் உறவினர்களைக் குறிக்கும். இவ்வகையான 'சபிண்ட' உறவுள்ளவர்களுடன் திருமணம் செய்துகொள்ளக் கூடாது (சூர் 1973: 59 – 63). ஆக, பிராமணர்கள் ஏழு கோத்திர விதியையும் ஐந்து கோத்திர விதியையும் பின்பற்றுகிறார்கள்.

பிராமணர்களுக்கு அடுத்து தெற்கு பஞ்சாப் முதல் தில்லி, வடக்கு ராஜபுதனம்வரை பரவி வாழும் வேளாண் சாதியாகிய ஜாட்டுகள் 'நான்கு கோத்திர விதி'யைப் பின்பற்றுகிறார்கள். இவ்விதியின்படி தன் சொந்த தந்தையின் கோத்திரத்திலிருந்து பெண் எடுக்கக் கூடாது. தாயின் கோத்திரத்திலிருந்தும் எடுக்கக் கூடாது. அடுத்து, தாதியின் கோத்திரத்திலிருந்தும் (தந்தையின் தாய் கோத்திரம்), தாயின் தாய் கோத்திரத்திலிருந்தும் எடுக்கக் கூடாது. இந்த நான்கு கோத்திரங்களைத் தாண்டி பெண் எடுக்க வேண்டும். ஆதிக்கச் சாதியாக விளங்கும் ஜாட்டுகள் பின்பற்றும் இந்த நான்கு கோத்திர விதியைப் பல சாதியினர் பின்பற்றுகிறார்கள் (கார்வே 1990: 120 – 124).

இந்த நான்கு கோத்திர விதியானது பிராமணர்களின் பழைய சபிண்ட விதியின் தழுவலாக வந்ததா அல்லது ஆஸ்திரிய – ஆசிய மொழி பேசிய பண்டைய இந்தியர்களின் திருமண முறையை ஆரியர்கள் தழுவியதால் பரவியதா என்பதை மிகத் துல்லியமாக நிறுவ இயலவில்லை என இந்திய உறவு முறையை மிக விரிவாக ஆராய்ந்த ஐராவதி கார்வே (1990: 123) கூறுகிறார். எவ்வாறிருப்பினும் ஆஸ்திரிய – ஆசிய மொழி பேசும் மக்களின் பண்பாட்டுப் பாதிப்பு ஆரியர்களிடம் ஏற்பட்டது என்பதை ஊகிக்க முடிகிறது என்கிறார் கார்வே (மேலது: 123).

நான்கு கோத்திரம் விதியினையடுத்து மூன்று கோத்திர விதியும் சில சாதிகளிடம் பரவலாக உள்ளது. மிகச்சில சாதிகளிடம் ஒரு கோத்திர விதியும் காணப்படுகிறது. இவ்விதிகள் மேற்கூறிய நான்கு கோத்திர விதிக்கு முரணானது என்றோ, அதனை வலுவிழக்கச் செய்யும் மாற்று விதிகள் என்றோ கருதுதல் கூடாது. இவ்விதிகள், தந்தை / தாய் வழியிலும் அவர்களின் பெற்றோர்கள் வழி அமையும் நேர் கால்வழிகளுடன் திருமணம் செய்யக்கூடாது என்ற நான்கு கோத்திர விதியைச் சற்றுத் தளர்த்தித் தந்தை, தாய் வழியில் முறையே மூன்று / ஒன்று என்ற வரிசையில் அமையும் எந்த ஒரு கால்வழி உறவுடனும் மணம் செய்யக்கூடாது என்பதோடு தாயின் குடும்பத்தைச் சேர்ந்தோருடனும், தாயின் சகோதரி குடும்பத்தாருடனும், அதுபோலத் தந்தையின் சகோதரியின் குடும்பத்தாருடனும் மணஉறவு கொள்வதில்லை.

சுருக்கமாகச் சொல்வதாயின் இவ்விதிகள் நான்கு கோத்திர விதியைப்போல் கால்வழி வரிசைகளை முன்வைக்காமல் நேரடியாகத் தாய்வழி, தந்தைவழி அமையும் உறவுக் குடும்பங்களைச் சேர்ந்தோரை மணப்பதைப் புறக்கணிக்கின்றன. எல்லாவற்றிற்கும் மேலாக, இவ்வகையான உயர்குலத் திருமண

விதிகள் தென்னிந்தியச் சாதிகளைப் போன்று தாய் மாமனையோ, தாய்மாமன் மகளையோ, மகனையோ, அத்தை மகளையோ, மகனையோ, சொந்த அக்கா மகளையோ திருமணம் செய்வதைத் தடுக்கின்றன.

இந்திய ஆரிய மரபில் அடுத்துப் பின்பற்றப்படும் மிக முக்கியமான விதி 'கிராமப் புறமணம்' ஆகும். கிராமப் புறமணம் என்பது ஒரு கிராமத்தைச் சேர்ந்தோர் அதே கிராமத் தில் உள்ளவரைத் திருமணம் செய்து கொள்ளக்கூடாது எனத் தடுக்கிறது. வேற்றுக் குலத்தவராகவும், நான்கு கோத்திர விதிக்கு அப்பால் நிற்கும் குலத்தவராகவும் இருந்தாலும்கூட ஒரே கிராமத்தைச் சேர்ந்த எவரையும் மணம் செய்து கொள்ளக் கூடாது. பிராமணர்கள் உள்ளிட்ட பல சாதியாரும் கிராமப் புறமணத்தைக் கடைப்பிடிக்கின்றனர். உத்திரப்பிரதேசத்தில் களப்பணி செய்த சிகாகோ மானிடவியல் பேராசிரியர் மக்கிம் மேரியாத் ஆய்வு செய்தபோது ஒரு கிராமத்தைச் சேர்ந்தவர்கள் ஆறு கிராமம் தள்ளிதான் மணத்துணையைத் தேர்வு செய்தார் களாம் (1960: 111 – 112). அதோடு ஒரு கிராமத்தாருடன் மணவுறவு ஏற்படுத்திக் கொண்டால் அங்கு இரண்டு தலைமுறை வரை கொண்டு – கொடுக்கமாட்டார்கள்.

ஜாட்டுகளிடமும் பிராமணர்களிடமும் பிற சாதிகளிடமும் காணப்படும் உயர்குலத் திருமணமுறை மற்றுமொரு வடஇந்திய ஆதிக்கச் சாதியாக விளங்கும் ராஜபுத்திரர்களிடமும் காணப் படுகிறது. ராஜஸ்தானின் பூர்வீகக் குடிகளான இவர்கள் இடைக்காலத்தில் வடஇந்தியா முழுவதிலும் பரவியபோது இவர்களின் குலப் படிநிலையை அடிப்படையாகக் கொண்ட உயர்குல மணமுறை இடம் சார்ந்த உயர்குல மணமுறையாகவும் மாறத் தலைப்பட்டது.

இவர்கள் புலம்பெயர்ந்த இடங்களில் பிறசாதியினருடன் கலந்து வாழ நேர்ந்ததால் கிழக்குத் திசைக்குச் சென்றவர்கள் தாழ்ந்த குலத்தவர்களாகவும் மேற்குப் புலத்தில் குடியமர்ந்த வர்கள் உயர்குலத்தவர்களாகவும் பெயர் பெற்றனர். இதனால் கங்கைச் சமவெளி ராஜபுத்திரர்களிடம் கிழக்குப் புலக் கிராமத்த வர்கள் பெண் கொடுக்கும் வகையிலும் மேற்குப்புலத்தவர்கள் மணமகன் கொடுக்கும் வகையிலும் அமைந்தனர் (கார்வே 1990: 169). இவ்வாறான இடம் சார்ந்த, உயர்குல மணமுறையைக் கொண்டுள்ளவர்களுக்குக் குஜராத்தில் சரோத்தார் பகுதியில் வாழும் பொத்தையார் சாதியினரும் சூரத்தின் ஔதிக், அனாவில் பிராமணர்களும் சிறந்த எடுத்துக்காட்டுகளாக உள்ளனர்.

திராவிட மானிடவியல்

உடன் பிறந்தார் – உடன் பிறந்தார் மணம் வட இந்தியா வில் ஆங்காங்கும், ஜெய்ப்பூர் ஜாட்டுகளிடம் பரவலாகவும் காணப்பெறுவதாகும். ராஜஸ்தான் மாநிலத்தில் ஜெய்ப்பூர் நகருக்கு 13 மைல் தொலைவிலுள்ள மகாராஜபூர் – கிஷான்பூர் பகுதியில் அன்னனா ஜாட்டுகளிடம் ஆய்வு செய்தபோது பாலின் கோலண்டா (1987) இரண்டு வகையான திருமண முறைகளைக் குறிப்பிடுகிறார்.

1. நேர் உடன்பிறந்தோர் – உடன் பிறந்தோர் மணம்
2. ஒன்றுவிட்ட உடன்பிறந்தோர் –உடன்பிறந்தோர் மணம்

ஜாட்டுகளிடம் நடக்கும் முதல்வகை உடன் பிறந்தோர் திருமணத்தில் இரத்த உறவுடைய சொந்த சகோதரிகள் (நேர் சகோதரிகள் இந்தியில் 'சகீபாய்') இருவர் அல்லது அதற்கும் மேற்பட்டவர்கள் இவர்களுக்கு இணையாக அமையக்கூடிய நேர் சகோதரர்களை (இந்தியில் 'சகெ பாய்') மணந்து கொள்வர். இவ்வாறு நேர் சகோதர, சகோதரிகள், இல்லாதபோது ஒன்று விட்ட சகோதர – சகோதரர்கள் திருமணம் செய்துகொள்வதும் 'உடன் பிறந்தோர் – உடன் பிறந்தோர் மணம்' எனப்படும். இதில் நேர் சகோதரியுடன் பெரியப்பாவின் (பாபா) அல்லது சிற்றப்பாவின் (காக்க) மகள்கள் (காக்கா/பாபா பாய்) இணைக்கப்பட்டுத் திருமணங்கள் நிகழ்த்தப்படுவதுண்டு. மிக அரிதாக தாய்மாமன் மகளை அல்லது தந்தையின் சகோதரி யின் (அத்தை) மகளை (மாமா/பூப்பி – பாய்) அல்லது இவ்விரு வகையான மகள்களையும் இவர்களுக்கு இணையான மணமகள் களுடன் திருமணம் செய்வதுண்டு.

இவ்வகையான திருமணங்கள் நிகழ்வதற்கான முதல் காரணம் சிக்கனம். இரண்டுக்கும் மேற்பட்ட திருமணங்களை ஒரே நாளில் செய்துவிடும்போது பொருட்செலவு குறைந்து விடுகிறது. ஒரே பங்காளியின் குழுவுக்குள் மணமகன்கள்/ மணமகள்கள் அமைந்து விடுவதால் திருமணத்திற்குக் கூடும் உறவினர் எண்ணிக்கை குறைந்து விடுகிறது. எல்லாவற்றிற்கும் மேலாக மணமகன்கள் ஒரு குடும்பத்தின் வகையறாவுக்குள் உள்ளதால் மனைவிகள் சகோதரிகளாக இருப்பதால் சொத்துப் பிரிவு எனும் இழப்பு ஏற்படுவதில்லை. மணமகள்களும் புதியவர் களாக இல்லாமல் சகோதரிகளாக இருப்பதால் இணக்கமும் உழைப்பும் ஒன்றுக்குள் ஒன்று அமைகிறது. அடுத்து, கைம்பெண் நிலை ஏற்பட்டால் அதே குழுவில் மாற்று மணத்திற்கும் பரஸ்பர ஒத்துழைப்புக்கும் ஏதுவாகிறது (கோலண்டா 1987: 201 – 202).

ராஜஸ்தானில் பரவியிருக்கும் இவ்வகைத் திருமணம் மற்ற வட இந்தியப் பகுதிகளில் விரிவாகக் காணப்படவில்லை. தில்லிப் பகுதியில் ஜாட்டுகளிடம் ஆய்வு செய்த ஆஸ்கார் லூவிஸ் (1958) தன் ஆய்வில் இதுபற்றிக் குறிப்பிடவில்லை. அதுபோல உத்திரப்பிரதேசத்தில் மீரட் வட்டத்தில் ஜாட்டு களிடம் ஆய்வு செய்த எம்.ஜி. பிரதன் (1966), கிழக்கு உத்திரப் பிரதேசப் பகுதிகளில் ஆய்வு செய்த கௌல்டு (1960, 1961), ரோவ் (1960) ஆகியோரும் இம்மணமுறை குறித்து ஏதும் குறிப்பிடவில்லை. ஆனால் மேற்கு உத்திரப்பிரதேச காலாப்பூர் கிராமத்தில் ஜாட்டுகளிடம் ஆய்வு செய்த மின்டர்ன் – ஹிட்ச்காக் (1966: 27) ஆய்விலும், நடு இந்தியாவில் மால்வா பகுதியில் ராம்கேரி என்னுமிடத்தில் ஆய்வு செய்த ஆட்ரியன் மேயரும் (1960: 204) மிகக் குறைவான எண்ணிக்கையில் இவ்வகைத் திருமணங்கள் நடந்துள்ளமையைக் குறிப்பிடுகின்றனர். பொதுவாகவே, மகாராட்டிரம், வடஇந்தியாவின் வடமண்டலம் உட்படப் பரவலாக இம்மணமுறை ஏற்புடையதல்ல என்றே கருதப்படுகின்றது. உயர்குல மணமுறையைக் கொண்ட வட இந்தியத் திருமண முறையில் பெண் கொடுப்போர், பெண் எடுப்போர் என்ற தரவரிசை இருப்பதால் பெண் கொடுப் போருக்கு மட்டுமே இவ்வகைத் திருமணத்தால் லாபம் உண்டு. எனினும் தென்னிந்தியப் பிராமணர்கள் இதனை ஒதுக்க, சூரத் அனாவில் பிராமணர்களுள் சிலரும் தமிழ்ச் சாதியின ரான கொண்டைக் கட்டி வேளாளர், தஞ்சைப்பகுதியில் அடித்தளச் சாதியினர் போன்றோரிடம் உடன்பிறந்தோர் – உடன்பிறந்தோர் மணம் காணப்படுகிறது. இதனை வான்டெர் வீர் பின்வருமாறு குறிப்பிடுவார்:

> இத்தகைய மணங்கள் இரண்டு நிலைகளில் நோக்கப் படுகின்றன. இரண்டு சகோதரர்கள் இரண்டு சகோதரி களைத் திருமணம் செய்வதில் பெண் எடுப்போருக்குச் சாதகமில்லை. பெண் வீட்டாரிடமிருந்து அதிகம் பெற முடியாது என்கின்றனர். ஆனால் பெண் கொடுப்போர் இத்தகைய திருமணத்தை ஆதரிக்கின்றனர். காரணம் இரண்டு பெண்களையும் சகோதரர்களுக்குக் கொடுப்ப தால் செலவு மிச்சப்படுகிறது என்கின்றனர் (வான்டெர் வீர் 1972: 72).

பாகிஸ்தானிய நாவல்களைக் கொண்டு ஆய்வு செய்த வீணா தாஸ், சகோதரிகள் இருவரையும் ஒரே திருமணத்தில் கொடுப்பது பாகிஸ்தானில் சில முஸ்லிம்களிடம் விரும்பப் படுகிறது என்கிறார் (வீணா தாஸ் 1973: 31 – 33). சில நாவல்கள், சகோதரர்களாக இருக்கும் கணவன்மார்களின் ஒற்றுமையைக் குலைக்கிறது என்கின்றன.

மேற்கூறிய போக்கினை வான்டெர் வீர் (1973: 72) என்பவரும் குறிப்பிடுகிறார். பெண் எடுப்போர் பெண் கொடுப்போரைக் காட்டிலும் உயர்ந்தவர்கள் என்பதால் ஒரே வீட்டிலிருந்து இரண்டுக்கும் மேற்பட்ட சகோதரிகளைத் திருமணத்தின் வாயிலாகப் பெறும்போது பெண் கொடுப்போரைத் தாங்கள் விரும்பியவண்ணம் பணியவைக்க முடிவதில்லை என்று கருதுகின்றனர். தனித்தனி வீடுகளில் பெண் எடுத்தால் அதிகப் படியான பணிவினை ஏற்படுத்த முடியும் என்றும் வரதட்சணை பெற முடியும் என்றும் கருதுகின்றனர்.

வட இந்தியாவில் பின்பற்றப்படும் முக்கியமல்லாத இன்னும் சில மணமுறைகள் இங்கு விவாதிக்கப் பெறவில்லை. ஆரிய, திராவிட மரபுகளை ஒப்பிட்டுப் புரிந்து கொள்வதற்கு இவை தடையாக அமையாது. எனினும் இம்மரபு ஏற்படுத்தி யுள்ள குடும்ப முறையும் சமூக அமைப்பும் அடிப்படையிலேயே ஆண் மையம் சார்ந்தும், தந்தைத் தலைமையை மேம்படுத்தியும் வந்துள்ளதையும் ஒரு முக்கிய அடிக்கருத்தாக நாம் மனதில் கொள்ள வேண்டும். பிராமணர்களின் வாழ்க்கை வட்டச் சடங்குகளையும் அப்போது கூறும் மந்திரங்களையும் கவனித்தால் அவை ஆண் வாரிசை நோக்கிய விளைவைக் காட்டுகின்றன.

திராவிடர் மரபு

தென்னிந்தியச் சாதிகளின் திருமண முறைகள் அடிப்படை யிலேயே அமைப்பு முறையிலான மாற்றங்களைக் காட்டு கின்றன. இவை இப்பகுதிக்கான தனித்துவமாகும். தென்னிந்திய இந்துச் சாதிகளின் திருமண முறைகள் வடஇந்தியத் திருமண முறைக்கு நேர்மாறாக உள்ளன. இங்கு நெருங்கிய உறவுக்குள் மணம் செய்யும் உறவுத் திருமணம் விரும்பத்தக்க மணமுறை யாக உள்ளது.

தென்னிந்தியப் பகுதி முழுவதையும் ஆய்வுக்குட்படுத்திய ஐராவதி கார்வே (1953) முடிவின்படி, இப்பகுதியில் காணப்படும் முதன்மையான, விரும்பத்தக்க மண்உறவுகளுள் முதல் விருப்ப மாக இருப்பது அக்கா மகளைத் திருமணம் செய்வதாகும். இதற்கடுத்துத் தந்தையின் சகோதரியின் (அத்தை) மகளைத் திருமணம் செய்வது இரண்டாம் விருப்பமாகும். இறுதியாக, தாய்மாமன் மகளைத் திருமணம் செய்வது மூன்றாவது விருப்ப மாகும். பிற்காலத்தில் மேற்கொள்ளப்பட்ட ஆய்வு முடிவுகளின் படி தாய்மாமன் மகளை மணப்பதே முதல் விருப்பமாக உள்ளது என்பதை அறியமுடிகிறது.

இந்த மூன்று வகையான திருமண முறைகளும் அடிப்படை யில் உறவுத் திருமணத்தை மையமாகக் கொண்டதாகும். இதன்

சமூகப் பரிமாணம் நீண்ட காலகட்டத்தில் சில தனித்தன்மை களை ஏற்றுக்கொண்டன. தென்னிந்தியப் பகுதியில் இன்றைய நிலையில் பின்வரும் மூன்று வகையான உறவுத் திருமணங்கள் நிகழ்கின்றன.

1. *இருவழி உறவுத் திருமணம்:* தந்தைவழியில் அத்தை மகளையும், தாய் வழியில் தாய்மாமன் மகளையும் மணந்து கொள்ளுதல் இருவழியினருமே விரும்பத்தக்க மணத்துணை யாக அமைகின்றன.

2. *தந்தைவழி உறவுத் திருமணம்:* தந்தையின் சகோதரியின் மகளை மட்டும் மணந்து கொள்ளுதல்.

3. *தாய்வழி உறவுத் திருமணம்:* தாய்மாமன் மகளை மட்டும் மணந்து கொள்ளுதல்.

4. *அக்காள் மகளை மணக்கும் முறை:* இதனை மேற்கூறிய தந்தைவழி முறைமணத்தின் விரிவாக்கமாகவும் கொள்ளலாம். இத்திருமணத்தில் மணமகன் ஒரு தலைமுறையைச் சேர்ந்தவராக வும் மணப்பெண் அவனுக்குக் கீழ் உள்ள தலைமுறையைச் சேர்ந்தவளாகவும் அமைவதால் இத்திருமணம் தலைமுறை யிடைத் திருமணமாக அமைகிறது. இந்த மாமன் – மருமகள் திருமணம் பல சாதிகளிடையே காணப்பட்டாலும் அக்காள் மகளை மணத்தலே ஏற்புடையது. தங்கையின் மகளை மணப்ப தில்லை.

மேற்கூறிய முறைமணங்களால் அமையும் உறவுக் கூட்டத் தின் கட்டமைப்பும், மணப்பெண்களைப் பரிமாறிக் கொள்ளும் முறையும் சில தனித்தன்மைகளைக் கொண்டுள்ளன. இருவழி உறவுத் திருமணத்தில் ஒரே தலைமுறையில் இருவீட்டாரும் ஒரே திருமண நிகழ்ச்சியில் கூட நேரடியாக மணப்பெண் களைக் கொண்டு – கொடுத்து உறவு கொள்ளலாம். இவ்வகை யான நேரடி கொண்டு – கொடுத்தல் மற்ற இரண்டு முறைகளில் அமையாது. அங்குச் சுற்றுவழி கொண்டு – கொடுத்தல் நிகழ்கிறது. அதாவது, இந்தத் தலைமுறையில் பெண் கொடுத்து அடுத்தத் தலைமுறையில் அங்கிருந்து பெண் எடுத்துக் கொள்ளலாம். இதனையொட்டிய பிற சமூக உறவுகளின் அமைப்பியல்புகளை நோக்குவது ஆரியம் திராவிடம் ஒப்பீட்டுக்கு வெளியே சென்று விடும். ஆகையால் தென்னிந்தியப் பகுதியின் பிற முதன்மை யான திருமண விதிகளை இங்குக் காண்போம்.

மேற்குறிப்பிட்ட உறவுத் திருமணம் எல்லாச் சூழல்களிலும் நிகழும் என்று கூறுவதற்கில்லை. முறை உறவுடைய மணத்துணை இல்லாதபோதோ வேறு சில காரணங்கள் முன்னிலைபெறும் போதோ நெருங்கிய உறவு வட்டத்திற்கு வெளியே மணத்துணை

தேடப்படுகிறது. நெருங்கிய உறவுக்குள் திருமணம் செய்வ தானாலும் சரி, வெளியே தேடுவதானாலும் சரி தென்னிந்திய இந்துச் சாதிகளின் திருமணமுறையில் ஒரு முதன்மையான விதி பின்பற்றப்படுகிறது. அது மணமகன் தன் சொந்த வகையறா, பரம்பரை, கரை, கூட்டம் எனச் சொல்லக்கூடிய கால்வழியில் திருமணம் செய்யக்கூடாது என்பதாகும். ஆகவே திராவிட மரபில் கால்வழிப் புறமணம் என்பது குறைந்தபட்ச விதியாகவும் எல்லோராலும் பின்பற்றுகின்ற ஒரு முதன்மையான விதியாக வும் உள்ளது. திராவிட மரபில் 'கிராம அகமணம்' ஏற்புடையதே. வட இந்தியாவில் காணப்படுவது போன்று சொந்த ஊருக் குள்ளேயே மணத்துணையைத் தேடத் தடையில்லை.

ஆரிய மரபும் திராவிட மரபும்

வடஇந்தியாவில் சாதிகளின் உட்பிரிவுகளாக விளங்கும் குலங்கள்/ கோத்திரங்கள் ஒரு படிநிலையில் அமைந்து அவற்றிற் குள் உயர்வு தாழ்வு என்று வரிசைப்படுகின்றன. இவ்வரிசை யில் பெண் கொடுக்கும்போது அவளை உயர்குலத்திற்குக் கொடுக்க வேண்டும் என்ற விதி இன்றியமையாதது. இந்நிலை யில் பெண்கள் ஏறுமுக வரிசை என்ற ஒரு திசையில் மட்டுமே கொடுக்கப்படுகின்றனர். இந்த ஒரு திசைப்போக்கில் பெண் கொடுத்தல் என்ற விதியின் காரணமாக, 'பெண் கொடுப்போர்' தகுதி குறைந்த குழுவினராகவும் 'பெண் எடுப்போர்' தகுதி உயர்ந்த குழுவினராகவும் படிநிலைப்படுகின்றனர். வட இந்தியச் சமூக அசைவியக்கத்தில் இதுவொரு மிக முக்கிய கூறாகச் செயல்படுகிறது.

உயர்குல மணமுறையானது பல தலைமுறைகளுக்குத் தொடரும்பொழுது சமச்சீரற்ற, ஒருவழிப் போக்குடைய மணவுறவை வலுப்படுத்தும். மணப்பெண் கீழிருந்து உயர் குலத்திற்குச் செல்லுதல் எனும் நிகழ்வில் பெண் ஒரே திசையில் செல்வதால் கடைசியிலுள்ள மேற்குலத்தைச் சேர்ந்தவர்கள் பெண் கொடுப்பதற்கு இயலாது. ஏனெனில் அவர்களை விடவும் உயர்ந்த குலம் அங்கிருக்காது. அதனால் இதன்விளைவாகப் பெண் குழந்தைக் கொலை, பல மனைவி மணம் (பலதாரம்), முதிர்கன்னியாகவே இருக்க வேண்டிய கட்டாயம் ஏற்படு கின்றன.

உயர்குலத்திற்கு இவ்வகையான சிக்கல்கள் தோன்று கின்றன என்றால் குல வரிசையில் கீழ்நிலையில் உள்ளவர் களுக்குப் பெண் கிடைப்பது அரிதாக உள்ளது. ஆகக் குலவரிசை யில் மேல்நிலையில் உள்ளவர்களுக்குப் பெண்கள் தேங்குவதும், கீழ்நிலையில் உள்ளவர்களுக்குப் பெண்கள் பற்றாக்குறை ஏற்படுவதும் நிகழ்கின்றன.

வடஇந்தியாவில் காங்ரா மாவட்டத்தின் சாதியமைப்பும் உறவுமுறையும் (*Caste and Kinship in Kangra* 1979) என்னும் ஆய்வில் ஜொனாதன் பேரி இச்சிக்கலை ஆராய்கிறார். இவ்வாறான சிக்கல் ஏற்படும்போது மேற்குலத்தவரும், மிகவும் கீழ்நிலையில் உள்ள குலத்தவரும் உயர்குல மணமுறை எனும் எல்லையைத் தற்காலிகமாக உடைத்துவிட்டு ஓரளவு சமத்தகுதி உள்ளவர்களுடன் திருமணம் செய்யும் முறையை ஏற்கின்றனர். இது ஒரு தற்காலிகமான முறை என்றும், இவ்வாறான முறை கூடப் பின்னர் உயர்குல மணக் கட்டுக்கோப்புக்குள் நுழைந்து மீண்டும் ஏறுமுக வரிசையில் பெண் கொடுக்கும் சமச்சீரற்ற மணமுறையைத் தழுவிக் கொள்கிறது என்றும் ஜொனாதன் பேரி கூறுகின்றார். இந்நிலையில் சமதகுதியாளருடன் திருமணம் செய்து கொள்ளும் முறை உயர்குல மணமுறையின் சுழற்சித் தளத்தில் ஒரு தற்காலிகமான நிலைமாற்றமாக அமைகிறது என்பதை விரிவாக விளக்குகின்றார்.

ஆரிய மரபில் உயிர் மூச்சாகக் கருதப்படும் உயர்குல மணமுறையில் பெண்ணை உயர்குலத்திற்குக் கொடுப்பது என்பது கட்டாயமான திருமண விதிமட்டுமல்ல; பாக்கியமும் கூட. தந்தைவழி அமைப்புடைய இவ்வகைச் சமூகத்தில் உயர்குலத்துப் பிறப்புடைய ஒரு மணமகனுடன் தன் மகளைச் சேர்ப்பது என்பது பெண்ணைப் பெற்றோர்க்கு மட்டுமன்று அவர்கள் குலத்திற்கே பெருமையாகும். அதனால்தான் எவ்விதக் கைம்மாறும் பாராமல் பெண்ணை உயர்குலத்தவர்களுக்குத் தானமாகக் கொடுக்கிறார்கள். நல்ல குலமும் நல்ல குடும்பமும் நல்ல குணமும் நல்ல சொத்தும் சுகமும் உடைய மணமகன் கிடைப்பது அரிதாக இருப்பதால் பெண் வீட்டார் தங்கள் கன்னியைத் தானமாகக் கொடுப்பதுடன் (கன்னிகாதானம்) பெரும் மதிப்புள்ள மணக்கொடையையும் (வரதட்சணை) தருகின்றனர். ஆகவே, ஆரியர்களின் திருமணமுறையில் ‘கன்னிகாதானம்’ செய்வதும், ‘வரதட்சணை’ கொடுப்பதும் மிக முக்கியமானவையாகும்.

ஆரிய திருமணச் சடங்கில் இடம்பெறும் பாதபூசை நம் கவனத்திற்குரியதாகும். இது திராவிட மரபிலிருந்து முற்றிலும் மாறுபட்டதாகும். உயர்குலத்துப் பிறப்புடைய மணமகன் எல்லா நிலையிலும் உயர்ந்தவன் என்னும் கருத்தாக்கம் கன்னிகாதானத் திருமணச் சடங்கின் பாதபூசைச் சடங்கில் நன்கு வெளிப்படுகிறது. திராவிடப் பகுதியில் இடம்பெறும் இப்பாதபூசைச் சடங்கில் மணமகன் தாலி கட்டும்முன் தன் பெற்றோர்க்குப் பாதபூசை செய்வான். அவ்வாறே மணமகளும் தாலி கட்டிக்கொள்ளும் முன்னர் தன் பெற்றோர்க்குப் பாதபூசை செய்வாள்.

ஆனால் ஆரிய மரபிற்குரிய திருமணச் சடங்கில் இதற்கு நேர்மாறான சடங்குக் கூறு இடம்பெறுகின்றது. இது 'பாவொ(ம்) பூசை' எனப்படும். இதன் பொருள் 'பாதங்களை வழிபடுதல்' என்பதாகும். அதாவது மணமகனின் பாதங்களைப் பெண்ணின் தந்தையோ பெண்ணின் மூத்த சகோதரரோ கழுவ வேண்டும். மணமகன் வயதால் குறைந்திருந்தாலும் அவன் குலத்தால் உயர்ந்து நிற்பதால் அக்குலப் பெருமையுடைய மணமகனுக்குப் பாதங்களைக் கழுவித் தன் மகளைத் தானம் தருவதில் பெண்ணின் தந்தை பெருமை கொள்கிறார் (டுய்மோன் *1993 : 98*). திராவிடப் பகுதியில் இடம்பெறும் இதே பாதபூசை யானது பெண் கொடுப்போர் தாழ்ந்தோர் என்றோ பெண் பெறுவோர் உயர்ந்தோர் என்றோ முன்னிறுத்தாததால் மண மக்கள் தத்தம் பெற்றோர்க்கு மட்டும் பாதபூசை செய்கின்றனர்.

ஆரிய, திராவிடப் பண்பாட்டு மரபுகளை ஆராயும்போது அவை 'வரலாற்றால் கட்டமைக்கப்பட்டவை' என்ற ட்ரவுட்மனின் கூற்றை நாம் எண்ணி பார்க்கலாம். வடக்குக்கும் (ஆரியம்) தெற்குக்குமான (திராவிடம்) ஒரு பொது சடங்குக் கூறாகப் பாதபூசை செய்தல் சடங்குப் பரிமாணம் பெற்றிருந் தாலும் அது பொருண்மையளவில் ஆரியம், திராவிடம் என்னும் தனித்துவத்தைக் காட்டுவதால் இப்பகுதிகளுக்கான பண் பாட்டுப் பரவல், மீட்டுருவாக்கம் ஆகிய ஆய்வுகளுக்குப் புது விளக்கங்கள் தருவதாக இது அமைகிறது. இக்கூறு தொடக்கத் தில் யாரிடம் இருந்து யாருக்குப் பரவியது என்பதும், சடங்கின் வடிவம் மாறாமல் பொருண்மை மட்டும் மாறியது எவ்வாறு என்பதும் வரலாற்று ரீதியான ஆய்வுக்குரியது. எனினும் ஆரியர்கள் இம்மண்ணுக்கான திணைப் பண்பாடுகளின் அமைப்பு சார்ந்த பல பண்புகளைச் சில மாற்றங்களோடும் / மாற்றங்கள் இல்லாமலும் தழுவிக் கொண்டுள்ளதையும் இங்கு நினைவில் கொள்ளவேண்டும்.

ஆரியர்களின் ஒரு பகுதியாக விளங்கும் பிராமணர்கள் வடஇந்தியாவில் உயர்குல மணமுறையையும், நான்கு கோத்திர விதியையும், கிராமப் புறமணத்தையும் பின்பற்றுகின்றனர். ஆனால் தென்னிந்தியப் பிராமணர்கள் இத்திணைக்குரிய மணமுறைகளான அக்கா மகளை மணத்தல், அத்தை மகளை மணத்தல், தாய்மாமன் மகளை மணத்தல், கிராம அகமணம் ஆகியவற்றை ஏற்றுக்கொண்டனர். அதோடு திராவிடச் சாதி களின் பூப்பெய்தியபின் திருமணம் செய்து கொள்ளுதல் என்ற முறையை முதன்முதலில் மலபார் பிராமணர்கள் ஏற்கத் தலைப் பட்டனர். எனினும் தங்கை மகளைத் திருமணம் செய்தல், நம்பூதிரி பிராமணர்கள் சூத்திரர்களான நாயர் பெண்களுடன் உடலுறவு கொள்ளுதல், கணவனை இழந்தவள் மறுமணம்

செய்யாமல் விதவையாகவே இருத்தல் போன்ற சில தனித் தன்மைகளை இவர்கள் நீண்ட காலம் கொண்டிருந்தனர். இப்போது அவற்றிலும் மாற்றங்களை ஏற்று வருகின்றனர் (அய்யப்பன் 1988: 15, 165; சீனுவாஸ் 1962: 42 – 43). மேற்கூறிய கருத்துகளை நோக்கும்போது இனத்தால் ஒன்றுபட்ட பிராமணர் கள் வடக்கிலும் தெற்கிலும் குடியமர்ந்து அந்தந்தத் திணைக் குரிய மொழிகளையும் பிற பண்புகளையும் தழுவிக் கொண்ட தால் பண்பாட்டளவில் தனிப்பட்டவர்களாக உள்ளனர்.

அடுத்து ஆரிய திராவிட மரபுகளுக்கிடையிலான மேலு மொரு வேறுபாட்டினைக் காண்போம். அது திருமணத்தின் வழி கட்டமைக்கப்படும் 'உறவின்முறை' பற்றியது. ஆரிய மரபில் உயர்குல மணமகனுக்குக் கன்னியைத் தானம் கொடுத்தது முதல் மணமகன் வீட்டில் நிகழும் அனைத்து வகையான நல்லது கெட்டதுகளுக்கும் பெண்ணின் பெற்றோர் கள் அல்லது நேரடிக் குடும்ப உறவினர்கள் கலந்து கொண்டு நடைபெறும் நிகழ்ச்சிகளுக்கேற்பப் பொருள், உடை, பணம், நகை போன்ற அன்பளிப்புகளைத் தருவார்கள்.

மணமகன் வீட்டார் கன்னியைத் தானமாகவும், மணக் கொடையையும் பெற்றுக் கொண்ட பின்னர், திருமணத்திற்குப் பின் நடக்கும் பல்வேறு வகையான சடங்கு நிகழ்ச்சிகளில் தொடர்ந்து அன்பளிப்புகளையும் பெற்றுக்கொள்வார்கள். மாறாக, எந்த ஒரு வகையிலும் பெண் வீட்டாருடன் பரிமாற்றம் செய்து கொள்வதில்லை. ஏனெனில் உயர்குல மணமுறையில் பெண்ணெடுத்த குடும்பத்திற்கு மீண்டும் பதிலுக்குப் பெண் கொடுத்தல் என்ற பேச்சுக்கே இடமில்லை. இந்நிலையில் அனைத்து வகையான திருமணப் பொருளியலும் ஒரு திசை நோக்கியே செல்கின்றது (ஃபுருசெத்தி 1990: 130).

திராவிடப் பகுதியின் மணமுறை இதற்கு முற்றிலும் நேர்மாறானது. இங்குப் 'பரிமாற்றம்' என்பது உறவுமுறையின் முதன்மையான வெளிப்பாடாகும். பரிமாற்றம் என்பது இங்கு அன்பளிப்புப் பொருள்களை மட்டும் குறிப்பதாகாது. பெண்ணைக் கொண்டு – கொடுத்தலையும் குறிக்கும். அக்கா மகள், அத்தை மகள், தாய்மாமன் மகள் ஆகிய முறைப் பெண்களுடன் நடக்கும் மணமாயினும் சரி, உறவுக்கு வெளியே சென்று புதிய உறவில் நடக்கும் மணமாயினும் சரி, ஒரு குடும்பத்தினர் பெண் கொடுத்தால் மீண்டும் அங்கிருந்து பெண் எடுக்கும் உரிமையை விரும்புகின்றனர்.

பெண் கொடுக்கும் ஒரு குடும்பம் கொடுத்த இடத்திலிருந்து வேறு பெண்ணை அதே தலைமுறையில் பெறவும் வாய்ப்புண்டு. காலம் தள்ளியும் பெற வாய்ப்புண்டு. இங்குக் கொண்டு –

கொடுத்தல் என்பது கால்வழி வழியாகவும் மணவுறவு வழியாக வும் நிலைபேறு கொள்கின்றது. இங்குக் கொண்டு – கொடுத்தல் என்பது கால்வழியின் வாழையடி வாழையாக வரும் செங்குத்து உறவின் தொடர்ச்சியையும், பல கிளைகளாகவும் விழுது களாகவும் பரவியுள்ள கிடைநிலை உறவின் தொடர்ச்சியையும் பிணைக்கும் மணமுறையாக விளங்குகிறது.

இதன் இணைநிலைப் பிரதிபலிப்பாகத் தான், பெண்ணைப் பரிமாறிக் கொள்வது போன்று சம்பந்தி வீட்டார் சடங்கு நிகழ்ச்சிகளில் சமமான அளவில் அன்பளிப்புப் பொருள்களைப் பரிமாறிக் கொள்கின்றனர். ஒருவர் ஒரு நிகழ்ச்சியில் மொய் எழுதினால் பெற்றுக்கொண்டவர் அடுத்த நிகழ்வில் அதனைத் திருப்பி எழுதிவிடுவார்.

திராவிடப் பகுதியில் தந்தைவழிப் பண்பாடு வேரூன்றிய பின்னர் இம்மண்ணில் தோன்றிய உறவுத் திருமணம் பரிசப் பணத்தை ஒரு குறியீடாக மட்டுமே ஏற்றுக்கொண்டது. இதற்கு நேர்மாறாக வடஇந்தியாவில் வேற்றுப் பண்பாட்டின் தாக்கத்தால் ஏற்பட்ட உயர்குல மணமுறை பெண்களுக்கான இருத்தலையே மாற்றியமைத்தது. திராவிடப் பகுதியின் உறவுத் திருமணமும் வடஇந்திய உயர்குல மணமுறையும் எவ்வாறு கருத்தியல் நிலையில் வேறுபடுகின்றன என்பதைப் பின்வருமாறு காணலாம்.

உறவுத் திருமணம்	உயர்குல மணம்
1. தன் கிராமத்தைச் சேர்ந்த பெண்ணைத் திருமணம் செய்யும் அகமணம் ஏற்புடையது.	கிராம அகமணம் ஏற்புடைய தல்ல. வேற்று கிராமத்துப் பெண்ணையே மணம் செய்ய வேண்டும்.
2. அக்காமகள் போன்ற நெருங்கிய உறவுடன் திருமணம் செய்யலாம்	நெருங்கிய உறவைத் (சபிண்ட உறவு) தவிர்ப்பர். தந்தை வழியில் 7 வரிசை, தாய் வழியில் 5 வரிசை சபிண்ட உறவுள்ளவர்கள்.
3. சம தகுதியுடைய குடும்பங் கள் மணஉறவு வைத்துக் கொள்ளலாம். ஆக சம்பந்தி கள் சமமானவர்கள்.	பெண் தனக்கும் மேலான குலத்துப் பையனையே மணக்க வேண்டும். ஆக பெண் வீட்டார் தகுதி குறைந்தோர் ஆவர்.
4. கொண்டு – கொடுத்தல் உண்டு; தமக்கைப் பரிமாற்றம் உண்டு.	பெண் எடுத்தவர் சம்பந்திக் கால்வழியினருக்கு பெண் கொடுக்கக்கூடாது. தமக்கைப் பரிமாற்றம் இல்லை.

5. பெண் கொடுப்போர், பெண் எடுப்போர் இரு குழுவினரும் சமமாக அன்பளிப்பு கொடுப்பர்.	பெண் கொடுத்தவர் மட்டுமே தன் சம்பந்திக்கு அன்பளிப்பு தருவார். பரிவர்த்தனை இல்லை.

ஆரிய மரபின் உயர்குல மணமுறையில் கொண்டு – கொடுத்தலுக்கு வாய்ப்பில்லை என்பதால் ஒவ்வொருவரின் உறவுக் கூட்டமும் திருமணத்திற்குப் பின்பே கட்டமைகிறது. ஆனால் திராவிட மரபில் கொண்டு – கொடுத்தல் கோட்பாடு நிலவுவதால் முறையுடைய பெண்களும், பையன்களும் திருமணத்திற்கு முன்னரே 'மருமகன்', 'மருமகள்' என்று உரியவர்களால் அழைக்கப்படுதல் உண்டு. ஆனால், வடஇந்தியப் பெண் இவ்வாறு அழைக்கப்படுவதில்லை. ஆகவே, வடஇந்தியா முழுவதும் அனைத்து கிளைமொழிகளிலும் மகள், மணப்பெண் ஆகிய இரண்டு உறவுநிலைகளைத் தனித்தனியாக உணர்த்தும் சொற்கள் உள்ளன. இவை உறவுச் சொற்களாக மட்டுமின்றிக் கதை, பாடல், பழமொழி போன்ற வழக்காறுகள் பலவற்றிலும் இடம்பெற்றுள்ளன (கார்வே 1993: 57 – 58).

மகள் 'பேட்டீ' என்றும், மணப்பெண் (மருமகள்) 'பகூ' என்றும் அழைக்கப்படுகின்றனர். அதேபோல் அத்தையின் கணவரையும் தாய்மாமனையும் மாமன் என்று ஒரே சொல்லில் தமிழில் விளிக்க, இந்தியில் முறையே 'பூபா', 'மாமா' என்று தனித்தனிச் சொற்களால் விளிக்கின்றனர். மாமனாரை 'சசூர்' என்று அழைக்கின்றனர். தமிழில் இம்மூன்று உறவுநிலைக்கும் விளித்தல் நிலையில் 'மாமன்' என்ற ஒரு சொல் மட்டுமே பயன்படுகிறது. குறிப்பிட்டுச் சொல்லும்போது மட்டுமே தனிச் சொற்கள் பயன்படுகின்றன.

இறுதியாக, மேலுமொரு கருத்தைக் கவனிக்க வேண்டும். வடஇந்தியாவில் நிலவும் உயர்குல மணமுறை, கிராமப்புறமணம், ஒரு முறைபெண் எடுத்த கிராமத்தில் மறுமுறை எடுப்பதில் விருப்பமின்மை, நான்கு கோத்திர விதிகள், மூன்று கோத்திர விதிகள், இடப்பெயர்வினால் அமைந்த திசை சார்ந்த உயர்குல மணமுறை, புதிய புதிய உறவுகளிலிருந்து மணப்பெண் பெறுதல் போன்ற விதிகளால் 'திருமணப் பரப்பின் வட்டாரம்' மிகப் பெரிய நிலப்பரப்பினைக் கொண்டுள்ளது.

ஒரு வட்டாரத்தில் மக்கள் தங்கள் திருமண உறவுகளைத் தேடும் முயற்சியில் அவர்கள் கொண்டு – கொடுக்கும் நிலப் பரப்பின் விரிவு அவர்களுடைய பண்பாட்டு அடிப்படையைக் காட்டுகிறது. தென்னிந்தியாவில் இந்நிலப்பரப்பானது சராசரியாக 20 – 30 கிராமங்களுக்குள் அமைகிறது என்றும், இதுவே

வடஇந்தியாவில் 10 மடங்கு கூடுதலாக உள்ளது என்றும் எம்.என். சீனுவாசும் ஏ.எம். ஷாவும் (1960: 1375 – 1376) மேற் கொண்ட ஆய்வு தெரிவிக்கிறது. இதனோடு இன்னொரு கருத்தையும் நோக்க வேண்டியுள்ளது. மணமக்களின் பிறப் பிடங்களுக்கு இடையிலான தூரத்தைக் கணக்கிடும்போது வடஇந்தியாவில் இதன் சராசரி தூரம் 12 கிலோ மீட்டர்களுக்கு மேல் அமைய, தென்னிந்தியாவில் இந்தத் தூரம் 8 கிலோ மீட்டர்களுக்குள் அமைகிறது (லூவிஸ் 1965: 161; மேரியாத் 1965: 101; ரெட்டி 1993).

பின்னுரை

இதுவரை ஆரிய மரபு, திராவிட மரபு ஆகிய இரண்டு மரபுகளுக்குரிய திருமணமுறைகளின் வேறுபாடுகளை ஒரு ஒழுங்கு முறையில் பாகுபடுத்திக் கொண்டோம். இந்நிலையில் இவ்விரு மரபுகளுக்கான வேறுபாடுகள் எந்த அடித்தளத்தின் மீது கட்டப்பட்டுள்ளது என்பதை அறிய வேண்டும்.

ஆரிய மரபானது அடிப்படையிலேயே கால்நடை மேய்த்தல் பொருளாதாரத்தை அடித்தளமாகக் கொண்டதாகும். இப் பொருளாதாரக் கட்டுமானத்தின் மேல் இயங்கும் சமூக அமைப்பும், அதற்குரிய திருமணமுறைகளும் ஆரிய மரபு அதன் வரலாற்றுக் கட்டமைப்பில் வடிவமைத்துக் கொண்டன. இன்று வட இந்தியச் சமூகங்கள் பலவும் ஆயர் வாழ்க்கையி லிருந்து விடுபட்டு வேளாண் வாழ்வைச் சார்ந்திருந்தாலும் வணிகம், தொழில்துறை நோக்கிய வாழ்வைச் சார்ந்திருந்தாலும் அவை பண்டைய ஆயர் வாழ்வை மையமிட்ட பண்பாட்டு அடித்தளத்தை விட்டுவிடவில்லை என்பதே இத்துணைக் கண்டத்தில் அவர்கள் கொண்டிருக்கக் கூடிய திருமண மரபாகும் (கார்வே 1993: 71). ஆரிய மரபிற்குரிய சமூகத்தாரிடம் பரந்த நிலப்பரப்பினை மையமிட்ட வாழ்க்கைப் பொருளாதாரம் ஏற்படுத்திய சமூக அமைப்பின் தொடர்ச்சி இன்றும் நிலவுகிறது. அதனால்தான் நான்கு கோத்திர விதி, கிராமப் புறமணம், ஆறுகிராமம் தள்ளிப் பெண்ணெடுத்தல் என்பன போன்ற பல விதிகளும் பரந்த நிலப்பரப்பை நாடுகின்றன; பல நூறாண்டு களுக்குப் பின்னரும் அவை தொடருகின்றன.

ஆனால் ஆரிய முறைக்கு மாறாகத் திராவிடப் பகுதியின் உறவியல் கோட்பாடு மிக நெருங்கிய உறவுக்குள் கொண்டு – கொடுத்தலை முதன்மைப்படுத்துவதால் இங்கு மிகக் குறுகிய வட்டாரம் சார்ந்த உறவின்முறை அமைகிறது. இந்த உறவுக் கூட்டத்தில் இரத்த வழியிலான உறவினருக்கும் மணவழியிலான உறவினருக்கும் இடையே வடஇந்தியாவில் உள்ளதுபோல மிக உறுதியான வேறுபாடுகள் இல்லை. இவ்வகையான உறவியல்

கோட்பாடு சமூகத்தின் வாழ்க்கைப் பொருளாதாரம் நிலையாக ஓரிடத்தில் வேளாண் வாழ்வைக் கொண்டிருத்தலை மையப் படுத்துகிறது.

திராவிடர் நாகரிகம் என்பது அடிப்படையிலேயே நீர்ப் பாசன வேளாண் நாகரிகம் சார்ந்தது. இந் நாகரிகத்தில் வாழ்க்கைக்கான ஆதாரம் நிலமும் நீரும் ஆகும். இந்த ஆதாரங் கள் திருமணத்தால் சிதறிவிடக் கூடாது என்பதற்காக மாமன் மகள், அத்தை மகள், அக்காள் மகள் ஆகிய முறை மக்களைத் திருமணம் செய்வது விரும்பத்தக்க முறையாக ஏற்பட்டது. ஆக திராவிடர்களுக்கானது வேளாண் நாகரிகம்; அதற்குரிய திருமண வடிவங்களாக 'உறவுத் திருமணங்கள்'; அம்முறை களை வெளிப்படுத்தும் வகையில் உறவுமுறைச் சொற்கள் என ஒரு தொடர்வரிசையில் பண்பாட்டின் பல தளங்கள் ஒருங்கிணைவதைக் காண்கிறோம்.

மேலும் எண்ணற்ற பண்பாட்டுக் கூறுகளை நாம் வேறு படுத்திக் காணலாம். திராவிடரின் வேளாண் நாகரிகத்தில் விவசாயம் அடிப்படை. விவசாயத்தில் விதை நட்டால் பயிர் வளர்ந்து மகசூல் கிடைக்கும். அதுபோல இறந்த நபரை அவரது நிலத்தில் குழிதோண்டி மண்ணில் புதைத்தால் விவசாயத் திற்கு வேண்டிய உழைக்கும் நபர்கள் பேரப் பிள்ளைகளாக மீண்டும் அக்குடும்பத்தில் பிறப்பார்கள் எனும் நம்பிக்கை உள்ளது. மேலும் ஆரிய மரபில் இறந்தவரைப் புதைப்பதில்லை; எரித்துவிடுவார்கள். திராவிடரின் வேளாண் நாகரிகத்தில் நீரே தலையானது. ஆதலின் சடங்குகள் அனைத்தும் நீரை மையமாகக் கொண்டு செய்யப்படுகின்றன.

ஆரிய மரபில் அக்கினியே மையமானது. அங்கு 'ரக்ஷ பந்தன்' முக்கியம் என்றால், இங்கு முறைமக்கள் மீது 'மஞ்சள் நீர் தெளித்தல்' இன்றியமையாதது. அங்குப் பெண்ணைத் தானமாகக் கொடுப்பதும் வரதட்சணை கொடுப்பதும் கட்டாயம் என்றால், திராவிட மரபில் பெண்ணை இழக்கும் குடும்பத் தாருக்குப் பரிசம் கொடுத்துத் (முலை விலை) திருமணம் செய்வது கட்டாயமாகும். இவ்வாறாக இன்னும் பல்வேறு வகையான சடங்கு முறைகளை வரிசைப்படுத்தி இவ்விரு மரபுகளுக்கிடையே காணப்படும் அடிப்படையான, தனித்துவ மான பண்பாட்டு வேறுபாடுகளை இனங்காணலாம்.

இதுவரை கூறப்பட்டுள்ள கருத்துகள் மூலம் இந்தியா எனும் ஒன்றுபட்ட புவியியல் அரசியல் பரப்பில் ஆரியம், திராவிடம் என்ற இரண்டு தனித்தன்மைகள் கொண்ட பண் பாட்டு மரபுகள் வரலாற்றின் கட்டமைப்பாக உருவாக்கம் பெற்றுவந்துள்ளன என்பதை அறிய முடியும்.

திராவிட மானிடவியல்

திராவிட விழா

ஹோலி x கிராமத் திருவிழா: வடஇந்தியப் பரந்த வட்டார மரபும் தென்னிந்தியச் சிறுபரப்புக்குரிய கிராம மரபும்

பண்பாடு என்னும் முழுமைக்குள் பல பகுதிகள் உள்ளன. இப்பகுதிகள் யாவும் ஒருங் கிணைவதாலேயே முழுமை உண்டாகிறது. பண்பாட்டின் பகுதிகளின் கூட்டாகவே முழுமை உருவாக்கம் பெறுவதால் பகுதிகளின் பொருண்மை முழுமையிலும், முழுமையின் பொருண்மை பகுதி களிலும் பரஸ்பரம் பிரதிபலிக்கக் காணலாம். இந்நிலையில் சமய விழாக்களின் வழி வெளிப்படும் பண்பாட்டின் அடித்தளப் பொருண்மைகளை இனங்காணலாம்.

சமய விழாக்கள்

இந்தியச் சூழலில் சமய விழாக்களை இரு நிலைகளில் புரிந்துகொள்ள வேண்டும். வைதிக சமயத்தின் உற்சவங்கள், மகா உற்சவங்கள் இவற்றை வைதிக முறைப்படியும், கிராமங்களில் நடைபெறும் நாட்டார் திருவிழாக்களை நாட்டார் சமய மரபுப் படியும் அணுகவேண்டும்.

வைதிக சமயத்தில் இறைவனின் அடிப்படைச் செயல்பாடுகளை ஒட்டியே உற்சவங்களும் அவற்றின் பிற நடைமுறைகளும் அமைகின்றன. இப்பிரபஞ்சத்தின் இயக்கத்திற்குக் காரணமாக இருந்துவரும் இறைவன் ஐந்து தொழில்களைச் செய்து வருகின்றான். அவை:

1. ஆக்குதல் (சிருஷ்டி)

2. காப்பாற்றுதல் (ஸ்திதி)

3. அழித்தல் (சம்ஹாரம்)

4. மறைத்தல் (திரோபலம்)

5. அருளூதல் (அனுக்கிரகம்)

வைதிகச் சமயங்களில் கொண்டாடப்படும் விழாக்களின் அடிப்படை ஒன்றாயினும் நடைமுறைகள் பலவாக உள்ளன. எந்தக் கோயில் எந்த ஆகமத்தையொட்டி அமைக்கப்பெற்றதோ அந்த ஆகம முறைப்படியே நித்திய பூசைகளும் ஆண்டுத் திருவிழாக்களும் நடைபெற வேண்டுமென்பது ஆகமங்கள் கூறும் விதியாகும்.

ஆகமங்கள் பலவாக இருப்பதால் திருவிழாக்களும் நடை முறையில் பலவாறாக உள்ளன. ஊர்கள் தோறும் உள்ள கோயில்களின் திருவிழாக்கள் வேறுபடுவதற்கு இதுவே காரணமாகும்.

கோயில் விழாக்கள் ஒரு நாள் உற்சவமாகவும் இருக்கும். 10 – 12 நாட்கள் வரை நடக்கும் மகா உற்சவங்களாகவும் (மகோத்ஸவங்கள்) இருக்கும்.

மகோத்ஸவங்களில் கொடியேற்றமே முதல் நிகழ்ச்சியாகும். அந்தந்த ஆலயங்களில் உள்ள மூர்த்தியின் வாகனத்தின் உருவத்தைக் கொடியில் பொறித்து அதற்குப் பூசைகள் செய்து கொடிமரத்தின் உச்சிக்கு ஏற்றுவதே கொடியேற்றமாகும்.

சிவாலயங்களில் ஏற்றும் கொடியில் உள்ள ரிஷபம் தர்ம உருவமாகவும் ஆத்மாவின் உருவமாகவும் மதிக்கப்படுகிறது. இவ்விரண்டின் உருவங்களையும் கீழேயிருந்து உயர்நிலைக்கு கொண்டு செல்லும் இறைவனின் கருணை இத்திருவிழாவின் தொடக்க நிகழ்வாக (கொடியேற்றம்) அமைகிறது.

இறைவன் என்றும் மக்களுக்கு அருள்புரிபவன். திருவிழா வின் பத்து நாட்களும் சிறப்பாக அருள்புரியக் காத்திருக்கிறான் என்பதைக் கொடியேற்றம் உணர்த்துகிறது. இதனையடுத்துப் பத்து நாட்களும் உற்சவ மூர்த்தியானது பத்து வகையான வாகனத்தில் வீதியுலா கொண்டு செல்லப்படும். சைவ, வைணவ மரபுகளில் ஒவ்வொரு நாளுக்கும் உரிய திருவிழாவிற்கான நடைமுறைகளும் அவற்றுக்கானப் பொருண்மைகளும் வெவ் வேறாகக் கூறப்படுகின்றன.

திருவிழாவின் முக்கியப் பொருண்மைகளை நோக்கும் போது கொடியேற்றம், மண் எடுத்தல், முளையிடுதல் முதலியவை படைத்தல் தொழிலைச் சுட்டுகின்றன.

வாகன உற்சவங்கள், யாகம், பலியிடுதல் யாவும் காத்தல் தொழிலைக் குறிப்பவை.

தேர்த் திருவிழா, பரிவேட்டை, சாந்தணிதல் முதலியன அழித்தல் தொழிலை உணர்த்துகின்றன. சத்தமிடாமல் மௌன மாக நடத்தும் நிகழ்வுகள் மறைத்தல் தொழிலைக் குறிக்கின்றன.

நடராஜர் அல்லது விஷ்ணுவின் உற்சவம், மட்டையடி விழா, திருவூடல் போன்றவை தெய்வத்தின் அருளுதல் பண்பைக் குறிக்கும்.

பத்து நாட்கள் நடைபெறும் திருவிழாவில் முதல் ஐந்து நாட்கள் விருத்திக்கிரம ஐந்தொழில்கள் நடக்கின்றன; பிற்பகுதி ஐந்து நாட்கள் லயக்கிரம ஐந்து தொழில்கள் நடக்கின்றன. இதுவே ஆகம மரபு. இதற்கேற்றாற்போல் ஒவ்வொரு நாளும் விழா நடைமுறைகளும் உற்சவ வாகனமும் அமைகின்றன.

ஆகம, நாட்டார் முறைகள்

வைதிகப் பெருஞ்சமயத் திருவிழாக்களிலிருந்து மாறுபட்ட தாக நாட்டார் திருவிழாக்கள் அமைகின்றன. நாட்டார் சமய மரபில் கோயில்/வழிபடும் இடத்தின் அமைப்பு, இயல்பு, நோக்கம், வழிபாட்டுத் தத்துவம் ஆகிய அனைத்தும் வைதிக மரபிலிருந்து மாறுபட்டவை என்பதை ஆய்வாளர்கள் நன்கறிய முடியும்.

மனித உடலமைப்பை அடிப்படையாகக் கொண்டு வைதிகச் சமயக் கோயில்கள் அமைக்கப்படுகின்றன. மேற்கில் தலைவைத்தும் கிழக்கில் கால் நீட்டியும் மனிதன் மல்லாந்து படுத்திருப்பதைப் பிரதிபலிப்பதாக ஆலயம் அமைக்கப்படுகிறது.

ஆலயத்தின் முதன்மைப் பகுதியான கர்ப்பகிரகம் முகமாக வும், அர்த்த மண்டபம் கழுத்தாகவும், துவாரபாலகர் காக்கும் தோள்களாகவும், இத்தோள் பகுதியிலிருந்து கொடிமரம் வரை முண்டமாகிய உடலாகவும், கொடிமரமுள்ள இடம் குதமாகவும், கொடிமரம் முதுகுத் தண்டாகவும், நுழைவாயிற் கோபுரம் பாதங்களாகவும் ஆகமங்களில் கூறப்படுகின்றன.

மனித உடலையே புனிதமான ஆலயமாகக் காட்டும் திருமூலரின் கருத்தும் கவனிக்கத்தக்கது. ஆலயத்தைத் தூய்மை யாகப் பேணிக் காப்பதுபோல் உடலையும் மனதையும் தூய்மை யாக வைத்துப் பேண வேண்டியதை திருமூலர் வலியுறுத்துகிறார்.

நாட்டார் மரபில் கோயில் நிலையற்றதாகவும் இருக்கும், நிலையானதாகவும் இருக்கும். வழிபாட்டின்போது சில கற்களைநட்டுச் சாமி இருப்பதை அடையாளப்படுத்துவர். நிலையான கோயில்களைக் கட்டி வழிபடுதலும் உண்டு.

வைதிக மரபில் கால அடிப்படையில் வழிபாடு அமைகிறது. அன்றாடம் நடைபெறும் ஆறுகால பூசைகள் 'நித்திய வழிபாடு' ஆகும். கால இடைவெளி கொண்டு ஏற்பாடு செய்யப்படும் உற்சவங்கள், திருவிழாக்கள், வீதியுலாக்கள் ஆகிய சிறப்பு வழிபாடுகள் 'நைமித்தங்கள்' எனப்படும்.

வழிபாட்டினைப் பயன் அடிப்படையில் பார்க்கும்போது அது ஆன்மார்த்தம், பரார்த்தம் என இருவகைப்படுகிறது. ஆன்மார்த்தம் என்பது அவரவர் தேவைக்குச் செய்யப்படும் தனிப்பட்ட வழிபாடாகும். பரார்த்தம் என்பது உலக நன்மைக்குச் செய்யப்படும் பொது வழிபாடாகும். நாட்டார் மரபில் தனிமனிதருக்கும், தன் குலத்திற்கும், கிராமத்திற்கும் நேரடிப் பலன் கருதிய வழிபாடே நடைபெறுகிறது.

இவ்வாறாக வைதிக மரபிற்கும் நாட்டார் மரபிற்குமிடையிலான வேறுபாடுகள் அந்தந்த மரபிற்குத் தனித்துவமானவை என்றாலும் நாட்டார் மரபிலிருந்து பெறப்பட்ட கூறுகள் வைதிக மரபில் வெவ்வேறு நிலைகளில் மாறுபட்டும் நீட்சியாகவும் காணக்கிடைக்கின்றன.

எடுத்துக்காட்டாக ஒன்றை எண்ணிப் பார்க்கலாம். வைதிக மரபில் மூலவர், உற்சவர் என்னும் பாகுபாடானது நாட்டார் மரபிலிருந்து பெறப்பட்ட ஒன்றாகும். நாட்டார் சமயத்தில் 'கும்பம்', 'கரகம்' என்னும் இரண்டு வடிவங்கள் உண்டு. தாய்த் தெய்வங்களின் மாற்று வடிவங்களாகிய இவற்றில் கும்பமானது நிலையாக ஓரிடத்தில் வைக்கப்படுவதாகும் (வைதிக சமயத்தில் 'மூலவர்' போன்று). கரகமானது சடங்கு மாந்தர்களால் திருவிழாவில் சடங்கியல் பயணத்தில் எடுத்துச் செல்லப்படுவதாகும் (வைதிக மரபில் வீதியுலாவாகச் செல்வது போன்று).

வைதிகச் சமயத்தில் மூலவர் கற்சிலையாகவும் நாட்டார் சமயத்தில் பானை வடிவத்திலும் அமைகின்றன. சமயம் குறித்து ஆராய்ந்த அறிஞர்கள் (பிராஸ்கா 1990: 137; ஃபுல்லர் 1988: 24 – 27; மொஃபாத் 1979: 252 – 266) கற்சிலையை உயர்வடிவம் என்றும், பானையைக் கீழ்நிலை வடிவம் என்றும் கருத்தமைவு செய்கின்றனர். இவ்வாறாக நாட்டார், வைதிக மரபுகளுக்கிடையில் தொடர்ச்சியும் நீட்சியும் காணப்படுகின்றன (மேலும் காண்க: பக்தவத்சல பாரதி 2008).

இப்பின்னணிகளுடன் தென்னிந்திய, வடஇந்திய விழாக்களின் அமைப்பியல்புகளை ஆராய வேண்டியதாகிறது. இந்நிலையில் விழாக்கள் வாயிலாகத் தென்னிந்தியப் பகுதியானது எவ்வாறு வட இந்தியப் பகுதியிலிருந்து மாறுபடுகிறது என்பதை இவ்வியலில் ஆராயலாம்.

முதலில் தென்னிந்தியாவின் கிராமத் திருவிழாக்களுக்கும் வடஇந்தியாவின் ஹோலி, நவராத்திரி ஆகிய விழாக்களுக்கும் இடையே உள்ள வேறுபாடுகள் பற்றி அறிய வேண்டும். அதற் கடுத்து இவ்வேறுபாடுகளுக்கான பண்பாட்டு அடித்தளம் பற்றி ஆராய வேண்டும்.

தென்னிந்தியக் கிராமத் திருவிழாக்கள்

தென்னிந்தியக் கிராமங்களில் 'திருவிழா' என்றாலே அது 'கோயில் திருவிழா' அல்லது 'ஊர்த் திருவிழா' என்றே கருதப்படும். சுற்றுப்புற கிராமங்கள் பல அடங்கிய ஒரு வட்டாரத் திற்குரிய திருவிழா என்பது மிகவும் குறைவானதே. மிகச் சில திருவிழாக்கள் மட்டுமே ஒரு வட்டாரம் முழுவதும் அறியப்படும் சிறப்புக்குரியதாக உள்ளது. அப்படி இருந்தாலும் அடிப்படையில் அத்தகு திருவிழாக்களும்கூட அது சார்ந்த இடத்துக்குரியதாகவே நடத்தப்படுகின்றன. சாமி வீதியுலாவாக வட்டாரம் முழுவதும் வருவதில்லை. அது சார்ந்த இடத்திற்குள் மட்டுமே சுற்றி வருவதாக இருக்கிறது.

இந்நிலையில் தமிழகம் உள்ளிட்ட தென்னிந்தியாவில் ஊர் திருவிழாக்களே மிகவும் இன்றியமையாதவை. இவை அக்கிராமத்திலுள்ள கோயில்களுக்குச் செய்யும் திருவிழாக் களாகும். இவை ஆண்டுக்கு ஒருமுறை அல்லது சில ஆண்டு களுக்கு (2 – 5 ஆண்டுகள்) ஒரு முறை இடைவிடாமல் நடக்கும் விழாக்களாகும்.

பெரும்பாலும் ஆண்டுதோறும் நடத்தும் விழா ஒன்றாவது நடக்கும். இத்திருவிழா மாரியம்மனுக்கோ, பிற தாய்த்தெய்வத் திற்கோ, கிராமத்தின் வேறு தெய்வத்திற்கோ நடத்தப்படுவதாக இருக்கும். ஊர்ப் பொது நலனையும் வறட்சி, பஞ்சம், நோய் நொடிகள் இல்லாமல் மக்கள் நலனையும் முன்னிட்டு இது நடத்தப்படுகிறது.

சமயம் பற்றிய மானிடவியலில் இத்தகு திருவிழாக்கள் 'ஆண்டுத் திருவிழா' எனக் கூறப்படும். இத்திருவிழாக்களை ஊரார் அனைவரும் சேர்ந்து நடத்துவதால் இவற்றை 'collective festival' எனவும் குறிப்பதுண்டு. தென்னிந்திய கிராமிய நாகரிகத் தில் இது 'கிராமத் திருவிழா' அல்லது 'ஊர்த் திருவிழா' எனப்படுகிறது.

தமிழகம், தெற்கு கர்நாடகம், தெற்கு ஆந்திரம், கடலோர ஆந்திரம் ஆகிய பகுதிகள் அடங்கிய தெற்கு நோக்கிய தென் னிந்தியப் பகுதியின் (இனி வருமிடங்களில் 'தென்னிந்தியப் பகுதி' என்றே சுட்டப்படும்) சிறப்பம்சம் என்னவெனில் இப்

பகுதியில் ஒவ்வொரு கிராமத்திலும் 'ஆண்டுத் திருவிழாக்கள்' எனப்படும் 'ஊர்த் திருவிழாக்கள்' நடக்கின்றன.

தென்னிந்தியாவின் வடபகுதியும் வடஇந்தியாவின் தென்பகுதியும் சந்திக்கும் நடு இந்தியப் பகுதியானது (மகாராட்டிரம், வட கன்னடத்தின் தக்காணப் பீடபூமி, வட ஆந்திரம் ஆகிய பகுதிகள்) தெற்கும் வடக்கும் கலக்கும் சங்கமப் பகுதியாக உள்ளது. இங்கு வட இந்திய, தென்னிந்திய விழாக்கள் கலந்து காணப்படுகின்றன.

வடக்கு நோக்கிய வட இந்தியாவில் (இனி வருமிடங்களில் 'வட இந்தியப் பகுதி' எனப்படும்), குறிப்பாக ஹிந்தி பேசும் பகுதிகளில், தென்னிந்தியாவில் காணப்படுவது போன்ற ஆண்டுத் திருவிழாவாகிய ஊர்த் திருவிழாக்கள் நடைபெறுவ தில்லை. அவ்வாறே வட இந்தியாவிலும், நடு இந்தியாவிலும் மிகச் சிறப்பாகக் கொண்டாடப்படும் ஹோலிப் பண்டிகை தென்னிந்தியாவில் இல்லை. இவையே இவ்விரு பகுதிகளுக்கு மான தனித்துவங்களாக உள்ளன. இக்கூறுகளை மையப்படுத்து வதாக இவ்வியல் அமைகிறது.

தமிழர் மரபில் திருவிழாக்கள்

தமிழர் திருவிழாக்களை அமைப்பு முறையில் ஆராய்வோ மானால் இத்திருவிழாக்கள் சில அடிப்படையான அமைப்பியல் புகளின் அடிப்படையில் பாகுபடுகின்றன. நாட்டார் மரபு / வைதிக மரபு, கிராமம் / நகரம், பேரரசு உருவாக்கத்திற்கு முந்தைய நிலை / பேரரசு உருவாகிய நிலை ஆகிய மூன்று பரிமாணங்கள் இதில் முன்னிலை பெறுகின்றன.

பன்னெடுங்காலமாகத் தமிழர்களின் வாழ்வுமுறை கிராமத்தை மையமிட்டது. இந்தியா கிராமங்களில் வாழ்கிறது என்பது போன்றே தமிழகமும் கிராமங்களில்தான் வாழ்கிறது. இந்தியாவில் கிராமங்கள் 'குட்டிக் குடியரசுகள்', 'தன்னிறைவு பெற்றவை', 'தற்சார்புடையவை' என்று வர்ணிக்கப்பட்டுள்ளன. ஒவ்வொரு கிராமமும் அதனளவில் அனைத்தையும் கொண் டிருக்கின்றது; செயல் அளவில் அது ஒரு தனித்த அலகாக உள்ளது; அது ஒருங்கிணைந்த ஓர் அமைப்பு என்னும் நோக்கில் இவ்வாறு கூறப்பட்டன.

இக்கருத்துக்கள் மீது சில விமர்சனங்கள் இருந்தாலும் இத்தன்மைகளை முன்னிறுத்திப் பார்க்கும்போது மரபான கிராமிய வாழ்வில் திருவிழா என்றாலே அது 'ஊர்த்திருவிழா' என்றே பொருள் பெறும். அதிலும் கோயிலை மையமிட்ட விழாவாக அது அமைவதால் அது 'கோயில் திருவிழா' என்று பெயர் பெறுகிறது. இது பெரும்பாலான கிராமங்களில் ஆண்டு

தோறும் நடைபெறுவதால் 'ஆண்டுத் திருவிழா' என்னும் பொருண்மையும் பெறுகிறது.

தமிழர் வாழ்வில் கிராமமே பாரம்பரிய வாழ்விடம் என்பதால் கிராமத் திருவிழாக்கள் பற்றிய புரிதல் இங்கு இன்றியமையாததாகிறது. மரபார்ந்த கிராமக் கோயில்களின் தெய்வங்கள் யாவும் தாய்த் தெய்வங்களாகும். இத்தெய்வங்களுக்கான திருவிழாக்கள் கோடையில் (வைகாசி முதல் ஆடி வரை) நடத்தப்படுகின்றன.

தமிழகச் சூழலில் இந்த அம்மன் திருவிழாக்கள் மழையற்ற வறட்சியையும், நோய் நொடிகள் மிகுந்த ஒரு நெருக்கடியான சூழலையும் சமாளிக்க நிகழ்த்தப்படும் ஒரு பண்பாட்டு நிகழ்வாகும். இந்நிகழ்வு நடைபெறும் காலமானது ஓர் ஆண்டு முழுவதுமான காலத்தில் அக்கிராமத்திற்கு, சமூகத்திற்கு மிகவும் இக்கட்டானது என அம்மக்களாலேயே பாகுபடுத்தப்படும் ஒரு பண்பாட்டுக் காலப்பகுப்பாகும்.

இவ்வாறாக, நெருக்கடி வரும்போதெல்லாம் திருவிழா மூலம் கிராமத்தின் கூட்டுமனம் ஒன்றிணைக்கப்பட்டு அவ் வியக்கத்திற்கு எழுகின்ற நெருக்கடி தீர்க்கப்படுகிறது. அதாவது லெவிஸ்ட்ராஸ் (1969) கூற்றில் சொல்வதானால் சமூகத்தில் நெருக்கடி வரும்போதெல்லாம் அதன் கூட்டுமனம் வலுவாகப் புதுப்பிக்கப்படுகிறது. மற்ற நேரத்தில் அது புதுப்பிக்கப்படாமல் இயல்பாகக் காணப்படுகிறது.

மழையற்ற வறட்சியை எதிர்கொள்ளவும், காலரா – அம்மை – காய்ச்சல் போன்ற கடுமையான நோய்களிலிருந்து தப்பிக்கவும் நிகழ்த்தும் இத்திருவிழாக்கள் மூலம் சமூகத்தின் கூட்டுமனம் புதுப்பிக்கப்படுகிறது; இதனால் வலுவான சமூக ஒன்றியம் ஏற்படுகிறது. கிராமத்தவர்களிடம் பூசல்களும் கசப் புணர்வுகளும் ஓரளவாவது குறைந்து அனைவரும் ஒன்றுபட்டுத் திருவிழாவை நடத்துவதால் கிராமத் திருவிழாக்கள் 'ஒன்றுபட்ட திருவிழாவாக' அமைகிறது. இது கிராமத்தின் ஒட்டுமொத்த நலனை மையமிட்ட திருவிழாவாகவும் அமைகிறது.

கிராமத் திருவிழாக்களின் மேலுமொரு பண்பினை ஆராய்வதன் மூலம் மாசிமகத்தின் அமைப்பியல்புகளைத் தெளிவுபடுத்திக்கொள்ளலாம். கிராமத் திருவிழாவினை நடத்துவதற்கு முன்னர் திருவிழாவினை எந்தத் தேதியில் நடத்தலாம், எவ்வளவு செலவாகும், அதனை எவ்வாறு செய்வது போன்றவற்றை விவாதிக்க ஊர்க்கூட்டம் கூட்டப்படும். அனைவரும் கூடிப்பேசி பொதுக்கருத்து அடிப்படையில் முடிவு செய்யப்படும். ஆகும் செலவினை ஒவ்வொரு தலைக் கட்டும் எவ்வளவு ஏற்கவேண்டும் என்பதும் முடிவு செய்யப்

படும். இதனை அனைவரும் கொடுத்தாக வேண்டும். இந்நிலையில் அனைவரின் பங்கேற்பும் இன்றியமையாததாகிறது.

இத்தன்மைகளை முன்வைத்துப் பார்க்கும்போது அந்தந்த இடத்தின் சமூக அமைப்பின் பிரதிபலிப்புகள் யாவும் திருவிழாவில் பிரதிபலிக்கக் காணலாம். அதே நேரத்தில் கிராமத்தின் ஒன்றுபட்ட கூட்டுத் தன்மையை, ஒருமைப்பாட்டினைப் பல நாட்கள் சடங்கு நிகழ்வுகள் அடங்கிய ஊர்த் திருவிழாவில் மட்டுமே காணமுடிகிறது.

அரை நூற்றாண்டுக்கு முன்னர்வரை பிராமணர் ஆதிக்கம் மிகுந்த தஞ்சைக் கிராமங்களில் குத்தகை, பிற சாதியாரிடம் வசூலிக்கப்பட்ட தண்டப்பணம், பிற வருவாய் இவையே திருவிழாக்கள் நடத்தப் பயன்பட்டன. இவ்வகையான திருவிழாக்களில் கூட கிராமத்தின் ஒட்டுமொத்த நலனை முன்னிட்டே திருவிழா நடத்தப்பட்டது.

கிராமத் திருவிழாக்களின் முதன்மையான ஒரு பொருண்மையை முன்னிலைப்படுத்த வேண்டுமெனில், கிராமத்தின் தாய்த் தெய்வமானது அக்கிராமத்தின் நிலப்பரப்பையும் மக்களையும் விளைச்சல்களையும் கால்நடைகளையும் காக்கின்றது என்பதால் அத்தெய்வத்திற்கான திருவிழாவை கிராம மக்கள் அனைவரும் ஒன்றுபட்டு நிகழ்த்துகின்றனர். இந்நிலையில் இவ்வகைத் திருவிழாக்கள் 'மக்கள் நோக்கிலான, கிராமம் நோக்கிலான திருவிழாக்கள்' என்னும் அமைப்பியல்பைக் கொண்டவையாக உள்ளன. இதனால் இத்திருவிழாக்களைக் 'கிராமத் திருவிழாக்கள்' என்று மானிடவியலர்கள் வரையறை செய்கின்றனர்.

கிராமத் திருவிழாக்களில் அம்மன் சாமிகள் இவ்வுலக வாழ்வைச் சூழ்ந்து நிற்கிற தீமையை அழித்து வளமைக்கு வழிகோலுகின்றனர் என்னும் மையக்கருத்தே முதன்மை பெறுகிறது. இத்திருவிழாவில் தீமையைப் போராடி வென்று நிற்கும் தெய்வத்தின் ஆக்ரோஷ நிலையைச் சாந்தமடையச் செய்யவும், கடவுளின் பசி வேட்கையை நிவர்த்தி செய்யவும் பொங்கலிடுதல், படையலிடுதல், பலியிடுதல் நிகழ்த்தப்படுகின்றன. நூற்றுக்கணக்கான பக்தர்கள் தங்கள் நலனை வேண்டியும், தாங்கள் செலுத்த வேண்டிய நேர்த்திக் கடன்கள் செலுத்தியும் (தீமிதித்தல், காணிக்கை செலுத்துதல், பலியிடல், இன்னும் பிற), தெய்வம் தன் இன்னல்களைத் தீர்த்தமைக்கு நன்றி செலுத்தியும் தங்களின் அடுத்த கட்ட வாழ்வுக்கான ஆற்றலையும் அருளையும் வேண்டுகின்றனர். (திருவிழா குறித்த பிற அமைப்பியல்புகளை அறிய காண்க: பக்தவத்சல பாரதி 2008).

திராவிட மானிடவியல்

வட இந்திய கிராமம்சாராத் திருவிழாக்கள்

1. ஹோலி

வட இந்திய விழாக்களில் ஹோலி பண்டிகை மிக முக்கியமானது. 'ஹோலி' என்னும் சொல் ஹோலிகா எனப்படும் அரக்கியின் பெயரைச் சுருக்கிக் கூறுவதாகும். இவளின் நினைவாகக் கொண்டாடப்படும் விழாவே ஹோலி.

அரக்கியாகிய ஹோலிகா தேவர்களுக்கு அதிபதியாகிய விஷ்ணுவின் எதிரி; அவரை மனதிலும் நினைக்காதவள். ஆனால் தன் சகோதரன் பிரகலாதா (உடன்பிறந்தார் மகன்) விஷ்ணுமீது பக்தி கொள்ளத் தொடங்கினான்; ஒரு கட்டத்தில் தீவிர பக்தனாகவும் மாறிவிட்டான். தான் விரும்பாத விஷ்ணு மீது பக்தி கொண்ட சகோதரனைக் கொன்றுவிட வேண்டுமெனக் காத்திருந்தாள்.

ஒரு நாள் அவனைக் கொல்லவும் துணிந்தாள். அப்போது மகாவிஷ்ணு குறுக்கிட்டுப் பிரகலாதனைக் காப்பாற்றி ஹோலிகாவைக் கொன்றுவிட்டார். இப்புராண நிகழ்ச்சியின் தொடர்ச்சியாகவே ஹோலிப் பண்டிகை கொண்டாடப்படுகிறது.

ஹோலிப் பண்டிகையின் முந்தைய நாள் இரவு தீ மூட்டிப் பழைய பொருட்களைக் கொளுத்துவது மரபு. இந்நிகழ்வு ஹோலிகாவின் அழிவை மீள நிகழ்த்திப் பார்க்கும் ஒரு நிகழ்வாகும். இந்த நெருப்பு மூட்டுதலின் வழி கொடுமைகள் தீக்கிரையாக்கப்படுகின்றன என்பதும், புத்தாண்டில் நன்மைகள் பெருகும் என்பதும் இவ்விழாவின்பாற்பட்ட மிக முதன்மையான குறியியல் சார்ந்த பொருண்மைகளாகும்.

இன்னொரு கருத்தின்படி ஹோலி என்னும் சொல்லுக்குரிய ஹோலிகா என்பது ஹௌட்டசானி என்றும், பால்குனிகா என்றும் கூறப்படும். இதன் பொருள் 'ஹோம' என்பதன் அடிக்கருத்தைக் கொண்டிருப்பதாகச் சிலர் கருதுவர். ஹோலியின்போது மூட்டப்படும் தீயை இது குறிக்கிறது என்று அவர்கள் கருதுகிறார்கள்.

சில இடங்களில் ஹோலிப் பண்டிகையின் முதல் நாள் மூட்டப்படும் தீயிலிருந்து கிடைக்கும் சாம்பலை விளைநிலங்களில் தூவும் பழக்கம் உண்டு. இதனால் இப்பண்டிகையின் தோற்றம் ஆதி விவசாயக் குடிகளிடம் காணப்பட்ட ஒரு வளமைச் சடங்கின் குறியீடாக, தொடர்ச்சியாக இருக்குமோ எனவும் சில இந்தியவியல் அறிஞர்கள் கருதுகின்றனர்.

152 பக்தவத்சல பாரதி

இன்னொரு கருத்தின்படி இறப்பும் மறுஉயிர்த்தெழுதலும் சார்ந்த சடங்குக்குரிய கருத்தாக்கமாக இதனைக் காணும் முறையும் உள்ளது.

மேற்கு வங்கத்தில் இந்நிகழ்வு டோலயாத்ரா எனப்படுகிறது. இதில் கிருஷ்ண பகவானின் திருஉருவம் ஊஞ்சலில் வைத்து ஆட்டப்படும். கிருஷ்ணர், ராதை தொன்மத்தோடு இணைத்துப் பார்க்கும் மரபு வங்கத்தில் காணப்படுகிறது.

வட இந்தியாவைப் பொருத்தவரை ஹோலி என்பது பண்டைய உரோமானியர்கள் வேளாண் தெய்வத்திற்குக் கொண்டாடிய பெருவிழா போன்று களியாட்ட விழாவாகக் காணப்படுகிறது என்கிறார் கிரிஸ் ஃபுல்லர் (2002: 274). இன்றும் ஹோலியானது களியாட்டத்துடன் கூடிய வெறிக் கூத்தாகவே நடைபெறுகிறது.

இப்பண்டிகை தினத்தன்று மக்கள் (குறிப்பாக இள வட்டங்கள்) குடிபோதையில் ஈடுபடுவதில்லை என்றாலும் ஓடி ஓடி மற்றவர் மீது வண்ண மாவுகளைத் தூவிக் கொண்டும், வண்ணப் பொடிகள் கரைத்த நீரை மற்றவர் மீது வீசித் தெளித்துக் கொண்டும், கேலி – கிண்டல் – வசை மொழி பேசிக் கொண்டும், ஊக்க சக்தி கொடுக்கும் புகையிலைப் பொருட்களை (பான்பராக்) மென்று கொண்டும், வகைவகையான தின்பண்டங்களை மகிழ்ந்துண்டும் ‘களியாட்டம்’ ஆடுகின்றனர். இத்தகு களியாட்டத்தின்போது அன்றாட வாழ்வின் விழுமியங்களும் நடைமுறைகளும் ஓரங்கட்டப்படுகின்றன.

வட இந்திய ஹோலிப் பண்டிகை குறித்த அறிவார்ந்த, அலாதியான வர்ணனை நமக்குக் கிடைக்கிறது. இந்த வர்ணனையை அமெரிக்க மானிடவியலர் மக்கிம் மாரியாட் (1968) எழுதியுள்ளார். இவர் மேற்கு உத்திரப்பிரதேசத்தில் கிஷன் கர்ஹி என்னும் ஊரில் களப்பணி செய்து அதனை எழுதியுள்ளார். இப்பண்டிகை குறித்துப் பண்பாட்டியல் கண் கொண்டு அறிய உதவும் ஒரு நுட்பமான வர்ணனையாகும் இது.

ஹோலிப் பண்டிகையை எப்படிக் கொண்டாட வேண்டுமென்று கிருஷ்ண பகவான் கிஷன் கர்ஹி மக்களுக்குச் சொல்லிக் கொடுத்ததாக ஒரு ஐதீகம் அவ்வூராரிடம் உள்ளது. இதனை அவ்வூரார் மக்கிம் மாரியாட்டிடம் கூறினார்களாம்.

ஹோலியானது அடிப்படையில் ‘அன்பு பாராட்டும் விழா’ ஆகும். பேரார்வத்துடனும் தற்செயலாகவும் உணர்ச்சி பொங்குகிறவகையிலும் அன்பு பாராட்டும் பரவசத்தை இவ்விழாவில் வெளிப்படுத்துகின்றனர். இத்தகு அன்பு காட்டும் வெளிப்

பாடானது மட்டற்ற மகிழ்ச்சிப் பெருக்கில் தொடங்கி மெல்ல மெல்ல ஆரவாரமிக்கக் களியாட்டமாக மாறுகிறது.

ஹோலிப் பண்டிகையின்போது நடைபெறும் நிகழ்வுகள் கருத்தூன்றி ஆராயத்தக்கவை. அன்புகாட்டும் விழாவாகத் தொடங்கும் இந்நிகழ்வுகள் ஒரு கட்டத்தில் உணர்வுகள் பொங்கும் களியாட்டமாக மாறிவிடுகின்றன.

ஹோலிப் பண்டிகையில் இரண்டு முக்கிய தன்மைகள் வெளிப்படுகின்றன. ஒன்று: கிராமத்தின் இயல்பான வாழ்வானது, சமூக வாழ்வின் அன்றாட ஒழுங்குமுறையானது ஹோலிப் பண்டிகையன்று 'எதிர் நிலைத்தன்மை' கொண்டதாக மாறிவிடுகின்றது. இரண்டு: இயல்பிலிருந்து முரண்படும் இந்த எதிர்நிலைத் தன்மையிலும் ஒருவகையான 'ஆக்கநிலைத் தன்மை' ஏற்படுகிறது. ஆதலின் ஹோலிப் பண்டிகையானது ஆண்டுக்கொரு முறை ஒருவகையான இரட்டைத் தன்மைகளைச் சமூகத்தின் அசைவியக்கத்தில் ஏற்படுத்துகிறது (மேலது: 210). அதன்வழி ஒருவகையான ஆக்க சக்தியும் சமூகத்திற்குக் கிடைக்கிறது.

இந்த இரட்டைநிலைத் தன்மையினைப் பின்வரும் விளக்கத்தின் வழி அறியலாம். அதாவது வசதிபடைத்த உயர்சாதி விவசாயிகளின் கன்னங்களில் கூலியாட்களின் மனைவிமார்கள் அடிப்பார்கள். மதிப்பு வாய்ந்த பிராமணப் பெரியவர்கள் மீது சாயம் பூச இழிதொழில் செய்யும் அடித்தளச் சாதியினர் துரத்திக் கொண்டு ஓடுவார்கள்.

சன்னியாசம் செய்யும் பண்டாரங்களோ வட்டித் தொழில் செய்யும் லேவாதிக்காரர்களைக் கேலி செய்து, நையாண்டி பாடி இறந்துவிடுவதாக அறிவிக்கும் பாடலைப் பாடித் திரிவார்கள்.

களப்பணியின்போது மக்களிடம் துருவித் துருவி கேள்வி கேட்டு ஆய்வு செய்தவர் அமெரிக்க மானிடவியல் அறிஞர் மக்கிம் மாரியாட். இவரை மக்கள் தெருக்களில் ஆடச் சொல்லியும் கிருஷ்ணர் போலப் புல்லாங்குழல் பாடச் சொல்லியும் பழைய செருப்புகளை மாலையாகக் கட்டி கழுத்தில் போட்டும் கேலி செய்தார்களாம் (மேலது: 212).

கிஷன் கர்ஹி முழுவதிலுமே ஹோலிப் பண்டிகையின் போது மக்கள் கேலி, கிண்டல், கலாட்டா முதலியவற்றில் வெறித்தனமாக ஈடுபடுகின்றனர்.

இத்தகு நிகழ்வுகளின் பண்பாட்டு அடித்தளத்தை நோக்க வேண்டும். ஆளப்படுவோர் ஆள்பவர்களைத் தாழ்வுபடுத்தியும்

தன்மதிப்பைக் குறைத்தும் செய்யும் கேலியும் கலாட்டாக்களும் ஓய்வதில்லை என்பதே இங்கு வெளிப்படும் ஒரு முக்கியப் பண்பாட்டு உளவியல்.

கிஷன் கர்ஹியில் நடக்கும் ஹோலிப் பண்டிகையின் இனவரைவியல் வர்ணனையில் கருத்தூன்றி கவனிக்கத்தக்க பண்பாட்டுக் கூறுகள் பல பொதிந்துள்ளதை அடுத்து கவனத்தில் கொள்ள வேண்டும்.

நிலபுலங்கள் கொண்ட வசதிபடைத்த நடுத்தர விவசாயி களின் கன்னங்களில் கூலியாட்கள் அடிப்பது போல் உயர்சாதி நிலக்கிழார்கள் நடத்தப்படுவதில்லை. ஆனால், இத்தகு நிலக் கிழார்கள் தங்கள் சமூகத்தைச் சேர்ந்த உறவுப் பெண்களால் கேலி செய்யப்படுகிறார்கள்.

ஹோலியின்போது நிகழும் இத்தகு களியாட்டங்கள் பெரும்பாலும் நண்பகல் வரைதான் நடக்கும். அதன் பிறகு அன்புவயப்பட்ட கிளர்ச்சி உணர்வாளர்கள் மெல்ல மெல்ல இயல்பு நிலைக்குத் திரும்புகிறார்கள். மாலையில் பண்டிகையின் அடுத்த கட்ட நிகழ்வுகளில் ஈடுபடுகிறார்கள். முக்கியமாக, வணங்கும் தெய்வங்களை வழிபடுவதும் அனைவரும் சேர்ந்து உண்பதுமான இரண்டு முதன்மை நிகழ்வுகள் மாலையில் நடக்கின்றன. இவை இப்பண்டிகையின் அடுத்தகட்ட விழுமியக் கூறுகளாகும். இதனால் காலையில் வெளிப்பட்ட இயல்புமீறிய நிகழ்வுகள் மெல்ல மெல்ல மறைந்து இயல்பான நடைமுறை வாழ்வு மேலெழத் தொடங்குகிறது.

ஹோலிப் பண்டிகையின் மையமான பொருண்மையை நோக்கும்போது அன்றைய நாளில் ஒரு 'தற்காலிகமான தலைகீழ் மாற்றம்' நிகழ்கிறது. வடஇந்தியாவில் ஹோலிப் பண்டிகையை ஒட்டியே புத்தாண்டு பிறக்கிறது என்பதால் வட இந்தியாவிற்கு ஹோலியே புத்தாண்டு விழாவாக அமைகிறது. இதில் மூன்று முக்கிய கால கட்டங்கள் உள்ளன. ஹோலியின் களியாட்டமானது பழைய ஆண்டிலிருந்து விடுபட்டுப் புத்தாண்டில் நுழைவதைக் கொண்டாடும் ஆட்ட மாகிறது. இதில் ஹோலியின் முதல் நாளில் நெருப்பிட்டுக் கொளுத்தும் 'தீ மூட்டம்' பழையனவற்றை அழித்தலைக் குறியீடாக்குகிறது.

இத்தீமூட்டம் அடுத்த நாள் ஹோலிப் பண்டிகையின் போது ஏற்படும் தலைகீழ் மாற்றத்திற்கான தொடக்க கட்ட மாகும். ஹோலியன்று முற்பகலில் நிகழும் களியாட்டத்தின் உச்சகட்டமானது ஒழுங்கிலிருந்து முற்றிலும் விலகி இயல்பு மீறிய 'அதிகபட்ச ஒழுங்கின்மை' ஏற்படும் கட்டமாகும்.

பிற்பகலில் நடக்கும் வழிபாடும் சேர்ந்துண்ணுதலும் இதன் இறுதிக் கட்டமாக அமைகின்றது. கிராம வாழ்வின் நடைமுறை ஒழுங்கிலிருந்து விலகும் 'ஒழுங்கின்மை'யிலும் ஓர் 'படிநிலை ஒழுங்கு' வரையறுக்கப்படுகிறது என்பது இங்கு முன்னிலை பெறும் ஒரு கருத்தாகும்.

2. நவராத்திரி

புரட்டாசி மாதம் அமாவாசைக்குப் பிறகு வரும் ஒன்பது இரவுகளே நவராத்திரி எனப்படும். இந்த 9 நாட்களில் இரவில் பராசக்தியைப் பல வடிவில் வழிபடுதலே நவராத்திரி விழாவின் முக்கிய நோக்கமாகும்.

இவ்விழாவின்போது முதல் மூன்று நாட்கள் பார்வதி தேவியையும் அடுத்த மூன்று நாட்கள் லட்சுமி தேவியையும், இறுதி மூன்று நாட்கள் சரஸ்வதி தேவியையும் மக்கள் வழிபடுகிறார்கள். பத்தாம் நாள் விஜயதசமி விழா. தசராத்திரி அல்லது 10 இரவுகள் விழா நடக்குமிடங்களில் இதனை 'தசரா' எனக் கூறுகிறார்கள்.

வட இந்தியாவிலும் தென்னிந்தியாவிலும் நவராத்திரி கொண்டாடப்படுகிறது. தசரா விழா தென்னிந்தியாவில் கர்நாடகத்தைத் தவிர வேறெங்கும் வெகு விமர்சையாகக் கொண்டாடப்படுவதில்லை. தமிழகத்தில் தூத்துக்குடி மாவட்டம் திருச்செந்தூர் வட்டத்திலுள்ள குலசேகரன் பட்டினத்தில் மட்டுமே தசரா சிறப்பாகக் கொண்டாடப் படுகிறது. திருச்செந்தூரிலிருந்து 12 கி.மீ. தொலைவில் உள்ள முத்தாரம்மன் கோவிலில் நடைபெறும் ஆண்டுத் திருவிழாவே தசரா விழாவாக நடைபெறுகிறது. புரட்டாசி மாதம் அமாவாசை யன்று கொடியேற்றம் தொடங்குகிறது. 10 நாட்கள் நடைபெறும் திருவிழா தசமி திதியன்று 10ஆம் நாள் சூரசம்ஹாரத்துடன் நிறைவடைகிறது. பாணர் சமூகத்தினர் இவ்விழாவிற்குத் தேவையான முகமூடிகளையும் திருவிழாவிற்குத் தேவையான அலங்கார வகையினங்களையும் செய்கின்றனர்.

நவராத்திரி பற்றி தேவிபாகவதம் கூறும் தொன்மம் வருமாறு. ஒரு காலத்தில் மகிசாசுரன் பராசக்தியின் அருளைப் பெற்றிருந்தான். அதனால் சத்ருவின் பலத்தை கிரகிக்கும் வலிமையையும், பல அரசுகளை அடக்கி ஆளும் சக்தியையும் ஆன்றோர்களுக்குத் தீமை செய்யும் ஆற்றலையும் கொண்டு விளங்கினான்.

மகிசாசுரனின் கொடுமைகளைத் தாங்காத தேவர்கள் நாரதரின் உதவியை நாடினார்கள். அவர் பார்வதி தேவியை

நோக்கி தவம் செய்யுமாறு அறிவுறுத்தினார். கடுமையான தவத்தினை மேற்கொண்டதால் பார்வதி தேவர்களுக்குப் பாதுகாப்பு அரணாக ஒரு மாயைக் கோட்டையை எழுப்பினாள். அதனுள் எவரும் நுழைய முடியாது என்பதே அக்கோட்டை யின் பெருமையாகும். அக்கோட்டையை அசுரன்தான் அமைத் தான் எனத் தேவர்கள் எண்ணியிருந்தனர். அசுரன் அக் கோட்டைக்குள் புகுவதற்கு முயற்சி செய்தான். அசுரனின் முயற்சியை அறிந்த தேவர்கள் மீண்டும் தேவியை நோக்கித் தவம் புரியத் தொடங்கினார்கள்.

தேவர்களின் தவச்சாலையில் இருந்த யாக குண்டத்தில் பார்வதி லலிதை எனும் காமேசுவரியாகத் தோன்றி இடர் களைவதாகக் கூறினாள். இந்த தேவியை காமேஸ்வரராகிய பரமேஸ்வரன் மணந்து கொண்டார். அவருடைய அனுமதி யோடு காமேஸ்வரி அஸ்தரம் முதலியவற்றைப் பெற்றுக்கொண்டு போருக்குப் புறப்பட்டாள்.

அசுரனின் தம்பியர் விசுக்ரன், விஷங்கன் இருவரும் தேவியை எதிர்த்தனர். தேவி தன்னிடத்தில் தோன்றிய துர்க்கையை அனுப்ப அவள் இருவரையும் விழுங்கினாள். அதன்பின்னர் லலிதாதேவியை எதிர்த்த மகிசாசுரனையும் வெற்றி கொண்டாள். இவ்வாறு அசுரர்களை அழித்த தேவியின் நிகழ்ச்சிகளே நவராத்திரியாகக் கொண்டாடப்படுகின்றது.

பண்டைய நாட்களில் விஜயதசமி விழாவில் மன்னர்கள் நால்வகைப் படைகளுடன் போர்க்கோலம் பூண்டு நகரின் வெளிப்புறத்தில் அம்பு எய்திப் போர் புரியும் ‘பாவனைப் போர்’ நடத்தினார்கள். கோயில் விழா நடைபெற்றுக் கொண் டிருக்கும் அன்று உற்சவரை குதிரை வாகனத்தில் அலங்காரம் செய்து பாவனைப் போர் நடக்கும் இடத்திற்குக் கொண்டு செல்வார்கள். அங்கு மன்னன் போரில் வெற்றி பெறும் காட்சியைக் கண்டு களித்து உற்சவரை மீண்டும் கோயிலுக்குக் கொண்டு வருவார்கள். இவ்வாறாக நவராத்திரி விழா மன்னர் கள் காலத்தில் நடைபெற்றுள்ளது. இவ்விழா இன்று வட்டார வேறுபாடுகளுடன் தொடர்ந்து நடைபெற்று வருகிறது.

வட இந்திய, தென்னிந்தியத் திருவிழாக்கள்: ஒப்பீடு

இப்பகுதியில் நாம் ஏற்கனவே நிரல்பட அறிந்துகொண்ட தரவுகளின் வர்ணனையை அடிப்படையாகக்கொண்டு வட இந்திய, தென்னிந்திய விழாக்களை ஒப்பிட்டுப் பார்க்கலாம். வட இந்திய விழாக்களும் தென்னிந்திய விழாக்களும் அடிப்படையில் வெவ்வேறானவை, தனித்தனியானவை

என்பதை இவ்விரண்டு பண்பாட்டுப் பகுதிகளையும் ஒப்பிட்டுப் பார்க்கும்போது நன்கு விளங்கிக் கொள்ள முடியும்.

தென்னிந்தியத் திருவிழாக்களின் முக்கிய பண்புகளாகப் பின்வருவனவற்றை முதன்மைப்படுத்திக் கூறலாம்.

1. தென்னிந்தியத் திருவிழாக்கள் அனைத்தும் கிராமம் சார்ந்தவை. அந்தந்த கிராம தெய்வத்திற்கு நடத்தப் படுபவை.

2. கிராமத் திருவிழாக்கள் அனைத்தும் அவ்வூரின் நலனுக்கும் வளமைக்கும் எல்லைக்கும் பாதுகாப்பாக இருந்து அருள்பாலிக்கும் தாய்த்தெய்வத்தை முன்னிலைப்படுத்தியே நடைபெறுகின்றன.

3. பல கிராமங்கள் அடங்கிய வட்டாரம் தழுவிய திருவிழாக்கள் நடைபெற்றாலும் தென்னிந்தியச் சூழலில் திருவிழாக்கள் என்றாலே அது கிராமத் திருவிழாக்களேயாகும். ஒவ்வொரு ஊரிலும் இத் திருவிழாக்கள் நடைபெறுகின்றன. பெரும்பாலும் அவை ஒவ்வோராண்டும் நடைபெறுவதாக இருக்கின்றன.

4. இத்திருவிழாக்கள் அனைத்துமே மிக விரிவான சடங்கு முறைகளுடன் பெரும்பாலும் ஒன்றுக்கும் மேற்பட்ட நாட்களில் ஒரு தொடர் வரிசையாக நடைபெறுகின்றன.

5. கிராமத்தார் அனைவரும் சேர்ந்து நடத்தும் திருவிழா வாக இது இருக்கும்.

6. கிராமத்தின் ஒவ்வொரு சாதியாருக்கும்/பிரிவின ருக்கும் திருவிழாவில் பங்கும் உரிமையும் உண்டு.

7. தென்னிந்தியத் திருவிழாக்கள் ஒரு தெய்வத்தைச் சார்ந்து, ஒரு குவிமையம் கொண்டதாய் நடைபெறு கின்றன.

8. தெய்வங்களுக்கும் மக்களுக்கும் நெருக்கமான, வலிமை யான உறவு ஏற்படுகிறது. திருவிழா நாட்களில் மக்கள் கோயிலுக்குச் செல்கிறார்கள். இறைவன் வீதியுலாவின் போது மக்கள் வாழுமிடமான குடியிருப்புக்கே செல்கிறார்.

தென்னிந்திய கிராமத் திருவிழாக்களுக்கு நேர்மாறாக வட இந்தியத் திருவிழாக்களின் அமைப்பும் பண்புகளும் காணப்படுகின்றன. அங்கு நவராத்திரி போன்ற விழாக்களில் கிராம தெய்வங்கள் வழிபடப்படுகின்றன. ஆனால் அவ்விழாக்

களின் சடங்கியல் முறைகள் குறைவாக உள்ளதோடு ஒரு குவிமையம் சாராமல் உள்ளது. மேலும், தெய்வத்திற்கும் மக்கள் வாழும் குடியிருப்புக்குமான உறவு அச்சடங்கியல் முறையில் வலுவற்றதாகவே உள்ளது (ஃபுல்லர் 2002: 290).

அடுத்ததாக திருவிழாக்களின்போது சமூக அமைப்பின் பிரதிபலிப்பு அதில் எவ்வாறு வெளிப்படுகிறது என்பது மிகுந்த கவனத்திற்குரியது. சமூகப் படிநிலையில் உள்ள வெவ்வேறு தரப்பினர் திருவிழாக்களில் பங்கு பெறும் முறை முக்கியத்துவம் கொண்டதாகும். திருவிழாக்களில் சடங்கு ஊழியம் செய்யும் பங்கு பணியைப் பொருத்தவரை தென்னிந்தியத் திருவிழாக்களில் விரிவானதாகவும் எல்லோருடைய பங்கேற்புடனும் நடைபெறுகிறது. வட இந்திய, நடு இந்தியப் பகுதிகளில் நடைபெறும் நவராத்திரி, ஹோலி போன்ற பண்டிகைகளில் சடங்கு ஊழிய முறை காணப்பட்டாலும் அது தென்னிந்திய முறைக்கு ஒப்பானதல்ல.

வட இந்தியாவில் ராம்கேரி கிராமத்தை 1960களில் நன்கு ஆராய்ந்த ஆட்ரியன் மேயர் (1960) கிராமங்களில் சேவைச் சாதியாரின் (வண்ணார், அம்பட்டர், தலித்துகள்) பங்கு பணியை நுட்பமாக ஆராய்ந்தார்.

அங்குத் திருவிழாக்களில் சேவை சாதியாரின் பங்கு பணிகள் வரையறை செய்யப்பட்டுள்ளன. வட இந்தியாவில் இன்னும் வேறு சில பகுதிகளில் நடைபெற்ற ஆய்வுகள் மூலமும் சேவை சாதியாருக்கு இத்தகு பங்கு பணிகள் ஒதுக்கப்பட்டிருப்பதை அறிய முடிகிறது. ஆனால் வட இந்தியச் சேவை சாதியாரின் பணிகளைத் தென்னிந்திய முறையோடு ஒப்பிட்டுப் பார்க்கும்போது அவை வட இந்தியாவில் விரிவான தன்மை களுடன் காணப்படவில்லை என்பதை அறிய முடிகிறது (மேலது: 290). படிநிலைக் கட்டுமானம் தென்னிந்தியப் பகுதியில் விரிவானதாக அமைய, அதுவே வட இந்தியாவில் விரிவு பெறா நிலையில் நிகழ்கிறதெனலாம்.

வட இந்தியாவின் நவராத்திரி, ஹோலி போன்ற வெகுசனத் திருவிழாக்களில் சாதிகளுக்கிடையிலான பரஸ்பர சார்பும் உறவும் காணப்படுகின்றன என்றாலும், அவை தென்னிந்தியா வில் காணப்படக்கூடிய விரிவான தன்மையில் அமையவில்லை.

கிராம இறையாண்மை

அடுத்ததாக, திருவிழாக்கள் முன்னிலைப்படுத்தும் கிராம இறையாண்மை பற்றி ஆராய வேண்டும். ராம்கேரி, ரணவாட் டன், சாத்ரி ஆகிய வட இந்திய ஊர்களில் மேற்கொள்ளப்பட்ட ஆய்வுகள் வழி சில முக்கிய முடிவுகளை அறிய முடிகிறது.

இவ்வூர்களில் நவராத்திரி பண்டிகையின்போது கிராமத் தலைவர்கள் முக்கிய பங்கு வகிக்கிறார்கள். குறிப்பாக இவர்கள் முன்னிலையில்தான் கிராம தெய்வங்களுக்குப் பலியிடுதல் நிகழ்ச்சி நடைபெறுகிறது. வட இந்தியாவில் மன்னர்கள் ஆட்சி செய்த காலத்தில் அவர்கள் முன்னிலையில் நடக்கும் நவராத்திரி விழாவில் கிராமத் தலைவர்கள் பங்கு கொண்டார் கள். இரண்டாம் நிலைத் தலைவர்களே கிராமங்களில் நடைபெறும் விழாக்களில் முன்னிலை வகித்தனர்.

இன்று கிராமங்களில் நடைபெறும் விழாக்களில் கிராமத் தலைவர்களே ராஜாவாகக் கற்பிதம் பெறுகின்றனர். ஆக கிராம விழாக்கள் ராஜகுல விழாக்களின் ஒரு சுருங்கிய மறு பதிப்பாக அமைகிறது.

இவ்வாறே நடு இந்தியப் பகுதியின் தென் பகுதியில், குறிப்பாக ஷாமியார்பேட்டையில் மேற்கொண்ட ஆய்வுமூலம் அங்கு நடக்கும் தசரா விழா பற்றி அறிய முடிகிறது. இங்கும் கிராமத் தலைவர்கள் மன்னர்கள் போலவே தம்மை உருவகித்துக் கொள்கின்றனர். அவ்வாறே லோனிகண்ட், காவன் ஆகிய ஊர்களில் நடக்கும் வட்டார/கிராம அளவிலான தசரா விழாக்களும்கூட மைசூரில் நடக்கும் ராஜ வைபத்தின் குறு வடிவமாகவே, நிழல் பிரதியாகவே காணப்படுகின்றன.

இவ்வாறே வாரணாசியில் காசி மன்னர்களின் முன்னிலை யில் ராம லீலை விழாக்களும் நடந்தன. இன்றுங்கூட கிராம அளவில் தாக்கூர்கள் தலைமையேற்கும் இத்தகு ராம லீலைகள் விழாக்களில் அவர்கள் தங்களை மன்னனின் குறு அவதார மாகவே காட்டிக் கொள்கின்றனர்.

மேற்கூறிய தரவுகள் யாவற்றையும் நோக்கும்போது இத்தகு விழாக்களில் அரண்மனையில் மன்னரும், கிராமங் களில் ஊர்த் தலைவர்களும் முன்னிலை பெற்றுத் தத்தம் உயர்நிலையை மக்கள் அனைவரின் முன்னிலையில் நிறுவிக் கொள்கின்றனர் என்பதை அறிய முடிகிறது.

சமய விழாக்களின்போது சமூகத்தில் உயர் தகுதியுடைய இத்தலைவர்கள் தெய்வத்தின் முன்னிலையில் முதல் மரியாதை, பூர்ண கும்பம், கடவுள் அணிந்த மாலையைப் பெறுதல் போன்ற இன்னும் பிறவற்றால் தெய்வத் தகுதியுடைய மனிதராக நிலைமாற்றம் பெறுவதோடு, புனித மாந்தராகவும் நிலை மாற்றம் பெறுகிறார்கள்.

திருவிழாவின்போது சமயம் என்னும் தளத்தில் தெய்வத் தின் நேரடியான, மேலான அருளைப் பெற்ற அவர்கள்

திருவிழாவிற்குப் பின்னர் சமூகத் தளத்தில் தொடர்ந்து மேன்மக்களாகவே கருதப்படும் தகுதிப்பாட்டைத் தொடர்ந்து தக்க வைத்துக் கொள்கின்றனர். இதனால் மற்றவர்களிடமிருந்து உயர்ந்தவராக, மதிப்பு மிக்கவராக, மரியாதைக்குரியவராக ஆண்டு முழுவதும் உயர்ந்து நிற்கிறார்.

இத்தகு விழாக்களில் நாட்டின் தலைமையகத்தில் மன்னனும் ஊர்ப்புறங்களில் கிராமத் தலைவர்களும் தலைமை ஏற்கும் இவ்விழாக்களின் ஊடாக அமையும் சடங்கியல் சார்ந்த ஒருங்கிணைவானது மன்னராட்சியின் மறுபதிப்பாகவே அமைகிறது.

எனினும் இவ்வமைப்பில் கிராமத்தின் இறையாண்மை கிராமத் தெய்வங்களின் ஊடாகவே கற்பிதம் செய்யப்படுகிறது. இத்தகு கிராம இறையாண்மை தென்னிந்தியாவில் மிக வலுவானதாகவும் விரிவானதாகவும் காணப்படுகின்றன.

வட இந்தியாவில் ஹோலி, நவராத்திரி மையமிட்ட பொது விழாக்களே அங்குப் பெரு விழாவாக எல்லா கிராமங்களிலும் நடைபெறுகிறது. மாறாக, தென்னிந்தியாவில் ஒவ்வொரு கிராமத்திற்கும் உரிய தெய்வத்தை மையமிட்டு விழாக்கள் நடைபெறுகின்றன. தெய்வங்களின் திரிபு வடிவங்கள் அந்தந்த ஊருக்குரிய தலபுராணமாக, ஊர் வரலாறாக, அந்தந்த தெய்வத் தின் மகிமைக் கதையாக சிறப்பு பெறுகின்றன. சமயபுரம் மாரியம்மன் சமயபுரத்தின் தல வரலாற்றோடு மட்டும் தொடர் புடையது. கொங்கு நாட்டில் ஒரு மாரியம்மன் இருந்தால் அது அவ்வூருக்குரியதாகவே கருதப்படுகிறது. இதனால் தென்னிந்தியாவில் சாமி ஒன்றாயினும் அதன் திரிபுவடிவங் களால் அந்தந்த தலவரலாற்றுடன் ஒவ்வொரு ஊருக்கென்றும் தனித்துவம் ஏற்படுத்தப்படுகிறது.

இதனால் தென்னிந்தியாவில் ஒவ்வொரு கிராமமும் அதன் சாமியும் அதற்கான திருவிழாவும் முக்கியத்துவம் பெறுகின்றது. ஆனால் வட இந்தியாவில் கிராமம் முக்கியத்துவம் பெறுவதில்லை. அங்கு எல்லா கிராமத்தாருக்கும் பொதுவான விழாவே முக்கியத்துவம் பெறுகிறது. வட இந்திய ஹோலி, நவராத்திரி போன்று தென்னிந்திய கிராமத் திருவிழாக்கள் ஒவ்வோராண்டும் அதே நாளில் நடத்தப்படுவதில்லை. ஊரார் கூடிப் பேசி வரிவசூல் செய்து கோடையில் நாள் குறித்து விழா நடத்தப்படுகின்றது. இந்நாள் அடுத்த ஆண்டு மாறலாம். இவ்வாறாக அமைப்பு அடிப்படையில் தென்னிந்திய, வட இந்திய விழாக்கள் வேறுபடுகின்றன.

திராவிட மானிடவியல்

தலித்துகளின் பங்கேற்பு

கிராமங்களில் சாதிக் கட்டுமானம் உருக்குலையாமல் கட்டுக்கோப்புடன் தொடர்ந்து காக்கப்படவும், அதன்வழி கிராமங்கள் ஓர் அலகாக ஒருங்கிணைவு பெறவும் திருவிழாக்கள் செயலாற்றுகின்றன. கிராமங்களின் சாதிப்படிநிலை ஒருமைப் பாடு எவ்வாறு கிராமத் திருவிழாக்கள் வழி நிறுவப்பெறுகிறது என்பதை இப்பகுதியில் காண்போம். அது வட இந்தியாவிலும் தென்னிந்தியாவிலும் எவ்வாறு வேறுபடுகின்றது என்பதையும் காண்போம்.

சாதிப் படிநிலை ஒருங்கிணைவை ஆராயும்போது நாம் முதலில் கிராமத் திருவிழாக்களில் தலித்துகளின் நிலை பற்றியும் கவனிக்க வேண்டும். வட இந்தியத் திருவிழாக்களில் தலித்து கள் ஓரளவு சேர்க்கப்பட்டாலும் மறுநிலையில் சில சூழல்களில் கறாராக ஒதுக்கி வைக்கப்படுவதைக் (partial exclusion) காணமுடிகிறது.

தென்னிந்தியாவை ஒப்பிடும்போது வட இந்தியச் சூழலில் தலித்துகளின் நிலை விளிம்புநிலைக்குரியதாகவே உள்ளது. தென்னிந்தியச் சூழலில் இவர்களின் நிலை 'இங்கு முண்டு அங்குமுண்டு' எனக்கூடிய இரட்டைநிலை காணப் படுகிறது. தென்னிந்தியச் சூழலின் சிக்கலான சமூக ஏற்பாட்டின் படி அவர்கள் திருவிழாக்களில் பங்கேற்கவும் செய்கிறார்கள்; விலகியும் நிற்கிறார்கள்; இரட்டைநிலை சார்ந்து காணப்படு கின்றனர்.

தலித்துகளைச் சேர்த்துக் கொள்ளவும் விலக்கிவைக்கவும் கூடிய 'இரட்டை நிலை'யே தென்னிந்தியக் கிராமத் திருவிழாக் களின் வழி கட்டமைக்கப்படும் சடங்கியல்சார்ந்த கிராம ஒருங்கிணைவு ஆகும். இத்தகு நிலையை வட இந்தியத் திருவிழாக் களில் பெரிதும் காணமுடியவில்லை (ஃபுல்லர் 2002: 291)

திராவிடம் ஆரியம்

தமிழகத்தில் ஒருபுறம் அதன் மரபான 'கிராமியத் திருவிழாக்கள்' தொடர்ந்து நடத்தப்பட்டு வருகின்ற போதிலும் ஆரியர்களின் வேத நாகரிகத்தாலும் கால ஓட்டத்தில் ஆரிய – திராவிடப் பண்பாடுகளுக்கிடையிலான கொண்டு கொடுத்தலா லும், பண்பாட்டு மாற்றத்தாலும் வைதிக மரபு, பிராமணர் களின் செல்வாக்கு இரண்டும் பரவலாகத் தென்னிந்தியாவில் வேரூன்றின.

வேத காலத்திற்குப் பிந்தைய தென்னிந்தியாவில் மன்னர்கள் பெரிதும் சடங்கியல் சார்ந்தே முடியாட்சியின்

இறையாண்மையை வளர்க்க முற்பட்டனர். இடைக்காலத் தென்னிந்தியச் சமூகத்தை நுட்பமாக ஆராய்ந்த பர்ட்டன் ஸ்டீயின் (1980) முடியாட்சி முறையை விரிவாக ஆராய்ந்து அதனை *ritual kingship* என்று அடையாளப்படுத்தி அது 'சடங்கியல் முடியாட்சி'யாக வளர்ச்சி பெற்ற முறையை விளக்குகிறார். இந்த சடங்கியல் முடியாட்சியானது கி.பி. 6ஆம் நூற்றாண்டிலிருந்து அது பெருங்கோயிலை மையமிட்டதாக மாறத் தொடங்கியது. இதனால் முடியாட்சிப் பரப்பின் பெரு நகரங்களிலெல்லாம் பெருங்கோயில்கள் உருவாயின; அடுத்து, கிராமங்களிலும் அவை விரிவுபெற்றன. பெருங்கோயில்கள் உருவானபின் கோயிலை மையமிட்ட சடங்குகளும் விழாக்களும் திருவிழாக்களும் பெருகின. இம்மரபு வைதிக நெறி சார்ந்ததாகும். இவ்வைதிக நெறிகள் மன்னனின் மேன்மைக்கு உகந்ததாகவும் மக்களின் வாழ்விற்கு உகந்ததாகவும் ஏற்றுக் கொள்ளப்பட்டதால் வைதிக நெறியிலான திருவிழாக்களும் சடங்குகளும் தமிழர் வாழ்வில் தொடர்ந்து விரிவு பெற்றன.

8 – 12ஆம் நூற்றாண்டுகளில் சோழப் பேரரசு அதன் உச்சத்தில் இருந்தபோதும், அதன்பின்னர் 14ஆம் நூற்றாண்டின் பிற்பகுதியில் விஜயநகரப் பேரரசு தமிழகத்தில் உருவான பின்னரும் பெருங்கோயில்களைக் கட்டுவது தீவிரமடைந்தது. இதன் வழி அக்கோயில்களில் சடங்கு சம்பிரதாயங்களும் விழாக்களும் வெகு வேகமாக விரிவு பெற்றன. இதே போக்கு கி.பி. 16 முதல் 18ஆம் நூற்றாண்டுவரை மதுரை நாயக்கர் காலத்திலும் தொடர்ந்தது.

பேரரசுகளில் மட்டுமல்லாமல் 17ஆம் நூற்றாண்டின் பிற்காலத்தில் ஏற்பட்ட சிறிய புதுக்கோட்டை சமஸ்தானத்திலும் கூட கோயிலை மையமிட்ட சமயத்தை முன்வைத்து இறையாண்மையைக் காத்து வந்தனர். மன்னர்கள் வட்டார அளவிலான, கிராம அளவிலான சிறிய கோயில்களுக்கும் தானங்கள், பொருள் வசதிகள் செய்தனர். இதனை ஃபுல்லர் கூறும்போது *"More generally, historical works by Dirks, Stein and others give us good reason to think that the intertwined history of kingship and temples in South India is on decisive reason for the prominence in Southern villages of collective temple festivel in which soverignity is a central theme" (Fuller 2002: 296)* என்கிறார்.

அதிகாரத்தையும் இறையாண்மையையும் வலுவானதாக நிலைநிறுத்த இத்தகு கோயில் மையமிட்ட சமய நிகழ்வுகளும் சடங்கியல் ஆதாரங்கொண்ட முடியாட்சியும் தென்னகத்தில் வேரூன்றின. பரந்த நாட்டாட்சிப் பரப்பில் வேளாண் குடிகளைக் காக்கவும் அந்நாட்டுப் பரப்பு முழுவதற்கும் நீர்ப்பாசன வசதியை

ஏற்படுத்தி அதனை நன்கு நிருவகிக்கவும் ஆற்றலுடைய மன்னன் தேவைப்பட்டான். இத்தகு ஆட்சி முறை அமைய தென்னிந்தியா வில் கோயிலை மையமிட்ட, சடங்கியல் சார்ந்த முடியாட்சி உதவியது என்பதை ஆய்வாளர்கள் நிறுவியுள்ளனர் (நிக்கோலஸ் டிர்க்ஸ் 1987: இயல் 4; பர்ட்டன் ஸ்டீயின் 1980).

இந்திய மண்ணில் சடங்கியல் சார்ந்த முடியாட்சி முறை ஏற்பட்டதன் வரலாறு என்பது, இம்மண்ணை ஆண்டு வந்த சத்திரியர்களுக்கு வேள்வி, யாகம் மூலம் ஆற்றலை ஈட்டுத் தரும் ஊழியர்களாகப் பிராமணர்கள் மாறியதன் வரலாறாகும்.

முடியாட்சி அரசில் சர்வ அதிகாரம் கொண்டவர் அரசர். இவரே நாட்டின் ஒழுங்கைக் காக்கிறார். ஆனால் பூவுலகம் உள்ளிட்ட ஒட்டுமொத்த பிரபஞ்சத்தின் ஒழுங்கைக் காப்பவர் கடவுள். ஆக, பிரபஞ்சம் முழுமைக்குமான ஒழுங்கைக் காக்கும் இறைவனின் அருள் பெறாமல் எந்த மன்னனும் நீண்ட ஆயுளையோ, போரில் வெற்றியோ, நாட்டில் நீதி – நிர்வாகம் – பொருள் வளம் – பஞ்சமின்மை – நோய் நொடியின்மை ஆகியவற்றையோ பெற இயலாது.

இந்நிலையில் பிரபஞ்சத்தையே இயக்கும் கடவுளரின் ஆற்றலைப் பெறுதல் என்பதே அரசனின் தொடர் விழைவாக இருந்தது. பிராமணர்களின் வழி இவ்வாற்றலைப் பெற முன்வந்த பின் அரசு சார்ந்த வேள்வியும் யாகமும் பெருகின. குறிப்பிட்ட கால இடைவெளியில் மீண்டும் யாகமும் வேள்வியும் செய்து இறையாற்றலைத் தன்வயப்படுத்த மன்னர்கள் விரும்பினர். இத்தகு ஆற்றலைப் புதுப்பிக்கும் செயலானது ஒரு தொடர்ச்சி யான விழைவாக இருந்ததால் "வேத காலம் தொட்டு முடியாட்சி என்பது யாக, வேள்வி மையமிட்ட சடங்கியல் சார்ந்ததாக உருவானது". *Kingship is a sacrificial organization* என்னுமளவிற்குச் சடங்குவயப்பட்டுவிட்டது. அடுத்தடுத்த வரலாற்றுக் கட்டங் களில் சிறிது சிறிதாக இத்தன்மை வலுப்பெற்றது.

இந்த நிலையில் "முடியாட்சியின் இறையாண்மையைக் காக்க இறைமாட்சியைப் பெற வேண்டும்" என்பதாக வேரூன்றியது. இதனைப் ஃபுல்லர் கூறும் போது *"The concept and institution of kingship play a vital role, even in villages that are now far removed in time and space from royal power and authority. . . we can see that the festivals celebrated in village, more or less forcefully, also help to keep kingship alive by reaffirming its importance for the relationship between deities and people within an ordered world"* (மேலது: 297). இதனடிப்படையிலேயே நாட்டாட்சிப் பரப்புகளில் திருவிழாக்களின் தன்மைகளும் வடிவம் பெற்றன.

இத்திருவிழாக்களின் தன்மைகள் மன்னனுக்கும் இறைவனுக்கு மான உறவினையும், நாட்டாட்சியின் பரப்பிற்கும் தெய்வங்களுக்கும் இடையிலான உறவினையும் வலுப்படுத்தின. இதனைப் பின்வரும் எடுத்துக்காட்டுகள் வழி அறியலாம்.

இறைவனின் வடிவமாக வேந்தன்

இறைவனின் மறு உருவமே மன்னன். மண்ணாளும் வேந்தன் மக்களுக்கிறைவன் என்னும் கருத்து "திருவுடை மன்னரைக் காணின் திருமாலைக் கண்டேனே" என்னும் ஆழ்வார் மொழியிலும் வெளிப்படுகிறது. இறைவனின் மறுவடிவான உடையானும் உடையாளுமாய் (அரசனும் அரசியும்) அரசாளும் நிலையை "உலகமுழு துடையாளொடும் வீற்றிருந்தருளி" எனவும், "புவன முழுதுடையாளொடும் வீற்றிருந்தருளி" எனவும் வரும் மெய்க்கீர்த்தி முடிவில் காணப்படும் தொடர்களைக் கொண்டு அறியலாம். நாடும் நாட்டு மக்களும் அரசனுக்கு உடைமையாதலால் அரசன் 'உடையான்' எனவும், அரசனை முழுதுடைமையாகக் கொண்ட பட்டத்தரசி 'உடையாள்' எனவும் அழைக்கப்பட்டனர்.

காத்தல் தொழில் ஒப்புமை கருதி, நாடு காவல் தொழில் புரியும் மன்னர்களைத் திருமாலுக்கு ஒப்பிட்டுப் பேசுவது மரபு. புகழுக்கும் அவனே ஒப்புக் கூறப்படுகிறான்.

புகழ் ஒத்தீயே இகழுநர் அடுநனை (புறம். 56:13)

புகழ்தல் உற்றோர்க்கு மாயோன் அன்ன,
உரைசால் சிறப்பின் புகழ்சால் மாற (புறம். 57: 2-3)

நெடியோன் அன்ன நல் இசை,
ஓடியா மைந்த! நின் பண்பு பல நயத்தே

(பதிற். 15:39 –40)

திருவுடை மன்னரைக் காணின் திருமாலைக் கண்டேன்

(நம்மாழ்வார் திருவாய்மொழி)

எனவரும் பாடற் பகுதிகளால் இசை திசையெல்லாம் பரவ நிலமாளும் வேந்தரைத் திருமாலுக்கு ஒப்பிட்டுப் பேசும் திறம் விளங்கும்.

முதலாம் குலோத்துங்க சோழனுக்குரிய விருதுப் பெயர்களில் ஒன்று 'உலகுய்ய வந்தான்' என்பதாகும். உலகம் உய்வதற்காக திருமால் நிலவுலகில் அவதரிப்பார் என்பது இந்து மரபாகும். முதலாம் குலோத்துங்கனின் (1070 – 1122) சிறப்புப் பெயராகிய 'உய்ய வந்தான்' என்பது திருமாலின் அவதாரமாகச் சோழ நாட்டுக்கு வந்துள்ளான் என்பதையே உணர்த்துகிறது.

"திருமன்னி விளங்கு மிருகுவடனைய" எனத் தொடங்கும் மெய்க்கீர்த்தியும், 'உலகுய்ய வந்த சோழ வளநாடு' என்னும் ஒரு சோழ மண்டலத்தின் பெயரும் இறைவனுக்கும் மன்னனுக்கும் உள்ள உருவகத்தைக் காட்டுவன ஆகும்.

பல்லவர் காலத்தில் உத்திரமேரூரில் வயிரமேக தடாகம் என்னும் பெருங்குளம் வெட்டப்பட்டது. இக்குளத்திலிருந்து செல்லும் வாய்க்கால்களுக்குக் கணபதி வாய்க்கால், சுப்பிர மணியர் வாய்க்கால், சரஸ்வதி வாய்க்கால், ஸ்ரீதேவி வாய்க்கால், பார்வதி வாய்க்கால் ஆகியவை இறைவனின் பெயரால் அமைந்தவை. நிலப்பரப்பும் தெய்வமும் இணைக்கப்பட்டு நாட்டாட்சிப் பரப்பினை மேலாண்மை செய்யவும், வளம் பெறச் செய்யவும் பல்லவ மன்னர்கள் முனைந்துள்ளமை இதன்வழி வெளிப்படுகிறது. இவ்வாறாக இன்னும் பல சான்றுகள் கல்வெட்டுக்களில் உள்ளன. இத்தரவுகள் யாவும் கோயில் சார்ந்த சமய நிகழ்வுகளும் இறையாண்மையும் தொடர்பு கொண்டிருந்தன என்பதை உறுதிப்படுத்துகின்றன.

கிராமம் மையமிட்ட மன்னன்/நாடு மையமிட்ட திருவிழாக்கள்: ஒப்பீடு

மேற்கூறிய கிராமம் மையமிட்ட, மன்னன்/நாடு மையமிட்ட இரண்டு வகையிலான திருவிழாக்களின் அமைப்பு வேறுபாடுகளை ஒப்பாய்வு செய்ய வேண்டும். கிராமத் திருவிழாவையும் மாசி மகத்தையும் ஒப்பிட்டுப் பார்க்கும்போது முந்தையது கிராமம் என்னும் நுண்ணிய எல்லையை மையமிட்டும், பிந்தையது பல கிராமங்கள் ஒருங்கிணைந்த பெரும் நாட்டாட்சிப் பரப்பை மையமிட்டும் உருவானதை மிக எளிதில் அறிய முடியும்.

இரண்டு வடிவங்களுமே இந்து முடியாட்சியின் வடிவங்களாகப் பன்னெடுங்காலம் பரிணமித்து வந்துள்ளன. எனினும், கிராமம் என்பது இந்து முடியாட்சியின் நுண்ணியல் வடிவமாக இருந்து வந்துள்ளது. இதில் கிராமத்தின் தலைவர் அக்கிராமத்திற்கு மன்னன். இந்நிலையில் கிராமத் திருவிழாவில் இறைவனின் 'முதல் அருள்' அவருக்கே போய்ச் சேரும். இத்தலைவருக்கே கடவுளின் ஆற்றல் பூசாரியால் வருவித்துத் தரப்படுகிறது.

கடவுளுக்கு அடுத்தபடி நாட்டுக்கு மன்னனும், அதுபோல கிராமத்திற்குத் தலைவனும் மிக முக்கியம் என்னும் கருத்தைப் பூசகர் ஆண்டுதோறும் திருவிழாவில் 'மக்கள் முன்னிலையில்' அனைவரும் அறியும்படி நிலைப்படுத்திவிடுகிறார். அவர்களின் மேலாண்மையை 'அனைவரும்' ஏற்றுக் கொள்ளும் நிகழ்வு

திருவிழாக்களில் முக்கிய இடம் பெறுகின்றது. கிராமத் தலைவனுக்குச் சடங்கு ரீதியான முன்னிலையானது பூரண கும்பம் கொடுத்தல், பரிவட்டம் கட்டுதல், முதல்மரியாதை செய்தல் போன்ற பல வகைகளில் நிகழ்கிறது. இச்சடங்கியல் வழி கிராமத்தின் படிநிலைக் கட்டுமானம், அதிகாரக் கட்டுமானம் மீள நிலை நிறுத்தப்படுகிறது. ஒவ்வோராண்டும் திருவிழாவில் இவரது முக்கியத்துவம் நிலை நாட்டப்படுகிறது. நாட்டுக்குத் தலைவன் மன்னன் என்றால் கிராமத்திற்கு மன்னன் கிராமத் தலைவன் ஆகும் என்பது திருவிழாச் சடங்கு மூலம் தொடர்ந்து நிரூபிக்கப்படுகிறது.

கிராமத் திருவிழாக்கள் இந்து முடியாட்சியின் நுண்ணியல் வடிவமாகப் பன்னெடும் நூற்றாண்டுகள் நிலைபெற்று வர, மாசிமகம் போன்ற பெரும் பரப்பிற்குரிய திருவிழா பேரரசுகளின் உருவாக்கத்தின் தேவையினால் எழுந்தது. பேரரசுகளின் பெரும் நாட்டாட்சிப் பரப்பை வளப்படுத்தவும், ஒருங்கிணைக்கவும் கோயிலை மையமிட்ட சமய நிகழ்வுகள் திருவிழாவானது மரபான கிராமியத் திருவிழாக்களின் நிலையிலிருந்து விலகிப் பெரும் நாட்டாட்சிப் பரப்பினை ஒன்றிணைக்க உதவியுள்ளது.

இரண்டு எடுத்துக்காட்டுகள் மூலம் இதனைத் தெளிவுபடுத்திக் கொள்ளலாம். ஒன்று தில்லையில் நடராஜர் வீற்றிருக்கும் சிதம்பரத்திற்கு அருகிலுள்ள கிள்ளையில் நடக்கும் மாசி மக விழாவில் இஸ்லாமியர்களின் இணைவு பற்றியது மற்றொன்று, காரைக்காலில் நடக்கும் மாசிமகவிழாவில் மீனவர்களின் இணைவு பற்றியது.

ஸ்ரீ முஷ்ணத்திலிருந்து ஸ்ரீ வராகப் பெருமாள் ஆண்டு தோறும் கிள்ளையில் தீர்த்தவாரி காண்பது வழக்கம். கிள்ளைக்குச் செல்லும் வழியில் தைக்காலில் முஸ்லிம் சமூகத்தார் பெருமாளை தர்காவிற்குள் அழைத்துச்சென்று மரியாதை செலுத்துவார்கள். பெருமாள் தங்கள் சமூகத்திற்கு மாப்பிள்ளை என்று வாய்மொழித் தொன்மமாக முஸ்லிம்கள் நினைவு கூறுகின்றனர்.

மயிலாடுதுறைக்கு அருகிலுள்ள திருக்கண்ணபுரத்திலிருந்து காரைக்காலுக்குத் தீர்த்தவாரி காண ஸ்ரீ சௌரிராஜப் பெருமாள் ஆண்டுதோறும் செல்கிறார். திருமலைராயன் பட்டினம் வந்து சேர்ந்தபின்னர் மீனவர்கள் தங்கள் தோள்களில் சுமந்து சென்று கடற்கரையை அடைகின்றனர். 'மாப்பிளே, மாப்பிளே' என்று குரலிட்டுக் கொண்டு சப்பரத்தைத் தூக்குவார்கள். காரணம் பெருமாள் மீனவர் சமூகத்துப் பெண்ணொருத்தியை மணந்து கொண்டார் என்பது வாய்மொழித் தொன்மமாகும். (விரிவுக்குக் காண்க: சண்முகலிங்கன் & பக்தவத்சல பாரதி 2014).

மாசிமகத்திற்குச் செல்லும் வழியிலும் திரும்பும் வழியிலும் சாமிகள் எல்லா தரப்பினருக்கும் காட்சி கொடுத்து, அவர்களின் அர்ச்சனைகளை, தீபாராதனைகளை ஏற்கின்றன. ஊர்த் திருவிழாக்களில் பேணப்படும் சாதிமத பேதங்கள் ஊர் என்னும் வரையறையுடன் கூடிய எல்லையைத் தாண்டி விடுவதன் மூலம் இவ்வேறுபாடுகளை வலியுறுத்துவதில்லை. மாசி மகத் திருவிழாவைப் பொறுத்தவரை ஊரின் வரையறைக்குள் மட்டுமே நிலவும் சாதியும் பேதமும் மறைந்து போகின்றன. இவ்வாறான போக்குகள் பிற தளங்களில் எங்கெல்லாம் மேலெழுகின்றன என்பது ஆய்வுக்குரியதாகிறது.

பின்னுரை

இவ்வியலில் மேற்கூறிய விவாதங்களைக் கருத்தில் கொண்டு பார்த்தோமானால் தொகுப்புரையாகச் சில மையக் கருத்துக்களை இனங்காண முடியும்.

மாசிமகம் என்றால் மாசிமாதம் மக நட்சத்திரத்தன்று கடவுளரெல்லாம் கடலில் தீர்த்தவாரி கண்டு கடற்கரையில் காட்சி தருதலும், மக்கள் புனித நீராடுதலும், பாவங்களைக் கழுவிக்கொண்டு புண்ணியத்தைத் தேடுதலும், செல்வந்தர்கள் உபயதாரர்களாக நின்று தெய்வங்களுக்குப் பெரும் பொருட் செலவில் சடங்கியல் வைபவம் செய்து திருவருள் பெறுதலும், குடிமக்கள் தீபாராதனை காட்டி அருள் பெறுதலும், எளியோர் கையெடுத்துக் கும்பிட்டு தரிசனம் பெறுதலும் என்னும் நிகழ்வு முறையே முதன்மையான நிகழ்வுகள் என எண்ணத் தோன்றும். இவை புறநிலையில் வெளிப்படுவதாகும்.

தமிழ் மண்ணின் நீண்ட பரிணாமத்தின் அமைப்பு அடிப்படையில் வேறுபடும் இரண்டு வகையான திருவிழாக்கள் நிலைபேறு கொண்டன. ஒன்று: ஆண்டாண்டுக் காலமாகக் குட்டிக் குடியாட்சிகளாகத் திகழ்ந்து வரும் கிராமங்களில் கிராமத்தை மையமிட்ட, அக்கிராம மக்களை மையமிட்ட 'கிராமத் திருவிழாக்கள்.' மற்றொன்று: மன்னனின் முடியாட்சிக் குரிய பெரும் நிலப்பரப்பின் வளமைக்கும் ஒன்றியத்திற்கும் வழிகோல ஏற்பட்ட பெருங்கோயில்களில் உருவான 'மன்னையும் நாட்டையும் மையமிட்ட திருவிழாக்கள்'.

இவற்றின் புதைநிலை அசைவியக்கம் வேறானவை. இச்சமய நிகழ்வின் போது கடவுளர்களின் பயண எல்லைக்குட்பட்ட நிலப்பரப்பின் ஒருங்கிணைவும், அந்நிலப் பரப்பில் வாழும் மக்களின் மரபான சமூக உறவுகள் புதுப்பிக்கப்படுதலும் புத்தாக்கம் பெறுதலும் உறுதிப்படுத்தப்படுவதும் மாசிமகத்தின் கண் நிகழும் ஆழ்நிலைப்பட்ட அசைவியக்கமாகும்.

மாசிமகத்தின்போது தெய்வங்கள் பரந்த நில எல்லை களையும் சமூக எல்லைகளையும் தன்வயப்படுத்திக் கொள் கின்றன. இந்துத்துவத்திற்குள் செயல்படும் சமூக எல்லைகளின் அடையாளம் இப்பெருவிழாவில் ஒருகணம் அவற்றின் இறுகிய நிலையிலிருந்து நீர்மத்தன்மைக்கு மாறுகின்றன என்றாலும், மறுநிலையில் சமூக உறவுகளின் அசைவியக்கம் சடங்கியல் தளத்தின் அடையாளத்தோடு மேலெழுந்து உறுதிப்படுத்தப் படுகின்றன.

தெய்வங்கள் தீர்த்தவாரிக்கு வருகின்ற பயணத்திலும், தீர்த்தவாரி முடிந்து மீண்டும் திரும்பிச் செல்லும் பயணத்திலும், ஆண்டுக்கொரு முறை பரந்துபட்ட நிலப்பரப்பில் நீண்ட தூரம் பயணம் செய்கின்றன. இப்பயணத்தின்போது இப்பரந்து பட்ட நிலப்பரப்பில் வாழும் பலதரப்பட்ட மக்கள் தங்களின் நடைமுறையில் உள்ள இயல்பான சமூக உறவுகளையும் மாற்றத்தை நோக்கிய உறவுகளையும், முரண்பாட்டு உறவு களையும் சமயம்சார்ந்த இத்திருவிழாத்தளத்தின் அசைவியக்கத் தில் இயைபுபடுத்துகின்றனர். இதனால் மரபான சமூக உறவுகள் தக்கவைக்கப்படுதலும் மாறிவரும் உறவுகளின் வெளிப்பாடு பெறுதலும் மாசிமகத்தின் கண் நிகழும் அசைவியக்கத்தில் ஆழ்நிலைப்பட்டவை.

வேதநெறிக்குட்பட்ட பெருங்கோயில்களின் சாமிகள் தீர்த்தவாரி காண முற்பட்ட சூழலுக்குப் பின் கிராமத் தெய்வங் களும் அவற்றை அடியொற்றி தீர்த்தவாரி காண முற்பட்டன. வைதிகமயமாக்கலின் தொடர்ச்சியால் இன்று அதிக எண்ணிக்கையில் சாமிகள் தீர்த்தவாரி காண்கின்றன.

சுருக்கமாகச் சொல்வதாயின் மாசிமகம் என்னும் இச்சமய நிகழ்வில் 'நிலம் – சாதி – சாமி' என்னும் தளங்களின் ஊடான ஒரு விரிவெல்லை கொண்ட அசைவியக்கம் தமிழர் திருவிழாக் களிலேயே பல தனித்துவங்களைக் கொண்டதாக உள்ளது.

திராவிடச் சமயம்

தமிழர் தொல்சமயம் x இந்து சமயம்:
தேவகணங்கள் கட்டமைக்கும்
வடக்கும் தெற்கும்

தொல் சமயம்

மனித குலத்தாரிடம் சமயம் பற்றிய கருத்தாக்கம் முதன்முதலில் எவ்வாறு தோன்றியது என்ற தீவிரமான தேடுதலில் கடந்த 19ஆம் நூற்றாண்டு அறிஞர்கள் பலரும் ஆராய்ந்தார்கள். நேர்க்காட்சிவாதம் (positivism), அனுபவவாதம் (empiricism) இரண்டின் ஊடாகவும் தேடிய முறை அறிவாராய்ச்சியியலில் புதிய புரிதலை ஏற்படுத்தியது. அடுத்த கட்டமாக இனவரைவியல், இனவியல் அணுகுமுறைகளுடன் ஒப்பியல் நிலையில் மீட்டுருவாக்கம் செய்யப்பட்டது.

இயற்கைப் பொருட்களிலும் பௌதிகப் பொருட்களிலும் உறைந்துள்ள ஆவிகள் ஆற்றல் மிகுந்தவை; அவையே மனித வாழ்வுக்குக் காரணமாக அமைகின்றன எனத் தொல்பழங்கால மக்கள் நம்பி ஆவிகளை வழிபட்டனர். இந்த ஆவிவழிபாடே சமயத்தின் தோற்றுவாய் என இங்கிலாந்து நாட்டு மானிடவியலறிஞர் எட்வர்டு பர்னட் டைலர் முன்மொழிந்தார்.

இன்னொரு தொல்குடிச் சமூகத்தை ஆராய்ந்த ஆர்.ஆர். மாரட் என்பவர் வேறொரு கருத்தை முன்வைத்தார். பௌதிகப் பொருட்களில் எப்போதாவது வந்து தற்காலிகமாகச் சிலகாலம்

உறைந்து ஊக்கப்படுத்தும் உயிர்ப்பாற்றலை மக்கள் வழிபட்டனர் என்று விளக்கினார். மெலனீஷியா, பாலினீஷியா போன்ற தீவுக்கூட்டங்களில் வாழும் தொல்குடிகள் உயிர்ப்பாற்றல் வழிபாட்டைக் கொண்டிருந்தனர். இந்த உயிர்ப்பாற்றலை மெலனீஷியர்கள் 'மனா' என்றும், வட அமெரிக்காவின் அல்காங்கியன் தொல்குடியினர் 'மனிட்டோவ்' என்றும், சியோவன் தொல்குடியினர் 'வகண்டா' என்றும் இரோகுவர் எனும் அமெரிக்க இந்தியர் 'ஒரண்டா' என்றும் அழைக்கின்றனர். பண்டைத் தமிழர்கள் 'அணங்கு', 'சூர்' என்றனர்.

இந்த உயிர்ப்பாற்றல் வழிபாடே ஆதியில் தொல் சமயம் தோன்றுவதற்குக் காரணமென்றார் ஆர்.ஆர். மாரட். இன்று நிறுவனச் சமயத்தை ஏற்றுக் கொண்டுவிட்ட நாம் அதனை 'அதிர்ஷ்டம்' என்று சொல்கிறோம். இது உயிர்ப்பாற்றல் கொண்டதாகும். ஆதியில் தோன்றிய இந்த உயிர்ப்பாற்றல் வழிபாட்டின் தொடர்ச்சியே இது. வட இந்தியத் தொல்குடி களாகிய சந்தால், முண்டர், ஹோ ஆகியோர் மன ஆற்றலைப் 'போங்கா' என்கின்றனர்.

ஆஸ்திரேலிய முதுகுடிகளிடம் ஆய்வு செய்த எமில் துர்க்ஹைம் அம்மக்கள் குலக்குறிகளை மிகவும் போற்றி வழிபட்டு வந்ததையும், சமூகத்தின் குலப்பிரிவுகள் யாவும் குலக்குறிகளை முன்வைத்தே பிரிந்து நிற்பதையும், குலக்குறிக் குழுக்களே மணவுறவுகளை நிர்ணயம் செய்வதையும் கண்டு வியந்தார். இவர்களின் குலக்குறி முறைகளை நுட்பமாக ஆராய்ந்த பின்னர் துர்க்ஹைம் தொல் சமயத்தின் தோற்றம் குலக்குறி முறையிலிருந்தே தோன்றியது என்றார். துர்க்ஹைம் மனிதன் சமூக வாழ்வை எப்போது தொடங்கினானோ அப்போது ஏற்பட்டதே சமயம் என்கிறார். சமூகத்தின் சமய மானது 'புனிதம்', 'புனிதமற்றது' என்ற வேறுபாட்டை உருவாக்கு கிறது. அதில் குலக்குறியானது சமயத்திற்கான விழைவை உருவாக்கியது என்றார். இந்த விழைவின் தொடக்கநிலை வடிவமாகக் குலக்குறி ஏற்பட்டது என்கிறார்.

தொல் சமயம் எதிலிருந்து முதன்முதலில் தோன்றியது எனும் கோட்பாட்டு விவாதங்கள் பலவாறு தொடர்ந்து கொண்டிருக்க, இன்னொரு முக்கிய கோட்பாடும் முன்வைக்கப் பட்டது. இயற்கையின் பேராற்றலைக் கொண்டு விளங்கும் ஞாயிறு, திங்கள், மலை, ஆறு, மரம், புயல், கடல், மழை முதலிய இன்னும் பல இயற்கைக் கூறுகள் மனித வாழ்வை நிர்ணயிப்பதில் வல்லமை படைத்தவை என்று தொல்குடிகள் நம்பத் தொடங்கினர். அதனால், அவற்றை வழிபடவும் தொடங் கினார்கள். தொல்குடிகள் மேற்கொண்ட 'இயற்கை வழிபாட்டி'

லிருந்தே தொல்சமயம் தோன்றியது என்று மேக்ஸ் முல்லர் முன்மொழிந்தார். பண்டைய எகிப்தில் கிடைத்த தொல்லியல் சான்றுகளுடன் பிற பகுதிகளில் கிடைத்த தரவுகளோடு மேக்ஸ் முல்லர் தன் கோட்பாட்டை முன்வைத்தார்.

இவ்வாறாக அறிஞர்கள் பலரும் தாம் ஆய்வு செய்த காலத்தில், களத்தில் கண்ட தரவுகளை முன்வைத்துத் தத்தம் கோட்பாடுகளை முன்மொழிந்தனர். ஒவ்வொருவரும் தாம் தேர்ந்தெடுத்த நிலப்பகுதியில் தொல்குடிகள் பின்பற்றிய சமய நம்பிக்கைகளை முன்வைத்துத் தத்தம் கோட்பாடுகளை உருவாக்கினார்கள்.

ஹெர்பர்ட் ஸ்பென்சர் இறந்தவர்களை நினைவுகூரும் முன்னோர் வழிபாட்டிலிருந்து முதன் முதலில் சமயம் தோன்றியது என்றார். சர் ஜேம்ஸ் பிரேசர் 'மந்திரம்' பற்றிய தொல் குடியின் சிந்தனையிலிருந்து சமயம் தோன்றியது என்றார். ஆண்ரூ லாங் உயர் கடவுள் ஒருவனே மனித வாழ்வைத் தோற்றுவித்தான் என்று மக்கள் எண்ணியதால் மனித குலத்தில் சமயம் தோன்றியது என்றார். உலகளாவிய நிலையில் சமயத்தின் தோற்றுவாய் எவ்வாறு ஏற்பட்டது என்பது பற்றிப் பல்வேறு கோட்பாடுகள் முன்மொழியப்பட்டுள்ள நிலையில் உயர்தனிச் செம்மொழி மரபுடைய தமிழ்ச் சமூகத்தின் சமய மரபு இக்கோட்பாடுகள்மீது எவ்வாறு வினையாற்ற முடியும் என்பது இப்போது நமக்கான விவாதமாக அமைகிறது.

தமிழர் தொல் சமயம்

தமிழ்ச் செவ்வியல் மரபை விதந்து பேசுபவர்கள் சங்க இலக்கியம் 'சமயச் சார்பற்றது' என்று பரவலாகக் கூறுகிறார் கள். காரணம் சமயம், கடவுள், வழிபாடு, சடங்கு, சம்பிர தாயங்கள் ஆகியவற்றை இவ்விலக்கியம் முதன்மைப்படுத்த வில்லை என்பதாலாகும். ஐந்திணை வாழ்வை அகமென்றும் புறமென்றும் வகுத்து அதனைக் கவிதையாக்கும்போது வாழ்வின் முழுமையில் ஒரு சிறிய பகுதியாகச் சமயம் பற்றிய கருத்துக்கள் இடம் பெறுகின்றன. முழுமையின்கண் அடங்கும் ஒரு பகுதியானது எப்போதுமே முழுமையைப் பிரதிபலிப்பதில்லை எனும் நோக்கில் சங்க இலக்கியம் சமயச் சார்பற்றது என்ற கருத்து முன்வைக்கப் பெறுகிறது. அகம், புறம் இரண்டுக்குள்ளும் வெளிப்படையாகவும் மறைமுகமாகவும் சிதறிக் கிடக்கும் கருத்துக்கள் வழித் தொல் தமிழர் சமயம் பற்றி விரிவாகவே அறிய முடிகிறது.

உலகில் நீண்ட நெடிய மரபுடைய எந்த ஒரு சமூகத்திற்கும் தொல் சமய மரபு என்று ஒன்றுண்டு. இத்தொல் சமய மரபி

லிருந்தே அடுத்தடுத்த மரபின் தொடர்ச்சியும் மாற்றமும் கொண்ட படிமலர்ச்சி ஏற்படும். இப்படிமலர்ச்சியின் அசை வியக்கம் சீரான மாற்றத்தையே அடிப்படையாகக் கொண் டிருக்கிறது. இந்நிலையில் பழந்தமிழரின் தொல் சமய வடிவங் களையும் அவற்றின் அடுத்தடுத்த கட்ட சீரான படிமலர்ச்சியை யும் காண முடியும்.

அணங்கு, சூர், பேய், பேய்மகள், சூரர மகளிர், பூதம் (கூளி), கழுது போன்றவை மீவியல் காலமான நண்பகலிலும் நள்ளிரவிலும் திரிந்து அச்சத்தை ஏற்படுத்தின. பேய்கள் பெரும் பாலும் உருவகப்படுத்தப்பட்டன. புண்பட்டவர்களின் காயங் களின் வழியாக இரத்தத்தை உறிஞ்சி உயிரைப் பறிப்பவை இவை என்பதால் போர்க்களத்தில் வெட்டுக் காயங்கள் பட்டு அவதியுறும் போர்வீரர்களை இவை அணுகாமலிருக்க ஐயவி புகைத்து, எருக்கம் தழையுடன், வேப்பிலையும் மனையில் செருகி, காஞ்சிப் பண் பாடிப் பேய்களை விரட்டியுள்ளனர் (புறம். 281, 296). இவை தவிரக் கூற்றுவன், காலன் ஆகியவை உயிரைப் பறிப்பவையாக அஞ்சி அவற்றிடமிருந்து தற்காத்துக் கொள்ள முயன்றுள்ளார்கள் (புறம். 4, 41, 240). ஆனால் பேயை விரட்டுவது போலக் கூற்றுவனை அவ்வளவு எளிதில் விரட்டி விட முடியாது என நம்பப்பட்டது (புறம். 98). இப்படியாக அணங்கு, சூர் எனும் வரிசையில் எண்ணற்ற வகையினங் களாக இயற்கையிகந்த ஆற்றல்களைப் பண்டைத் தமிழ் மக்கள் இனங் கண்டுள்ளனர்.

உலகளாவிய நிலையில் நோக்கும்போது ‘ஆவி வழிபாடு’, ‘உயிர்ப்பாற்றல் வழிபாடு’ எனும் கருத்தமைவில் காணப்பெறும் வழிபாட்டு நிலைகள் பண்டையத் தமிழ்ச் சமூகத்திலும் இருந்துள்ளன. ஓரிடத்தில் அல்லது ஒருவரிடத்தில் தொடர்ந்து நிலையாக இல்லாமல் தற்காலிகமாக உறையும் சூர், அணங்கு போன்றவை உயிர்ப்பாற்றல் வழிபாடாக இருந்துள்ளது. உலகளாவிய நிலையில் ஆய்வாளர்கள் பகுப்பாய்வு வகையின மாக வகைப்படுத்த முனையும்போது அதனை ‘உயிர்ப்பாற்றல் வழிபாடு’ என இனங்காண்கின்றனர். ஆனால், இத்தகைய வழிபாட்டைக் கொண்டுள்ள மக்கள் திணைசார் வகைமையைக் கொண்டிருப்பதைக் காணமுடிகிறது. தொல்தமிழர்கள் உயிர்ப் பாற்றலை அணங்கு, சூர் எனும் வகையில் பலவாறு இனங் கண்டுள்ளனர்.

பண்டைத் தமிழகத்தில் இந்த உயிர்ப்பாற்றல் நம்பிக்கை மிக விரிவாக, பல்வேறு கருத்தினங்களாக இருந்துள்ளன. காரணம் ஒரு சமூகத்தின் வாழ்வும் அனுபவமும் வெவ்வேறு புவியியல் கூறுகளுடன் இணைந்து தொடரும்போது இத்தனை

வகையான கருத்தினங்கள் உருவாக முடியும். தமிழ்ச் சமூகத்தின் படிமலர்ச்சி விரிவான களங்களோடு இணைந்து வந்துள்ளதாலேயே தொல் வழிபாட்டு முறைகளும் விரிவடைந்து காணப்பெற்றன.

பழந்தமிழர் இயற்கை ஆற்றலை வணங்கினர். இவ்வாற்றலைப் பின்னாளில் கடவுளராக மாற்றிவிட்டனர். வழிபட்டால் நன்மை தரும், ஒதுக்கினால் சீற்றங்காட்டும் என்னும் இரட்டை நிலைப் பண்புடன் விளங்கும் தெய்வம் காளி ஆகும். 'காளி' என்னும் சொல் திராவிட மூலத்தைக் கொண்டதாகும் (பொன்.கோதண்டராமன் 1997: 20 – 21). கருப்பு என்னும் பொருளுடைய 'கார்' என்பதிலிருந்து திரிந்ததே 'கால்'. கருப்பு என்பது அச்சத்தின் குறியீடாகவும் குழப்பம், பயங்கரம், முடிவற்றது, புரியாத புதிர் ஆகியவற்றின் குறியீடாகவும் விளங்குவது. அச்சத்தையும் சீற்றத்தையும் கொண்டுள்ள இத்தெய்வமானது கால்/கார் என்னும் வண்ணத்தாலேயே உருவகப்படுத்தப்பட்டது. கால்/கார் என்னும் சொல்லுக்கு இணையான ஆண்பால் காலன் ஆகும். 'காலன்' இறப்புக்குரிய தெய்வமாகும். கால் என்றால் 'காற்று', 'அசைவு' என்ற பொருளும் உண்டு. தொல்குடியினர் இடி, மின்னலோடு கூடிய காற்றின் பயங்கரமான ஆற்றலைப் புரிந்துகொள்ள முடியாமல் ஒரு புதிராக உணர்ந்திருக்கக் கூடும். இதனாலேயே 'காத்து – கருப்பு' என்று இன்றுங்கூட நிலவும் வழக்கமானது காற்றுத் தொடர்புடைய தீய ஆவிகளைக் குறிப்பதாக உள்ளது (மேலது: 21).

காலி என்னும் தமிழ்ச் சொல் சமஸ்கிருதத்தில் காளி என்று மாறியுள்ளது. இச்சொல் இகர ஈறு பெற்றிருந்தாலும் இது பால்சாராச் சொல்லேயாகும். பின்னாளில் பெண்பாற் சார்ந்த அம்மன் என்னும் விகுதியுடன் இணைந்து காளியம்மன் என்றாகியது. இத்தெய்வத்திற்கு இணையான ஆண் தெய்வங்கள் வழக்கு பெறவில்லை. ஆனால் காளியப்பன், காளியண்ணன் என்னும் ஆண்பால் இயற்பெயர்கள் உண்டாயின (மேலது: 21).

காளி போன்று 'நாகம்' என்னும் விலங்கினைப் பழந்தமிழ்த் தொல் குடியினர் வழிபடத் தொடங்கி அதுவே மனிதப் பண்பேற்றலால், மனித உருவேற்றலால் தாய்த் தெய்வமாக்கப் பட்டபோது நாகம்மன் என்னும் அம்மன் தெய்வமாகியது. நாகராஜா, நாகப்பன் போன்ற ஆண்பால் இயற்பெயர்களும் தோன்றின.

இவ்வாறு இயற்கையின் ஆற்றலை வழிபட்டுவந்த தொல் தமிழர்கள் பின்னாளில் மூதாதையர், வீரர்கள் ஆகியோரின் ஆற்றலை வழிபடத் தொடங்கிய போதும் அது பால்சாரா

நிலையிலேயே இருந்தது. பின்னர்தான் பால்சார்பும், மனிதப் பண்பேற்றமும், மனித உருவேற்றமும் நிகழ்ந்தன.

தொடக்கத்தில் மழையாகிய மாரியை வழிபட்டனர். பின்னாளில் தாய்த் தெய்வங்களின் ஆளுமை விரிந்தபோது மழையாகிய மாரி 'மாரியம்மன்' ஆனது. மாரி, செல்லி எனும் சொற்கள் மழையைக் குறிப்பவை. ஆதியில் மழையை வழிபட்டமை இயற்கையை வழிபட்டதாகவே அமைந்தது. அடுத்த கட்டத்தில்தான் மழையும் நீரிடங்களான ஆறு, கடல், சுனை, குளம் போன்றவை பெண் தெய்வங்களாக மனித உருவேற்றம் பெற்றன. 'மாமழை போற்றி' என்றே இளங்கோவடிகள் குறிப்பிடுகிறார். பெண்பாலாகக் கருதப்பெறவில்லை. ஆனால் பின்னாளில் மாமழையானது நிறைந்த சூல் கொண்டதென உருவகம் செய்யப்பெற்றது.

வையை ஆறு 'பொய்யாக் குலக்கொடி' என்று சிலப்பதிகாரத்தில் (சிலம்பு. புறஞ். 170) கூறப்பெற்றது. இவ்வாறு செல்லி, மாரி போன்ற பால்சாரா இயற்கையின் ஆற்றல் பின்னாளில் செல்லியாயி, மாரியாயி என்று பெண்பாற் தெய்வங்களாகவும், மனித உருவேற்றமும் பெற்றன. மொழிக் கூறுகளை மீட்டுருவாக்கம் செய்வதன் வாயிலாக இயற்கையின் ஆற்றல் கடவுளராகப் படிமலர்ச்சியடைந்த போக்கினைச் சிந்திக்க இயலும். உலகளாவிய பண்புகளையும் தமிழ்ச் சூழலுக்குட்பட்ட தனித்துவப் போக்குகளையும் ஆராய்வதற்குச் சங்க இலக்கியங்கள் பெரும் கருவூலமாகத் திகழ்கின்றன.

அணங்கு, சூர், சூலி, கூற்று, காலன், பேய், பூதம், முருகு போன்றவையெல்லாம் மக்களைத் தீண்டி வருத்தும் இயல்புடையவை. இவை மக்களை அணங்கிவிட்டால் அவற்றை விரட்டுவதற்கு ஆற்றின் மேடான பரப்பில் செம்மறியாட்டின் குரல்வளையை அறுத்துக் குருதிப் பலி சிந்தித் தினையைப் பரப்பிப் பல்வேறு தெய்வங்களையும் வாழ்த்தி, இசைக் கருவிகள் முழங்க வருத்தும் சக்திகளை விரட்டினார்கள் (குறு. 263). பெண்ணைப் பிடித்த பேயை ஓட்டும் முறையும், முருகு அணங்கிய பெண்ணிற்கு வேலன் வெறியாட்டு நிகழ்த்தி அவளைப் பழைய நிலைக்குக்கொண்டு விடுவதும் அணங்குடை ஆற்றலை 'ஓட்டுதல்', 'விரட்டுதல்' என்பதாகவே அமைகின்றன. இவையெல்லாம் 'அச்சம் தரும் தெய்வங்கள்' என்பதாகவே இருந்துள்ளன. அவற்றை விரட்டுவதன் மூலமாக அல்லது அவற்றிலிருந்து தற்காத்துக் கொள்வதன் மூலமாக நிம்மதி பெற முடியும் எனும் கருத்தாக்கம் மேலோங்கியிருந்த நிலையை இது காட்டுகிறது. இன்று கேரளத்தில் வேலன்மார் வெறியாட்டு நடத்திக் குறிசொல்லும் நிகழ்வுகள் பண்டைய வேலன் வெறியாட்டத்தின் நீட்சியாகவே உள்ளது.

தொல் சமயத்தின் நீண்ட படிமலர்ச்சியில் அடுத்தடுத்துக் கடவுளை மன்றத்தில் வைத்துக் கோயில் கட்டி வணங்கும் நிலை ஏற்பட்டது. இக்கட்டத்தில் தான் 'அன்பு காட்டும் கடவுள்' என்ற கருத்தாக்கம் ஏற்பட்டது. 'அச்சம் தரும் தெய்வங் கள்', 'அன்புகாட்டும் தெய்வங்கள்' எனும் இருவேறுபட்ட எதிரிணைகளாகக் கற்பிதம் கொண்ட படிமலர்ச்சி நிலைகள் பண்டைத் தமிழர் மரபில் ஏற்பட்டன. இது ஒரு மிக முக்கிய மான படிமலர்ச்சி நிலையாகும். இதனைச் சடங்கியல் களத்தி லும் இனங்காண முடியும். சங்க இலக்கியத் தரவுகள் வழி இதனை நன்றாகவே அறிய இயலும். தமிழரின் தொல்சமய வரலாற்றை நோக்கும்போது அதன் சமய மரபில் ஏற்பட்ட அடுத்தடுத்த படிமலர்ச்சி நிலைகளையும் அவற்றின் அறுபடாத தொடர்ச்சியையும் காண முடிகிறது. தொல் சமயத்தில் பயின்று வந்த 'பூசை', 'பலி' இரண்டும் தமிழ்ச் சமய மரபில் கொண் டிருந்த உள்ளீட்டினை விளக்குவதாகும். பூக்களைச் சொரிந்து பூசை செய்பவன் 'பூசாரி' ஆனான். பூச்சொரிதல் ஒரு தொல் சமயக் கூறாக இருந்துள்ளது. திருமுருகாற்றுப்படை முருகனுக்குப் பூச்சொரிதலைக் 'கொழுமலர் தூஉய்' என்று கூறுகின்றது.

சங்க காலத்திலேயே உயிர்ப் பலியிடல் ஒரு முக்கிய சடங்கியல் கூறாக இருந்துள்ளதைக் காண்கிறோம். அணங்கு, சூர், சூலி, கூற்று, காலன், பேய், பூதம் போன்ற உக்கிர சக்தி களிடமிருந்து தங்களைக் காத்துக் கொள்வதற்காக அவற்றை அமைதிப்படுத்தி அவற்றின் சீற்றத்திலிருந்து விடுபடுவதற்குப் பலியிடப்பட்டது. துடியான தெய்வத்தின் ஆற்றலை அண்டாது அணுகாது விலகி இருப்பதற்கான சடங்காக உயிர்ப் பலி செய்யப்பட்டது. இந்நிலையில் இது ஓர் 'எதிர்மறைச் சடங்காகும்'.

இன்னொரு நிலையில் தெய்வங்களை வாழ்த்தி அதனோடு நெருங்கி, அணுகிப் பக்தர்கள் சேர விழையும் ஆவல் வெளிப் படுகிறது. பூச் சொரிந்து (பூசை) இறைவனை நெருங்குதல் இன்னொரு படிமலர்ச்சி நிலையாகும். இது 'ஆக்கமுறைச் சடங்காகும்'. இத்தகு ஆக்கமுறைச் சடங்கானது தமிழ் மரபில் படையலாக உருவெடுத்தது. அதிலும் இரண்டு படிமலர்ச்சி நிலைகள் ஏற்பட்டன தினையும் தேனும் கலந்து 'சமைக்காத படையல்' இடுதல் தொடக்கநிலை. அடுத்துப் பொங்கலிட்டுப் படைத்தல் என்பது 'சமைத்த படையல்' ஆகும். வழிபாட்டுக்குப் பின்னர் இறைவனுக்குப் படைத்த படையல் பிரசாதமாகப் பக்தர்களுக்கு மீள வழங்கப்பட்டது. பிரசாதம் உண்பது என்பது இறைவனும் மனிதனும் ஒன்றிணையும் நேரமது.

கடவுளின் சீற்றத்தைத் தணிக்கும் வகையில் அதனின்று விலகியிருக்க உயிர்ப்பலி படைக்கப்படுவதால் அது "துடியான

கடவுள்" எனக் கற்பிதம் பெற்றது. இறைவன் அன்பான வடிவம் கொண்டவன், கருணையின் தோற்றம் கொண்டவன். அவனை நெருங்கிப் பொங்கலிட்டுப் படையலிடுதல் என்பது இறைவனை "அன்பான கடவுள்" என்ற கற்பிதத்தைக் காட்டுகிறது. உயிர்ப் பலியும் இறைவனின் படையலை மனிதன் பிரசாதமாக உண்கின்ற தாவரப் படையலும் தொல் சமயத்தில் ஏற்பட்ட மிக முக்கிய படிமலர்ச்சி நிலைகளாகும். இதனைச் சங்க இலக்கியங்களிலிருந்து மிக விரிவாக அறிய முடிகிறது. தமிழரின் தொல் சமய மரபுக்குள்ளேயே எழுந்த இருவேறு கருத்தியல்கள் இவை என்பதை நாம் இங்குக் கருத்தூன்றி நோக்க வேண்டும். தமிழரின் தொல் மரபு 'பூசை' சார்ந்தது என்றும், வடமரபு 'பலி' சார்ந்தது என்றும் கூறும் பொதுமையாக்கம் இனமைய வாதம் சார்ந்ததாகவே அமையும்.

தொல்குடி மக்கள் ஆரம்பகாலத்தில் விலங்காண்டி, காட்டாண்டி வாழ்வு முறைகளைத் தொடங்கிய கால கட்டங் களில் மலையுச்சிகளிலும் கானகங்களிலும் அங்கிருந்த நீர் நிலைகளை ஒட்டியும் வாழ்ந்து வந்த காலத்தில் அங்கிருந்த இயற்கையின் அதீத ஆற்றல்களைக் கண்டு அஞ்சி அவற்றை வழிபட்டார்கள். இதனைச் சங்க இலக்கியங்கள் மிக விரிவாகவே கூறுகின்றன. கானுறை தெய்வங்கள், மலையுறை தெய்வங்கள், நீருறை தெய்வங்கள் என இவை பலவாறாக இருந்துள்ளன. சூர், அணங்கு, சூலி, பாகம் (பேய்), கூளி (ஆண்பேய்), வாலுவன் என்று இவை பரவலாக அழைக்கப்பட்டன (நற். 7, 268, 319; அகம். 233; புறம். 372).

அணங்கொடு நின்றது மலை (நற். 165), அணங்குடைக் கடம்பு (பதி. 88), அணங்குடை முந்நீர் (அகம். 20) என அணங்கு மலைகளிலும், மரங்களிலும், நீர்நிலைகளிலும் இருந்திருக்கின்றன. தொடக்கத்தில் உருவம் பெறாத அணங்கு படிப்படியாகப் பெண் சார்ந்து உருப்பெற்று, நீண்ட படி மலர்ச்சிக்குப் பின் காடுகிழாள், பழையோள், கானமர்செல்வி, கொற்றவை, ஐயை என உருபெற்றார்கள். கொற்றவை தொடங்கி இன்று இயக்கிவரை படிமலர்ச்சி பெற்றுள்ள தாய்த்தெய்வ மானது கன்னியாகுமரி மாவட்டத்தில் சம்பங்கரை இயக்கி, மணிமேடை இயக்கி, பொட்டல் இயக்கி, குலைவாழை இயக்கி, எல்லைக்கல் இயக்கி என முப்பதுக்கும் மேற்பட்ட திரிபுவடிவங்களில் இயக்கியராக உள்ளது.

ஆரியர்கள் இந்தியாவிற்குள் வருவதற்கு முன்னர் இங்கிருந்து பூர்வகுடிகள் யக்ஷ, நாக, மா வழிபாடுகளைக் கொண்டிருந்தனர் (ஃபெர்கூஷன் 1873:244). இவற்றில் இயக்கி (யக்ஷி) வழிபாடு தொடர்ந்து குறிப்பிடத்தக்க ஒன்றாக

விளங்கியிருக்கிறது. வளமை, குழந்தைப்பேறு, உடல்நலம், வெற்றி முதலானவற்றைப் பெறுவதற்காக மக்கள் யக்ஷியை ஒரு தாய்த் தெய்வமாகவே வணங்கி வந்துள்ளனர் (வேதாசலம் 1989: 11).

ஆதியில் யக்ஷ வழிபாடென்பது இயற்கை ஆற்றலின் வழிபாடாகவே இருந்தது. மலை, ஆறு, மரம், குகை போன்ற வற்றில் உறைந்துள்ள ஆற்றல்களை மக்கள் வழிபட்டார்கள். வேங்கை, கடம்பு, புன்னை, வேம்பு, பனை, ஆல் போன்ற மரங்களை வழிபட்டதென்பது மரவழிபாடாக மாறியது. ஆனால் உண்மையில் அம்மரங்களில் உறைந்திருந்த ஆற்றல்களையே மக்கள் வழிபட்டார்கள் என்பது மானிடவியலின் ஒப்பியல் தரவுகள் நமக்குக் கூறுகின்றன.

யக்ஷ வழிபாடானது இயக்கி வழிபாடாக ஆயர்களிடம் இருந்ததை சிலப்பதிகாரம் கூறுகிறது.

அறம்புரி நெஞ்சின் அறவோர் பல்கிய
புறஞ்சிறை மூதூர்ப் பூங்கண் இயக்கிக்குப்
பால்மடை கொடுத்து பண்பின் பெயர்வோள்
ஆயர் முது மகள் மாதரி என்போள்

(சிலப்பதிகாரம் அடைக்கலக் காதை 115 – 118).

இயக்கி வழிபாடு இன்றளவும் தமிழகத்தில் தொடர்ந்து வருகிறது. இயக்கி, இசக்கி, இசக்கிமுத்து, இசக்கியம்மா, பேராச்சி, ஜக்கம்மா போன்ற பெயர்கள் இதனைத் தெளிவுபடுத்தும். இத்தெய்வத்தை பூர்வ கர்நாடக மக்கள் சாக்கம்மா என்றும், பூர்வ தெலுங்கு மக்கள் எல்லம்மா (எல் – இருட்டு; இருள்வடி வானவள் – தமிழில் ராக்கம்மா) என்றும் வழிபடுவது இயக்கி வழிபாட்டின் நீட்சிகளாகும் (பொன்னம்பலம் இரகுபதி 2006:16).

இயக்க வழிபாட்டின் தொடர்ச்சி ஜைன, பௌத்த, இந்து சமயங்களில் எவ்வாறு ஏற்கப்பட்டது என்பது குறித்துப் பல்வேறு ஆய்வுமுடிவுகளின் கருத்துக்களை சி.க. சிற்றம்பலம் தொகுத்து கூறுகிறார் (1996: 61 – 68, 77 – 78, 90 – 93).

சமயங்களின் வரலாற்றில் சிலை வழிபாடு என்பது யக்ஷ தெய்வங்களிலிருந்து காணப்படுகிறதெனலாம் (மேலது: 58). இச்சிலைகளுக்கு நீராட்டுதல், அபிஷேகம் செய்தல், மலர் மாலை சாத்துதல், ஏத்துதல், தொழுதல், பூமாலை புனைந் தேற்றல், வலம் வருதல், ஆடல், பாடல், இசைக் கருவிகளை இசைத்தல், நறுமணம் புகை காட்டுதல் என்பன போன்றவை எல்லாம் யக்ஷ வழிபாட்டிலிருந்தே காணலாம் (மேலது: 58) கொற்றவையின் பெண் பூசாரியாகிய சாலினி மேற்கூறிய

அனைத்தையும் கொற்றவைக்குச் செய்ததை சிலப்பதிகாரத்தில் வேட்டுவ வரியில் காணலாம்.

பண்டைத் தமிழ்ச் சமூகத்தில் தாய்வழி முறை இருந்தது என்பதற்கான பல்வேறு சான்றுகள் கிடைக்கின்றன. அக்காலக் கட்டத்தில் பெண்கள் பூசாரிகளாக இருந்தனர். திருமுருகாற்றுப் படையில் பழமுதிர்சோலை பகுதியும், சிலப்பதிகாரத்தில் வேட்டுவ வரியும் பெண்கள் பூசாரிகளாக இருந்துள்ளமையை விளக்கியுள்ளன. பெண் பூசாரிக்குத் தக்க சான்றாக எயினர் குடி சாலினையைக் கூறமுடியும். அதன் பின்னரே கொற்றவைக்கு ஆண் பூசாரிகள் ஏற்பட்டனர்.

மேலும் ஒரு படிமலர்ச்சி நிலையை நோக்க வேண்டும். சங்க காலத்தில் இல்லுறை தெய்வங்கள் எத்தன்மையது என்பதைத் துல்லியமாக அறிய முடியவில்லை. ஆனால், அணங்குடைத் தாய் தெய்வ வரிசையில் இன்று ‘பூவாடைக் காரி’ (பூ + ஆடை + காரி = பூவை ஆடையாக அணிந்த கன்னிப் பெண்), சீலைக்காரி போன்றவர்கள் கன்னித் தெய்வமாக வீடுகளில் வணங்கப் பெறுகிறார்கள். இவ்வழிபாட்டில் பம்பை, உடுக்கை அடித்து வர்ணிக்கும் நிகழ்வில் பூவாடைக்காரி சடங்குக் களத்திற்கு வந்து சேருமாறு ‘அழைக்கப்படுகிறாள்’. பாடல், இசை, நடனம் மூன்றும் கலந்த நிகழ்த்து சடங்குமுறையாக இன்றும் அது தொடருகிறது.

கட்டுவிச்சி குறிகூறும்போது சிறுகோலை ஆட்டி அகவிப் பாடித் தெய்வத்தை அழைக்கிறாள். இவ்வாறு ஆதி சடங்கு முறையில் ‘அழைத்தல்’ என்பது தெய்வத்தின்மீது ‘அச்ச’ உணர்வு கொள்ளாமல் ‘அன்பு’ உணர்வு காட்டுவதைக் காண முடிகிறது. இது ‘அல்லவை சார்ந்த அணங்கு’ என்றும் ‘நல்லவை சார்ந்த தாய்த்தெய்வம்’ என்றும் படிமலர்ச்சி பெற்றுவிட்டதைக் காட்டுகிறது. தமிழ்ச் சமய மரபில் இன்று காணப்படும் கன்னித் தெய்வம் – தேவித் தெய்வம் – மனைவித் தெய்வம் எனும் படிமலர்ச்சி முறையில் ஆதியில் ஏற்பட்டது கன்னித் தெய்வமே ஆகும். இதனைத் தமிழ்ச் செவ்விலக்கியங்கள் வழி நன்கு அறிய முடிகிறது.

தொன்மங்களிலிருந்து சடங்குகள் தோன்றினவா? சடங்கு சம்பிரதாயங்களிலிருந்து தொன்மங்கள் ஏற்பட்டனவா? இது சமயம் பற்றிய ஆய்வில் அறிஞர்களிடம் இன்றும் தொடர்ந்து நிகழ்ந்து வரும் ஒரு முக்கியமான விவாதமாகும். இத்தகைய விவாதங்களுக்குத் தொல்சீர் செவ்வியல் இலக்கிய மாகிய பாட்டும் தொகையும் பெரும் ஆய்வுக்களமாக அமை கின்றன.

சடங்குகளின் படிமலர்ச்சியில் 'நிகழ்த்துமுறை சடங்குகள்' தொடக்கக் காலத்தில் பல்வேறுநிலைகளில் விரிந்து நின்றன. பின்னர், அதனின்று 'விதிமுறைசார்ந்த சடங்குகள்' தோன்றின. இதிலிருந்தே மெல்ல மெல்ல நிறுவனச் சமயத்திற்கான சடங்குகளும் ஆகம விதிகளும் உருவாயின. இதனைச் சங்க இலக்கியத் தரவுகள் வழி மிகவும் வலுவாகவே நிறுவ முடியும்.

தொல் தமிழ் இனக்குழுவினர் இயற்கை ஆற்றல்களைக் கட்டுப்படுத்துவதற்கும் அணங்கு, சூர், பேய், பூதம் இவற்றால் தாக்கப்பட்டதிலிருந்து விடுபடவும் பல்வேறு வகையான பாவனைச் சடங்குகளையும் தொத்து மந்திரச் சடங்குகளையும் செய்துள்ளனர். இவையாவும் நிகழ்த்துமுறை சடங்குகளாகத் தொடக்கத்தில் வடிவம் கொண்டிருந்தன. 'வேலன் புனைந்த வெறியயர் களம்' (குறு. 53.3) போன்று பல்வேறு நிகழ்வுகளைச் சங்கப் பாடல்களில் காணமுடிகிறது.

அணங்கு, சூர் உள்ளிட்ட இயற்கையிறந்த ஆற்றல்கள் நிலையாக ஓர் இடத்தில் தங்காமல் எல்லா இடங்களிலும் மக்களை அணங்கும் இயல்புடையவை என்பதைக் கண்டோம். இதற்கு மாறாக, ஊர் மன்றத்தின் நடுவில் பொதியில் கடவுளை உறையுமாறு செய்து அதற்குப் பலியிட்டு ஓரிடத்தில் கடவுளை குடிகொள்ளச் செய்தமை (அகம். 167: 9 – 20) தொல் சமய மரபில் – ஏற்பட்ட மிக முக்கியமான படிமலர்ச்சி நிலையாகும். ஊர் மன்றத்தில் நெடுஞ்சுவர் எழுப்பி, விட்டம் அமைத்து, வைக்கோல் கூரை வேய்ந்து, அதனுள் 'எழுது அணி கடவுள்' (வரையப்பட்ட கடவுள்) ஒன்று ஏற்படுத்தி, அதன் முன் இட்டிகையும் (பலி பீடம்) திண்ணையும் எழுப்பி, அதனை மெழுகிப் 'பலி' கொடுத்த முறையை அகநானூற்றில் (167: 9 – 20) காண்கிறோம். கோவிலின் தொல் வடிவம் ஒன்று ஏற்பட்டு விட்டதையே இது காட்டுகிறது. மேலும், அகநானூற்றின் 307ஆம் பாடல் வழிக் கடவுள் உறையும் கந்திற்குப் பலியிட்டு வழிபடுவதையும் காணமுடிகிறது.

அகநானூற்றுப் பாடல் ஒன்றில் (167) கடவுளின் வடிவம் ஓவியமாக வரையப்பட்டிருந்தது என்பதை அறிய முடிகிறது. தூணில் வரையப்பட்டதாக ஒரு குறிப்பும் (கலி. மருதக்கலி. 29) கிடைக்கிறது. சங்க காலத்திற்கு முற்பட்ட தெய்வம் சங்க காலத்திலும் தொடர்ந்துள்ளது. மதுரைக்காஞ்சி குறிப்பிடும் 'தொல் முது தெய்வம்' (40) முன்னோர்கள் வழிபட்ட தெய்வம் எனும் பொருள் சுட்டுவதைக் காண்கிறோம்.

சங்க இலக்கியங்களில் வழிபாட்டு முறைகளின் படிமலர்ச்சி பல்வேறு நிலைகளில் காணப்படுகின்றன. செல்வ

வளம் மிக்க குடும்பத்தார் இல்லுரை தெய்வங்களைக் கொண் டிருந்தனர் (மதுரை. 577 – 578). பெண்கள் மாலைப் பொழுதில் இல்உறை தெய்வங்களை வழிபட்டதை நெடுநல்வாடையும் (39 – 44) விவரிக்கிறது. இத்தகைய மனைகளில் வெண்சோறும் கருணைக் கிழங்கால் ஆக்கிய கறியும் தெய்வத்துக்குப் பலி யிட்டனர் என்பதை நற்றிணை (367. 1 – 6) விவரிக்கிறது.

தலைவி ஒருத்திக்குக் குறிக்கப்பட்ட மணநாள் விரைவில் வர வேண்டுமென்று தோழி தலைவியுடன் மனைஉறை தெய்வத்தைக் கைகூப்பி வணங்கி, அதற்குப் பலியும் இட்டதை,

'வல்லே வருக, வரைந்த நாள்! என
நல் இறை மெல்விரல் கூப்பி

இல்உறை கடவுட்கு ஆக்குதும் பலியே' (அகம். 282. 16 – 18) என்று அகநானூறு விளக்குகிறது.

இல்லங்களில் மகளிர் வணங்கி வந்த தெய்வங்களில் ஒன்று 'பாவை' என்பதாகும். இதில் பலவகைப் பாவைகள் இருந்துள்ளன. தொல் தமிழரின் சமயத்தில் பாவை வழிபாடு ஒரு முக்கியமான படிமலர்ச்சிக் கட்டமாகும். பாவைகள் சுவர்களில் ஓவியமாகத் தீட்டப்பெற்று வழிபடப் பெற்றுள்ளன. (மதுரை 723 – 724; அகம் 369. 6 – 8; கலி. 22.5). வேறு வகையான பாவைகளும் கூட சங்க இலக்கியங்களில் காண முடிகின்றது. அல்லிப் பாவை (புறம். 33. 16 – 19), செய்யாப் பாவை (ஐங். 344. 2 – 3; மலைபடு. 125 – 126), ஆடிப்பாவை (குறுந். 8), வண்டற் பாவை (நற். 191. 2 – 3) போன்றவையும் அடங்கும். குழந்தைகள் விளையாட்டிற்காகச் செய்த பாவைகளும் கூட வழிபாட்டுக்குரியதாக சில நேரங்களில் இருந்துள்ளன.

பாவைகளில் 'கொல்லிப்பாவை' மிக முக்கியமானது (குறு. 100. 5 – 6); அகம். 62. 12 – 16, 209. 15 – 17; குறுந். 89. 4 – 7; நற். 185. 6 – 11, 201. 5 – 12). சங்ககாலத்துப் பாவை வழிபாடு மணிமேகலையிலும் காணமுடிகிறது. காவிரிப்பூம் பட்டினத்தின் ஐவகை மன்றங்களில் ஒன்று பாவை மன்றம். மணிமேகலையில் வருவது உரைத்த காதையில் இடம்பெறும் நீண்ட குறிப்பு 'கந்திற் பாவை' பற்றியதாக உள்ளது (மணி. 21. 119 – 12).

சங்ககாலத்தில் இன்னும் சில வகையான வழிபாட்டு முறைகளைக் காணமுடிகிறது. சதுக்கம், சந்தி, மன்றம், பொதி யில் ஆகிய இடங்களில் வழிபாடுகள் நிகழ்த்தப் பெற்றுள்ளன. திருமுருகாற்றுப்படையில் முருகன் உறைந்து காட்சி தரும் இடங்களைப் பற்றி நக்கீரர்,

‘சதுக்கமும் சந்தியும் புதுப்பூங் கடம்பும்
மன்றமும் பொதியிலும் கந்துடை நிலையினும்’
(முருகு. 225 – 226)

என்று கூறியுள்ளார். சதுக்கம் என்பது நாற்சந்தி. சந்தி என்பது முச்சந்தி அல்லது ஐந்சந்தி, மன்றம் என்பது மரத்தடி. பொதியில் என்பது அம்பலம் என வழங்கும் பொது இடம்.

பூதங்களும் சதுக்கப்பூதங்களும் அச்சத்தை விளைவித்தன. பேய்கள் மக்களுக்குப் பேரச்சத்தை விளைவித்தால் அவை ‘உருகெழு தெய்வம்’ (நற். 398.1) எனப்பட்டன. கழுது, கூளி, பூதம் ஆகியவை பேயினத்தைச் சார்ந்தவை (அகம். 233; கலி. 65, 89; ஐங். 70). சந்தியில் சதுக்கப் பூதங்கள் வணங்கப் பெற்றன. சிலப்பதிகாரம், மணிமேகலை வரை இம்முறையைக் காண முடிகிறது. வெற்றிக்குரிய தெய்வமாக விளங்கிய சதுக்கப்பூதம் நீதி தெய்வமாகவும் விளங்கியது. (சிலம்பு. புகார். 130 – 136; மணி. 1: 21 – 24).

மன்றம் என்பது ஊர்களில் எல்லோரும் கூடும் இடமாகும். மன்றத்தில் நன்கு வளர்ந்த அடிமரத்தை மக்கள் வழிபட்டுள்ளனர். ‘மன்ற மரா அத்த பேஎம் முதிர் கடவுள்’ என்று குறுந்தொகை (87:1) கூறுகிறது. இன்னும் கூடுதல் சான்றுகளும் கிடைக்கின்றன (புறம். 34.12, 325. 10 – 13). நெய்தல் திணையில் பனைமரத்தடியே மன்றமாக அமைந்தது (நற். 303. 1 – 5). பொதியில் எனப்படும் ஊர் அம்பலத்தில் கட்டடம் ஏதுமில்லாமல் திறந்த வெளியில் கந்து வழிபாடு நடைபெற்றது. (அகம். 307. 11 – 12) ஊர் அம்பலத்தில் ‘எழுது எழில் அம்பலம்’ என்பதற்கேற்ப சித்திர வேலைப்பாடு செய்து சுவரில் கடவுளின் உருவத்தை எழுதி வழிபட்ட முறையையும் காணமுடிகிறது. (பட்டின. 246 – 249; அகம். 167. 7 – 20).

அடுத்ததாக தமிழர் தொல் சமயத்தின் மிக முக்கியமான ஒரு கூறு மந்திரம் ஆகும். மந்திரமானது நன்மைக்கான மந்திரம், தீமைக்கான மந்திரம், தொத்து மந்திரம் எனப் பல்வேறு வகைகளாக விரிவுபடுத்தப் பெற்றன. இயற்கையின் ஆற்றலைத் தன்வயப்படுத்தித் தான் எண்ணுகின்ற இலக்கை அடைய மந்திரச் செயல்பாடுகள் செய்யப்பெற்றன. கொற்றவையாக வேடம் புனைந்த சாலினி புலிப்பல், புலித்தோல், யானைத் தந்தம், பாம்புக் கயிறு போன்ற இயற்கையின் மிகு ஆற்றல் குறியீடுகளை அணிந்து கொண்டதன் வாயிலாக அவ்வாற்றல்கள் தனக்கு வந்து சேரும் என்ற மந்திரச் செயல்பாடுகளைக் கையாண்டாள்.

இன்றும் கிராமங்களில் தீமை செய்யும் மந்திரச் செயல் பாடுகளான சூனியம், ஏவல், பேயோட்டுதல் போன்றவற்றைக் காண்கிறோம். அடுத்ததாக, தொத்து மந்திரத்தின் செயல்பாடு களாக வேப்பிலை மந்திரித்தல், திருநீறு மந்திரித்தல், பாடம் செய்தல், அக்கி எழுதுதல் போன்றவற்றைக் காண முடிகிறது. கிராமங்களில் ஏகாலிகள் இவற்றை நன்கறிந்தவர்களாக உள்ளனர்.

சங்ககாலத்தில் காணப்பட்ட குலக்குறி முறை இன்றும் தமிழகப் பழங்குடி மக்களிடமும் கொங்குப் பகுதியிலும் வலுவான தொடர்ச்சியுடன் விளங்குவதைக் காண முடிகிறது. சாதியச் சமூகத்திலும் இதன் எச்சங்கள் தொடர்வதை அறிய முடிகிறது. பனை, ஆல், கடம்பு முதலிய மரங்களில் உறைந்திருந்த கடவுளுக்குப் பசுவைப் பலியிட்டு வணங்கியுள்ளனர் (அகம். 309). சங்ககால மக்கள் முதிர்ந்த செங்கடம்பு (மராமரம்), வேப்பமரம் போன்றவற்றை வழிபட்ட முறை இன்றும் தொடர்வதைக் காண்கிறோம். தமிழர்களின் தொல் சமய நீட்சி இன்றுவரை அறுபடாமல் தொடர்வது என்பது ஒரு தனித்துவமான படிமலர்ச்சிப் போக்காகவே உள்ளது.

இன்று தெய்வங்களைக் கற்சிலையாக உருவாக்குவது பரவலாக இருந்தாலும் நாட்டார் மரபில் மரக் கட்டைகளில் தெய்வ உருவங்களை வடித்து வணங்குவது பழைய மரபு. மரத்தில் தெய்வம் உறைந்திருந்தது என்ற தொல் மரபின் நீட்சியாக இதனைக் காண முடிகிறது. இக்குலக்குறிகள் பல மரவழிபாடாக மாறியதையும் காண முடிகிறது. இவற்றில் அணங்கு மரம், பேய் மரம், காவு மரம், கடவுள் மரம் என வகைப்பட்டிருந்ததையும் காண முடிகிறது. மரங்களில் அணங்கு தொடங்கிக் கடவுள் உறைவதுவரை நான்கு முக்கிய படிநிலை களைக் காண முடிகிறது.

சங்க இலக்கியங்கள் முழுவதையும் நுணுகி ஆராயும்போது உலகளாவிய நிலையினையும் தமிழ்ச் சூழலையும் ஒப்பிட்டு நோக்க முடிகிறது. உலகளாவிய நிலையில் எண்ணற்ற தொல் குடிகளின் பல்வேறு சமயக் கூறுகளையும் ஒப்பியல் நிலையில் அந்தோணி வாலஸ் (Anthony Wallace) தொகுத்துக் கூறுகிறார் (1966: 52). இவர் கூறும் பதின்மூன்று தொல் கூறுகளும் தமிழர் களின் தொல் சமயத்தில் காணமுடிகிறது. அவை: 1. வேண்டுதல், 2. இசை, பாடல், நடனம், 3. உடல்சார்ந்து வேண்டுதலை நிறைவேற்றுதல் (அலகு குத்துதல், செருப்பணியாமல் நடைப் பயணமாக நெடுந்தூர யாத்திரை செல்லுதல், அங்கப் பிரதட்சணம் செய்தல் போன்றவை), 4. கடவுளின் சக்தியோடு வாக்குரைத்தல், ஆணையிடுதல், ஊக்கப்படுத்துதல் அல்லது பயமுறுத்துதல், 5. தொன்மங்கள், புராணங்கள், மகிமைக்

கதைகள், 6. மந்திரம், செய்வினை, சடங்குகள் செய்தல், 7. உயிர்ப்பாற்றல் கொண்ட தெய்வத்தன்மையுடைய பொருள் களை உடலில் கட்டிக் கொள்ளுதல்வழி ஆற்றல் பெறுதல், 8. சில பொருள்களைத் தொடுதல் அல்லது பயன்படுத்துவதி லிருந்து ஒதுங்கியிருத்தல் அல்லது விலக்கினைக் கடை பிடித்தல், 9. கடவுளுக்குப் படைத்த படையலை உண்ணுதல், 10. பலியிடுதல், 11. வழிபாட்டு மரபினர் ஒரு பெருங்குழுவாக ஒன்றிணைந்து செயல்படுதல், 12. துயில் நிலை அடைதல் அல்லது விரதமிருத்தல், 13. சமயம், சடங்கு சார்ந்த குறியீடுகள் காணப்படுதல்.

சங்க இலக்கியத்தை வாசிக்கும்போது பண்டைத் தமிழர் சமயத்தில் மேலும் சில கூறுகள் இடம் பெற்றுள்ளதைக் காண முடியும். சங்க இலக்கியத் தரவுகள் தொல் மரபின் எச்சங் களைக் காட்டுவதால் பண்டைத் தமிழர் சமய வரலாற்றை மீட்டுருவாக்குவதற்கு அவை பெரிதும் துணையாய் உள்ளன. கல்வெட்டுச் சான்றுகளை விடவும் இலக்கியச் சான்றுகளே பலவிடங்களில் தொன்மையை அறிவதற்கு உதவுகின்றன. இந்தியாவில் பெருங்கற்படை குறித்தும், நடுகற்கள் குறித்தும் கிடைக்கும் தெளிவான செய்திகள் முதன்முதலில் சங்க இலக்கியம் வாயிலாகவே கிடைக்கின்றன (கா. ராஜன் 2004: 27). இலக்கியம் 'மனவடிவம்' சார்ந்தவை. கல்வெட்டுகள், பானை ஓடுகள், தாழிகள் மற்ற பொருள்களில் காணப்படும் குறியீடுகள் அனைத்தும் 'பொருள் வடிவம்' சார்ந்தவை. பொருள் வடிவங்களில் அறிய முடியாதவற்றை மனவடிவங்களான இலக்கியங்கள் வழி அறிய முடிகிறது.

பிந்தைய சமயம்

திராவிடச் சமூகத்தின் தொல் வடிவங்களைத் தமிழ்ச் சமூகத்தின் வாயிலாக அறிந்தோம். இன்னும் சில வடிவங்களை யும் இவற்றோடு சேர்த்துக்கொள்ள வேண்டியுள்ளது. கொல்லிப் பாவை, பூதவழிபாடு, உள்ளிட்ட மேலும் சில தொல் சமய வகைமைகளை இவற்றோடு இணைத்து அறிய வேண்டும்.

திராவிடச் சமூகத்தின் தொல் சமயம் வெவ்வேறு நிலை களில் ஒருபுறம் தொடர்ந்து கொண்டிருந்த போதிலும், ஆசிவகம், ஜைனம், பௌத்தம் ஆகிய நிறுவனச் சமயங்கள் இங்கு வேரூன்றி ஒன்றையடுத்து ஒன்றாக ஆதிக்கம் செலுத்தி வந்தன. அவற்றை யடுத்து சைவம், வைணவம், கௌமாரம், சாக்தம், காணபத்தியம், சௌரம் எனும் ஆறு வகையான நிறுவனச் சமயங்களும் திராவிடர்களின் சமய நம்பிக்கைகளாகத் திகழ்ந்தன.

இம்மரபுகளோடு ஆரியர்களின் தேவகணங்கள் காலகதி யில் ஊடுருவிய போக்கு இப்பிராந்தியத்திற்கான சமூக, சமய, பண்பாட்டு உருவாக்கத்தில் முக்கியத்துவம் பெறுகிறது. திராவிட மரபில் ஊடுருவிய ஆரிய தேவகணங்களின் போக்கால் இரண்டு முதன்மையான அமைப்பொழுங்கு ஏற்பட்டது. அதனைப் பின்வரும் பகுதியில் காண்போம்.

திராவிடம் ஆரியம்: ஊடுபரவல்

பண்டைக் காலத்தில் திராவிடர்களுக்கான சமய மரபு தனித்துவமாக இருந்துள்ளது. அவ்வாறே, ஆரியர்கள் இந்தியா விற்கு நுழைந்த காலத்தில் அவர்களுக்கென்றும் தனித்துவமான மரபு இருந்தது. எனினும், இவ்விரு மரபுகளுக்கிடையே காலப் போக்கில் கொண்டு கொடுத்தலும் பரவலும் மெல்ல மெல்ல ஏற்பட்டது. சைவம், வைணவம், கௌமாரம், சாக்தம், காண பத்தியம், சௌரம் ஆகிய ஆறு வகையான பிரிவுகள் அடுத்தடுத்த காலகட்டத்தை நோக்கி நகர்ந்த காலகட்டத்தின் இறுதியில் இவையாவும் இந்து சமயம் என்ற வகையினத்தில் உள்ளடக்கி அடையாளப்படுத்தும் சுட்டுகையும் தோன்றியது (உண்மையில் இந்து சமயம் என்றொரு சமயம் இல்லை என்பதை யாவரும் ஏற்றுக்கொள்வார்கள்).

ஆரிய மரபு இந்தியாவில் வேரூன்றிய பின்னர் அவர் களுடைய வேத நெறியானது இம்மண்ணில் நிலைபெற்றிருந்த மற்ற சமய நெறிகளுடன் கொண்டு கொடுக்கத் தொடங்கியது. இதனால் பாரதூரமான மாற்றங்கள் ஏற்படத் தொடங்கின. மிக முக்கியமான சில கூறுகளை இங்குக் காணலாம்.

ஆரிய, திராவிட மரபுகளின் கொண்டு கொடுத்தலால் தேவகணங்களில் மிக முக்கியமான மாற்றமென்பது ஏற்பட்டது. சாமிகள் இரண்டு மனைவிகளை ஏற்றுக்கொண்ட ஒரு மரபு ஓரினமாதலுக்கு வழிவகுத்தது. வட இந்தியாவில் கி.மு. மூன்றாம் நூற்றாண்டுக்கு முன்பிருந்தே பரவிய வேதமரபு தென்னிந்தியா வில் வேகமாக வந்து சேர்ந்துவிடவில்லை. இங்கிருந்த தனித்துவ மான சமய மரபு வேரூன்றியிருந்ததால் அதனால் முழுமையான ஆரியமயமாக்கலைச் செய்ய முடியவில்லை. எனினும் யாகம், வேள்வி உள்ளிட்ட புதுமையான கூறுகளின் மூலம் தென்னாட்ட வரை மோகங்கொள்ளச் செய்தது. தென்னாட்டு அரசர்கள் யாக வேள்விகளில் பேரார்வம் காட்டினார்கள். காலகதியில் வேத மரபுக்குரிய தெய்வங்களோடு திராவிட மரபுக்குரிய தெய்வங்கள் இணைக்கப்பட்டு சங்கமிப்பு நடைபெற்றன. இதற்கு வட இந்தியாவுக்கும் தென்னிந்தியாவுக்குமிடையே நிலவிய வணிகத் தொடர்புகள் மிகவும் பின்புலமாயிருந்தன; யாத்திரை மரபுகளும் துணைபுரிந்தன.

இவ்விரு மரபுகளின் சங்கமத்தால் திராவிட மரபில் குறிப்பாக தேவகணத்தில் இரண்டு மனைவி சாமிகள் வழிபாட்டுக்குரியவர்களாக மாறினார்கள். முருகன் வள்ளி, தெய்வானையுடன் வழிபடப்பெற்றான். சிவனும் அவரது பிற அவதாரங்களும், விட்ணுவும் அவரது பிற அவதாரங்களும், இன்னும் சில தெய்வங்களும் இரண்டு மனைவிகளை ஏற்றுக் கொண்டனர். ஒரு மனைவி வடபுலப் பெண்ணாகும். மறு மனைவி தென்புல மணப்பெண்ணாகும். பின்வரும் அட்டவணையில் இரண்டு மனைவி சாமிகளைக் காணலாம்.

	கடவுள்	வடபுல மணப்பெண்	தென்புல மணப்பெண்
1	முருகன்	தெய்வயானை (அமுதவள்ளி)	வள்ளி (சுந்தரவள்ளி)
2	சிவன்	உமா, கௌரி, பார்வதி	கௌசிகி, காளி, கங்கா
3.	சுந்தரேஸ்வரர்	மீனாட்சி	வடக்குவாசல் செல்லத்தம்மன்
4	விஷ்ணு	லட்சுமி	பூதேவி
5	திருவேங்கடவன்	பத்மாவதி	சாயாசீதை
6	கிருஷ்ணன்	ருக்மணி	சத்யபாமா
7	மதுரைவீரன்	பூரணி (மதனா) (புஷ்கலா)	பொக்கிலை
8	காத்தான்	பாப்பாத்தி	செட்டிப்பெண்
9	முத்துப்பட்டன்	பொம்மக்கா, திம்மக்கா	சக்கிலிப் பெண்கள்
10	ஐயனார்	புஷ்கலை	பூரணை
11	பிள்ளையார்	சித்தி	புத்தி

மேற்கூறிய அட்டவணைகளில் கூறப்பட்ட பொருண்மை கள் தமிழர் சமய வாழ்வில் ஏற்பட்ட இரு மரபுகளின் ஊடு பரவல் மட்டுமல்ல. இவை தமிழர் வரலாற்றுப் பிரதியாகவும் பண்பாட்டுப் பிரதியாகவும் அமைகின்றன. ஓர் ஆணுக்கு இரண்டு மனைவிகள் என்பதும், இவர்கள் இருவரும் இரு வேறுபட்ட மரபினைச் சேர்ந்தோர் என்பதும், பெண் உடல் ஆண் மையப்பட்டது என்பதும், இப்பெண் உருவங்கள் வாயிலாக

வரலாற்றுப் பிரதிகள் உருவாகின்றன என்பதும், பெண் உடல் வழி ஆண்மையக் கருத்தாடலாக இப்பிரதியாக்கம் நடைபெறு கிறது என்பதும் இவற்றின் வழி தொழிற்படுகின்றன. நாட்டார் சமயம் இந்து சமயமாக மாறுவதன் இன்னொரு போக்கும் இப்பனுவலாக்கத்தின் வழி நிகழ்ந்துள்ளது.

இவ்வகையில் இணையும் இரண்டு மனைவிகளின் தன்மைகள் பின்வருமாறு அமைகின்றன:

மணப்பெண் I (வடபுலப் பெண்)	மணப்பெண் II (தென்புலப் பெண்)
1. மூத்த மனைவி	1. இளைய மனைவி
2. வடபுலப் பெருஞ்சமயக் கடவுள்	2. தென்புல நாட்டார் கடவுள்
3. மென்மையான பொன்னிற உருவத்துடன் காணப்படும் கடவுள்	3. மென்மையற்ற, கருமையான உருவங்கொண்ட கடவுள்
4. உயர்பிறப்புக் கடவுள், வைதிக மரபு கொண்டது, சடங்கு முறையில் வைதிக முறையுடன் நீண்ட வரிசை கொண்டது.	4. அடித்தளக்கடவுள், சமூகப் படிநிலையில் தாழ்ந்து, வைதிக முறையற்ற நாட்டார் மரபு கொண்டது.
5. விண்ணுலகு சார்ந்தது	5. மண்ணுலகு சார்ந்தது

அடுத்ததாக இன்னுமொரு அமைப்பாக்கத்தைக் காண்போம். மேற்சாதி, கீழ்ச்சாதி, தீண்டாமை, பிராமணியம் ஆகியவற்றின் அசைவியக்கத்தால் உருவான தேவகண அமைப் பொழுங்கு ஆரிய, திராவிட மரபுகளின் ஊடுபரவலால் நிகழ்ந்த ஒன்றாகும். அது பற்றி இனி காண்போம்.

தேவகணத்தில் உயர்சாதி x கீழ்ச்சாதி: பிராமணத்தின் நீட்சி

திணைப் பண்பாடுகளும் அயற் பண்பாடுகளும் கொண்டு கொடுத்துக் கொண்ட ஊடாட்டத்தில் கடவுளர்கள் திணைப் பெண்களையும் அயற் பெண்களையும் இரண்டு மனைவிகளாக ஏற்றுக்கொண்ட ஒருங்கிணைவு ஒருபுறம் நிகழ்ந்தது. இத்தகைய தெய்வமாக்கலில் சாதிப்படிநிலையின் ஊடாட்டத்தில் சில உடைப்புகளும், நீட்சிகளும் மீண்டும் சாதிய ஒழுங்கிற்குள் அமையும் போக்குகளும் ஏற்பட்டுள்ளன.

1. ஓர் உடல், இரு சாதி

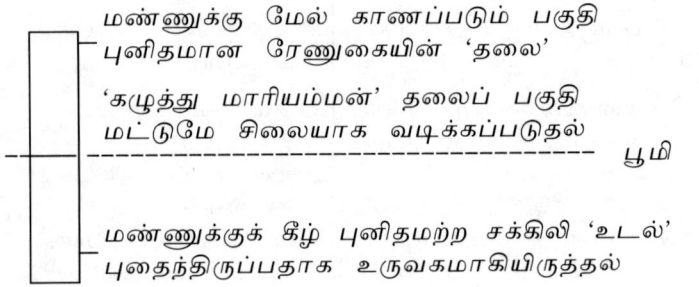

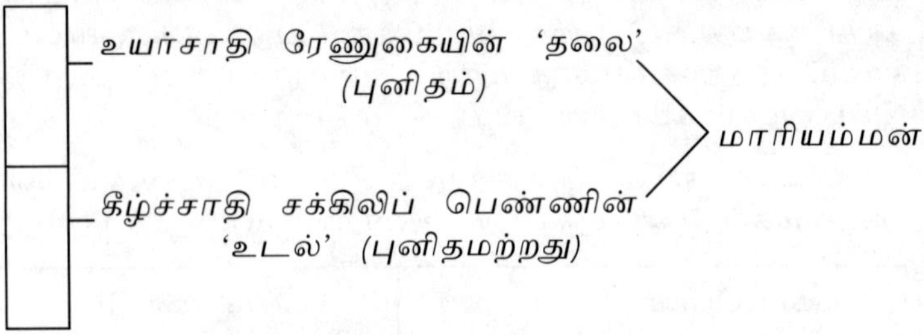

2. அ. உயர்சாதிக்குரியது

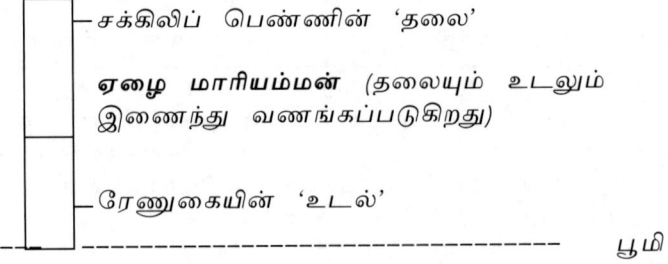

2. ஆ. கீழ்ச்சாதிக்குரியது

- சக்கிலிப் பெண்ணின் 'தலை'
- **ஏழை மாரியம்மன்** (தலையும் உடலும் இணைந்து வணங்கப்படுகிறது)
- ரேணுகையின் 'உடல்'

-- பூமி

ரேணுகாதேவி தன் கற்பின் ஆற்றலால் மண்ணைக் குடமாக வனைந்து நீர் எடுக்கும்போது கந்தர்வனின் அழகில் மயங்கியதால் கற்பிழந்து குடம் செய்ய முடியாமல் வெறுங்கையுடன் வந்தபோது ஆத்திரமடைந்த கணவர் ஜமதக்கினி முனிவர் தன் மகன் பரசுராமனை ஏவிக் கொல்லுமாறு சொன்னார். வாளுடன் துரத்தும் மகனிடமிருந்து தப்புவதற்காகச் சக்கிலியப் பெண்ணொருத்தியை ஆரத்தழுவிக் கொள்ள பரசுராமன் இருவரையும் வெட்டிவிடுகிறான். எனினும் தந்தையிடம் பெற்ற வரத்தின் மூலம் தாயை உயிர்ப்பிக்க முயன்ற

பக்தவச்சல பாரதி

போது தாயின் தலையைச் சக்கிலிப் பிண்டத்துடனும் சக்கிலிப் பெண்ணின் தலையைத் தாயின் பிண்டத்துடனும் இணைத்து விட்டதால் ஓர் உடல் இருசாதி என்னும் அமைப்புடன் தெய்வமாயினர்.

ரேணுகாதேவி ஆபத்தின்போது சக்கிலிப் பெண்ணைத் தழுவிக்கொண்டு தன்னைக் காப்பாற்றிக் கொள்ள முனைவ தென்பது இந்தியச் சமூகத்தின் உயர்வு/ தாழ்வு, தீண்டத்தக்கது/ தீண்டத்தகாதது, புனிதம்/ புனிதமற்றது என்னும் வரிசையில் அமையும் சாதிய முரண்பாடுகளின் தர்க்க உறவினைச் சமயம் என்னும் தளத்தில் வெளிப்படுத்தி அதனை ஒழுங்கமைவு செய்து நிலைநிறுத்துகிறது. இவ்வகையில் கட்டமைக்கப்படும் ஒழுங்கமைவில் புனிதம் என்றுமே எப்போதுமே ஆபத்திற்குரியது. அது தீட்டுப்படுவதால் ஏற்படும் விளைவும் ஆபத்திற்குரியது. புனிதமானது புனிதமல்லாததைத் தழுவுவதால் இரண்டும் ஒன்றாகி விடுவதில்லை என்பதே இத்தர்க்கத்தின் வெளிப் பாடாகும். இந்த வெளிப்பாடானது தெய்வ உடல்களால், புலன்களாகப் பிரதியாக்கம் பெற்று இந்நிலப் பரப்பிற்குள் வாழவேண்டிய உடல்கள் எப்படிப்பட்டதாக இருக்கவேண்டும் என்னும் விழைவைக் கடவுளாகவும் வழிபாடாகவும் நிலை பெற்றுக் காலங்காலமாகத் தொடரக்கூடிய அதிகாரச் சுட்டு தலாகக் கட்டமைந்துள்ளன.

இவ்வகை கட்டமைவு கொண்ட தொன்மங்கள், பழங் கதைகள் பலவுண்டு. பிராமணப் பெண்ணைக் கீழ்ச்சாதிப் பையன் ஏமாற்றித் திருமணம் செய்துகொண்ட கதையும், முத்துப்பட்டன் தான் காதலித்த இரண்டு சக்கிலிப் பெண்களை யும் மணந்து கொள்வதற்காகத் தானாக விரும்பி சக்கிலியாக மாறும் கதையும், சிவனின் விருப்பத்திற்காகச் சிறுத்தொண்டர் தன் மகனைக் கொன்று விருந்து படைக்க வேண்டும் என்னும் கதையும் (இன்னொரு கதையில் இறந்த எருமையின் கறியைச் சமைக்குமாறு கேட்கிறார். இவ்விரண்டிலும் சைவரான சிவனடியார் தீண்டத்தகாத சாதியின் தொழிலுக்கு உட்படுத்தப் படுகிறார்) சாதிய முரண்பாடுகளுக்குள் நிகழும் பரஸ்பர ஊடாட்டத்தைக் காட்டுகிறது.

இதில்

பிராமணர் → சக்கிலியர்

அல்லது

உயர்சாதி → கீழ்ச்சாதி

ஊடாட்டம் ஒரு புறமும்

கீழ்ச்சாதி → உயர்சாதி

ஊடாட்டம் மறுபுறமும் நிகழ்கின்றன.

காஷ்மீர் நாட்டார் கதையில் வேறுவகையான ஊடாட்டம் நிகழ்கிறது. அரசன் நோய்வாய்ப்பட்டு இறந்துவிடுகிறான். ஆனால் அவ்வுடலில் முனிவரின் ஆவி புகுந்து அவ்வுடலை உயிர்ப்பித்துவிடுகிறது. அரசவையில் இருந்த அமைச்சருக்கு நிலைமை புரியவில்லை. எப்போதும் கொடூர பாவனை கொண்ட அரசர் இப்போது மிகவும் சாதுவான மன்னராக மாறியது பற்றி வியந்தார். இக்கதையில் பிராமணர் சத்திரிய ராக (அரசர்) மாறும் நிகழ்வு நடைபெறுகிறது.

இராமாயண, மகாபாரதக் கதைகளில் கூடக் கதைமாந்தர்கள் தாங்கள் சார்ந்த சமூகப் பிரிவுகளின் படிநிலையை மாற்றிக்கொள்ளும் நிகழ்வுகள் இடம்பெறுகின்றன. பிராமணரான துரோணாச்சாரியார் போர்க்கலை செய்யும் சத்திரிய வித்தகராக மாறுகிறார். விசுவாமித்திரர் ஏற்கும் பரஸ்பர ஊடாட்டத்தில் சத்திரியரான அவர் பிராமணராக (பிரம்மரிஷி) மாறுகிறார். இவ்வகையான ஊடாட்டத்தில் சாதியப் படிநிலை உடைந்து தலைகீழாக்கும் நிகழ்வுகள் கதைகளின் வாயிலாக வெளிப்படுகின்றன. இதில் மூன்று முதன்மையான படிநிலைகளின் ஊடாட்டம் பின்வருமாறு நிகழ்கின்றன (பிரந்தா பெக் & ராமானுஜன் 1981: 35)

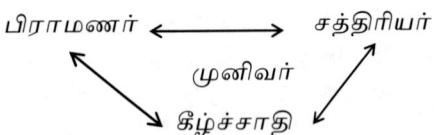

மேற்கூறிய வகையிலான சாதியப் படிநிலைகளின் உடைப்புகளில் நிகழும் தர்க்க ஊடாட்டங்கள் இந்திய நாட்டார் கதைகளில் எண்ணற்ற களங்களில் பின்வரும் எதிரிணைகளாக வடிவம் பெறுகின்றன.

உயர்வு/தாழ்வு
உள்ளே/வெளியே
நாடு/காடு
சத்திரியர்/முனிவர்
அதிகாரமுடையவர்/அதிகாரமற்றவர்
மென்மையானவர்/வன்மையானவர்
சைவர்/அசைவர்

என்னும் வடிவங்களில் வெளிப்படுகின்றன. இவ்வாறான வெளிப்பாடுகளின் ஒரு பகுதியை பிரந்தா பெக் & ஏ.கே. ராமானுஜன் (1981: 32-33) ஒரு கட்டுரையில் விவாதிக் கின்றனர். நாட்டார் வழக்காறுகளில் இருசாதிகளின் உடல்கள் முன்னிறுத்தும் தர்க்க உறவானது பெருஞ்சமயத்தில் ஆண்/ பெண் தர்க்கமாக மாறுகிறது.

பெருஞ்சமய தெய்வ உலகில் இரு உடல்கள் கலந்து தெய்வமாகும் நிலை இருவகைப்பட்டதாக உள்ளது. சிவனுடன் உமா கலந்து ஒருடலாக மாறும்போது உமா தன் தனித்த அடையாளம் இழந்து ஸ்தூல லிங்கமாக மாற்றமடைகிறாள்.

இன்னொரு சூழலில் கௌரி சிவனிடம் திருமணத்தை வலியுறுத்தி நிற்கும் சூழலில் தன் அடையாளத்தை இழக்காமல் சூக்மலிங்கமாக வடிவம் பெறுகிறது. ஈருடல் ஒன்றாக இணையும் இன்னொரு வடிவமாகவே அர்த்தநாரீஸ்வரர் தோற்றம் பெறுகிறது. இதில் ஆண் பாதி, பெண்பாதி என்னும் நிலை மாற்றம் வெளிப்படுகிறது. மேற்கூறிய இம்மூன்றிலும் முதல் நிலையில் பெண்ணின் முழு அடையாளம் மறைக்கப்படுகிறது. அடுத்தடுத்த கட்டங்களில் அந்நிலை மாறி இறுதி நிலையில் பெண்ணுக்கான அடையாளம் காக்கப்பட்டமை வெளிப்படு கிறது. பெண் உடல் ஆண்மையப்பட்டது, ஆண்வயப்பட்டது என்பது தொடங்கி ஆண் இல்லையேல் பெண்ணில்லை, பெண்ணில்லையேல் ஆணில்லை எனப் பாகம்பிரியாளாக மாறியதுவரை ஆண், பெண் உறவு கட்டமைக்கப்பட்டுள்ளது (மேலும் காண்க: பக்தவத்சல பாரதி 2014, இயல்16).

ஆரியமயப்பட்ட வடபுலத் தெய்வங்கள் தென்னிந்தியா விற்குள் பரவிய பின்னர் பல எதிரிணைகள் உருவாகத் தொடங்கின. ஆண் தெய்வங்கள் x தாய்த் தெய்வங்கள், துடியான தெய்வம் x அன்பான தெய்வம், நாட்டார் சமயம் x இந்து சமயம், இயற்கை x பண்பாடு (காடு x நாடு), உயிர்ப் பலி x தாவரப் பலி போன்ற எதிரிணைகள் தேவ கணத்திலும் வழிபாட்டு மரபிலும் வேரூன்றத் தொடங்கின. தமிழ் மரபிலிருந்தும் இவ்வகையான எதிரிணைகள் உருவாயின. நாட்டார் சமயம் நிறுவனவயப்பட்டதாக மாறியபின்னர் இவ்வகையான கருத்துருவாக்கங்கள் பல படிநிலைகளை உருவாக்கின. அவற்றில் ஒன்று வருமாறு:

சைவம் x அசைவம்: உயர்ந்தோர் x தாழ்ந்தோர் நீட்சி

இந்தியப் பண்பாட்டைச் சாதியப் பண்பாடாகத்தான் பார்க்க வேண்டுமென்பது மானிடவியலரின் நிலை.

தூய்மை X தீட்டு, படிநிலைக் கருத்தாக்கம் இவையிரண்டும் சாதிய வாழ்வின் எல்லாத் தளங்களிலும் ஊடுருவி நீக்கமற நிறைந்துள்ளன. இத்தன்மைகள் சமயம் என்னும் தளத்திலும் பின்வருமாறு பிரதிபலிக்கின்றன.

நாட்டுபுறக் கோயில்கள் பலவற்றில் தெய்வங்கள் ஒரு பெரிய தொகுப்பாக (தெய்வகணம்) அமையப் பெற்றிருக்கும். இத்தொகுப்பாக அமையும் தெய்வகணமானது சமூகத்தின் பல பொருண்மைகளைச் சுட்டுவதாக உள்ளது. இந்தியச் சாதிய முறையை வெகு நுட்பமாக ஆராய்ந்த பிரெஞ்சு மானிடவியலர் லூயி துய்மோன் (1986) தெய்வ கணங்களில் பொதிந்துள்ள பொருண்மைகளை அமைப்பியக் கண்ணோட்டத்துடன் அணுகினார்.

தெய்வ கணங்களாக அமையப் பெற்றுள்ள கோயில்களில் காணப்படும் சாமிகளின் அமைப்பியல்புகளில் சைவ/அசைவப் பாகுபாடு காணப்படுவதும் ஒன்றாகும். கள்ளர்களின் தெய்வ கணத்தை ஆராய்ந்த துய்மோன் சைவச் சாமிகள் வடபுறமாகவும் அசைவச் சாமிகள் தென்புறமாகவும் அமைந்துள்ளன என்கிறார். அதோடு அசைவச் சாமிகள் கோயிலின் வெளியேயும் சைவச் சாமிகள் கோயிலின் உள்ளேயும் இடம்பெறுகின்றன. சைவம்/அசைவம், உள்ளே/வெளியே என்னும் அமைப்பாக்கங் களுக்கு அடுத்துத் தெய்வகணங்களுள் வெளியே நிற்கும் சாமிகள் காவல் தெய்வங்களாகவும், உள்ளே இருப்பவை ஆற்றல்மிக்க மூலவராகவும் அமைப்பாக்கம் பெறுவதுடன் காவல் தெய்வங் கள் நின்று கொண்டும், உள்ளேயுள்ள மூலவர் அமர்ந்த நிலையிலும் உள்ளனர். இவையாவும் சாதிப்படிநிலையின் தர்க்க வெளிப்பாடாகும் என்கிறார் துய்மோன். உயர்ந்தோரின் பண்புகளும் அவர்களுக்குப் பணிந்து போகும் அடித்தளத் தவரின் பண்புகளும் சமூகத்தளத்தில் புலப்படுவது போன்று தெய்வங்களும் கோயில் என்னும் தளத்தில் சைவம்/அசைவம், வடபுலம்/தென்புலம், உள்ளே/வெளியே, அமர்ந்த நிலை/ நிற்கும் நிலை, உயர்ந்தோர்/தாழ்ந்தோர், ஆற்றல்மிக்கவன்/ ஆற்றல் குறைந்தவன், மூல தெய்வம்/காவல் தெய்வம் என்னும் கருத்தாக்கங்களை வெளிப்படுத்துகின்றன என்கிறார் துய்மோன் 1986: 395 – 410).

திராவிடச் சமயத்தின் மிகச் சில விவாதங்கள் மட்டுமே இவ்வியலில் முன்வைக்கப்பட்டுள்ளன. சமயம் என்பது மிகப் பெரும் களமாகும். இதில் ஆரியம் X திராவிடம் எனும் எதிரிணை யில் அதனதன் தனித்துவங்களையும், இவ்விரண்டிலும் நிகழ்ந்த ஊடுபரவல் ஆகியவற்றையும் இவ்விவாதங்களின் தொடர்ச்சி யாக ஆராய வேண்டியுள்ளது.

திராவிடத் தொன்மம்

தேவர் x அசுரர்: "இரணியவேளை" கட்டமைக்கும் உயர்குலமும் பிற குலங்களும்

சமயம் பற்றிய கருத்துருவாக்கங்கள், கற்பிதங்கள் அனைத்தும் புராணங்கள், காப்பியங்கள், தொன்மங்கள், பழங்கதைகள், சடங்குகள், நிகழ்த்துக்கலைகள், பிற வழக்காறுகள் வாயிலாகவே வரலாறு நெடுக தொடர்ந்து நிலைபெற்று வந்துள்ளன. இறைவனின் அறிவு, ஆற்றல், அதிகாரம் எவ்வாறான கருத்தாடலாகத் தமிழ்த் தொன்மங்களில் உருவாக்கம் பெற்றிருக்கிறது என்பதை இவ்வியல் "இரணிய வேளை" எனும் தொன்மம் வழி ஆராய்கிறது. தமிழ்த் தொன்மங்களில் இறைவனின் ஆற்றல் பற்றி விளக்கும் இரணியன் தொன்மம் மிக முக்கியமானதாக விளங்குகிறது.

"இரணிய வேளை" என்பது இரணியன் கொல்லப்பட்ட காலப்பொழுதைக் குறிக்கிறது. தான் எந்த வகையிலும் கொல்லப்படக்கூடாது என இரணியன் அவனறிந்த அனைத்து வகையான உத்தி முறைகளையும் கையாண்டு சாகா வரம் பெற்றிருந்தான். அந்த வரத்தில் அவன் கையாண்ட ஒரு உத்தியே "தான் பகலிலும், இரவிலும் இறக்கக் கூடாது" என்பதாகும். இவ்வாறாக இரணியன் வரம் பெற்றிருந்தாலும் இவ்விரு பொழுதுகளையும் தவிர்த்த ஒரு வேளையில் அவன் திருமாலால் கொல்லப்பட்டதால் அக்காலப் பொழுது 'இரணிய வேளை' என வழங்கப்பெற்றது. மக்கள் வழக்கில்

அது இன்றும் மறையாமல், மாறாமல் புழக்கத்தில் உள்ளது. பேச்சுவழக்கில் மட்டுமில்லாமல் நிகழ்த்துக்கலையாகவும் நாடகப் பனுவலாகவும் கூட அது உள்ளது.

இரணியன் நாடகம் ஒரு நிகழ்த்துக் கலையாக இன்றும் தமிழகத்தில் பல பகுதிகளில் நடைபெற்று வருகிறது. ஸ்ரீமன் நாராயணனின் பத்து அவதாரங்களில் ஒன்றாகிய நரசிம்ம அவதாரம் பற்றிக் கூறுவதாக இந்நாடகம் அமைந்துள்ளது. தஞ்சை வட்டாரத்தில் 12 ஊர்களில் இன்றும், இந்நாடகம் மிகச் சிறப்பாக நடைபெறுவதை அறிய முடிகிறது (சுந்தர் காளி 2005: 55 – 66; சுப்பையா 2003: 33 – 60). தொடர்ந்து 300 ஆண்டுகளுக்கும் மேலாக இங்கு ஏப்ரல், மே மாதங்களில் நரசிம்மர் ஜெயந்தி நாளில் இரணிய நாடகம் நடைபெறும் கிராமங்களும் உள்ளன (சுப்பையா 2003). இங்கு விவசாயம் செய்யும் கள்ளர் சாதியினர் தங்கள் கிராமங்களில் இந் நாடகத்தை நடத்துகின்றனர். தஞ்சைப் பகுதியில் நடக்கும் இரணியன் கூத்துக்கான நாடகப் பிரதிகளில் கரந்தை கந்தசாமி புலவரும், அருணாசல கவிராயரும், நாராயணசாமி கவிராயரும் எழுதியுள்ள பனுவல்கள் மிகவும் பிரபலமானவை (சுந்தர்காளி 2005). தஞ்சாவூர் மட்டுமல்லாமல் தமிழகத்தின் பிற பகுதிகளில் வரதராஜுலு நாயுடு உள்ளிட்டோர் எழுதிய வேறு சில பனுவல்கள் இருப்பதையும் அறியமுடிகிறது (மேலது). இவ்வாறாக மக்களின் வாய்மொழி வழக்காறுகள் தொடங்கி நிகழ்த்துக் கலை ஊடாக எழுத்துப் பனுவல்கள்வரை இரணியன் பற்றிய பதிவுகள் இன்றும் மக்கள் மனதில் பசுமையாய் நீங்கா இடம் பெற்றுள்ளன.

இரணியன்: தொன்மச்சூழல்

காசியபர் எனும் முனிவருக்கு அதிதி, திதி என்ற இரு மனைவிகள் இருந்தனர். இவர்களில் காசியபருக்கும் அதிதிக்கும் பிறந்தவர்கள் 'ஆதித்யர்' என்று அழைக்கப்பட்டனர். காசியபருக்கும் திதிக்கும் பிறந்தவர்கள் 'தைத்யர்' என்று அழைக்கப்பட்டனர். தைத்யர்களில், இரணியன் (இரணியகசிபு) மூத்தவராகவும், இரணியாக்கன் (இரணியராட்சதன்) இளைய வராகவும் பிறந்தார்கள்.

வைகுண்டத்தில் திருமாலின் வாயிற் காவலராக இருந்த சயவிசயர்கள் ஒரு சமயம் சனகாதி என்ற முனிவரை வைகுண்டத்திற்குள்ளே செல்வதற்கு அனுமதிக்கவில்லை. இதனால் கோபமடைந்த முனிவர் அவர்களை அசுரராகப் பிறக்க சாபமிட்டார். சாபத்திலிருந்து தப்பித்து விடுபடுவதற்கு

திருமாலிடம் சாபவிமோசனம் கேட்டனர். ஆனால் முனிவரிடம் கொண்ட பகைமையினால் இவர்கள் இருவரும் பூலோகத்தில் மூன்று பிறவிகள் பிறந்து, பின்னர் வைகுந்தம் வருவீர்கள் என்று திருமால் கூறிவிட்டார்.

திருமாலின் கட்டளைப்படி இவர்கள் முதற்பிறவியில் இரணியன், இரணியாக்கன் எனவும், இரண்டாம் பிறவியில் இராவணன், கும்பகர்ணன் எனவும், மூன்றாம் பிறவியில் சிசுபாலன், தந்தவக்கிரன் எனவும் பிறப்பெடுத்தார்கள். இவர்களிடம் உலகத்தில் தம்மைவிட உயர்ந்தவர்கள் யாருமில்லை என்ற எண்ணம் மேலோங்கி இருந்தது. இதனால் இவர்கள் தேவர்களை அடிக்கடி துன்புறுத்தி வந்தார்கள்.

இரணியாக்கன் தேவர்களைத் துன்புறுத்தவும் அவர்களுக்குப் பூலோகத்தில் செய்யும் வேள்விகளைத் தடுக்கவும் எண்ணி பூமியைத் தன்னுடன் எடுத்துக் கொண்டு பாதாள உலகத்திற்குச் சென்றுவிட்டான். இதனால் பூமியானது நீரில் மூழ்கிவிட்டது. பூலோகம் காணாமல் போய்விட்ட இக்கொடுமையைக் கண்டு வெகுண்டெழுந்த திருமால், வராக (பன்றி) அவதாரமெடுத்து இரணியாக்கனை இரண்டாகப் பிளந்து கொன்றுவிட்டுப் பூமியை நீரிலிருந்து மீட்டு மேலே கொண்டு வந்தார்.

இரணியன் தான் தவம் செய்யப் போயிருந்த காலத்தில் தனது சகோதரன் இரணியாக்கனைத் திருமால் கொன்றுவிட்டதையும், தன் மனைவி லீலாவதியை இந்திரன் சிறை எடுத்ததையும் அறிந்து பெரிதும் கோபமுற்றான். சினங்கொண்டு, வெகுண்டு திருமாலோடு போர் செய்யப் புறப்பட்டான். தன்னுடைய படை வீரர்களை அனுப்பி திருமாலைப் பிடித்து வரவும் ஆணையிட்டான். இச்சூழலில் நாரதர் தலையிட்டு லீலாவதியைப் பாதுகாப்புடன் திரும்பக் கொண்டு வந்து சேர்த்துவிடுகிறார். திரும்பி வந்த லீலாவதி இரணியனிடம் திருமாலோடு போர் தொடுக்க வேண்டாமெனத் தடுக்கிறாள். இரணியனும் ஒப்புக்கொள்கிறான்.

இச்சமயத்தில் கருவுற்றிருந்த லீலாவதி ஓர் ஆண் குழந்தையைப் பெற்றெடுக்கிறாள். சில காலம் கழித்துக் குழந்தையைப் பள்ளிக்கு அனுப்புமாறு நாரதர் ஆலோசனை கூறுகிறார். அசுர குருவாகிய சுக்கிராச்சாரியாரின் மகனான சண்டாமாருத ஆசிரியரை இரணியன் அழைத்துப் பிரகலாதனுக்குப் பாடம் கற்பிக்குமாறு கூறுகிறான். பள்ளியில் படிக்கும் காலத்தில் பிரகலாதன் திருமாலிடம் கொண்டிருந்த பக்தியை வெளிப்படுத்தத் தொடங்கினான். தன்னுடைய ஆட்சிப்

பரப்பில் யாரும் திருமாலின் பெயரை உச்சரிக்கக் கூடாது என உத்தரவிட்டிருந்த இரணியன் பிரகலாதனின் செயலைக் கண்டு அதிர்ச்சியடைந்தான். திருமாலை நினைக்காதே என்று சாண்டாமிருத ஆசிரியரும் இரணியனும் சொல்லிய அறிவுரை கள் பலனளிக்கவில்லை.

பிரகலாதன் தன் தாயின் கருவிலிருக்கும்போதே ஸ்ரீமன் நாராயணனின் பெருமையை நாரதர் மூலம் உபதேசம் பெற்று வளர்ந்து வந்தான். இரணியனைத் தெய்வமாக ஏற்றுக்கொண் டிருந்த வேளையில், பிரகலாதன் மட்டும் தன் தந்தையைத் தெய்வமாக ஏற்காமல் நாராயணனின் திருநாமத்தையே அனு தினமும் கூறிவந்தான். பிரகலாதனோ தொடர்ந்து திருமாலின் மேன்மையை மேன்மேலும் தீவிரமாகப் புகழ்ந்து பேசி வந்தான்: "தூணிலும் இருப்பார், துரும்பிலும் இருப்பார், தூயன் சோதி நாராயணன்" என்று அடிக்கடி கூறி வந்தான். ஒருநாள் இதனைக் கேட்ட இரணியன் கோபமடைந்து இந்தத் தூணில் இருப்பாரா என்று கேட்டுத் தூணை எட்டி உதைத்தான். எவ்வளவு சொல்லியும் தன் சொல் கேளாத பிரகலாதனைக் கொன்றுவிடுமாறு மல்லர்களிடம் இரணியன் கூறினான். கணவனின் இம்முடிவைக் கேட்டு மனைவி லீலாவதி பதறினாள். மண்டியிட்டுக் கெஞ்சியும் இரணியன் மனம் இறங்கவில்லை.

மல்லர்கள் பிரகலாதனை வெட்டினார்கள், மலையுச்சியி லிருந்து உருட்டிவிட்டார்கள், எரியும் தீயில் தூக்கிப் போட்டார் கள், அஷ்ட நாகங்களை விட்டுக் கடிக்கச் செய்தார்கள், தலை மட்டும் தெரியுமாறு மண்ணில் புதைத்து யானையைக் கொண்டு தலையை மிதிக்கச் செய்தார்கள், செக்கில் போட்டு ஆட்டினார்கள், ஆழ்கடலில் தூக்கிப் போட்டார்கள், இன்னும் பல கொடுமைகள் செய்தார்கள். இறுதியாக இரணியன் தன் தலையாரியாகிய எமனை அழைத்துப் பிரகலாதனின் உயிரைப் பிடிக்க உத்தரவிட்டான். எமனாலும் பிரகலாதனின் உயிரைப் பறிக்க முடியவில்லை. அப்போது பிரகலாதன் திருமாலை நோக்கி வழிபாடு செய்ய அங்கே நரசிம்மம் பிரசன்னமாகியது. திருமால் தூணைப் பிளந்து கொண்டு நரசிம்ம வடியில் வெளியே வந்தார்; இரணியனை வதம் செய்து சம்ஹாரம் செய்துவிட்டார்.

இரணியன் பெற்ற சாகா வரம்

இரணியன் இதற்கு முன்னரே நான்முகனைப் போற்றி கடுந்தவமிருந்து ஒரு வரம் பெற்றிருந்தான். அந்த வரத்தின்படி தனக்குத் தேவர்களாலோ விண்ணவர்களாலோ, மனிதனாலோ விலங்காலோ, கை ஆயுதங்களாலோ பெரும்படைக்கலன்

களாலோ, அரண்மனையின் உள்ளேயோ வெளியிலோ, நீரிலோ நிலத்திலோ, விண்ணிலோ மண்ணிலோ, வீட்டிற்கு உள்ளேயோ வெளியிலோ, தரையிலோ தரைக்கு மேலோ, பகலிலோ இரவிலோ எந்த வகையிலும் தனக்கு மரணம் ஏற்படக்கூடாது என்று பெற்ற வரமே இரணியன் பெற்ற சாகா வரமாகும். இந்த வரத்தைப் பெற்றுக் கொண்ட பின்னர் இரணியன் மிகவும் அகங்காரம் கொண்டான்; மூவுலகத்தையும் ஆட்டிப் படைக்க விரும்பினான்.

இரணிய சம்ஹாரம்

இரணியன் தான் பெற்ற சாகா வரத்தால் அவ்வப்போது தேவர்களுக்குத் துன்பம் கொடுத்து வந்தான். தேவர்களும் திருமாலிடம் முறையிட்டு வந்தனர். இரணியன் பெற்றிருந்த வரத்தையறிந்து திருமால் அவனைக் கொல்வதற்கு வேறொரு வியூகம் வகுத்தார். அதன்படி அவர் மனிதனாகவும் இல்லாமல் விலங்காகவும் இல்லாமல் மனித உடலும் சிங்கத் தலையும் இணைந்த நரசிம்ம வடிவம் கொண்டு, வீட்டிற்கு உள்ளேயும் இல்லாமல், வெளியேயும் இல்லாமல் நுழைவாயிலில் வைத்து, மண்ணிலும் இல்லாமல் விண்ணிலும் இல்லாமல், பகலிலும் இல்லாமல் இரவிலும் இல்லாமல் இரண்டுங் கெட்டு மயங்கும் அந்திப் பொழுதைத் தேர்ந்தெடுத்து, கை ஆயுதங்களோ, படைக் கலன்களோ இல்லாமல் நரசிம்ம (சிங்கம்) உருவத்தின் கூரிய நகங்களால் இரணியனின் வயிற்றைக் கிழித்துக் குடலை மாலை யாகப் போட்டுக்கொண்டார். இரணியனை சம்ஹாரம் செய்த பின்னர் பிரகலாதனுக்கு மகுடாபிஷேகம் செய்து வைத்தார்.

இரணிய வேளை

இரணியன் இறந்த பொழுதானது பகலுமில்லை, இரவு மில்லை: இரண்டுங் கெட்ட ஒரு கண நேரமாகும். மாலையில் சூரியன் சாய்ந்து பகல் மறைந்து இரவு தொடங்கும் நேரமது; “பகலுமில்லை இரவுமில்லை” எனக்கூடிய இரண்டுங் கெட்டப் பொழுது. இக்காலப் பொழுதில் இரணியன் கொல்லப்பட்ட தால் இது “இரணிய வேளை” என்று மக்களிடம் பெருவழக்காகி விட்டது. இரணிய வேளையில் சாப்பிடக்கூடாது என்ற நம்பிக்கைகூட இன்றும் மக்களிடம் ஆழமாகப் பதிந்துள்ளது. இத்தகு காலப்பொழுது இயல்பு மீறிய காலமாகும்; அசாதாரண காலமாகும்; இயல்பு மீறியதால் அது “மீவியல்பு” காலமாகும். மீவியல்பு காலமானது மக்களால் அஞ்சத்தக்க காலமாகும். உச்சி வெயில் பொழுது, நடுஇரவு, இரணிய வேளை போன்ற காலப்பொழுதுகள் தமிழர் கருத்தாக்கத்தில் மீவியல்பு காலங் களாகும். புதுச்சேரி வட்டாரப் பேச்சு வழக்கில் இத்தகைய மீவியல் காலங்கள் ‘உருமன் நேரம்’ எனப்படுகிறது.

தொன்மங்களின் பொருண்மைக் களம்

ஒவ்வொரு சமூகத்தின், சமயத்தின் கருத்தாடல்கள் தொன்மம் வாயிலாக வெளிப்படுவது இயல்பானதாகும். தொன்மங்களில் இரண்டு பரிமாணங்கள் உண்டு. ஒன்று: உலகியல் சார்ந்ததும் இம்மைத் தன்மை கொண்டதுமாகும். மற்றொன்று: இவ்வுலகு சாராத மறுமைக்குரியதும், புனிதம் சார்ந்ததும் ஆகும். பொதுவாகத் தொன்மங்கள் இம்மைக்கும் மறுமைக்குமான ஊடாட்டத்தின் வழி மனித வாழ்விற்கான இருப்பையும் அர்த்தத்தையும் கருத்தாடல் செய்து கொண்டே யிருக்கின்றன. குறிப்பாக, உலகியல் வாழ்விற்கான இருத்தலை அர்த்தப்படுத்துவதில் கூடுதல் கருத்தாடலிருக்கும். இன்னொரு வகையில் சொல்ல வேண்டுமானால் "தொன்மங்கள் எனப்படுபவை நமது சந்ததியினர் தெரிந்து கொண்டதை நமக்குத் தெரிவிப்பதாகவும், நமது பிரபஞ்ச அனுபவங்களை நாம் புரிந்து கொள்ளவும், அவற்றை நமக்கடுத்த சந்ததியினர் தெரிந்து கொள்ளவும், நமது அன்றாட வாழ்விற்கான அர்த்தத்தைத் தத்துவ, சமய ரீதியில் விளங்கிக் கொள்ளவும், விளக்கிச் சொல்லவும், அவற்றின்வழி சமூக வாழ்வை ஒழுங்குபடுத்திக் கொள்ளவும் உதவுபவை" எனலாம்.

எனினும், தொன்மங்களின் செயல்பாடுகள் பன்முகப் பட்டவை. ஒவ்வொரு தொன்மமும் அந்தந்த இனத்தாரின் கூட்டுமன வெளிப்பாடு. இந்தியச் சமூகம் போன்ற மிகவும் நீண்ட வரலாறு கொண்ட பழமைச் சமூகங்களின் தொன்மங் களை அர்த்தப்படுத்துதல் என்பது அம்மொழிவழிப்பட்ட சமூகத் தின் மனப்பிரதிகளை அர்த்தப்படுத்துவதாகும். இந்நீண்ட வரலாற்றுக் காலகட்டங்களில் ஏற்பட்ட சமூக, பண்பாட்டு, வரலாற்று நிகழ்வுகளின் தருக்க உறவுகளைத் தொன்மங்கள் கருத்தாடல் செய்கின்றன. வாழ்க்கையில் ஏற்படும் முரண்பாடு களை / சிக்கல்களைக் கருத்தாடல் செய்வதற்காகவும், அவற்றை யதார்த்த வாழ்வில் எதிர் கொள்வதற்காகவும், அவற்றிற்குத் தீர்வு காண்பதற்காகவும் மக்கள் தொன்மங்களை வழக்காறு களாக நிலைபெறச் செய்கின்றனர்.

இரணியன் தொன்மம்: சமயவியல் கருத்தாடல்

இரணியன் மண்ணுலகில் அரசாளும் ஒரு மன்னன். இவனுடைய சர்வ அதிகாரமும் கர்வமும் இறுதியில் இறைவனால் (தேவர்களின் முயற்சியில்) அழிக்கப்படுகிறது. இரணியன் போன்ற அசுரர்களின் கொடூர விளைவுகள் இறுதியில் இறைவனால் (தேவர்களின் தலைவன்) அழிக்கப்படு கின்றன. இத்தகைய பொருண்மை கொண்ட தமிழ், வடமொழித் தொன்மங்கள் பல உள்ளன. எருமைத் தலை மகிடாசுரனை

மகிஷாசுரமர்த்தினி போரிட்டுக் கொன்ற புராணம் தேவி மகாத்மியமாக இருப்பதைக் காண்கிறோம். இவ்வகைத் தொன்மங்கள் புராண – இதிகாசங்களில், காப்பியங்களில், வாய்மொழி வழக்காறுகளில் பல்கிக் காணப்படுகின்றன.

இவ்வகையான தொன்மங்களையெல்லாம் ஒன்றிணைத்து நோக்கும்போது அசுரர்கள் செய்யும் கொடுமைகள் மேலோங்குவதால், அவ்வாறான சூழல்களில் தேவர்கள் ஒன்றுகூடி இறைவனிடம் முறையிட்டு அவர் கொடுமைகளை வென்று மீண்டும் உலகில் ஒழுங்கை ஏற்படுத்துவதாக முடிகிறது. "தீமை யழிந்து தர்மம் ஓங்குதல்" எனும் அடிக்கருத்து கொண்ட இவ்வகைத் தொன்மங்கள் இந்தியத் தொன்மங்களில் ஆதிக்கத் தொன்மங்களாக உள்ளன. பல்வேறு அம்மன் கோயில்களின் திருவிழாக்களுக்கும் தீபாவளி போன்ற சமூக, சமய விழாக்களுக்கும் இவ்வகைத் தொன்மங்களே அடிப்படையாக அமைகின்றன. (அயோத்திதாசர் போன்றவர்கள் முன்வைக்கும் மாற்று விளக்கங்கள் பெருவாரியாக விரிவு பெற்று மக்கள் மனதில் நிலைபெறவில்லை).

இரணியன் தொன்மமானது சமயவியல் நிலையில் காணும் போது தேவர்களுக்கும் அசுரர்களுக்குமான அதிகாரம், ஆற்றல் சார்ந்த போராட்டங்களைக் கருத்தாடல் செய்கின்றது. இக் கருத்தாடலில் இறைவனே உயர்ந்தவன்; ஆதியும் அந்தமும் அவனே; அவன் அருள் பெற்றே மனித வாழ்வு நிலைபெற முடியும் என்பதை நிலைநிறுத்துகிறது. இப்பொருண்மைக் களத்தில் பின்வரும் நான்கு முக்கியக் கூறுகளின் ஊடாட்டம் நிகழ்வதைக் காணமுடிகிறது.

இறைவன்	மீவியல்புடைய நிலையான ஆற்றல்	பிரபஞ்சவாசி
மன்னன்	இயல்பான, நிலையான ஆற்றல்	மண்ணுலகவாசி
	தலைவன்	குடிமக்கள்

படத்தில் காட்டப்பட்டுள்ள நான்கு துருவக் கூறுகள் இரணியன் தொன்மம் வழி கதையாடல் செய்யப்படும் கடவுளுக்கும் மனிதனுக்குமான ஆற்றல், அதிகார முறையை வரையறை செய்கின்றன. மானிட வாழ்வில் உடல் வலிமையாலும் அறிவாலும் எல்லாவற்றையும் சாதித்துவிட முடியும் என்று இரணியன் கருதுகிறான். இவ்வுலகில் தானே சர்வ வல்லமை பெற்றவன் என்றும், தன் உடல் வலிமையாலும் படைபலத்தாலும் எவரையும் வென்றுவிட இயலுமென்றும் கருதுகிறான்.

திராவிட மானிடவியல்

இரணியன் பெற்றிருந்த சாகா வரம் கால, இட எல்லைகள் அனைத்தையும் உள்ளடக்கியதாகும். தன்னுடைய கடுமையான தவ வலிமையால் பெற்ற வரத்தின் மூலம் தான் எந்த நேரத்திலும், எந்த இடத்திலும், யாராலும், எந்த வகையிலும் சாகக் கூடாது என்று தன் அறிவிற்கெட்டிய எல்லாக் கூறுகளையும் முன்வைத்து, இவ்வுலக நிகழ்வுகள் எல்லாவற்றையும் எண்ணிப் பார்த்து சாகாமல் இருப்பதற்கு எல்லா வகையான தற்காப்பினையும் மேற்கொண்டான். ஆனால், அதையெல்லாம் மீறி இறுதியில் திருமாலால் கொல்லப்பட்டான்.

திருமாலின் அறிதிறனில் இடமும் காலமும் மட்டுமல்லாமல் அவருடைய உருவமும் கருவியுங்கூட இவ்வுலக இயல்பிலிருந்து விலகிய 'மீவியல்பு' சார்ந்திருக்கின்றது. அந்தி சாய்ந்து இரவு தோன்றும் "இங்குமில்லை அங்குமில்லை: இரண்டுங்கெட்ட நேரமாகிய" 'மீவியல் கால'த்தில், வீட்டிற்கு உள்ளேயும் இல்லாமல் வெளியேயும் இல்லாமல் நுழைவாயிலாகிய 'மீவியல் கள'த்தில், மனிதனாகவும் இல்லாமல் விலங்காகவும் இல்லாமல் இரண்டும் சேர்ந்த "மீவியல் (நரசிம்ம) உருவ"த்தில், இவை போன்ற இன்னும் சில "மீவியல்" பண்புகளையும் முன்வைத்துச் செய்த வதமே இரணியன் வதமாகும். இதில் இயல்பு மீறிய எல்லா வகையான மீவியல்புகளும் ஒன்றிணைகின்றன.

இரணிய வதத்தின் சமயம் சார்ந்த கதையாடல் முன்வைக்கும் நேரடிப் பொருண்மையானது மனித அறிவிற்கு அப்பாற்பட்டது. இறையறிவு என்பதும், மனித உடலின் ஆற்றலுக்கு அப்பாற்பட்டது இறையாற்றல் என்பதுமாகும். இறைநிலை என்பது பிரபஞ்ச நிலை சார்ந்ததாகும். அதன் நேரெதிர் துருவத்திலிருக்கும் மானுட நிலை மிகக் குறைந்த எல்லைக்குட்பட்டதாகும். முந்தையது பிரபஞ்சப் போக்குடைய எல்லாக் காலத்திற்கும் உட்பட்டதாகும். மாறாக, மானுட அறிவானது தன் கால, இடச் சூழலுக்குட்பட்டு தான் வாழும் காலத்திற்கு மட்டுமே உட்பட்டதாக, இவ்வுலகு சார்ந்ததாக உள்ளது என்பதை நிலைநாட்டுகிறது.

இரணியன் தன் கற்பிதத்திற்கு உட்பட்ட எல்லா சாத்தியப்பாடுகளையும் ஒன்றிணைத்து சாகா வரம் பெற்றிருந்தும் இடம், காலம், உருவம், படைக்கலன் போன்ற எல்லாவற்றிலும் மீவியல் பண்புகளைப் படைத்துக் காண்பித்த இறைநிலை என்பது 'மானுடம் கடந்தது', 'அறிவெல்லை கடந்தது', 'பகுத்தறிவிற்கு எட்டாதது' என்பதை உணர்த்தி நிற்கின்றது.

சமய நூல்கள், சிற்பங்கள், கலைகள், இதிகாசங்கள், புராணங்கள், இலக்கியங்கள் இன்னும் பிற வகையான கலை இலக்கிய

மரபுகளிலிருந்து காணும்போது பல வகையான தீய தெய்வங் களைக் காண முடிகிறது. இத்தகு தீய சக்திகளைக் கொணடவர் களில் அசுரரர்கள், அரக்கர்கள், யட்சர்கள், ராட்சசர்கள், காந்தர்வர்கள், பிசாசுகள், பேய்கள், தீய தேவதைகள், கின்னரர், கிம்புருடர்கள், குபேரன், லோகபாலர்கள், திக்குபாலர்கள் என இவ்வகையோரின் பட்டியல் விரிகின்றது. திரௌபதி வழிபாடு பற்றி ஆராய்ந்த வாஷிங்டன் பல்கலைக்கழகப் பேராசிரியர் ஆல்ஃப் ஹில்ட்டபீய்ட்டல் இவ்வகையினரை 'குற்றக் கடவுளர்கள்' என்றும் இவர்களுக்குக் காவலர்களாக வும் துணைவர்களாகவும் இருப்பவர்களைக் "குற்ற தெய்வங் களின் விசுவாசிகள்" என்றும் அடையாளப்படுத்துகிறார்.

இத்தகைய குற்றமரபுடைய தெய்வங்களின் எண்ணிக்கை கணக்கற்று இருந்தாலும் அரக்கர், அசுரர் ஆகியோரே பெரும் பாலும் பெரிதும் பேசப்படுபவர்களாக உள்ளனர். பத்மாசுரன், மகிஷாசுரன் போன்ற தீயவர்களை அழித்து நன்மையை மேலோங்கச் செய்யும் அசுரர்களை வதை செய்யும் தொன்மங் கள் மிகப் பரவலாக உள்ளன.

அரக்கர்களை இராக்கதர் என்று பிங்கல நிகண்டு விளக்கு கிறது. பதினெண் கணங்களில் ஒன்றாகிய நிருதர் கணம் என்பது அரக்கர் கணம் ஆகும். தேவர்களுக்குப் பகைவர்களாகிய அசுரர்களிடமிருந்து அரக்கர்கள் வேறானவர்கள். பிரம்மன் தன் தொண்டையிலிருந்து அரக்கனைப் படைத்தான் என்றும், பிரம்மன் படைத்த நவப்பிரசாபதிகளில் ஒருவனாகிய புலத்தி யின் வழியில் வந்தவர் அரக்கர்கள் ஆதலின் இவர்களைப் 'புலத்தியன் மரபினர்' என்று கருதும் மரபுள்ளது. காசிபர் மகன் இரட்சக மரபினர்களே இவர்கள் என்று விட்ணு புராணம் கூறுகிறது.

நான்முகன் கடல்களைப் படைத்து அவற்றைக் காக்க இராட்சதர் எனும் அரக்கரினத்தைப் படைத்தார் என்று வால்மீகி கூறுகிறார். அரக்கர்கள் கருநிறமானவர்கள் என்றும், கொடிய செயல்கள் செய்பவர்கள் என்றும் கருதும்வகையில் 'ஆல காலந்திரண்டன்ன ஆக்கையர்' என்று கம்பன் கூறியுள்ளார்.

அரக்கர்களைப் போலவே அசுரர்களும் தேவர்களுக்கு மாறானவர்கள் என்று ரிக் வேதம் நிருத்தம், சதபத பிராமணம் கூறுகின்றன. ரிக் வேதத்தில் காணக்கூடிய பல்வேறு தொன்மங் களின் ஒட்டுமொத்தமான மையப் பொருளைப் பார்க்கும் போது தேவர்களுக்கும் அசுரர்களுக்கும் இடையேயான போராட்டங்கள் மிக முக்கியமானதாகும்.

அசுரர்களும் ராக்கதர்களும் தேவர்களுக்கு எதிரானவர் களாக இருந்தனர் என்றாலும் இவர்களின் பண்பு நலனைப்

பார்க்கும்போது அசுரர்கள் உயர்ந்தவர்களாகவும், மனித எல்லை கடந்த, வானுலகத்திற்குரிய, அண்டத்திற்குரியவர் களாகக் கருதப்பட்டனர். சுருக்கமாகச் சொல்வதானால் விண்ணுலகம் சார்ந்தவர்களாகக் ('விண்ணவர்') காணப்பட்டனர்.

இதற்கு மாறாக, ராக்கதர்கள் கீழான, இழிந்த, மனித வாழ்க்கை சார்ந்த தீயவர்களாகக் கருதப்பட்டனர். சுருக்கமாக சொல்வதானால் நிலவுலகுக்குரியவர்களாகக் ('மண்ணவர்') காணப்பட்டனர்.

மகிஷாசுரன் அசுரர்களின் தலைவனாகவும் இந்திரன் தேவர்களின் தலைவனாகவும் இருந்த காலத்தில் அசுரர்கள் தேவர்களுக்குப் பல வகையான துன்பங்களைக் கொடுத்தனர். சில சமயங்களில் தேவலோகத்தைவிட்டே தேவர்களை விரட்டி யடித்தனர். அப்போதெல்லாம் தேவர்கள் சிவனிடமோ, திருமாலிடமோ தங்களைக் காப்பாற்றுமாறு மன்றாடினார்கள். அவர்களும் சக்தியின் அவதாரம் ஒன்றை உருவாக்கி தேவர் களைக் காப்பாற்றி வந்தனர். சூரபத்மன் தான் கொண்டிருந்த ராட்சஷ குணங்களால் பேராணவம் கொண்டிருந்தான். விண்ணுலகம், மண்ணுலகம், அசுரர் உலகம் ஆகிய மூன்று உலகங்களுக்கும் தானே தலைவன் என்று கர்வங்கொண்டிருந் தான். ஆணவத்தினால் மேலுலகுக்குப் படையெடுத்து தேவ லோகத்தைக் கைப்பற்றி அங்கிருந்த தேவர்களைச் சிறை யிலடைத்தான். இதனால் பிரபஞ்சத்தில் தர்மம் அதர்மம் தலைதூக்கியது.

தேவர்களின் முறையீட்டால் கந்தன் தேவசேனாதிபதியாகி சூரபத்மனையும் அவனுடைய தம்பிமார்களையும் போரிட்டுக் கொன்றான். வடமொழி நூல்களின்படி பார்த்தால் ஸ்கந்தன் அழித்த அசுரர்களாக மகிஷன், தாரகாசுரன் குறிப்பிடப்படு கின்றனர்.

எண்ணற்ற தமிழ் புராணங்கள் மூலம் தாய்த் தெய்வமாகிய தேவி அசுரர்களைக் கொண்டு தர்மத்தை நிலைநாட்டியதை அறிய முடிகிறது. தேவி மகாத்மியம் வழி மகிசாசுரமர்த்தினி (துர்க்கை) எருமைத் தலை அசுரனைக் கொன்ற கதையை நாம் அறிவோம். கடல்துறைத் தெய்வமாகிய கன்னியாகுமரி பாணாசுரனையும், லலிதா பண்டாசுரனையும் அழித்த கதை களும் நாம் அறிந்தவைதான். மேலும், காளி, துர்க்கை இவ்விரு தேவிகளின் திரிபு வடிவங்களாய் அவதரித்த தேவிமார்கள் அசுரர்களுடன் போரிட்டழித்துப் பூவுலகின் தர்மத்தைக் காத்த மகிமைக் கதைகளை இன்னும் சில தொன்மங்கள் வழி அறிகிறோம்.

இவ்வாறாக, பெண்களின் மாபெரும் ஆற்றல்களையும் மீவியல்புடைய அசாதாரணமான செயல்களையும் தமிழ் தொன்மவியல் நமக்குக் காட்டுகின்றது. வன்முறையையும் அபாயத்தையும் எதிர்கொண்டு தர்மத்தின் ஒழுங்கை நிலைநாட்டுவதில் பெண்களின் செயல்பாடுகளை இத்தமிழ்த் தொன்மங்கள் நிறையவே கூறுகின்றன. மேலும், கன்னியர், கணவனைச் சாராத தேவியர் ஆகியோரே பேராற்றல் கொண்டு அசுரர்களை, அரக்கர்களை அழிக்கின்றனர். வன்முறையும் அபாயமும் கொடூரமும் நிரம்பியவர்களாக அசுரர்கள் தொன்மங்களில் காட்டப்படுகின்றனர். இவர்களின் கொடுமைகளை அழித்து நன்மையை நிலைநாட்டுவதைக் கூறும் இத்தொன்மங்கள் அசுரர்கள் இழிவானவர்கள், அழிக்கப்பட வேண்டியவர்கள் எனும் கருத்தையே முக்கியமாக முன்வைக்கின்றன.

கயிலாய மலையில் சிவபெருமானும் பார்வதியும் அமர்ந்துள்ள சிங்காசனத்தைச் சுற்றியுள்ள அமைதிப் பிரதேசத்தில் பல்வேறு கணத்தார் இருப்பதைப் பல புராணங்கள் குறிப்பிடுகின்றன. தேவாங்கர் புராணத்தைப் பார்க்கும்போது அங்கு தேவரும், அசுரரும், கந்தர்வரும், வித்தியாதரரும், முனிவர்களும், கின்னரரும், இயக்கரும், நாகலோகத்தாரும், சித்தி அடைந்தோரும், கிம்புருடரும், அமரரும் இருப்பதை அறிய முடிகிறது. பல இன, சமூக இருப்பையே இது காட்டுகிறது. இத்தகைய பன்மைச் சூழலில் தேவர்களின் உயர்வை நிர்ணயம் செய்யும் முயற்சியை இரணிய வேளை உள்ளிட்ட பல தொன்மங்கள் செய்கின்றன.

அசுரர்கள் பற்றிய கதைகள் பிற்காலத்தில் பரவலாக்கம் செய்யப்பட்டுள்ளன. ஏனெனில் தாரகாசுரனைப் பற்றிய கதை சங்க நூல்களிலோ, திருமுருகாற்றுப்படையிலோ, பரிபாடலிலோ கூறப்படாதது வியப்பைத் தருகின்றது (சாமி 1990: 83). வடமொழியிலும் காப்பிய காலத்தில் தாரகாசுரனைப் பற்றிய செய்திகளில்லை. மகிஷனைப் பற்றிய செய்திகளே உள்ளன. காப்பிய காலத்திற்குப் பின்னர் வந்த புராணங்களில் தாரகாசுரன் கதை கூறப்பட்டுள்ளது. காளிதாசன் இதனை விளக்கமாக கூறியிருப்பதால் இது கி.பி. நான்காம் நூற்றாண்டில் தோன்றி பரவியது எனக் கருதப்படுகிறது (மேலது: 83).

பின்னுரை

சமயம் என்பதைப் பண்பாடு என்னும் பரந்துபட்ட ஓர் அமைப்பின் கண் காணக்கூடிய ஒரு பகுதி எனக் கொள்வோமானால் அதனை இரண்டு வகையான கண்ணோட்டத்துடன் அணுக வேண்டும். பண்பாடு என்பது ஓர் இனமானது தான்

வாழ்வதற்காக ஏற்படுத்திக் கொள்ளும் 'தகவமைப்பு முறை' என்று அணுகுவது ஒரு முறை. மாறாக, வாழ்வதற்கான 'அறிவு முறையின் வெளிப்பாடு' என்று அணுகுவது மற்றொரு முறை.

மேற்கூறிய இரண்டு அணுகுமுறைகளுக்கிடையில் அடிப்படையில் வேறுபாடுகள் இருப்பினும் சமயத்தைச் சமயச் சார்பற்ற அணுகுமுறையில் விளக்கும் மானிடவியலர்கள் சமூக மனமே சமய மனத்தைக் கட்டமைக்கிறது என்பார்கள். சமூகத்தின் பண்புகளைப் பிரக்ஞையாக்கி (சமூக மனம்) அதன் அடிப்படையில் சமயத்தின் பண்புகளை விளக்குதல் (சமய மனம்) நிகழ்கிறது என்பது இவர்களின் வாதமாகும்.

இந்தியத் துணைக்கண்டத்தில் தொடக்கத்தில் சுதேசிகளாக வாழ்ந்த பூர்வ குடிகளின் தன்னாட்சி மெல்ல மெல்ல தேவர்களின் உயர்வு வாதத்திற்கு ஆட்பட்டு இரு குழுவினருக்குமான முரண்பாட்டு அசைவியக்கம் தொடர்ந்தது. இத்தகைய அசைவியக்கத்தின் வெளிப்பாடாகவே சமயம் எனும் தளத்தில் தொன்மங்கள் வாயிலாகவும் கருத்தாடல் நிகழ்கிறது. இவ்விரு இன, சமூக முரண்பாடுகளின் பொருண்மையே இரணியன் தொன்மம் போன்ற பல தொன்மங்களின் பொருண்மையாகவும் அமைந்திருப்பதை அறிய முடிகிறது.

இக்கருத்தாடலில் பின்வரும் மூன்று நிலைகள் காணப்படுகின்றன.

1. சமூக மனம் கட்டமைத்துள்ள தொன்மம் எனும் வகையில், தேவர்களின் கூற்றாகவே இத்தொன்மத்தின் உள்ளடக்கம் நிலைபெற்று வருகிறது. இறைவன் உயர்ந்தவர் எனும் கருத்தை முன்னிலைப்படுத்துகிறது. கடவுள் எல்லாவற்றையும் கடந்தவர்; தொடக்கமும் முடிவும் இல்லாதவர்; தோற்றமும் அழிவும் அற்றவர்; அருவமானவர்; ஓர் உருவம் இல்லாதவர்; எங்கும் நிறைந்தவர்; எதிலும் இருப்பவர் எனும் கருத்துகள் அசைக்க முடியாத நம்பிக்கையாக உள்ளன. இரணியன் தொன்மம் இதனை நேரடியாகவே முன்னிலைப்படுத்துகிறது. விண்ணுலகவாசி, மண்ணுலகவாசி எனும் இம்மை, மறுமை சார்ந்த உலகங்களை இது கற்பிதம் செய்கிறது. இதில் இறைவன் விண்ணுலகவாசியாக உயர்ந்து நிற்கிறான். மண்ணுலகவாசிகள் அவனருளை வேண்டி நிற்கின்றனர்.

2. தேவர்களுக்கும் அசுரர்களுக்கும் இடையே நடந்த பல போராட்டங்களையும் தேவர்களுக்கும் அரக்கர்களுக்கும் இடையே நடந்த போர்களையும் புராணங்கள் நிறையவே பதிவு செய்துள்ளன. இவை அடிப்படையில் இவ்விரு குழுவினருக்கும் அதிகாரத்திற்காக ஏற்பட்ட போராகும்.

இனவியல் முரண்பாட்டைக் குறியியல் நிலையில் நிலை நிறுத்தும் உள்ளீட்டைக் கொண்டுள்ள தொன்மம் எனும் நிலையில் பார்த்ததால் அரக்கர், அசுரர் உள்ளிட்ட பல்வேறு இனங்களை வென்றெடுக்கும் அறிவும் திறனும் கொண்டவர்களாக தேவர்கள் உள்ளதை நிலைநிறுத்துவதாகவும் இத்தொன்மம் காணப்படுகிறது.

அசுரர் எனும் சொல் குறித்து வரலாற்றறிஞர் சி.க. சிற்றம்பலம் நுட்பமான ஒரு விளக்கத்தைத் தருகிறார். அதற்கு 'யக்ஷ' எனும் சொல்லிலிருந்து தொடங்குகிறார்.

"'யக்ஷ' என்ற சொல்லின் கருத்தினை ஆழமாக நோக்கும் போது இப்பதம் முதன் முதலாக 'வணங்குதல்', 'வணக்கத்திற் குரியவர்கள்', 'பூசிக்கத்தக்கவர்கள்' என்ற பொருளிலேயே பயன்படுத்தப்பட்டது. 'யஜ்' என்றால் வடமொழியில் பூசிக்கத் தக்கவர் என்பது பொருளாகும். இச்சொல்லினை ஒஸ்ரலோயிட் மக்களிடமிருந்து வடமொழி கடன் வாங்கியிருக்கலாம். சிலவேளைகளில் ஒரு பொருளினைத் தந்த சொல் வேறொரு காலத்தில் எதிர்மாறான கருத்தினைக் கொடுத்ததற்குப் பல உதாரணங்கள் உள. நாற்றம் என்ற சொல் முதன்முதலில் நறுமணத்தையே குறித்து நின்றது. காலப்போக்கில் இந்நிலை மாறித் தற்போது இது துர் நாற்றத்தினைக் குறிக்கவே பயன்படுத்தப்படுகின்றது. இவ்வாறே வடமொழியில் 'அசுர' என்ற பதம் முன்னர் உயர்ந்தோரைக் குறிப்பதாய் வழிபாட்டிற்குரிய தேவர்களை உணர்த்தி நின்று, பின்னர் கொடூரமானவர்கள், இராட்சதர்கள் என்ற நிலையைக் குறிக்க வழங்கலாயிற்று. மகாவம்சத்திற் கூட யக்ஷர்கள், 'அசுரர்கள்' என்ற தொனியில் அழைக்கப்பட்டிருப்பதும் ஈண்டு நினைவு கூரற்பாலது. பாரசீக மொழியிலுள்ள 'தேவ' என்ற சொற்கூட ஆரம்பத்தில் வழிபாட்டிற்குரிய கடவுளரைக் குறித்து நின்று பின்னர் எதிர்மாறான கருத்தினைக் கொடுத்து நின்றதனை அறிஞர்கள் சுட்டிக் காட்டியுள்ளனர். 'அசுர' என்ற பதம் 'தேவ' அல்லது 'தெய்வம்' என்ற கருத்திற்றான் ஆதியில் வழங்கப்பட்டு வந்தது" *(சிற்றம்பலம் 1996: 50–51).*

வேதகாலத்திற்கு முன்பிருந்தே இத்துணைக் கண்டத்தில் பரவி வாழ்ந்த பல சுதேசி இனங்கள் பலவகையான நாட்டார் தெய்வங்களை வணங்கி வந்தனர். இத்தெய்வங் களை வேதகால மக்களால் ஏற்றுக்கொள்ள முடியவில்லை. வருணப் படிநிலையில் உயர்ந்த இடத்தை அடைந்த பின்னர் தங்கள் சமய நெறிக்கு மாறாக இருந்த இத்தகு தெய்வங் களைக் கீழான தெய்வங்களாகக் கற்பிதம் செய்தனர்.

ஜைன, பௌத்த மதங்களும் கூட இந்து மதத்தில் உள்ளது போன்ற கீழான தெய்வங்களைக் கற்பிதம் செய்துள்ளன (பட்டாச்சார்யா 2000: 11; இன்னும் பலர்). பௌத்தம் வேதக் கடவுளர்களைக் கீழானதாகக் கற்பிதம் செய்ய, முந்தையது பிந்தையதைக் கீழானதாகக் கற்பிதம் செய்கிறது. இத்தகு இன, சமூக முரண்பாடுகளின் தொடர்ச்சி தேவ கணத்திலும் பிரதிபலிப்பதாகவே கருத வேண்டும்.

3. சமயம் எனும் தொனியில் இறைவன் இயற்கையிகந்தவன், எல்லாவற்றையும் கடந்தவன், எல்லாவற்றையும் இயக்கும் ஆற்றல் கொண்டவன் எனும் கருத்தியலை நிலைநிறுத்தும் தொன்மமாக இது காணப்படுகிறது. இயற்கையின் ஆற்றலை வியந்த மனிதன் அதனையே வழிபட்ட நிலையிலிருந்து மெல்ல மெல்ல அதற்கு உருவ வடிவம் கொடுத்து, அதனை மேலும் வலுப்படுத்தி மானிட உருவமாக்கம் செய்து, இறுதியில் அந்த உருவம் மாபெரும் ஆற்றல் வாய்ந்ததாகக் கருத்துருவாக்கம் செய்யும் நிலையில் எண்ணற்ற 'மீவியல்' பண்புகளைக் கூட்டிக் கொண்டே சென்றுள்ளது. இதனை இரணியன் தொன்மம் மிகத் தெளிவாகவே விளக்குகிறது. ஆகவே இரணியன் தொன்மத்தைச் சமய நிலையிலிருந்து கட்டுடைத்து அதன் சொல்லாடலைக் கவனித்தோமானால் தேவர்கள் அவர்களுக்குரிய 'தகவமைப்பு முறை' என்றும் அவர்கள் வாழ்வதற்கான 'அறிவுமுறையின் வெளிப்பாடு' என்றும் அத்தொன்மத்தைக் கட்டமைத்திருப்பது தெரிய வரும்.

திராவிடப் பிராமணர்

பஞ்ச திராவிடர் - பஞ்ச கௌடர் x பிற பிராமணர்: திராவிடம் தழுவிய பிராமணர்

பிராமணர்கள் அவர்கள் பின்பற்றும் வேதங்களுக்கேற்ப ரிக்வேதிகள், யஜுர் வேதிகள், சாம வேதிகள் எனப்படுகின்றனர் *(மாண்டல்பாம் 1970).*

பிராமணர்கள் பின்பற்றும் தத்துவங்களுக்கு ஏற்ப மூன்று வகைப்படுகின்றனர். ஆதிசங்கரர், மத்வர், பகவத் இராமனுஜர் முறையே அத்வைதம், துவைதம், விசிஸ்டாத் வைதம் ஆகிய தத்துவங்களை முன்வைத்தனர். இத்தத்துவம் ஒவ்வொன்றையும் பின்பற்றுபவர்கள் தனித்தனியான பிரிவினர்களாக உள்ளனர்.

தென்னிந்தியாவில் பிராமணர்கள் உண்ணும் உணவு முறைக்கேற்ப இரண்டு வகைப்படுகின்றனர். சுத்த சைவ உணவு உண்பவர்கள் 'பஞ்ச திராவிடர்கள்'. மீன், மாமிசம் உள்ளிட்ட அசைவ உணவு உண்பவர்கள் 'பஞ்ச கௌடர்கள்'. தென்னிந்தியாவைப் பொருத்தவரை ஒடிசா, கொங்கணி மொழி பேசுபவர்களைத் தவிர மற்ற அனைவரும் பஞ்ச திராவிடர்கள் *(சூர்யநாராயணா 2003: 2035).*

கௌடா என்பது இப்போதுள்ள வங்காளம், கிழக்கு உத்திரப்பிரதேசம் ஆகிய இடங்களில் வாழும் பிராமணர்களையும் குறிக்கும். உண்மையில் பஞ்ச கௌடர்கள் என்பவர்கள் 'கௌடா' சாரஸ்வத, கான்யகுப்ஜ, உத்கல, காஷ்மீரப் பகுதிகளின் பெயர்களால் அறியப்படும் பிராமணர்கள்

ஆவார்கள். ஆதியில் குஜராத், மகாராட்டிரம் பகுதிப் பிராமணர் கள் பஞ்ச திராவிடர் என்றே தங்களை அழைத்துக் கொண்டார் கள். திராவிட மொழிகள் ஆதியில் அப்பகுதியில் கோலோச்சி யதையே இது காட்டுகிறது. இந்தியத் துணைக் கண்டத்தில் வாழும் பிராமணர்கள் பஞ்ச திராவிடர், பஞ்ச கௌடர் எனும் இரண்டு பிரிவினர்களாக கி.பி. முதலாம் நூற்றாண்டு முதலே இருந்திருக்க வேண்டும் என்கிறார் சுனித் குமார் சட்டர்ஜி (1969: 3).

தென்னிந்தியாவில் பிராமணர்கள் பேசும் மொழியால் தமிழ்ப் பிராமணர், தெலுங்கு பிராமணர், கன்னட பிராமணர், நம்பூதிரி பிராமணர் (கேரளத்தில்) என அழைக்கப்படுகின்றனர்.

இனி, தென்னிந்தியாவில் பிராமணர்கள் பற்றி மிகச் சுருக்கமாகக் காணலாம்.

ஆந்திரப்பிரதேசத்தில் பிராமணர்கள்

இங்கு ஆந்திரப்பிரதேசம் என்பது ஆந்திரம், தெலுங்கானம் இரண்டும் ஒன்றினைந்த பழையப் பிரதேசத்தைக் குறிக்கிறது. ஆந்திராவைப் பொருத்தவரை பிராமணர்கள் மூன்று பெரும் பிரிவினர்களாக உள்ளனர். அவர்கள் 1. இராமானுஜரைப் பின்பற்றும் 'வைஷ்ணவர்' 2. மத்வாச்சாரியரைப் பின்பற்றும் 'மத்வர்' 3. சங்கராச்சாரியாரைப் பின்பற்றும் 'ஸ்மார்த்தர்.' இம்மூன்று வகையான அகமணப் பிரிவினர்களில் ஸ்மார்த்த பிராமணர்கள் எண்ணிக்கையில் அதிகமானவர்கள்; மாநிலம் முழுவதும் பரவிக் காணப்படுகின்றனர். நியோகி, வைதிகி, தம்பல, குடியேறியவர் என்றும் பிராமணர்கள் வகைப்படுத்தப் படுவர்.

இந்திய மானிடவியல் மதிப்பாய்வகம் (Anthropological Survey of India) 'இந்தியாவில் மக்கள்' எனும் ஓர் அனைத்திந்திய அளவில் பெரும் ஆய்வுத்திட்டத்தினைச் செய்து முடித்துள்ளது. இத்திட்டத்தின் மூலம் பிராமணர்கள் பற்றிய சுருக்கமான இனவரைவியல் தகவல்கள் தொகுக்கப்பெற்றன. அவற்றைக் கொண்டு இவ்வியலின் கருத்துக்கள் அமைகின்றன. ஆந்திரப் பிரதேசத்தில் பின்வரும் 17 வகையான பிராமணச் சமூகத்தார் உள்ளனர்.

கர்ண கம்ம பிராமணர்

இவர்கள் வைதிகி பிராமணர் பிரிவைச் சேர்ந்தவர்கள்; ஸ்மார்த்தர்கள்; சங்கராச்சார்யர் வழி வருபவர்கள். இவர்கள் தங்களை ரிக்வேத சாகை பிராமணர் என்றும் கூறிக் கொள் வார்கள்.

பிராமணர்களிடம் ரிஷி மூலம் மையமிட்ட கோத்திரப் பிரிவுகள் பொதுவாகக் காணப்படும். ஆனால் கர்ணகம்ம பிராமணர்கள் ஆந்திராவில் பிராமணரல்லாத சாதியாரிடம் காணப்படும் 'இண்டிபேரு' (வீட்டுப் பெயர்) எனக்கூடிய குலப் பிரிவுகளைக் கொண்டிருக்கின்றனர். மேலும் வட இந்திய பிராமணர்களுக்கு மாறாக அக்கா மகள், அத்தை மகள், தாய்மாமன் மகள் ஆகிய முறைமக்களை மணக்கும் 'மேனரிகம்' முறையினைப் பின்பற்றுகின்றனர். கூடவே திருமணத்திற்குப் பின்னர் மனைவியகத்தில் தங்கி வாழும் 'இல்லரிகம்' முறையையும் ஏற்றுக் கொண்டுள்ளனர். ஆந்திரப் பிரதேசத்தில் பன்னெடுங்காலம் வாழத் தலைப்பட்டதால் திராவிடமயமாக்கலுக்கு ஆளாகியுள்ளதைக் காணமுடிகிறது.

கோசலநாட்டி பிராமணர்

கோசல தேசத்திலிருந்து வந்தவர்கள் என்பதால் இப்பெயர் பெற்றனர். இவர்கள் வைதிகி பிரிவைச் சேர்ந்தவர்கள்; ஸ்மார்த்தர்கள்; சங்கராச்சாரியர் வழி வருபவர்கள். மற்ற பிரிவினருடன் பெண் கொடுத்தல் எடுத்தல் செய்யாமல் ஒரு தனித்த அகமணப் பிரிவினராக இருக்கின்றனர். இத்தகைய அகமணப் பண்பு கொண்டிருப்பதாலேயே 17 வகையான பிராமணச் சமூகத்தாரை ஆந்திரப்பிரதேசத்தில் இனங்காண முடிகிறது.

கோசலநாட்டி பிராமணர்கள் சகோத்ரம் முறையிலான திருமணத்தை ஏற்பதில்லை. மாறாக பிராமணரல்லாத சமூகத் தாரின் மேனரிக முறையைப் பின்பற்றுகின்றனர். பெண் வீட்டாருக்குப் பரிசம் கொடுக்கும் பழைய 'கன்யாசுல்கம்' முறையை விடுத்து, இப்போது 'வரகட்டணம்' எனக்கூடிய வரதட்சணை முறையைப் பின்பற்றுகிறார்கள். இவர்கள் அணியும் பூநூல் ஒரு திரியாக இருக்குமானால் அவர் மணமாகாதவர் என்றும், மூன்று திரி கொண்டதாக இருக்குமானால் அவர் மணமானவர் என்றும் அறியலாம்.

மாத்வ பிராமணர்

மாத்வ பிராமணர்கள் கன்னடம் பேசுபவர்கள்; ஸ்ரீ ராகவேந்திரரையும் அனுமாரையும் வழிபடுபவர்கள்; அனுமனை முக்கிய 'பிராண தேவரு' எனக்கூறி பக்தி சிரத்தையுடன் வழிபடுபவர்கள்; மாத்வாச்சாரியார் முன்வைத்த அத்வைத நெறியைப் பின்பற்றுபவர்கள்; வைணவர்கள். மாத்வர்கள் தங்கள் பெயருக்குப் பின்னால் 'ஆச்சார்யா' அல்லது 'ராவ்' எனும் பெயரை இணைத்துக்கொள்வார்கள்.

மாத்வ பிராமணர்களில் பின்வரும் ஆறு பிரிவினர்கள் உள்ளனர். 1. அறுவேல் (ஆறாயிரம் பிராமணர்) 2. அறுவத்து வொக்காலு (அறுபதின்மர்) 3. படகநாடு 4. பெண்ணத்தூரர் 5. பிரதமசாகை 6. ஹைதராபாத் வகையினர். சமூக அளவில் ஆறு பிரிவினராகக் காணப்பட்டாலும் சமய வாழ்வைப் பொறுத்தவரை ஐந்து மடங்களைக் கொண்டுள்ளார்கள்.

நியோகி பிராமணர்

இவர்கள் ஆந்திர தேசத்துப் பிராமணர்களிலேயே சமய வாழ்வை விடவும் உலகியல் வாழ்வில் அதிகம் ஈடுபடுத்திக் கொண்டவர்கள். பாரம்பரியமாகக் 'கர்ணம்' (ஊர் கணக்குப் பிள்ளை) எனக்கூடிய பதவியைக் கவனித்து வந்தவர்கள். நியோகி எனும் சொல்லுக்குப் பணியாளர் என்பது பொருளாகும். நியோகி பிராமணர்கள் தைத்ரேய சாகை வழியில் யஜுர் வேதத்தைப் பின்பற்றுகிறார்கள். சாதிப் படிநிலையில் இவர்கள் மற்ற பிராமணப் பிரிவினர்களைக் காட்டிலும் தாழ்ந்த வராகவே கருதப்படுகின்றனர். இதனால் தங்கள் வீடுகளில் நடக்கும் முன்னோர் வழிபாட்டுக்குரிய ஸ்ரத சடங்குகளில் வைதிகி பிராமணர்களை நியமித்துக் கொள்கின்றனர்.

நந்தவாரிக பிராமணர்

பண்டைக் காலத்தில் மகாராட்டிரத்திலிருந்து ஆந்திரப் பிரதேசத்திற்குப் புலம் பெயர்ந்து வந்தவர்களை நந்தவாரிகர் என்று கூறுகின்றனர். ஆந்திராவில் கர்நூல் மாவட்டத்திலுள்ள நந்தவரம் என்னுமிடத்திற்கு மகாராட்டிரத்திலிருந்து வந்து, அங்கிருந்து பின்னர் பல இடங்களுக்கும் பரவத் தலைப்பட்ட தால் நந்தவாரிக பிராமணர் எனப் பெயர் பெற்றனர். இவர்களின் தோற்றம், பரவல் பற்றிச் சௌடேஸ்வரி மகாத்மியத்தில் கூறப்பட்டுள்ளதாகக் கூறுகிறார்கள். சௌடேஸ்வரி அம்மன் நெசவாளர்களுக்குரிய (தேவாங்கர்) இனத் தெய்வமாகும்.

பஞ்சராத்ர பிராமணர்

இவர்கள் 'ஸ்ரீ வைஷ்ணவ பிராமணர்' என்றும் கூறப்படு வார்கள்; வைணவ சம்பிரதாயத்தைப் (மரபு) பின்பற்றுபவர் கள். வரலாற்றின் வெவ்வேறு கட்டங்களில் இவர்கள் சாத்வதர், பாகவதர், பஞ்சராத்துருலு, ஸ்ரீவாரிவைஷ்ணவுலு என்றெல்லாம் அழைக்கப்பட்டார்கள். இன்று ஆச்சார்யா, ஆச்சார்யுலு, ராமானுஜம் என்றெல்லாம் பட்டப் பெயர்களைக் கொண்டு இனங்காண்கிறார்கள்.

பஞ்சராத்ர பிராமணர்களுக்குப் பழம் பெருமை ஒன்றுண்டு. வரலாற்றாசிரியர்களின் கூற்றுப்படி வட இந்தியாவில் சுரசேனா மண்டலத்தில் சத்திரியக் குடும்பங்கள் வாழ்ந்து கொண்டிருந்தன. இவர்கள் வாசுதேவனைத் தலைமைத் தெய்வமாக வழிபட்டுவந்தார்கள்; அதனால் 'சாத்வதர்' என்று அழைக்கப் பெற்றனர். இந்த வழிபாட்டு மரபினைப் பல வருணத்தாரும் ஏற்கத் தொடங்கினார்கள். இந்த வம்சத்தினர் விதர்பா, மைசூர் வழியாகத் தென்னிந்தியாவிற்கும் பரவினார்கள். தென்னிந்திய மன்னர்கள் தங்களைச் சாத்வத வமிசத்துடன் தொடர்புபடுத்துபவர்கள்; கிருஷ்ணனை (வாசுதேவர்) முதன்மைத் தெய்வமாக வழிபட்டார்கள்.

கல்வெட்டுச் சான்றுகளின்படி பாகவத வழிபாட்டு மரபு கி.மு. 3ஆம் நூற்றாண்டிலிருந்து தொடர்வதைக் காண்கிறோம். சமஸ்கிருத இலக்கண பாணினி கருத்துப்படி இம்மரபு கி.மு. 7ஆம் நூற்றாண்டிலிருந்து தொடர்கிறது.

பஞ்சராத்திரம் எனும் வடமொழிச் சொல்லுக்கு 'ஐந்தறிவு' (பஞ்ச = ஐந்து; ராத்ர = அறிவு) என்று பொருளாகும். பஞ்சராத்திர வழிபாட்டு மரபு பரமதத்வ (பரம்பொருள் உள்ளதைக் கூறுவது), முத்தி, பக்தி, யோகம், விஷாயம் (*Samskara*) ஆகிய ஐந்து வகையான அறிவை போதிக்கிறது. ஆந்திர தேசத்திற்கு ஸ்ரீ வைஷ்ணவம் கி.பி. 11ஆம் நூற்றாண்டில் வந்தது என்கிறார்கள் வரலாற்றாசிரியர்கள். இம்மரபினைப் பஞ்சராத்ர பிராமணர்கள் போற்றி வருகிறார்கள்.

பிரதம சாகை பிராமணர்

இவர்கள் யஜுர் வேதத்தைப் பின்பற்றுபவர்கள். யஜுர் வேதத்தில் முதல் 15 சாகைகள் 'வெள்ளை யஜுர்' எனப்படும். இதனைப் பின்பற்றுவதால் இவர்கள் சுக்ல யஜுர் வேதிகள் என்றழைக்கப்படுகின்றனர். இவர்கள் சுக்லயஜு சாகை, மத்தியாந்தினா, வஜசேனியா, கட்யாயனா, கணுவுலு, மத்தியாண்ணுலு ஆகிய பல பெயர்களால் அழைக்கப்படுகின்றனர்.

தமிழகத்தில் தஞ்சாவூர் பகுதியில் பிரதமை சாகைகள் 'மத்தியான பறையன்' என்றழைக்கப்படுகின்றனர் (எஸ்.எஸ். சாஸ்திரி 2003: 1444, தர்ஸ்டன் 1909). இது பற்றிய ஒரு பழங்கதையானது தஞ்சாவூர் மாவட்டக் கையேட்டில் எழுதப்பட்டுள்ளது (சாஸ்திரி 2003: 1444). இக்கதை வருமாறு: திருவாரூர்க் கோயிலில் விழாவின்போது செய்யும் யாகபலிக்குச் சிவபெருமான் வரவேண்டுமெனக் கோயில் பூசகர் வேண்டினார். சிவபெருமான் சம்மதம் தெரிவித்தார். ஆனால் தான் ஒரு விரும்பத்தகாத

உருவத்துடன் வர இருப்பதாகக் கூறியுள்ளார். விழாவன்று யாகம் நடந்து கொண்டிருந்தது. அப்போது ஒரு பறையன் நான்கு நாய்களுடன் மாட்டுக் கறியுடன் யாகம் நடக்குமிடத் திற்கு வந்தடைந்தான். யாகம் செய்து கொண்டிருந்த பிராமணர் கள் அனைவரும் "பறையன் யாகத்திற்கு வந்துவிட்டான்; யாகம் தீட்டுப்பட்டுவிட்டது" என்று கத்திக்கொண்டே வெளியே ஓடிவிட்டனர். வந்தவர் சிவபெருமான்தான். தன்னை இனங் காட்டாத சிவபெருமான் "நீங்களும் பறையனாகுங்கள்" என்று சாபமிட்டார். சாப விமோசனம் கேட்டனர். மனமிரங்கிய சிவபெருமான் மத்தியான வேளை மட்டும் நீங்கள் பறையனாக இருங்கள் என்று கூறி அவர்களை மீண்டும் பழைய நிலைக்குப் பிராமணராக மாற்றிவிட்டார் (பரமசிவன் 2001: 66). இவர்கள் நன்னிலத்திலிருந்து 8 கி.மீட்டர் தொலைவிலுள்ள சேடணி புரத்திலும் மாவட்டத்தின் பிற இடங்களிலும் பரவலாகக் காணப்படுகின்றனர்.

சத்புரோஹிதுலு

சத்புரோஹிதுலு என்றால் 'சிறந்த பூசகர்' என்பது பொருளாகும். இவர்கள் 'கம்ம பிராமணர்' என்றே பிரபல மாக அழைக்கப்படுகின்றனர். உள்ளூர் மக்கள் இவர்களைப் புரோஹிதுலு, பண்டுலுகாரு, பூஜாரி என்றெல்லாம் அழைக் கிறார்கள். ஆனால் இப்பிராமணர்கள் தங்களுடைய பெயருக்குப் பின்னால் வர்மா, சர்மா, சௌதிரி, ஆர்யா, ஆச்சார்யா, சித்தாந்தி என்றெல்லாம் சேர்த்து எழுதிக் கொள்கிறார்கள்.

கம்ம பிராமணர்களில் ஒரு பிரிவினர் 1920களில் பிராமண மேலாதிக்கத்திற்கு எதிரான ஓர் இயக்கத்தைத் தொடங்கினார் கள். முதலில் குண்டூர் மாவட்டத்தில் தோன்றிய அவ்வியக்கம் 'பிராமனேத்தர உதயமமு' என்றழைக்கப்பட்டது. திரிபுரனேனி ராமசுவாமி சதவதனி என்பவரும் சூர்யதேவர ராகவய்யா சௌதிரி என்பவரும் இவ்வியக்கத்தின் தலைவர்களாகத் தொடக்கத்தில் செயல்பட்டார்கள்.

இவ்வியக்கத்தார் 'சத்புரோஹி சங்கம்' என்ற ஓர் அமைப்பையும் தொடங்கினார்கள். இதன் நோக்கம் அனைவரும் பூசகராக மாறி மக்களுக்குச் சேவை செய்வதாகும். மாலா (பறையர்), மாதிகா (சக்கிலியர்) உள்ளிட்ட மற்ற சூத்திர சாதியினரும் வேதங்கள் பயின்று வேத சடங்குகளைச் செய்ய வேண்டுமென்ற சீர்திருத்தத்தை மேற்கொண்டார்கள்.

சத்புரோஹிதுலுகள் ஸ்ரீவைஷ்ணவ பிராமணர்கள் போன்று 'பில்லகட்டு' வகையில் (பஞ்சகட்சம்) வேட்டியினைப்

பின்பக்கம் செருகிக் கட்டிக் கொண்டார்கள். சைவ நெறியினர் 'அட்ட பொட்டுலு' (நெற்றியில் கிடைநிலையில் மூன்று திருநீறு பட்டை போடுதல்) இட்டுக்கொள்ள, வைணவ நெறியினர் 'நிலுவு பொட்டுலு' (செங்குத்து வசத்தில் நாமமிடல்) இட்டுக் கொள்கின்றனர். சத்புரோஹிதுலு பிராமணரல்லாத சாதியாரைப் போன்று இண்டிப் பேரு (வீட்டுப் பெயர்), மேனரிகம் (முறை மக்களை மணக்கும் முறை) ஆகிய கூறுகளை ஏற்றுக் கொண்டனர்.

சௌராஷ்டிர பிராமணர்

இவர்கள் 'சௌராஷ்டிர' என்றும் 'பட்டுசாலி' என்றும் அழைக்கப்படுகின்றனர். பட்டு என்றால் விலையுயர்ந்த நூல்; சாலி என்றால் நெய்பவர் என்பன பொருளாகும். 'சாலி' எனும் சொல் 'சாலேடு' (சிலந்தி) என்பதிலிருந்து உருவானது. சிலந்தி கூடு கட்டுவது போலத் துணி நெய்பவர் சாலேக்கள் என சொற்பொருள் உருவாக்கம் ஏற்பட்டுள்ளது.

ஆந்திரப்பிரதேசத்தில் நெசவுத் தொழில் செய்யும் மூன்று அகமணச் சமூகங்கள் உள்ளன. அவை: பட்டுசாலி, பத்மசாலி, தேவாங்க. இவர்களில் பட்டுசாலிகள் சௌராஷ்டிரத்திலிருந்து வந்த பிராமணர்கள் ஆவார்கள். 'ஆந்திரப் பிரதேசத்துப் பாரிஜாதம்' விளக்கத்தின்படி பட்டுசாலிகள் கம்சால ஆடவனுக்கும் குயவரினப் பெண்ணுக்கும் பிறந்தவர்களாகும். இவர்கள் பற்றிய இன்னுமொரு தொன்மம் தர்ஸ்டன் (1909) நூலில் உள்ளது.

ஸ்மார்த்த பிராமணர்

ஆந்திரப்பிரதேசத்தில் இவர்கள் தேசாஸ்த பிராமணர் என்று பரவலாக அறியப்படுபவர்கள். இன்னும் சிலர் இவர்களை மகாராஷ்டிர தேசாஸ்த பிராமணர் என்றும், மராத்தா தேசாஸ்த பிராமணர் என்றும் அழைப்பதுண்டு. தெலுங்கில் 'தேசாஸ்த' என்றால் 'நாடு' என்று பொருளாகும் (நாட்டுமாடு, நாட்டுக் கத்தரிக்காய் போன்ற தொடர்களில் இடம்பெறும் நாட்டுக்குரிய பொருளில் இது கையாளப் பெறுகிறது).

ஆந்திரப்பிரதேசத்தில் உள்ள தேசாஸ்த பிராமணர்கள் தஞ்சாவூரிலிருந்து (தமிழகம்) அங்கு சென்று குடியேறியவர்கள். 18ஆம் நூற்றாண்டில் சம்பாஜி மன்னனின் தோல்விக்குப் பிறகு இவர்கள் தென்னிந்தியாவின் பல பகுதிகளுக்கும் சென்று குடியேறினார்கள். இவர்களின் தாய்மொழி மராத்தியாகும். ஹைதரபாத்தில் உள்ள தேசாஸ்த பிராமணர்கள் இன்றும்

புனே, மும்பை போன்ற வட இந்திய நகரங்களில் பெண் கொடுத்து எடுப்பதைக் காணமுடிகிறது.

முல்கிநாடு பிராமணர்

இவர்கள் ஸ்மார்த்த பிராமணர் என்றும், முல்கிநாட்டி பிராமணர் என்றும் அறியப்படுபவர்கள். 'முல்கி' என்பது கடப்பா மாவட்டத்திலுள்ள ஒரு சிறிய வட்டாரத்தின் பெயர். 'நாடு' என்பது ஓர் ஆட்சிப் பரப்பைக் குறிக்கும். முல்கி நாட்டுக்குரிய பிராமணர்கள் இன்று ஆந்திரப்பிரதேசத்திலுள்ள 82 வகையான பிராமணர்களில் ஒருவகையான தனித்துவத்தைப் பேணுகின்றனர். அதனால் இவர்கள் மற்றவர்களிடம் மணவுறவு வைக்காமல் அகமணத்தன்மையுடன் தனிச் சமூகமாக உள்ளார்கள். முல்கிநாட்டுப் பிராமணர்கள் இடைக்காலத்தில் இமயமலைப் பகுதியிலிருந்து புலம் பெயர்ந்து ஆந்திராவிற்கு வந்தவர்களாகும். அவர்களுடைய புறமணப் பிரிவுகள் பலவும் இமயமலைப் பகுதியில் உள்ள ஊர்ப் பெயர்களைக் கொண்டிருக்கின்றன.

வேகநாட்டி பிராமணர்

இவர்கள் வேகநாட்டி பிராமணர் என்றும், வேங்கிநாடு பிராமணர் என்றும் அறியப்படுவார்கள். கிருஷ்ணா, குண்டூர், கிழக்கு கோதாவரி மாவட்டங்களில் பெரிதும் பரவியுள்ளனர். ராவ், சாஸ்திரி எனும் பட்டப் பெயர்களைத் தம் பெயரின் பின்னால் இட்டுக் கொள்வார்கள்.

நிஜாம் ஆட்சிக் காலத்தில் வேகநாட்டி பிராமணர்கள் கோயில்களில் பொருளாளராக நியமிக்கப்பட்டார்கள். 7, 8ஆம் நூற்றாண்டுகளில் சாளுக்கிய, சோழ மன்னர்களோடும் தொடர்புபடுத்திக் காட்டுவார்கள். குலோத்துங்க சோழனோடு தமிழகத்திற்கு வந்து குடியேறினார்கள் என்று தங்கள் இடப் பெயர்ச்சிக் கதையை விவரிப்பார்கள். காஞ்சிபுரம், கும்பகோணம், தஞ்சாவூர் ஆகிய பகுதிகளில் முதலில் குடியேறியுள்ளனர்.

திருமணத்தின்போது ஆந்திர மக்கள் பெருவாரியாகப் பின்பற்றும் 'மேனரிகம்' கடைபிடிக்கிறார்கள். மணப்பெண் கிடைக்காதபோது பாலக்காட்டிலிருந்து விலை கொடுத்து வாங்குகிறார்கள்.

தெலங்கான்ய பிராமணர்

இவர்கள் வைதிகி பிராமணர்களில் ஒரு பிரிவினர்; அகமணச் சமூகமாக வாழ்கின்றனர். வைதிகி பிராமணர்கள்

போல நடை உடை பாவனையையும் பழக்க வழக்கங்களையும் கொண்டுள்ளனர். மற்ற பிராமணர்கள் இவர்களைத் 'தெலங் கான்யுலு' என்றழைக்கின்றனர். தெலங்கானா பகுதியிலிருந்து பிழைப்பு தேடி மற்ற இடங்களுக்குப் பரவியதால் இவர்கள் இவ்வாறு அழைக்கப்படுகின்றனர். கோனசீமா, கடலோர மாவட்டங்களில் பெரிதும் காணப்படுகின்றனர். கன்னியா தானம் முறை இருந்தாலும் மேனரிகத்தைப் பின்பற்றுகின்றனர்.

வைகாசன பிராமணர்

இவர்கள் வைகாசன மகரிஷியின் நெறியில் வைணவக் கடவுள்களை வழிபடுபவர்கள்; குண்டூர் மாவட்டத்தில் சீதா நகரம் கிராமத்தில் வாழ்ந்தவர். இதே மாவட்டத்தில் பேதனா வட்டத்தில் கொங்கேபுடி கிராமத்தில் இருந்து இச்சமூகத்தின் முன்னோர்கள் வைகாசனரைச் சந்தித்துள்ளனர். அவருடைய நெறியில் பற்று ஏற்பட்டு அதுமுதல் வைகாசன மரபினராக மாறி தனியொரு அகமணச் சமூகமாக விளங்கினார்கள். விஷ்ணு கோயில்களில் பூசகர்களாக உள்ளனர். தந்தைக்குப் பின் மகன்களின் விருப்பத்திற்கு ஏற்ப 'அர்ச்சகட்வம்' (வாரிசு நியமித்தல்) ஒப்படைக்கப்படுகிறது.

ஆதியில் திருமணத்தின்போது பெண் வீட்டாருக்கு முலைப்பணம் (பரிசம்) என்கிற வகையில் 'கன்யாசுல்கம்' கொடுத்தனர். இப்போது அம்முறை இடைக்காலத்தில் வழக் கொழிந்துவிட்டதாக இவர்கள் கூறுகின்றனர். கன்யாசுல்க முறையை விடுத்து 'வரகட்டணம்' (வரதட்சிணை) வாங்கும் முறையை ஏற்றுக்கொண்டனர். அனுமனையும் நரசிம்ம மூர்த்தியையும் வீட்டு தெய்வங்களாக வழிபடுகின்றனர்.

வேலநாடு பிராமணர்

வேல் நாடு பிராமணர் என்றும் வேலநாட்டி பிராமணர் என்றும் இவர்கள் அழைக்கப்படுவார்கள். ஸ்மார்த்த பிராமணர் வகையைச் சேர்ந்தவர்கள். ஆந்திராவின் பல மாவட்டங்களிலும் பரவி வாழ்கிறார்கள்.

கி.பி.2ஆம் நூற்றாண்டில் சோழ வம்ச ஆட்சியின்போது இப்பிராமணர்கள் வாழ்ந்த தேசமானது பல்வேறு நாடுகளாக வும் மண்டலங்களாகவும் பிரிக்கப்பட்டிருந்தது. வேலநாட்டில் வாழ்ந்த பிராமணர்கள் காலப்போக்கில் தனித்ததோர் அகமணச் சமூகமாக மாறியதற்கு ஒரு பழங்கதை உள்ளது (கே.எஸ். மூர்த்தி 2003: 1897–99). அக்கதையின்படி, சோழ மன்னரின் ஆட்சியின்போது பிராமணப் பேராசான் ஒருவர் குருகுலம்

நடத்தி வந்தார். அவரிடம் பயிலுவதற்கு ஒரு பிராமண மாணவன் சேர்ந்தான். தன் அறிவுக் கூர்மையால் வேதங்களை மிக நன்றாகக் கற்றுத் தேர்ந்தான்.

அவனுடைய திறமையைக் கண்டு குரு தன்னுடைய மகளை அவனுக்குத் திருமணம் செய்துவைத்தார். பிறகுதான் அப்பையன் விஸ்வ பிராமணன் (கம்சாலி) எனத் தெரியவந்தது. அதிர்ச்சியடைந்த குரு பிராமணர்கள் அனைவரையும் அழைத்துத் திருமணத்தின்போது பெண் கொடுப்பவர்களும் எடுப்பவர்களும் இனிமேல் வேலநாட்டிற்குள்ளேயே செய்யும் படி அறிவுறுத்தினார். அவ்வாறு செய்தால் மட்டுமே கலப்பு ஏற்படாமல் தடுக்க முடியும் என்றும் அறிவுறுத்தினார். அன்று முதல் வேலநாட்டுப் பிராமணர்கள் தனிப்பிரிவாக (சாகலு) வடிவம் பெற்றுப் பின்னர் காலப்போக்கில் தனித்ததோர் அகமணச் சமூகமாக உருவெடுத்தார்கள் (மேலது: 1897).

பிற பிராமணர்கள்

ஆந்திரப்பிரதேசத்தில் வாழும் மிக முக்கியமான பிராமணர்களைப் பற்றிச் சுருக்கமான கருத்துக்களைப் பார்த்தோம். மேலும் பல பிரிவினர்கள் உள்ளார்கள். வைணவ மரபைச் சேர்ந்த ஒடியா பிராமணர்கள் ஆந்திராவில் 'சாகு பிராமணர்கள்' என்றழைக்கப்படுகின்றனர். இவர்கள் மதுரை யில் சௌராஷ்டிர பிராமணர்களைப் போன்று நெசவுத் தொழிலிலும் துணி வணிகத்திலும் ஈடுபட்டுள்ளனர்.

'ஆந்திர வைஷ்ணவர்' எனும் ஒரு வகையான பிராமணர் களும் ஆந்திராவில் உள்ளனர். இராமானுஜர் அருளிச் செய்த விசிஸ்டாத்துவைத நெறியைப் பின்பற்றுபவர்கள் பரவலாக 'ஸ்ரீ வைஷ்ணவர்' என்றழைக்கப்படுகின்றனர். தெலுங்கு ஸ்மார்த்தர்களில் ஒரு பிரிவினர் இராமானுஜரின் நெறியைப் பின்பற்றுவதற்காக மதம் மாறினார்கள். இவர்களே ஸ்ரீ வைஷ்ணவர் என்று அழைக்கப்படுகின்றனர். இவர்கள் தமிழ் பேசும் ஸ்ரீ வைஷ்ணவர்களுடனும் வேறு பிரிவுகளைச் சேர்ந்த வைஷ்ணவர்களுடனும் கலக்காமல் தனித்துவம் பேணி வருகின்றனர்.

கர்நாடக பிராமணர்கள்

ஆந்திரப்பிரதேசத்தில் வாழும் பிராமணர்களை அறிந்து கொண்ட நிலையில் இப்பகுதியில் கர்நாடக பிராமணர்கள் பற்றி மிகச் சுருக்கமாகக் காணலாம். கர்நாடக பிராமணர்கள் பின்வரும் பிரிவினர்களாகக் காணப்படுகின்றனர்.

மாத்வ பிராமணர்

ஸ்ரீ மாத்வாச்சாரியார் முன்வைத்த துவைத நெறியைப் பின்பற்றுபவர்கள். மாத்வாச்சாரியார் உடுப்பி நகருக்கருகில் உள்ள பஜக் ஷேத்திரத்தில் பிறந்தவர். 12ஆம் நூற்றாண்டில் வளர்ந்த இவர் அயித்ரேய உபநிடதம், மகாபாரதம், பாகவத புராணம் ஆகியவற்றை ஆராய்வதில் ஈடுபட்டார். பாகவத புராணமே இவரது துவைத கோட்பாட்டை உருவாக்குவதற்கு அடிப்படையாகும். இது சங்கராச்சாரியர் வகுத்த அத்வைதம் நெறிக்கு முற்றிலும் மாறானது. துவைதமானது கடவுள் வேறு ஆன்மா வேறு என்று நெறிப்படுத்துகிறது. மேற்குக் கடற்கரை வாழ் மக்களிடம் தனது துவைதக் கருத்துகளை மாத்வாச்சாரியார் வெற்றிகரமாகப் பரப்பினார். இவர் தன்னுடைய 79ஆவது வயதில், அதாவது 1276இல் முக்தியடைந்ததாகக் கருதப்படுகிறது.

மாத்வாச்சாரியார் நெறியைப் பின்பற்றி வாழ்பவர்கள் மாத்வ பிராமணர்கள். இவர்களிடம் இரண்டு பிரிவுகள் உண்டு. அவை: வியாசகுட, தேசகுட என்பவையாகும். முதலாம் பிரிவினர் தன்னுடைய குருவாகிய மாத்வரின் நெறிகளை வடமொழியில் போற்றி வருபவர்கள். இரண்டாமவர் நாட்டார் மரபைப் பின்பற்றுபவர்கள். தங்கள் நாட்டுக்குரிய தாசர்களின் மொழியில் பாடல், மந்திரம் அனைத்தையும் கற்பவர்கள். கோயில்களில் அர்ச்சகர்களாகப் பணியாற்றுகிறார்கள்.

மாத்வ பிராமணர்கள் தாங்கள் வணங்கும் தெய்வத்தால் மேலும் பல பிரிவினர்களாகப் பாகுபடுகின்றனர். தேசாஸ்த மாத்வர்கள் 'உத்தராடி மாதா'வை முதன்மைத் தெய்வமாக வழிபடுகின்றனர். இவர்கள் கட்டி, புரோஹித், உபாத்யாய், ஜோஷி எனும் பட்டப் பெயர்களைத் தங்கள் பெயர்களுக் கடுத்து சேர்த்துக்கொள்வார்கள். ஜோஷிகள் ஜோதிடக் கலையில் வல்லவர்கள். மாத்வ பிராமணர்கள் நெற்றியில் 'துவதாஷ நாமம்' இட்டுக் கொள்வார்கள். சிவப்புப் புள்ளிக்கு மேல் கருப்புக்கோடு போடும் இவர்கள் கோபி சந்தனப் பொட்டையும் இட்டுக்கொள்வார்கள்.

ஸ்ரீ வைஷ்ணவ பிராமணர்

விஷ்ணுவையும் பார்வதியையும் வழிபடுபவர்கள். 'விஷ்ணுவை வழிபடுபவன் வைஷ்ணவன் ஆவான்' என்பது முதுமொழி. மாத்வ பிராமணர்களும் இவ்வகைப் பட்டவர்களே. ஸ்ரீ வைஷ்ணவ பிராமணர்கள் பொதுவாக 'ஐயங்கார்' என்றழைக்கப்படுவார்கள். மற்ற பிராமணர்களிடமிருந்து தனித்துவம் காட்டுபவர்கள்.

ஸ்ரீ வைணவம் 8–9ஆம் நூற்றாண்டில் வாழ்ந்த நாதமுனியிடமிருந்து தொடங்குகிறது. இவர் நம்மாழ்வாரின் சீடராவார்; யமுனாச்சார்யா என்றும் அறியப்பட்டவர். இவரே ஸ்ரீ வைணவர்களைப் (அகப்பிரமாண்ய சித்தர்கள்) பற்றி வடமொழியில் முதன்முதலில் எழுதியவர். விசிஸ்டாத் துவைத தத்துவம் பற்றிய மூல நூலாக இவரது நூல்கள் விளங்குகின்றன. கி.பி.1017இல் பிறந்த ராமானுஜர் இம்மரபை விளக்கிக் காட்டியவர். இளம் வயதில் காஞ்சிபுரத்தில் வளர்ந்த ராமானுஜர் யமுனாச்சார்யாவின் முக்திக்குப் பிறகு திருவரங்கத் தில் நின்று தன் பணிகளைச் செய்தார்.

பின்னாளில் ராமானுஜர் சோழ மன்னனின் விருப்பத்தின் படி மைசூர் சென்று கி.பி. 1098இல் பிட்டிதேவன் அரசனை ஸ்ரீ வைணவத்திற்குக் கவர்ந்து அவனுடைய பெயரையும் விஷ்ணுவர்தனா என மாற்றினார். இங்குள்ள மேல்கோட்டா என்னுமிடத்தில் தங்கி ஸ்ரீ நாராயணனை கி.பி. 1100இல் பிரதிஷ்டை செய்து வழிபடத் தொடங்கினார். இங்கிருந்துதான் வேதாந்தசாரம், வேதாந்ததீபம் ஆகியவற்றை இயற்றினார்; பிரம்மசூத்திரங்களுக்கு உரையும் எழுதினார். இவற்றை யெல்லாம் முடித்துக் கொண்டு ராமானுஜர் 1118இல் திருவரங்கம் வந்தடைந்து பின்னர் 1137இல் முக்தி பெற்றார். இவருடைய மரபினரே ஸ்ரீ வைஷ்ணவ பிராமணர்களாக உள்ளனர்.

இன்று கர்நாடகத்தில் உள்ள ஸ்ரீ வைஷ்ணவ பிராமணர் கள் தமிழகத்திலிருந்து குடியமர்ந்தவர்களாவர். இவர்கள் தென்கலை, வடகலை எனும் இருபெரும் பிரிவினர்களாக உள்ளனர்.

ஆறுவெல்லு பிராமணர்

இவர்கள் ஸ்மார்த்த பிராமணர்களில் ஓர் அகமணப் பிரிவினர்; ரிக் வேதத்தைக் கடைப்பிடிப்பவர்கள். இவர்கள் ஆந்திரப்பிரதேசம் பெனுகொண்ட வட்டத்தில் பாலசமுத்திரம் கிராமத்திலிருந்து கர்நாடகத்திற்குப் புலம்பெயர்ந்தவர்கள். ‘ஆறுவெல்லு’ என்பதற்கு ஆறாயிரம் என்பது பொருள். பூர்வீகத்தி லிருந்து 6000 பேர் புலம்பெயர்ந்து கர்நாடகம் வந்தடைந்ததால் ஆறுவெல்லு பிராமணர் எனப் பெயர் பெற்றனர்.

படகநாடு பிராமணர்

இவர்கள் ஸ்மார்த்த பிராமணர். படகநாடு என்பதற்கு வடக்கிலிருந்து வந்தவர்கள் (படகு › வடகு = வடக்கு + நாடு = தேசம்) என்பது பொருளாகும். தங்கள் பெயருக்குப் பின்னால் ராவ், ராய, மூர்த்தி எனப் பட்டப்பெயர்களைச் சூட்டிக்

கொள்வார்கள். இதற்கு முன்னர் கர்நாடக பிராமணர்கள் என்று கூறிக்கொண்ட இவர்கள் இப்போது படகநாடு பிராமணர்கள் என்று அடையாளப்படுத்திக் கொள்கின்றனர். திப்பு சுல்தானுக்குப் பொருளாளர்களாக விளங்கிய திருமலராயா, கிருஷ்ணராயா இருவரும் படகநாடு பிராமணர்கள் ஆவார்கள் (பி.ஆர். விஜயேந்திரா 2003: 1312).

பிருஹச்சரணம் பிராமணர்

ஸ்மார்த்த பிராமணர்கள்; தமிழகத்திலிருந்து புலம்பெயர்ந்து இங்குக் குடியமர்ந்தவர்கள்; ஐயர், சாஸ்திரி, தீட்சிதர் என்றெல்லாம் பட்டப் பெயர் கொண்டவர்கள். நீண்ட கால்களைக் கொண்டவர்கள் என்பதே பிருஹச்சரணம் என்பதன் பொருள் (பிருஹத் = நீண்ட + சரணம் = கால்கள்). திருமணத்தில் (மதுவே) திராவிடர்களின் முறை மக்களை (மாமன்மகள், அத்தைமகள்) மணக்கும் முறையைப் பின்பற்றுகிறார்கள்.

சித்பவன் பிராமணர்

மகாராட்டிர மாநிலம் ரத்னகிரி மாவட்டத்தில் சிப்லுன் நகரத்திலிருந்து இடம்பெயர்ந்து வந்தவர்கள். இறைவன் பரசுராமனால் படைக்கப்பட்டவர்கள் எனக் கூறுகின்றனர். சித்பவன் என்பதற்கு 'தூய மனம்' கொண்டவர்கள் என்பது பொருளாகும்.

தேசாஸ்த ஸ்மார்த்த பிராமணர்

சங்கராச்சாரியார் நெறியைப் பின்பற்றுபவர்கள்; ஸ்மார்த்த பிராமணர்கள். தேசாஸ்த் என்பதற்குச் சமநிலத்தில் வாழ்பவர்கள் என்பது பொருள். இவர்களில் பின்பற்றும் வேதங்களைப் பொறுத்துப் பிரிவுகள் உள்ளன. அவ்வாறே பூசகர்கள் 'சாஸ்திரி' என்றும், பூசகர் தொழில் செய்யாத மற்றவர்கள் 'கிரஹஸ்த' என்றும் அழைக்கப்படுவார்கள்.

தேசாஸ்த ஸ்மார்த்த பிராமணர்களிடம் இரண்டு வகையான பட்டப்பெயர்களைப் பெயருக்குப் பின்னால் போட்டுக் கொள்வார்கள். முதல் வகைப் பட்டப் பெயர்கள் வருமாறு:

1. குல்கர்னி — கிராமத்தின் கணக்குப்பிள்ளை
2. நாடிகர் — பல கிராமங்களில் சொத்துடைய நிலக்கிழார்
3. தேசாய் — ஒரு கிராமத்தில் நிலக்கிழாராக விளங்குபவர்

4. பாட்டில் – கிராமக் கணக்கு அதிகாரி; பஞ்சாயத்து பேசுபவர்
5. தேஷ்பாண்டே – கிராமத்தில் நிலக்கிழார்
6. அக்னிஹோத்திரி – கணப்பை அணைக்காமல் வைத்திருப்பவர்

இன்னொரு வகையான பட்டப்பெயர்கள் பூர்வீக ஊர்களின் பெயர்களைப் பட்டப் பெயராகச் சூட்டிக் கொள் கின்றனர்.

ஹவ்யக் பிராமணர்

கடம்ப வமிசத்து மன்னனாகிய மயூரவர்மன் காலத்தில் கர்நாடகத்திற்கு வந்தவர்கள். ஹவ்யக் பிராமணர்களின் பூர்வீகம் பற்றி இரண்டு கருத்துகள் உள்ளன. வடஇந்தியாவி லுள்ள அஹிசேத்திராவிலிருந்து வந்தவர்கள் என்பது ஒரு கருத்து. தெலுங்கானாவிலுள்ள அஹிசேத்திராவிலிருந்து வந்தவர்கள் என்பது மற்றொரு கருத்து. ஹவ்ய காவ்யம் எனும் சடங்கைச் செய்தவர்கள் என்பதால் ஹவ்யக் பிராமணர் எனப் பெயர் பெற்றனர் என்பர். இறைவன் பரசுராமன் மேற்குக் கடற்கரையை ஏழு பிரிவுகளாகப் பிரித்தாராம். அதிலொன்று ஹவ்யக். இப்பகுதியில் வந்து குடியேறிய பிராமணர் கள் ஹவ்யக் பிராமணர்கள் எனப் பெயர் பெற்றார்கள் என்ற ஒரு புராணம் சார்ந்த வழக்குமுண்டு. இவர்கள் 'ஹவ்யக்' எனக்கூடிய கன்னடத்தின் ஒரு கிளைமொழியைப் பேசுகின்றனர். யக்ஷகானத்தில் வல்லவர்களாக உள்ளனர்.

பிரதமசாகை பிராமணர்

பிரதமசாகை பிராமணர்கள் 'சுக்லயஜுர் வேத சாகை' என்றும் அழைக்கப்படுவார்கள். இப்பிராமணர்களின் கருத்துப் படி யஜுர் வேதமானது 100 சாகைகளைக் (பிரிவுகள்) கொண்டுள்ளது. அவற்றில் முதல் 16 சாகைகள் சுக்லயஜுர் வேத சாகை என்று பெயர். இவற்றில் இப்போது இரண்டு சாகைகளே உள்ளன. ஒன்று, கன்வ சாகை; மற்றொன்று, மத்யான அல்லது மத்தியாந்தின சாகை ஆகும்.

தென்னிந்திய பிராமணர்கள் கன்வ சாகையைப் பின்பற்று கிறார்கள். மாறாக, வடஇந்தியப் பிராமணர்கள் மத்தியான சாகையைப் பின்பற்றுகிறார்கள். வெள்ளை யஜுர் வேதம் எனக்கூடிய முதல் 15 சாகைகளைப் பின்பற்றும் யஜுர் வேதிகள் 'பிரதம சாகை' என்றழைக்கப்பட்டனர். கடவுளர் பிரம்மாவுக்கும் தேவி சரஸ்வதிக்கும் இவர்களே பிரதம சிஸ்யர் களாகக் கருதப்படுகின்றனர்.

சரஸ்வத் பிராமண்

இவர்களில் இரண்டு பிரிவினர்கள் உள்ளனர். ஒரு பிரிவினர் 'சரஸ்வத்' எனப்படுவார்கள். மற்றொரு பிரிவினர் 'கௌட் சரஸ்வத்' எனப்படுவார்கள். இவர்களைச் சுற்றியுள்ள மற்ற சாதியார் இவர்களை 'கொங்கணி மக்கள்' என்றே அழைப்பார்கள். சரஸ்வத் பிராமணர்கள் தக்ஷின கன்னட, உத்திர கன்னட மாவட்டங்களில் பெரிதும் காணப்படுகின்றனர். கோவாவிலும் கேரளத்திலும்கூட வாழ்கின்றனர். 16ஆம் நூற்றாண்டில் போர்ச்சுகீசியர்கள் கிறித்துவத்தைத் தழுவ வேண்டும் என்று கட்டாயப்படுத்தியபோது இவர்கள் கர்நாடகா வில் கடலோர மாவட்டங்களுக்கும் கேரளத்திற்கும் ஓடிப் போய் தப்பித்தார்கள். இவர்கள் வீட்டில் பேசும் மொழி கொங்கணியின் ஒரு வகையான கிளைமொழியாகும்.

சாத்தானி

இவர்கள் அடிப்படையில் கோயில் பணியாளர்கள். சித்ரதுர்கா, ஷிமோகா, ஹாசன், தார்வாடு ஆகிய மாவட்டங் களில் அதிகமுள்ளனர். சாத்தானியரில் 'சாத்விக் வைணவர்', 'சாத்தாத ஸ்ரீ வைணவர்' எனும் இரண்டு பிரிவுகளுண்டு. சாத்தாத ஸ்ரீ வைணவர் எனும் பெயரே சாத்தானி என வழங்கப் பெறலாயிற்று. ராமானுஜர் வைணவத்தைப் பரப்பிய காலத்தில் கோயில் பணிகளைச் செய்வதற்காக சூத்திர சாதிகளி லிருந்து பலரையும் ஈர்த்தார். இவர்கள் அர்ச்சகர்களுக்கு உதவியாக மாலைகட்டுதல், கோயிலைச் சுத்தம் செய்தல் போன்ற பணிகளில் ஈடுபடுத்தப்பட்டனர். இவர்கள் கன்னடத்தைத் தாய் மொழியாகக் கொண்டிருந்தாலும் தமிழும் தெலுங்கும் அறிந்துள்ளனர். தமிழ்ப் பண்பாட்டைப் பெரிதும் வயப்படுத்தியுள்ளனர் (*POI, Karnataka,* பக்.1281).

ஹொய்சால கர்நாடகப் பிராமணர்

ஸ்மார்த்த பிராமணர்களில் ஒரு வகையினர். ஹொய்சால நாட்டில் வாழ்ந்து வந்ததால் இப்பெயர் பெற்றனர். ஹாசன், சிக்மகலூர், மைசூர், மாண்டியா ஆகிய நான்கு மாவட்டங் களைக் கொண்ட தென்கன்னடம் ஹொய்சால நாடாக இருந்தது. ஹொய்சால பிராமணர்கள் 'ஜோயி', 'பட்' எனும் பெயர்களில் பெரிதும் அறியப்படுவார்கள்.

கோட்ட பிராமணர்

கடம்ப வமிசத்து மன்னனாகிய மயூரவர்மனின் பெயரன் லோகாதித்யா காலத்தில் அஹிசேத்ராவிலிருந்து வரவழைக்கப்

பட்டவர்களே கோட்ட பிராமணர்கள். தென் கன்னடத்தில் குண்டப்பூர் வட்டத்தில் கோட்டமகானியில் குடியமர்ந்தவர்களே கோட்ட பிராமணர்களாக அறியப்பட்டார்கள். இதில் 14 கிராமங்கள் உள்ளன. இவையனைத்தும் சேர்ந்தே கோட்ட கிராமம் எனப்படுகிறது. இதனைக் 'கூட்ட மகா ஜகட்டு' என்பார்கள். கந்தபுராணத்தில் உள்ள சாயத்ரி கந்தாவில் இம்மக்களின் தோற்றமும் இடப்பெயர்வும் பற்றி விவரிக்கப் பட்டுள்ளதாக இவர்கள் கூறுகின்றனர்.

மூகுர் பிராமணர்

இவர்கள் 'ஹளிநாடு பிராமணர்' என்றும் அழைக்கப் படுகின்றனர். ஹளிநாடு என்பதற்குப் 'பழைய நாடு' என்பது பொருளாகும். இப்பெயரைக் கொண்டே கர்நாடகாவில் தென்பகுதியில் வாழும் ஹொய்சால பிராமணர்களிடமிருந்து தங்களை வேறுபடுத்திக் கொள்கின்றனர். முற்காலத்தில் மூகுர் பிராமணர்களைத் தாழ்த்திப் பேசுவதற்கு அவர்களை 'மரக்கா' என்பார்கள். இவர்களின் முன்னோர்கள் விஜயநகரப் பேரரசுவிலிருந்து வந்தவர்கள் என்று பெருமையுடன் கூறிக்கொள்வார்கள்.

நந்தவாரிக பிராமணர்

இவர்கள் நியோகி பிரிவைச் சேர்ந்தவர்கள்; தெலுங்கு பேசும் ஸ்மார்த்த பிராமணர்களில் ஒரு வகையினர்; ஆதி சங்கராச்சாரியார் முன்வைத்த அத்வைத நெறியைப் பின்பற்றுபவர்கள்.

நந்தவாரிக பிராமணர்கள் 'நந்தவைதிகி' என்றும் அழைக்கப்படுவார்கள். ஆந்திராவின் நந்தன சக்ரவர்த்தி என்பவர் ஒருமுறை பனாரஸ் பட்டினத்தில் எதிரியிடம் சிக்குண்டபோது பனாரஸ் பிராமணர்கள் தங்களின் யோக வலிமையால் அம்மன்னனைக் காப்பாற்றி அவனை ஆந்திரத்திற்கு அழைத்து வந்தார்கள். இங்கு வந்த பிராமணர்களை அம்மன்னன் கர்நூல் மாவட்டத்தில் நந்தியால் வட்டத்திலுள்ள நந்தவார அக்கிரகாரத்தில் குடியமர்த்தியதால் இவர்கள் நந்தவாரிக பிராமணர்கள் எனப் பெயர் பெற்றார்கள்.

சங்கேதி பிராமணர்

கர்நாடகத்திலுள்ள பிராமணர்களில் ஓர் அகமணப் பிரிவினர். மைசூர், ஹாசன் மாவட்டங்களில் அதிகம் காணப் படுகின்றனர். இவர்கள் மதுரையிலிருந்து புலம்பெயர்ந்து இங்குக் குடியமர்ந்தார்கள். இவர்களின் இனத்தெய்வமாகிய நாச்சியாரம்மா ஒரு நாள் கனவில் தோன்றி அவர்கள்

அனைவரையும் உடனடியாகக் கிளம்பி வேறு தேசத்திற்கு ஓடிவிடுமாறு ஆணையிட்டாளாம். அவ்வாறு கிளம்பி வந்தவர்கள் ஹாசனில் கௌசிகா என்னுமிடத்தில், மைசூர் மாவட்டத்தில் பெட்டதபுரா என்னுமிடத்தில் தொடக்கத்தில் குடியேறினார்கள். தோட்டக்கால் பயிர் செய்பவர்களாகவும் விவசாயிகளாகவும் தொழிலைச் செய்ய முனைந்தார்கள்.

சங்கேதி பிராமணர்களின் வீட்டுமொழி (தாய்மொழி) தமிழாகும். கர்நாடகத்தில் பல நூற்றாண்டுகளாக வாழ்ந்து வருவதால் இவர்களுடைய மொழி ஒரு தனித்துவ மாற்றங்களுடன் 'சங்கேதி' என்று அழைக்கப்படுகின்றது. மற்றவர்களுடன் கன்னடம் பேசுகின்றனர்.

சிவாலி பிராமணர்

அஹிசேத்ராவிலிருந்து தென் கன்னடப் பகுதிக்கு வந்து குடியமர்ந்தவர்கள் இவர்கள். துளு நாட்டில் உடுப்பி நகரில் உள்ள ஸ்ரீ அனந்தேஸ்வரர் கோயிலைச் சுற்றிய பகுதிகளில் இவர்கள் முதலில் குடியேறினார்கள். வெள்ளிப் பீடம் எனப்படுகின்ற 'சிவ பெல்லி' பீடத்தில் வாழத் தொடங்கியதால் இவர்களின் பெயர் மெல்ல மெல்ல மருவி சிவாலி பிராமணர் என்றானது.

இவர்களில் இரண்டு பிரிவினர் உண்டு. 13ஆம் நூற்றாண்டில் மாத்வாச்சாரியாரின் போதனைகளை ஏற்றுக்கொண்டு மாறியவர்கள் 'சிவாலி மாத்வர்' எனும் பெயர் பெற்றனர். குறைந்த எண்ணிக்கையில் இருந்த மற்றவர்கள் தாங்கள் ஆதியிலிருந்து பின்பற்றி வந்த ஸ்மார்த்த மரபினை விடாமல் பின்பற்றி வந்தார்கள். இவர்கள் 'சிவாலி பிராமணர்' என்று அறியப்பட்டார்கள். இவர்களின் தோற்றம், பரவல் குறித்து ஸ்கந்த புராணத்தில் சாயாத்ரி காண்டத்தில் விளக்கப்பட்டுள்ளதாகக் கூறுகிறார்கள்.

ஸ்ரீநாடு பிராமணர்

ஸ்மார்த்த பிராமணர்களில் ஒரு அகமணப் பிரிவினர்; ஆதியில் ஆந்திராவிலிருந்து குடிபெயர்ந்து இங்கு வந்தவர்கள்; வித்வான்கள், புரோகிதர், பண்டிதர் என்றெல்லாம் மற்றவர்களால் அறியப்படுபவர்கள். கோவில்களில் பூசகர்களாகப் பணியாற்றி வருபவர்கள்.

ஸ்தானிக பிராமணர்

ஸ்தானிக எனும் சொல்லுக்கு அரசு நிர்வாகத்தில் பணிபுரியும் ஓர் 'அதிகாரி' என்பதாகும். இது பின்னாளில் கோயில்

(ஸ்தான) நிர்வாகத்தைக் கவனிக்கும் அறங்காவல் பதவியாக மாறிவிட்டது. மன்னர்கள் காலத்தில் கோயில் நிர்வாகத்தைக் கவனிக்கும் பொருட்டு இவர்கள் நியமிக்கப்பட்டார்கள். இதற்காக நிலமானியங்கள் வழங்கப்பெற்றன. பின்னாளில் ஸ்தானிக பிராமணர்கள் உரிமைகள் பலவற்றையும் இழந்து கோயில் பணியாளர்களாகச் சுருங்கிவிட்டார்கள். சிவாலி, கோட்ட பிராமணர்கள் ஒரு காலத்தில் இவர்களைப் பிராமணர் என அங்கீகரிக்கவில்லை; பின்னர் நிலைமை மாறியது.

வடம பிராமணர்

ஸ்மார்த்த பிராமணர்களில் கோயில் அர்ச்சகர்களாகப் பணியாற்றும் முக்கிய சமூகமாக விளங்குபவர்கள். 'வடம்' என்பது வடக்கைக் குறிக்கும். வட பகுதியிலிருந்து வந்தவர்கள் என்பது பொருள். ஆனால் வடம பிராமணர்கள் ஆதியில் காஞ்சிபுரத்திலிருந்து மும்முடி கிருஷ்ணராஜ உடையார் என்பவரால் மைசூருக்கு அழைத்துவரப்பட்டவர்கள். இங்குள்ள சிவன் கோயில்களிலும் சக்தி கோயில்களிலும் பூசகர்களாக நியமனம் பெற்றனர். ஒரு காலத்தில் வடபுலத்திலிருந்து தமிழகத் திற்கும், பின்னர் தமிழகத்திலிருந்து மைசூருக்கும் இடம்பெயர்ந் தவர்களாக இவர்கள் உள்ளனர். இவர்களின் தாய்மொழி தமிழாகும்; வெளியில் கன்னடம் பேசுகின்றனர்.

வேலநாடு பிராமணர்

தெலுங்கு பேசும் ஸ்மார்த்த பிராமணர்கள்; சங்கராச் சாரியார் போதித்த அத்வைத நெறியைப் பின்பற்றுபவர்கள்; ஆந்திராவில் குண்டூர், பிரகாசம் மாவட்டங்களின் கிழக்குப் பகுதியாக விளங்கிய வேல நாட்டிலிருந்து குடிபெயர்ந்து இங்கு வந்தவர்கள்; சாஸ்திரி, ராவ், சோமயாஜி, பட் எனும் பட்டப் பெயர்களைத் தம் பெயர்களுக்குப் பின்னால் இட்டுக் கொள்பவர்கள் (மேலும் காண்க: ஆந்திரப்பிரதேசத்தில் பிராமணர்கள் எனும் பகுதியில் இடம்பெறும் வேலநாடு பிராமணர்).

வைஸ்ய பிராமணர்

கொங்கணி வைஸ்யா என்றும் இவர்கள் அழைக்கப்படு கிறார்கள். பின்னாளில் 'வைஸ்ய பிராமணர்' என்று பெயர் மாற்றம் செய்து கொண்டார்கள். இவர்கள் அனைவரும் கோவாவிலிருந்து புலம்பெயர்ந்து வந்தவர்கள். ஏறக்குறைய 400 ஆண்டுகளுக்கு முன்னர் போர்ச்சுகீசியர் கிறித்தவத்திற்கு மதம் மாற வேண்டும் என்று கட்டாயப்படுத்திய கால

கட்டத்தில் அவர்களிடமிருந்து தப்பிவிட வேண்டுமெனப் புலம் பெயர்ந்து கர்நாடகம் வந்தார்கள். கர்நாடகத்தின் கடலோர மாவட்டமான தட்சிண கன்னட மாவட்டத்தில் பெரும்பான்மையோர் வாழ்கின்றனர். வீட்டில் கொங்கணமும் வெளியில் துளு, கன்னடமும் பேசுகின்றனர்.

இவர்கள் பெரிதும் சைவ உணவை உண்டாலும் மீன் சாப்பிடுகின்றனர்; சமையலில் தேங்காய் எண்ணெய் பயன் படுத்துகின்றனர். திராவிடச் சமூகத்தாரைப் போன்று மாமன் மகள், அத்தை மகள், அக்கா மகள் ஆகிய முறைமக்களை விரும்பி மணக்கின்றனர். மனைவி இறந்து போனால் அவளின் தங்கையை மணந்துகொள்ளும் 'மதனி மணம்' வழக்கில் உள்ளது. விவாகரத்து அனுமதிக்கப்படுவதில்லை; கைம்பெண் மறுமணம் இல்லை; மனைவியை இழந்தவன் மறுமணம் செய்யலாம். இவர்களின் இனத்தெய்வம் திருப்பதியிலுள்ள வெங்கட்டரமணா ஆகும்.

தெய்வாக்னிய பிராமணர்

விஸ்வ பிராமணர், சோனரரு என்றும் அழைக்கப்படு கின்றனர். இவர்களின் இனவரலாற்றுக் கதையின்படி இவர்கள் மேற்கு வங்கத்தைச் சேர்ந்தவர்கள். 12ஆம் நூற்றாண்டில் மாத்வாச்சாரியார் இவர்களை வைணவ நெறிக்குள் கொண்டு வந்தார். இங்கு வந்த பின்னர் மகாராட்டிரம், கோவா முதலிய பகுதிகளுக்கு இடம்பெயர்ந்தவர்களும் உண்டு. போர்ச்சுக்கீசியர் கள் கிறித்தவத்தைத் தழுவவேண்டும் என வற்புறுத்தியபோது கார்வார் போன்ற பகுதிகளுக்குத் தப்பியோடினார்கள்.

தமிழகத்தில் பிராமணர்கள்

தமிழகத்தில் பிராமணர்கள் ஸ்மார்த்தர்கள் என்றும், வைணவர்கள் என்றும் இரண்டு பெரும் பிரிவினர்களாக உள்ளனர். அவ்விரு பிரிவினர்களில் மேலும் பல அகமணப் பிரிவினர் உள்ளனர். அப்பிரிவினர்கள் வருமாறு:

I. ஸ்மார்த்தர்கள்

1. வடமர்
2. கேசிகள்
3. பிரகசரணம்
4. வாத்திமர் (அ) மத்திமா
5. அஷ்டசகஸ்ரம்
6. தீட்சிதர்
7. சோழியர்
8. முக்காணி
9. காணியாளர்
10. சங்கேதி
11. பிரதமசாகை
12. குருக்கள்

II. வைணவர்கள்

அ. வடகலைப் பிரிவினர்	ஆ. தென்கலைப் பிரிவினர்
1. ஸ்ரீ வைணவர்	1. ஸ்ரீ வைணவர்
2. வைகானசர்	2. வைகானசர்
3. பஞ்சராத்ரர்	3. பஞ்சராத்ரர்
4. ஹெப்பர்	4. ஹெப்பர்
	5. மண்டயர்

வடமர்

இவர்கள் மற்ற பிரிவினர்களைக் காட்டிலும் உயர்ந்தவர்கள் என்று கூறிக்கொள்கின்றனர். வடமர்களில் சிவனையும் திருமாலையும் வழிபடும் வழக்குண்டு. 'வடமம் முற்றி வைஷ்ணவம்' எனும் வழக்குக்கேற்ப வடமர்கள் பக்குவப்படும் போது வைணவர்களாக மாறுகின்றனர். வைணவ குடும்பங்களில் சாவு நிகழும்போது ஸ்மார்த்த வடமர்கள் தீட்டுக்குள்ளாவதாகக் கருதுகின்றனர். வடமர்களில் ஐந்து உட்பிரிவினர்கள் உள்ளனர்: அவர்கள் வருமாறு:

1. சோழ தேசத்தார் 2. வடதேசத்தார் 3. சவயார் அல்லது சபையார் 4. இஞ்சி 5. தும்ம குண்ட திராவிடர்.

கேசிகள்

இவர்கள் இரணிய கேசிகள் என்றும் அழைக்கப்படுகின்றனர். அதற்குக் காரணம் இரணிய கேசிகள் உருவாக்கிய சூத்திரங்களைப் பின்பற்றுபவர்கள் என்பதனாலாகும். பழமையில் பற்றும் சமய நெறியில் ஆழ்ந்த ஈடுபாடும் கொண்டவர்கள். இவர்கள் சத்தியசாடா என்ற ஒரு ஆதி சூத்திரர் வழி வருபவர்கள் என்ற ஒரு கருத்தும் உண்டு (தர்ஸ்டன் 1986, தொகுதி 1: 427).

பிரகசரணம்

பிரகசரணத்தார் வடமர்களைவிட மிகுந்த சைவ ஈடுபாடு கொண்டவர்கள். அனைவரும் சிவநெறியின் அடையாளமாக திருநீற்றினை நெற்றியில் முப்பட்டையாகப் பூசிக்கொள்கின்றனர். சத்தியமங்கலம் பிரகசரணம் பிரிவினர் மட்டும் வைணவச் சின்னமாகிய நாமத்தை இட்டுக் கொள்கின்றனர். இவர்களிடம் பின்வரும் பிரிவுகள் உள்ளன.

1. கண்டர மாணிக்கம்   2. மிளகனூர்
3. மாங்குடி   4. பழமனேரி/பலவனேரி
5. முசநாடு   6. கொல்லத்தூர்
7. மருதஞ்சேரி   8. சத்தியமங்கலம்
9. புதூர் திராவிடர்

வாத்திமர்

மத்திமர் என்றும் கூறப்படுவர். தஞ்சை மாவட்டத்தில் பெரிதும் காணப்பட்டார்கள். '18 ஊர் வாத்திமர்' எனும் வழக்கிற்கேற்ப தஞ்சை மாவட்டத்தில் 18 ஊர்களில் பூர்வீகமாக வாழ்ந்து வந்தார்கள். இவர்களிடம் நான்கு பிரிவுகள் உள்ளன. 1. பதினெட்டு கிராமத்தார் 2. உடையாளூர் 3. நன்னிலம் 4. இராதாமங்கலம்.

தீட்சிதர்

'தில்லை மூவாயிரர்' என்றும் அழைக்கப்படுவார்கள். காசியிலிருந்து மூவாயிரம் பேர் புறப்பட்டு சிதம்பரம் வந்தடைந்த போது ஒருவர் குறைந்துவிட்டதாகவும், அவரைத் தேடி அலைந்த போது தொலைந்தவர் நான்தான் என்று சிவபெருமான் கூறி அவர்களை அமைதிப்படுத்தியதாகவும் இவர்களிடம் இன வரலாறு உண்டு.

தீட்சிதர்கள் சிவனிடமிருந்து தோன்றியவர்கள் எனக் கருதுவதால் சங்கராச்சாரியாரை குருவாக ஏற்றுக் கொள்வதில்லை. சங்கராச்சாரியார் சிதம்பரம் கோயிலுக்கு வரும்போது அவரே தட்டிலிருந்து விபூதி எடுக்க அனுமதிப்பதில்லை. தீட்சிதர்கள் யசுர் வேதிகளாகவும் சிலர் ரிக் வேதிகளாகவும் இருக்கின்றனர்.

சோழியர்

கோயில் பணியில் ஈடுபடுபவர்கள். பிரதமசாகைகள் எனக்கூடிய அர்ச்சகர்கள். சமைக்கும் தொழிலையும் பிற தாழ்ந்த பணிகளையும் செய்பவர்கள் 'ஆரிய நம்பி' எனப்படு கின்றனர். கோவிலில் உற்சவரை அலங்கரிக்கும் உரிமைபெற்றவர் கள் 'தெருனப்புத்தன்' எனப்படுவார்கள். இவர்கள் 'பண்டிட்' என்றும் அழைக்கப்படுவார்கள். பாரம்பரிய முறைப்படி சோழிய பிராமணர்கள் முன்குடுமி வைக்க வேண்டும். ஆனால் மற்ற பிராமணர்கள் போன்று பின்குடுமி வைப்பவர்களும் உண்டு.

திராவிட மானிடவியல்

சோழியர்கள் ஆறு பிரிவினர்களாகப் பாகுபடுகின்றனர்.

1. திருக்கட்டியூர்
2. மாடலூர்
3. விசலூர்
4. புத்தாலூர்
5. செங்கணூர்
6. ஆவுடையார் கோவில்

முக்காணி

முக்காணி பிராமணர்கள் கொச்சி, திருவிதாங்கூர் பகுதிகளைச் சேர்ந்த ஸ்மார்த்த பிராமணர்கள் ஆவார்கள்.

காணியாளர்

ஸ்மார்த்தர் பிராமணர்களில் ஒரு தனி வகையினர். பிறப்பால் ஸ்மார்த்தர்களாக இருந்தாலும் வைணவ பிராமணர்களைப் போல நெற்றியில் நாமம் இட்டுக் கொண்டு திருவரங்கத்தின் பெரிய கோயிலில் சமையல்காரர்களாகவும் குற்றேவல் செய்பவர்களாகவும் பணிபுரிகின்றனர்.

சங்கேதி

இன்று மைசூர் உள்ளிட்ட சுற்றுவட்டார மாவட்டங்களில் உள்ளவர்கள். தமிழ்நாட்டிலிருந்து குடியேறியவர்கள். ஏறக்குறைய 700 ஆண்டுகளுக்கு முன்னர் காஞ்சிபுரத்திலிருந்து அரசியல் கொந்தளிப்பால் 1000 குடும்பத்தார் மைசூர் நோக்கி குடிபெயர்ந்தனர். இருபெரும் குழுவினராக மைசூர் நோக்கிச் சென்றபோது கொள்ளைக்காரர்களின் தாக்குதலுக்குள்ளாகி ஹசனுக்கு அருகில் கௌசிக எனும் ஊரில் குடியமர்ந்தனர். அது முதல் அவர்கள் 'கௌசிக சங்கேதி' எனப்பட்டனர். இன்னொரு குழுவினர் ஹன்சூர் வட்டத்தில் பெட்டதபுரத்தில் தங்கினர். இவர்கள் 'பெட்டதபுர சங்கேதி' எனப்பட்டனர். 18ஆம் நூற்றாண்டின் இறுதியில் குடகு கலவரத்தின்போது சங்கேதி இளம் பெண்கள் பலரை குடகர்கள் கடத்திச் சென்று விட்டனர். அவர்களில் பலர் மீட்கப்பட்டனர். அவர்கள் மேற்கத்திய சங்கேதி அல்லது ஹரியங்கலர் என்று அழைக்கப்படுகின்றனர். இன்னொரு குழுவினர் பட்டணகரெ சங்கேதி எனப்படுகின்றனர். கர்நாடகத்தில் கன்னடம் கலந்த தமிழ் பேசும் பிராமணர்களாக உள்ளனர். இவர்களின் மொழி 'சங்கேதி' எனப்படுகிறது.

பிரதமசாகை

யஜுர் வேதத்தில் முதல் 15 சாகைகள் வெள்ளை யஜுர் எனப்படும். இவை முதன்மையானவை என்பதால் இதனைப் பின்பற்றுபவர்கள் 'பிரதமசாகையர்' எனப்படுகின்றனர்.

குருக்கள்

கோயில் அர்ச்சகர்களாகப் பணிபுரிபவர்கள். இவர்களை மற்ற பிராமணர்கள் தாழ்வானவர்கள் எனக் கருதுகின்றனர். குருக்கள் அனைவரும் போதாயன சூத்திரத்தைப் பின்பற்று கிறார்கள். கோயில் பிரசாதங்கள் மீது தண்ணீர் மட்டுமே தெளிக்கலாம். அதனைத் தொடக் கூடாது. மற்ற பிராமணர் களின் குடியிருப்பில் வாழவும் கூடாது. அக்கிரகாரங்களில் இவர்களின் வீடுகள் இருப்பதில்லை. மற்ற பிராமணர்களின் வீடுகளிலிருந்து சற்று தள்ளி குருக்களின் வீடுகள் இருக்கும். பண்டைய காலத்தில் பின்பற்றப்பட்ட இவ்விதி இப்போ தில்லை. குருக்களில் பின்வரும் மூன்று பிரிவினர்கள் உள்ளனர்.

1. திருவாலங்காடு – உடலில் 16 இடங்களில் விபூதி பூசிக்கொள்வார்கள்.
2. காஞ்சிவரம் – உடலில் 8 இடங்களில் விபூதி பூசிக்கொள்வார்கள்
3. திருக்கழுக்குன்றம் – உடலில் 8 இடங்களில் விபூதி பூசிக்கொள்வார்கள்.

ஸ்மார்த்தர்களுக்கு அடுத்து வைணவ பிராமணர்கள் முக்கியமானவர்கள். இவர்கள் பற்றி அடுத்தடுத்த பக்கங்களில் சுருக்கமான சில குறிப்புகள் இடம்பெறுகின்றன.

பிராமணர்களின் அகவய, புறவய அசைவியக்கங்கள்

தென்னிந்தியாவில் ‘பிராமணர்கள்’ என்ற ஒரு பொது அடையாளம் அச்சமூகத்தின் பரந்துபட்ட ஒரு வரலாற்று அடையாளமாகும். உண்மையில் பிராமணர் சமூகமானது அது ஏற்றுக்கொண்ட சமயக் கோட்பாட்டிற்கேற்ப ஸ்மார்த்தர், வைணவர் என்ற மிகப்பெரிய இரண்டு பிரிவு களைக் கொண்டிருக்கிறது. அதற்குள் ஏற்பட்டுள்ள அகமணத் தன்மை சார்ந்த கிளைச்சாதிகள் உருவாக்கம் என்பது சமயக் கோட்பாட்டை அடிப்படையாகக் கொண்டதன்று. கர்நாடகத்தி லும் சரி, ஆந்திரப்பிரதேசம், தமிழகம் ஆகிய இரண்டு பகுதி களிலும் சரி அகமணப் பண்புடைய எண்ணற்ற கிளைச்சாதி உருவாக்கத்திற்குப் புலப்பெயர்வும் அதனையொட்டிய தனித்துவமும் காரணமாகியிருப்பதைக் காணமுடிகிறது.

வெள்ளை யஜுர் வேதத்தைப் பின்பற்றுவோர், கருப்பு யஜுர் வேதத்தைப் பின்பற்றுவோர் எனும் வகையிலும் உட்சாதிகள் உருவாகியுள்ளன. பின்பற்றும் ஆசாரங்களை யொட்டியும் உட்சாதிகள் பெருகியுள்ளன. இடப்பெயர்வும்

மன்னர்களின் ஆதரவும் ஏற்றுக்கொண்ட தொழிலும் உட்சாதி களின் பெருக்கத்திற்குக் காரணமாகியுள்ளன. ஆந்திரப்பிரதேசத் தில் ஏறக்குறைய 80 பிரிவுகள் இருப்பதைக் காணமுடிகிறது (சிங் 2003). குஜராத் மாநிலத்தில் பரோடாவில் உள்ள எம்.எஸ். பல்கலைக்கழகத்தில் சேருவதற்குக் கிளம்பியபோது அங்கு பிராமணர்களில் எத்தனை சமூகத்தார் இருப்பார்கள் என்று தெரியாமல் கிளம்பியிருக்கிறார் முதுபெரும் பேராசிரியர் எம்.என். சீனுவாஸ். அங்கு சென்ற பிறகு 80க்கும் மேற்பட்ட பிராமணச் சமூகங்கள் இருப்பதை ஆச்சரியத்துடன் அறிந்து கொண்டேன் என எழுதுகிறார் அவர். இவர்தான் சமஸ்கிருத வயமாதல் எனும் கோட்பாட்டை முன்வைத்தவர்.

பிராமணர்களிடம் காணப்படும் உட்சாதி வேறுபாடுகள் இந்தியத் துணைக் கண்டத்தில் ஏற்பட்ட நீண்ட நெடிய சமூக உருவாக்கத்தின் விளைவாகும். தமிழ் சமூக உருவாக்கத் திலும் கூட இத்தகையதொரு போக்கினைக் காணவியலும். 'துடியன், பாணன், பறையன், கடம்பன் என்று இந்நான்கல்லது குடியுமில்லை' (புறம். 335) எனும் பாடல் மூலம் அக்காலச் சமூக உட்பிரிவுகளைக் காண்கிறோம். இன்று தமிழ்ச் சமூகம் 209 அகமணச் சமூகமாகப் பெருகியிருக்கிறது. 50 மடங்கு விரிவடைந்திருக்கிறது (விரிவுக்குக் காண்க: பக்தவத்சல பாரதி 2013 ஆ). தமிழ்ச் சாதிகளிலேயே இன்று வேளாளர்களிடம் தான் உட்சாதிப் பிரிவுகள் மிகுதியாக உள்ளன. வேளாளர் களைக் காட்டிலும் பிராமணர்களின் கிளைச்சாதிகள் அதிகமாகும் (சிங் 1997).

தமிழகத்தில் பிராமணம்

வரலாற்றுக் காலத்துக்கு முன்பிருந்தே பிராமணர்கள் பரவலான இடப்பெயர்வாலும், குடிப்பெயர்வாலும், சிறிய பெரிய புலப்பெயர்வுகளாலும் தேசத்தின் புதிய புதிய பகுதி களுக்குப் பரவத் தலைப்பட்டனர்.

பஞ்ச திராவிடர்களாகவும், பஞ்ச கௌடர்களாகவும், சைதன்யர் வழிப்பட்ட பரமார்த்திகள் எனக் கூடிய வகையில் ஸ்மார்த்தர்கள், வைணவர்கள் (வடகலை, தென்கலை) என எண்ணற்ற பிரிவுகளாகப் பல்வேறு திசைகளில் பரவத் தொடங்கினர். இந்த நீண்ட நெடும் பரவலாக்கத்தில் கிளை களாகவும், பிரிவுகளாகவும் (குலங்களாகவும் குடிகளாகவும்) பரவி தேசமெங்கும் நீக்கமற பரவிவிட்டனர். ஸ்மார்த்தர் பிரிவில் 12 பெரும் பிரிவினர்கள் உள்ளனர்.

வைணவர்கள் அடுத்த பிரிவினர். இவர்களில் வடகலை யில் 4 பிரிவினரும் தென்கலையில் 5 பிரிவினரும் உள்ளனர்.

ஆக தமிழ்ப் பிராமணர்கள் அல்லது திராவிடர் எனக்கூடிய பிரிவில் மட்டும் 21 பிரிவினர்கள் உள்ளனர். இதன் பின்னர் வட்டாரப் பிரிவுகளும் தோன்றிவிட்டன. குருக்கள், சவுண்டி பிராமணர்கள் போன்ற தாழ்ந்த பிரிவினர்களும் இவர்களிடம் தோன்றிவிட்டனர் (தர்ஸ்டன், தொகுதி 1: 426).

தமிழகத்தில் 'ஐயங்கார்' எனும் பிரிவு முக்கியமானது. ஸ்ரீ வைஷ்ணவர்கள் 'சாத்தின முதலிகள்,' 'சாத்தாத முதலிகள்' என்ற இரண்டு பிரிவினர்கள் உண்டாயினர். அவர்களில் சாத்தின முதலிகளே இக்காலத்தில் ஐயங்கார் எனப்படு கின்றனர். திரிகால பூசை, ஜபம், தர்ப்பணம், ஹோமம், ப்ராம்மண போஜனம் ஆகிய ஐந்து கிரியைகளைத் தம் அனுட்டான அங்கங்களாகக் கொண்டிருப்பதனால் அவர்கள் ஐயங்கார் எனப்பட்டனர். மேலும், பாஞ்சராத்ர உபதேசத்தை ஐந்து இரவுகளில் கேட்டுப் பின்பற்றியதால் 'ஐங் – கார்' (கார் – இருள்) எனவும், இப்பெயரே பின்னாளில் மருவி ஐயங்கார் எனவும் மருவிவிட்டது.

தஞ்சைப் பகுதியில் "18 ஊர் வாத்திமர்" என்ற ஒரு பிரிவினர் உள்ளனர். தஞ்சை மாவட்டத்தில் 18 ஊர்களில் மட்டுமே வாழ்வதாக இவர்கள் கூறி வந்ததை தஞ்சாவூர் மாவட்ட விவரக்குறிப்பில் கூறப்பட்டுள்ளது. இவ்வாறு வட்டாரக் குழு தொடங்கி ஸ்மார்த்தர்கள், வைணவர்கள் எனும் பெரும் பிரிவுகள்வரை இவர்களுக்குள் பெரும் அசைவியக்கம் தொடர்ந்து கொண்டிருந்தது. "வடமம் முற்றி வைஷ்ணவம்" என்ற ஒரு வழக்கும் உண்டு. வடமரே பக்குவப்படும்போது வைணவர் களாகின்றனர் என்ற கருத்துப்பட இந்த வழக்கு பழக்கத்தில் இருந்திருக்கிறது (தர்ஸ்டன் 1: 427). கள்ளன், மறவன் மெல்ல மெல்ல வெள்ளாளன் ஆனான் என்பதுபோல பிராமணர் களின் ஆசாரங்கள் அவர்களின் பிரிவுகளுக்கேற்ப குடிவழக்கு களாகவும், அவர்களுக்குள் காணப்பட்ட பொதுத் தன்மை களை முன்னிறுத்தி தேசவழமைகளாகவும் வடிவம் பெற்றன. பிராமணர்கள் செய்த வேள்விக்கு லட்சம் பிராமணர்களுக்குத் தானம் தர வேண்டி பிராமணரல்லாதாரைப் பிரமணனாக்கிய சோழ அரசன் அனைவருக்கும் பூணூல் தரித்து தானம் கொடுத்தான். திடீரென்று பிராமணரான இவர்கள் பிராமண ஆசாரங்களைப் பின்பற்ற வேண்டியவர்களாயினர். பிராமண வாழ்வின் ஆசாரங்கள் எவை எவை என்பதற்கான வழிகாட்டி யாக ஆசாரக்கோவை திகழ்ந்தது.

இது ஒருபுறமிருக்க, வைணவர்களின் இரு பிரிவினரும் வடமொழி நூல்களையே ஆதாரமாகக் கொண்டிருந்தார்கள். ஆனால் தாம் சார்ந்து வாழத் தலைப்பட்ட பிராந்தியத்தின்

மொழி வழியாக வாழ வேண்டியவர்களாகவும் இருந்தனர். இந்நிலையில் தம் பொதுத்தன்மைகளை விட்டுவிடாமல் தம் பிரிவுக்கான தனித்தன்மைகளையும் ஏற்றுக் கொண்டனர். இவ்வகையான பொதுத்தன்மைகளே ஆசாரக்கோவை போன்ற நூல்களின் வழி அடையாளப் படுத்தப்பட்டது. பல்வேறு பிராமணப் பிரிவினர்களின் பொது அடையாளமாக ஆசாரக் கோவை பரிணமித்தது.

மேலும், தென்னிந்தியா முழுவதிலும் பிராமணர்களின் அசைவியக்கமானது ஏற்ற இறக்கங்களுடன் அவர்களைத் தொடர்ந்து பல்வேறு இடங்களுக்குக் கொண்டு சென்றது. பிராமணர்களில் ஒரு பிரிவினர் பட்டர். இவர்களில் ஆரியபட்டர் தனிவகையினர். பல நூற்றாண்டுகளாக இராமேஸ்வரத்தில் வாழும் இவர்கள் பிராமணர்களில் தாழ்ந்தவராகவே உள்ளனர். தயக்கமின்றி சூத்திரர்களிட மிருந்து தானங்களைப் பெற்றுக் கொள்வார்கள். தானாகவே முன்வந்து அர்ச்சகர் பொறுப்புகளைப் பெற்றுக்கொள் வார்கள். மலபாரில் வாழ்ந்த ஆரியபட்டர்கள் பல கட்டங் களில் அங்குள்ளவர்களோடு திருமணம் செய்ய முடியாமல் இராமேஸ்வரம் பட்டர்களுடன் சம்பந்தம் செய்து கொள்ள மதுரை, திருநெல்வேலி மாவட்டங்களுக்கு வந்துள்ளனர். இவ்வாறான சூழலில் மண நிகழ்ச்சியின் போது பெண்ணின் உடையைத் தமிழர் உடையைப் போல மாற்றம் செய்து கொண்டனர் (மேலது, 1: 456).

ஒரு காலத்தில் கோலத்து நாட்டு அரசகுடும்பத்தினருக்கும் பெருஞ்செல்லூர் கிராமத்துப் பிராமணர்களுக்கும் இடையே ஏற்பட்ட கருத்து மாறுபாட்டால் பிராமணர்களின் தேவை அதிகமானது. இன்னொரு சூழலில் சரங்கனூர் அரசர்களின் விருப்பப்படி கிழக்குக் கடற்கரைப் பகுதியிலிருந்து ஆரிய பட்டர்கள் மலபாருக்குள் முதன் முதல் குடியேற்றமடைந்தனர் (மேலது: 455). இவ்வாறாக அடுத்தடுத்த சூழல்களில் பிராமணர் களின் குடியேற்றமும் பரவலும் தொடர்ந்தன. இதேபோல மாத்வ பிராமணர்களில் ஒரு பிரிவான பெண்ணத்தூரர் பிரிவினர் தமிழ் பிராமணர்களாகவே கருதப்பட்டனர் (மேலது, 1: 468).

கோவாவிலிருந்து குடிபெயர்ந்த பிராமணர்கள் கொங்கணத்திலிருந்து வந்தார்கள் என்பதால் இவர்கள் 'கொங்கணிகள்' என்று அழைக்கப்பட்டனர். தொடக்கத்தில் சைவர்களாக இருந்த இவர்கள் இன்று மாத்வாச்சாரியரின் நெறியைப் பின்பற்றும் தீவிர வைணவர்களாக மாறிவிட்டனர். இதனால் பிற தென்னிந்திய பிராமணர்கள் இவர்களைத்

தாழ்வாகவே கருதினார்கள். இவர்கள் பிற பிராமணர்களுடன் உண்பதோ மண உறவு கொள்வதோ இல்லை. கொச்சியில் இவர்கள் பெரும்பாலோர் வணிகர்களாகவே மாறிவிட்டனர் (மேலது, 1: 498). இவ்வாறாகக் குடிபெர்ந்த பிராமணர்கள் பல்வேறு தர வரிசையில் அமைந்து, அவரவர் வாய்ப்புக்கேற்ப பல்வேறு தொழில்களில் ஈடுபட்டார்கள்.

பம்பாயிலிருந்து தென் கன்னடத்துக்குக் குடிபெயர்ந்த கராடி பிராமணர்கள் வணிகர்களாக மாறிவிட்டனர். கொங்கணியும் மராத்தியும் பேசும் சித்பவன் பிராமணர்கள் ஹவீக்க பிராமணர்களைப் போன்று கமுகந்தோப்பு உரிமை யாளர்களாக மாறினார்கள். இவ்வாறே தேசஸ்தர் எனப்படும் மராத்தி பேசும் பிராமணர்கள், ஸ்மார்த்தர்கள், மாத்வ கர்நாடகர்கள் ஆகியோரின் பழக்க வழக்கங்களைக் கடைபிடிக்க ஆரம்பித்தனர்.

கடம்ப மரபைச் சேர்ந்த மயூரவர்மன் அகிஷேத்திரத்தி லிருந்து துளு பிராமணர்களைக் கன்னட தேசத்தில் குடி யமர்த்தினார். துளு பிராமணர்கள் எனக்கூடிய துளு மொழி பேசும் சிவாலி பிராமணர்களில் பெரும்பாலோர் மாத்வாச் சாரியாரின் நெறிகளையும், சிலர் ஸ்மார்த்தர் பின்பற்றும் நெறிகளையும் கொண்டுள்ளனர். மிகச் சிலர் பாகவத நெறியினைப் பின்பற்றுகிறார்கள். சிவாலிகளிடையே 252 குலக்குறி மரபுடைய கோத்திரப் பிரிவுகள் உள்ளன. இவர்கள் உடுப்பியிலிருந்து (சிவாலி) தென்னிந்தியாவின் பல பகுதி களுக்கும் குடியேறி வாழத் தலைப்பட்டனர். இவர்களிடம் இருந்த ஒரு பொதுவான தேசக் குடிமுறைமை காலப்போக்கில் மெல்ல மெல்ல பல்வேறு குடி முறைமைகளாக மாறத் தொடங்கியது.

பிராமணர்களிடம் ஏற்பட்ட பல்வேறு தொழில் பிரிவினை களும் இதற்குக் காரணமாக அமைந்தன. எடுத்துக்காட்டாகப் பார்க்கும்போது, தஞ்சை மாவட்டத்தில் உள்ள சோழிய பிராமணர்களில் பிரதமசாகைகள் இறைவனுக்குப் பூசை செய்பவர்கள். சமைக்கும் பணியிலும் பிற தாழ்ந்த பணிகளி லும் ஈடுபடுபவர்கள் ஆரிய நம்பிகள். உற்சவரை அலங்கரிப் பவர்கள் தெருனப்புத்தன்கள். மூலவரை அலங்கரிப்பவர்கள் அர்ச்சகர்கள் (பிரதமசாகைகள்) மட்டுமே. இவர்களின் நெறிமுறைப்படி சோழிய பிராமணர்கள் முன்குடுமி வைத்துக் கொள்ள வேண்டும். ஆனால் சிலர் மற்றவர்களைப் போல பின்குடுமி வைத்துக்கொண்டார்கள். இவர்களிடையே ஒரு காலத்தில் வடமொழியோ தமிழோ கற்றுத் தேர்ந்தவர்கள்

ஒருவரும் இல்லை என்பதை சோழியர்களைப் பற்றி எழுதி யுள்ள சி. இராமசந்திர ஐயர் கூறுகிறார் (மேலது, 1: 436).

இவ்வாறான சூழ்நிலைகள் ஒருபுறம் உருவாக, பிராமணர் கள் கால ஓட்டத்தில் மேலும் பல்வேறு தொழில் செய்யும் வகையினராகவும் மாறிவிட்டனர். அவர்கள் தொழில் அளவில் மாறினாலும் பிராமணருக்கான அடிப்படை நடத்தை நெறிகளை முடிந்தவரை கடைப்பிடிக்க வேண்டியவர்களாக விருப்பம் கொண்டிருந்தனர். உயர்ந்த நெறிகளைக் கடைப்பிடிப்பதன் மூலமே உயர்ந்த குலத்தாராக மதிக்கப்பட முடியும் என்ற உயர்குடியாக்கச் சிந்தனை அவர்களிடம் குடிகொண்டிருந்தது.

வடக்கிலிருந்து தெலுங்கு தேசத்தில் பிராமணர்கள் குடியேறிய பின்னர் குலப்பெயர்களை வைப்பதில் வட்டார மயமாயினர். அங்குப் பிராமணரல்லாத சாதியாரிடம் வழங்கப் பட்ட வீட்டுப் பெயர்களைப்போல் தங்கள் குலப் பெயர்களை யும் மாற்றிக்கொண்டனர். இடரீதியில் பல்வேறு பிரிவுகளாகப் பிரிந்து குடியமர்ந்தனர். பின்னர் தமிழகத்திலும் குடியமர்ந்தனர். இவர்களிடம் ஏற்பட்ட தொடர்ச்சியான குல விரிவாக்கங்கள் அவர்களின் பொதுதேச வழமையிலிருந்து பல்வேறு குடிவழமை கள் தோன்ற வழி வகுத்தன. இத்தகைய குல விரிவாக்கத்தில் ஒரு கட்டத்தில் எல்லோரும் ரிக் வேதிகளாக இருந்து, பின்னர் குலவிரிவாக்கத்தினால் வெள்ளை யசுர், கறுப்பு யசுர் பின்பற்று பவர்களாகவும் மாறினர் (மேலது, 1: 467).

மைசூரில் குடியேறிய மண்டயர்கள் தமிழ் பேசும் பிராமணர்களே. ஆனால் அங்குக் குடியேறியபின் கர்நாடகத்திற் குரிய சில கூறுகளை ஏற்றுக் கொண்டதையும் அறிய முடிகின்றது (மேலது: 453). தென்னார்க்காடு மாவட்டத்திலுள்ள வளவனூர், சவலை, பெரங்கியூர் ஆகிய ஊர்களில் குடியேறிய பல ஸ்மார்த்த பிராமணர்கள் பிற்காலத்தில் ஸ்ரீ வைணவர்களாக மாறினார்கள் (மேலது: 446). இவர்களைப் பூர்வ வைணவர்கள் தாழ்ந்தவராகக் கருதினார்கள். தமிழகத்தில் பரவலாக இருக்கும் கோயில் அர்ச்சகர்கள், 'குருக்கள்' என்று அழைக்கப்பட்டார் கள். இவர்கள் அனைவரும் போதாயன சூத்திரத்தைப் பின்பற்றினார்கள். கோயில் அர்ச்சகர்களாக இருந்த இவர்களை மற்ற பிராமணர்கள் தாழ்வாகவே கருதினார்கள்.

கன்னட தேசத்தில் கன்னடம் கலந்த கொச்சைத் தமிழைப் பேசும் பிராமணர்கள் சங்கேதிகள் எனப்பட்டனர். தமிழ்நாட்டி லிருந்து முதன்முதல் மைசூர்ப் பகுதிகளில் குடியேறியவர்கள் சங்கேதி பிராமணர்கள்தாம். இவர்கள் பழமைப் பற்றோடும் விவசாயத்தில் ஈடுபாட்டோடும் இருந்த ஒரு வித்தியாசமான பிராமணப்பிரிவினர் ஆவார்கள்.

18ஆம் நூற்றாண்டில் ஏற்பட்ட குடகு கலவரத்தின்போது பல சங்கேதிப் பெண்களைக் குடகர்கள் கைப்பற்றிச் சென்றனர். இதன் வழி சமூகக் கலப்பும் நிகழ்ந்துவிட்டது. வரலாறு நெடுக பிராமணர்களுக்கும் பிற சாதியாருக்கும் ஏற்பட்ட இனக்கலப்பு மிகக் குறைவு என்று ஒதுக்கி விடமுடியாது. இவ்வாறான கலப்பினால் பிராமணரல்லாதாரிடம் பிராமண ஆசாரங்கள் உட்புகுந்தன எனலாம். திருவரங்கம் பெரிய கோயிலில் சமையல் காரர்களாகவும் குற்றேவல் செய்யும் பணியாளர்களாகவும் இருப்பவர்கள் காணியாளர் எனப்படும் ஸ்மார்த்த பிராமணர்கள். ஆனால் வைணவப் பிராமணர்கள் இவர்களைத் தாழ்வாகவே கருதினார்கள்.

இந்தியத் துணைக்கண்டத்திலேயே பிரமதேயங்கள் எனக்கூடிய பிராமணக் குடியிருப்புகள் தென்னிந்தியாவில் மிகவும் தனித்தன்மையுடன் இருந்து வந்தன. இந்தியாவிலேயே தென்னிந்தியா தவிர வேறெங்கும் வேத கோயில்களுக்கென்று தேவதானங்கள் மிகுதியாகக் கொடுக்கப்பட்டதுமில்லை. சோழ மண்டல பிரமதேயங்கள் போன்று பிரசித்தி பெற்ற கிராமங்கள் இத்துணைக் கண்டத்தில் எங்கும் இருந்ததில்லை (ஸ்டீயின் 1980: 141).

வேதக் கோயில்களின் பொறுப்பையும் அவற்றிற்குரிய தேவதானங்களையும் கொண்டிருந்த பிராமணர்கள் சமயம் எனும் தளத்தில் உயர்ந்தவர்களாகவே காணப்பட்டனர் (மேலது: 53). கிராம நிர்வாகத்தில் தங்களுடன் இணைந்து பணியாற்ற வேண்டியிருந்த உயர்சாதியினருக்குத் தங்களுடைய ஆசாரங்களைப் பின்பற்றுவதற்கான ஒரு நிர்பந்தத்தையும் மறைமுகமாக ஏற்படுத்தினார்கள் எனலாம்.

இடைக்காலத் தென்னிந்தியாவில் சமூக உறவுகளின் அச்சாணியானது நிலத்தை மையமிட்டிருந்தது. இந்த நிலம் மையமிட்ட சமூக உறவானது பிராமணர்களுக்கும் நிலம் உடைமையாளர்களுக்கும் இடையிலான உறவாக அமைந்தது. பிரம்மதேயத்தின் மூலம் பிராமணர்கள் நிலக்கிழார்களாகவும் மற்ற சாதியினர் பிராமணர்களின் நிலங்களைப் பயிரிடும் குடியானவர்களாகவும் உறவு கொள்ளத் தொடங்கினர். உண்மையில் குடியானவன் என்பதற்கு 'ஒரு குடிக்கு ஆளானவன்' என்பதே பொருள். பிராமணர் இவர்கள் நிலங்களை உழுது பயிரிட்டவர்கள். பிராமணர்களுடன் ஏற்பட்ட இந்தப் பொருளாதார உறவு சமூக உறவாகவும் அவர்களின் ஆசாரங்களைப் பின்பற்றும் வாய்ப்பு கொண்டவர்களாகவும் இருந்தனர். பிராமணர்களுடன் ஏகையர் (முனிவர்கள்), நியாயத்தார்கள் உள்ளூர் முக்கியஸ்தர்கள் பணியாற்ற வேண்டிய சூழல்களில்

பிராமணவயமாக்கம் ஒரு இயல்பான சமூக அசைவியக்கமாக அமைந்துவிட்டது.

பிராமணர்கள் சடங்கியல் சார்ந்து தங்களுடைய சமூக உயர்வினைக் கொண்டிருந்த அதே வேளையில் சமயத்திற்கு அப்பாலும் தங்கள் உயர்வுத் தன்மையால் அதிகாரம் செலுத்தும் வாய்ப்பினைக் கொண்டிருந்தார்கள். 'கிராம சபை'கள் வழியாக நிர்வாகத்திலும் பஞ்சாயத்திலும் தங்கள் மேலாண்மையையும் அதிகாரத்தையும் செலுத்தினார்கள் (மேலது: 48).

இத்தகைய 'சபை ஆட்சி' முறையில் பிராமணர்களும் பிற உயர்சாதியினரும் கிராம நிர்வாகத்தில் இணைந்து ஒன்றாகச் செயல்பட்டனர். இத்தகைய நிலை கி.பி. 1800வரை தொடர்ந்து நிலவியது (மேலது: 51).

பல்லவர் காலத்தில், குறிப்பாக சிம்ம விஷ்ணு வழியினர் (கி.பி. 575 – 900) காலத்தில் தென்னிந்தியச் சமூகமும் பண்பாடும் பெரிய அளவில் மாறுதலைக் கண்டன. பெரிய கட்டிடங்கள் உருவாகுதல், பக்தி இயக்கத்தின் தோற்றம், சமஸ்கிருத மொழியை யும் பண்பாட்டையும் அறிந்து போற்ற விரும்புதல் போன்றவை பிரபலமடைந்தன.

10ஆம் நூற்றாண்டில் பிராமணர் முன்னின்று நடத்திய மகாசபையின் செல்வாக்கு ஓங்கியிருந்தது. 13ஆம் நூற்றாண்டின் இடைப்பகுதியில் மகாசபையானது சைவ கோயிலுக்கான மூலபருடா எனப்பட்டது. இதில் 'யோகக்காரர்கள்' அல்லது 'போற்றிகள்' எனக்கூடிய மலையாள பிராமணர்கள் முக்கியத்துவம் பெற்றிருந்தார்கள். பூசகர் பிரிவினராகிய இவர்கள் துளு நாட்டின் வடக்குக் கடற்கரைப் பகுதியிலிருந்து திருவிதாங்கூர் வந்து அங்கிருந்த நம்பூதிரி பிராமணர்களுடன் மண உறவை ஏற்படுத்திக்கொண்டார்கள்.

பல்லவர்களின் இறுதிக் கட்டத்திலும் சோழர்களின் காலத்திலும் கோயில் பிராமணர்களின் செல்வாக்கு ஒரு முடிவுக்கு வந்துவிட்டது எனலாம். குறிப்பாக, வடமர் ஸ்மார்த்த பிராமணர்கள் தனிமைப்பட்டுப் போனார்கள். இவர்கள் வடபுலத் தோற்றம் கொண்டவர்கள் என்பதால் இவர்கள் சமஸ்கிருதத்திலும் வேத சடங்கு முறைகளிலும் பாண்டித்தி யம் பெற்றிருந்தார்கள். வடபுலத்தில் செல்வாக்கு பெற்று பின்னர் இவர்கள் தென்புலம் வந்தார்கள். மற்ற ஸ்மார்த்த பிராமணர்கள் அந்தந்த வட்டாரத்திற்குரிய பிரிவினர்களாக மாறிவிட்டனர். அதில் ஒருவரே வைணவ சம்பிரதாயங்களைப் பின்பற்றக்கூடிய வைகணர். இவர்கள் பின்னாளில் வைணவ பிராமணர்கள் எனும் பெரும் பிரிவினராக உருவாகிவிட்டனர்.

13ஆம் நூற்றாண்டில் சைவ சமயத்தைப் பரப்புவதில் சில அடியார்களாக விளங்கிய வேளாளர்களும் பிராமணர் களும் ஒருங்கிணைந்து செயல்பட்டனர். மெய்கண்டார் 12 சமஸ்கிருத நூல்களைத் தமிழில் சிவஞான போதம் எனும் பெயரில் மொழிபெயர்த்தார். இவரது சீடர் பிராமணர் குலத்தைச் சேர்ந்தவர் அருள் நந்தி என்பவர் ஆவார். இவ்வாறாக பிராமண சைவத்தின் பெயரால் பிராமணர்களுடன் புதிய தொடர்பு ஏற்பட்டது; சமஸ்கிருத நூல்கள் தமிழில் மொழி பெயர்க்கப்பட்டன; இவை போன்ற பிற பணிகளும் மேற்கொள்ளப்பட்டன.

பிராமணர் எனும் பெயரில் அறியப்படும் சமூகம் பரந்த வேறுபாடுகளைக் கொண்ட ஒரு சமூகமாகும். அதனுள் எண்ணற்ற குலங்களும், குடிகளும் காலஓட்டத்தில் பெருகி விட்ட அசைவியக்கத்தினை இன்னும் விவரித்துக்கொண்டே செல்லலாம். இவ்வாறு பிராமணர்களின் குலங்களும் குடிகளும் தொழில்களும் வாழ்க்கை முறைகளும் மாறிவந்த சூழலில் ஒரு குறைந்தபட்ச பிராமண அடையாளத்தைக் காட்டுவதற் கானத் தேவை இருந்தது. அதனை ஆசாரக்கோவை முன் னெடுத்தது எனலாம். எண்ணற்ற பிராமணக் குடிகள் ஏற்பட்டு விட்ட நிலையில் குடிவழக்கையோ, மரபான்மையையோ, அவற்றிற்குரிய விழுமியங்களையோ நெறிமுறைகளையோ முன்னெடுக்காமல் தனிமனிதர்கள் பின்பற்றக்கூடிய அன்றாட ஆசாரங்களை (பழக்க வழக்கங்கள்) மட்டுமே முன் வைத்தன.

ஆசாரக்கோவை: சமஸ்கிருதவயமாக்கும் பனுவல்

பிராமணர்கள் பழங்காலத்திலேயே வட இந்தியாவிலிருந்து தெற்கு நோக்கிக் குடிபெயர்ந்து இத்துணைக் கண்டம் முழுவதும் பரவிவிட்டார்கள். கால ஓட்டத்தில் தென்னிந்தியச் சமூகத் தாருடன் அவர்கள் சமூக அளவிலும் பண்பாட்டு அளவிலும் தொடர்ந்து உறவாடத் தொடங்கினார்கள். எனினும் தங்கள் பூர்வீகத்தை ஆர்யவர்தாவோடும் கங்கைச் சமவெளியோடும் இன்றும் தொடர்புப்படுத்திப் பெருமைப்படுகிறார்கள். இத்தகைய பூர்வ இடத்திற்கானத் தொடர்பினைப் புராணங்களிலும் பிற நிலைகளிலும் பதிவு செய்து வைத்துள்ளனர். அவர்களின் கோத்திரப் பெயர்களைப் பார்க்கும்போது இட அளவில் இந்த வட இந்திய கங்கைச் சமவெளியின் பூர்வீகத்தைப் பேணிப் பாதுகாத்து வருவதை நன்கு அறிய முடிகிறது (ஹட்டன் 1963, கல்லா 1994).

'அறியாத் தேசத்தாசாரம் பழியார்' என்று முதுமொழிக் காஞ்சி கூறுவது போலவே 'அறியாத தேசத்தானுக்கு நெறிகள்

இல்லை' என்கிறது ஆசாரக்கோவை. ஆகவே, சமூகம் தான் வாழும் தேசத்தில் தொன்று தொட்டுப் பின்பற்றும் நெறிமுறைகளே 'ஆசாரம்' என்று வலியுறுத்துவதைக் காண முடிகிறது.

பிராமணர்களின் மேலாண்மை சமூக ரீதியிலும் பண்பாட்டு ரீதியிலும் ஏற்றுக்கொள்ளப்பட்ட பின்னர் இத் துணைக் கண்டத்தில் சமஸ்கிருத வயமாக்கம் எனும் ஓர் உயர்குடியாக்க முறை மெல்ல, மெல்ல ஒரு சமூக அசைவியக்கமாக உறுதியடையத் தலைப்பட்டது. அந்த உயர்குடியாக்க முறைக்கான ஏற்புத்தரங்களை, வழிகாட்டு நெறிகளை முன் வைக்கும் முகமாக பிராமணர்கள் வாழ்ந்தார்கள்.

உயர்குடியாகிய பிராமணர்கள் எவ்வாறு மன்னனிடம் நடந்து கொள்ள வேண்டும், எவ்வாறு பேச வேண்டும், மன்னருடன் பழகும் முறை, மன்னன் மதிப்பைப் பெறும் முறைகள், சான்றோரைப் போற்றுதல் எவ்வாறு, கற்றறிந்தார் ஒழுக்க முறைகள், சான்றோர் செய்யாதவை, அறிவுடையார் செயல்கள், தம்முடல் ஒளி வேண்டுவோர் செய்ய வேண்டியவை என இன்னும் பல வகையான நடத்தை நெறிகளை விளக்கும் பனுவல்களை உருவாக்கினார்கள். அவற்றில் ஒன்று ஆசாரக் கோவை. இவையனைத்தும் உயர் குடிச் சமூகத்திற்கானவை என்பதை நாம் எளிதாகவே உணர முடிகிறது.

வரலாறு நெடுக உயர் குடியாக்கத்தின் போக்குகள் மன்னர்கள் ஆதரவிலும், உயர்குடிகள் ஆதரவிலும் வைதிக நெறிகளில் ஊறித் திளைத்தவர்கள் ஆதரவிலும் செயல்பட்டு வந்துள்ளன. உயர்குடியாக்கம் எனக்கூடிய சமஸ்கிருதவயமாக்கம் இங்கு ஒரு சமூக மாற்றத்திற்கான போக்காகவும் அமைந்து வந்துள்ளது. எட்கர் தர்ஸ்டனுக்குப் பின் இந்திய அளவில் மேற்கொள்ளப்பட்ட 'இந்தியாவின் மக்கள்' எனும் ஆய்வுத் திட்டத்தின் முடிவுகளை உற்றுநோக்கினால் தமிழகத் திலேயே ஆயிர வைசியர்கள் அதிகம் பிரமணவயப்பட்ட சமூகத்தாராக இருப்பதை அறியமுடிகிறது. பிராமணர்கள் எப்படியோ, கிட்டத்தட்ட அப்படியே, அவர்களுடைய சடங்கு ஆசாரங்களைப் பின்பற்றி வாழக்கூடியவர்களாக ஆயிர வைசியர்கள் இருக்கிறார்கள். இது ஓரிரு நாளில் நடந்த சமூக மாற்றமா? பரிணாமம்போல் பல நூற்றாண்டுகள் மெல்ல மெல்ல சமஸ்கிருதவயமாக மாறியதன் விளைவாகவே இத்தகு நிலை ஏற்பட்டுள்ளது. இத்தகு சமஸ்கிருதவயமாதலுக்கு உதவிய பல்வேறு கூறுகளில் ஆசாரக்கோவை போன்ற பனுவலுங்கூட ஒரு காரணியாக இருந்துள்ளது.

ஆதலின் ஆசாரக்கோவை பிராமணவயமாக்கம், சமஸ்கிருத வயமாக்கம் ஆகியவற்றிற்கான ஒரு பனுவலாக உருவாக்கம்

பெற்றது. பிராமணர்கள் மையமிட்ட குருகுலத்தில் பயில வந்தவர்களுக்குக் கற்பிக்கும் பாடமுறை சார்ந்த பனுவலாகவும் அமைந்தது என ஊகிக்கலாம்.

ஆசாரக்கோவையின் உள்ளடக்கத்தினை மானிடவியல் கண்கொண்டு நுட்பமாக ஆராய்ந்து பார்க்கும்போது அதன் விழுமியக் கருத்துக்களாகப் பின்வருவனவற்றைக் கூறலாம்.

விழுமியங்கள் எனப்படுபவை சமூகத்தில் மக்கள் அனைவரும் பகிர்ந்துகொண்டிருக்கக் கூடிய தீர்மானமான வாழ்வியல் கருத்துக்கள் ஆகும். இக்கருத்துக்களைக் கொண்டே மக்கள் இது இது நல்லது, இது இது முக்கியமானது என்று மதிப்பீடு செய்கின்றனர். சமூக மதிப்பீட்டிற்கு விழுமியங்களே அடிப்படையாக உள்ளன. இவற்றைக் கொண்டே இது விரும்பத் தக்கது; இது அழகாக உள்ளது; இது அசிங்கமானது; இது சரி, இது தவறு, இது நல்லது, இது கெட்டது; இது விரும்பத் தக்கது, இது ஏற்புடையது, இது ஏற்புடையதல்ல என்றெல்லாம் மக்கள் மதிப்பீடு செய்கின்றனர்.

பெரும்பாலான விழுமியங்கள் ஆக்கநிலை சார்ந்தவை; எதிர்நிலை சார்ந்தவையாகவும் உள்ளன. சாலையில் அடிபட்டுக் கிடப்பவருக்கு உதவ வேண்டும் என ஓடி உதவுபவரின் செயல் ஆக்க விழுமியம் சார்ந்தது; உதவுவதால் ஏதாவது சிக்கல் வருமா என யோசிப்பவரின் செயல் எதிர்நிலை சார்ந்தது (பிர்த் 1964).

பெரும்பாலான 'அடிப்படை விழுமியங்கள் சிறுவயதி லேயே மனதில் பதிந்துவிடுகின்றன. இவையே ஒவ்வொரு வரின் அடிப்படை ஆளுமை உருவாகுவதற்குக் காரணமாக அமைகின்றன. மேலும், சமூகவயமாக்கத்தின் நீண்ட கால கட்டத்தில் ஒவ்வொருவரும் உறவினர்களிடமிருந்து, அண்டையத் தாரிடமிருந்து, ஊடகத்தின் வழியாக விழுமிய உருவாக்கத் தினைப் பெறுகின்றனர். சில நேரங்களில் முரண்பாட்டுச் சூழல்களை எதிர்கொள்ள நேரிடும்போது சில விழுமியங் களுக்கு முக்கியத்துவம் கொடுத்து சிலவற்றைப் பின்னுக்குத் தள்ளிவிடுவோம். எடுத்துக்காட்டாக, போர் ஏற்படும் சூழலில் நாட்டுப்பற்றுக்கு முக்கியத்துவம் கொடுப்பது இயல்பு. போரில் எண்ணற்றோர் இறந்தாலும் விலை மதிப்பற்ற அவ்வுயிர்கள் மாய்ந்தனவே என்று கவலைப்படுவதில்லை. வீர மரணமடைந்த தாக உயர்மதிப்பு கொடுத்து விடுகிறோம். மற்ற சூழல்களில் ஏற்படும் உயிரிழப்பின்போது மட்டுமே உயிரின் பெருமதிப்பை உயர்த்திப் பேசுகிறோம்; அழுது புலம்புகிறோம்.

சில நேரங்களில் விழுமியங்களைப் போற்றுவதிலும் அவ் விழுமியங்களைக் கடைப்பிடிப்பதிலும் இயைபு இருப்பதில்லை; ஒரு இடைவெளி ஏற்படுகிறது. நினைக்கக்கூடாதவை என ஆசாரக்கோவை (பாடல் 38) காட்டும் நெறிகாட்டுதலை உண்மையில் பல நேரங்களில் பின்பற்ற முடிவதில்லை. அப்போது அந்த விழுமியத்தைக் கடைப்பிடிக்க முடியாத நிலை வெளிச்சத்திற்கு வந்துவிடுகிறது. அளவறிந்து செலவு செய்க (பாடல் 85) என்று சிக்கனத்தை வலியுறுத்தினாலும் தம் செல்வச் செழிப்பைக் காட்டும் முகமாகச் சில இடங்களில் மக்கள் ஆடம்பரத்தைக் காட்டவே செய்கிறார்கள். அத்தகைய சூழலில் 'உண்மையான விழுமியங்கள்' வெளிப்படுகின்றன (பிட்னி 1953).

உகந்த நிலையை வலியுறுத்தும் விழுமியங்களே ஏட்டில் எழுதப்பெற்ற விழுமியங்களாக உள்ளன. அந்த விழுமியங்கள் நடைமுறையில் பின்பற்றப்படாத உண்மை நிலையை எந்த இலக்கியமும் நமக்குப் படம் பிடித்துக் காட்டவில்லை. ஆதலின் உகந்த நிலையை வலியுறுத்தும் விழுமியங்கள் (ideal values) ஒன்றாக உள்ளன. ஆசாரக்கோவை வலியுறுத்தும் விழுமியங்கள் உயர் சாதியினருக்கானவை. குறிப்பாக, பிராமணர்களுக்கானவை. இவை நடைமுறையில் அன்றாட வாழ்வில் பின்பற்றுவதற்கானவை. பொய் பேசுதல், செய்யக் கூடாதவை போன்ற விழுமியங்களே உகந்த நிலை சார்ந்தவை. பெரும்பாலான ஆசாரங்கள் நடைமுறை வாழ்வுக்குரியவையாகவே உள்ளன.

பிராமணர்கள் கால ஓட்டத்தில் தெற்கு நோக்கியும் பிற இடங்களுக்கும் பல கிளைகளாகப் பிரிந்து இடம் பெயர்ந்து வாழத் தலைப்பட்டனர். இதனால் இவர்களிடம் மெல்ல மெல்ல எண்ணற்ற கோத்திரங்களும் குலங்களும் ஏற்பட்டன. இன்று துளு பிராமணர்கள் எனத் தங்களை வழக்கமாகக் கூறிக்கொள்ளும் வகுப்பார் சிவாலி பிராமணர்களே. இவர்களின் தலைமையிடம் உடுப்பி ஆகும். கோடர், கோட்டேஷ்வர், ஹைகா அல்லது ஹவிக பிராமணர் போன்றோர் இவர்களின் உட்பிரிவினர்கள் ஆவார்கள். இப்பிரிவினர்களிடம் காணப்படும் வேறுபாடுகள் அனைத்தும் இவர்கள் கன்னட நாட்டுக்குக் குடியேறிய பிறகு தோன்றியவையே (தர்ஸ்டன், தொகுதி 1: 479).

இன்று துளு மொழி பேசும் பிராமணர்களில் பெரும் பாலோர் மாத்வாச்சாரியாரின் நெறியைப் பின்பற்றுபவர்கள். சிலர் ஸ்மார்த்தர்களாகவே தொடர்ந்து இருந்து வருகின்றனர். ஒரு கட்டத்தில் மயூரவர்மன் பிராமணர்களை 32 ஊர்களில் தன் தேவைகளுக்காகக் குடியமர்த்தினான். இவ்வாறாகக் கால ஓட்டத்தில் பிராமணர்கள் பல்வேறு அரசியல், சமூக,

பொருளாதார, சமய காரணங்களை முன்வைத்து எண்ணி லடங்கா குலங்களாகவும் கோத்திரங்களாகவும் பிரிந்தனர். இத்தகைய பிரிவினர்களிடம் குறைந்த அளவு ஒன்றுபட்ட வாழ்வியல் விழுமியங்களைக் கற்பிக்கும் பனுவலாகவும் ஆசாரக்கோவை ஏற்பட்டிருக்க முடியும். தமது விழுமியங்களை மேட்டிமைக் குடியினருக்குக் காட்டும் முகமாகவும் ஓர் உயர்ந்த, அயலின உயர்வு வாதத்தை முன் வைக்கும் பனுவலாகவும் இது பங்காற்றியிருக்க முடியும்.

ஆசாரக்கோவை அதிகாலையில் எழுவது முதல் இரவு துயில்வதுவரை தினந்தோறும் கடைப்பிடிக்க வேண்டிய நடத்தை முறைகளைச் சொல்கிறது. கூடவே வேறு சில சூழல்களில் கடைப்பிடிக்க வேண்டிய நெறிமுறைகளையும் வலியுறுத்துகிறது. நல்ல குடியில் பிறந்தவர் மன்னர்முன் செய்யக்கூடாத செயல்கள் எனப் பல பாடல்கள் (66, 70, 71, 73, 78, 97) கூறுகின்றன. அவ்வாறே, சான்றோர் சூழ்ந்திருக்கும் அவையில் உடையை அவிழ்த்து அணிதல், காதுகளைச் சொறிதல், கைகளை உயர்த்திப் பேசுதல், பெண்களைப் பார்த்தல், பிறருக்குக் கேட்குமாறு பேசுதல் போன்றவற்றை செய்யக்கூடாது என்கிறது. சான்றோரைக் காணும் போது கால்களில் விழுந்து வணங்க வேண்டும், எழுந்து நிற்க வேண்டும் போன்ற மெய்வழி சான்றோர்க்குச் செய்யும் ஆசாரங்களையும் கூறுகிறது.

பெரியவர்களுக்கு மரியாதை கொடுக்க வலியுறுத்தும் ஆசாரக்கோவை அரண்மனை, ஆலயம் ஆகிய இடங்களில் அவர்களுக்கு மரியாதை செலுத்த வேண்டியதில்லை என்கிறது. அரசர் ஊர்வலம் வரும்போதும், விழாக்களில் தெய்வங்கள் எழுந்தருளும் போதும் பெரியவர்களை வணங்க வேண்டிய தில்லை என்கிறது. பெரியோரைவிட தெய்வமும் அரசனும் உயர்ந்தவர்கள் என்ற முடியாட்சி மரபில் விண்ணுலகில் தெய்வமும் மண்ணுலகில் மன்னனும் தெய்வங்களாகும். ஆசாரக்கோவையானது முடியாட்சி மரபுக்கான வாழ்வியல் நெறியை, குறிப்பாக மன்னன் மையமிட்ட வாழ்வியல் நெறியை முன் வைக்கிறது.

சமூகத்தில் பிராமணர்கள் உயர்ந்தவர்கள் என்ற கூற்றை அக்காலத்தில் பாஞ்சாலர்கள் மறுத்துள்ளனர். பிராமணர்களின் உயர்வு நிலையை சமணர்களும் ஏற்றுக் கொண்டதில்லை (அபே துபுவா 2008: 44). இத்தகைய நிலை வரலாறு நெடுக தொடரவில்லை.

மாறாக, பிராமண உயர்வுவாதம் அரசு ஆதரவாலும், சமூக ஆதரவாலும் உயர்நிலையடைந்து அதன் மேலாண்மை

வரலாறு நெடுக இந்தியச் சமூகத்தில் தொடர்ந்து செல்வாக்கு செலுத்தி வந்துள்ளது. பிராமண வாதத்தின் அகக்குரல்கள் அச்சமூகத்தின் தனி அடையாளங்களைப் பேசி வந்துள்ளன; தனித்தன்மைகளைக் கூறிவந்துள்ளன. ஒவ்வொரு பிரிவினருக்கு மான ஆசாரங்களை அவரவர் அகக்குரல்கள் ஒலித்து வந்துள்ளன. ஆனால் அவர்களின் புறக்குரல்கள் பிறச் சமூகத் தாரைத் தன் பக்கம் கவனிக்கச் செய்யும் குரலாக ஒலித்து வந்துள்ளன. அத்தகைய ஒரு குரலாக ஆசாரக்கோவை அது தோன்றிய காலம் முதல் செயல்பட்டு வந்துள்ளது எனலாம்.

திராவிடம் தழுவுதல்

தென்னிந்தியப் பகுதிகளில் குடியமர்ந்து வாழத் தலைப் பட்ட பிராமணர்களாகிய, 'பஞ்ச திராவிடர்' 'பஞ்ச கௌடர்' ஆகியோர் திராவிடத்தின் பல்வேறு முறைகளைத் தழுவிக் கொண்டனர். மொழியும் பண்பாடும் இதிலடங்கும். பண்பாட் டளவில் தென்னிந்தியப் பிராமணர்களும் வட இந்தியப் பிராமணர்களும் வேறுபடுவதும், சாதி அகமணத்தை உடைத்து விட்டுக் கீழ்ச்சாதிகளுடன் நிறுவனப்பட்ட உடலுறவு கொள்வதும், பால்ய விவாகம் போன்றதுமான பிராமணர் களின் வாழ்வியல் கூறுகள் மற்ற சாதியினருக்கு முன்னுதாரண மாக என்றும் அமைந்ததில்லை. அதுபோன்றே பிராமணர் களின் வாழ்வு நெறி என்றும் மாறாதது என்றோ, அவர்கள் வேத, புராணங்களில் கூறப்பட்டுள்ள முறைப்படி மாறாமல் வாழ்ந்து வந்துள்ளனர் என்றோ கூறுமளவிற்கு அனைத்துப் பிராமணர்களும் ஒருவழிப்பட்ட வாழ்வியல் நெறியைக் கடை பிடித்துக் காட்டியதில்லை. இன்னும் சொல்லப்போனால் பிராமணர்களின் மாற்றமே மற்றையோரைக் காட்டிலும் விரைந்து நிகழ்ந்திருக்கிறது.

வேதகால பிராமணர்கள் சோமா என்னும் போதை தரும் மதுவைப் பருகினார்கள். மாட்டுக்கறியை உண்டார்கள். தெய்வங்களுக்கு உயிர்ப் பலியைச் செய்தார்கள். இந்நிலை வேதகாலத்திற்குப் பிந்தைய நாளில் சைன, புத்த சமயங்களின் தாக்கத்தினால் மாறியது என்றாலும், இன்னும் சரஸ்வத், காஷ்மீர், வங்காள பிராமணர்கள் மாமிச உணவை உண்கிறார் கள் (சீனுவாஸ் 1962: 42–43).

பிராமணர்களுள் ஊன் உண்ணக்கூடியவர் 'பஞ்சகௌடர்' என்றும் ஊன் உண்ணாதவர் 'பஞ்சதிராவிடர்' என்றும் இரு பிரிவுகளில் அடக்குவது வழக்கம். தென்னிந்தியாவில் வாழும் பிராமணர்களில் ஒரிய மொழியும், கொங்கணி மொழி யும் பேசுபவர்களைத் தவிர ஏனையோர் பஞ்ச திராவிடர்

பிரிவைச் சேர்ந்தவர்கள் (தர்ஸ்டன் 1909, 1: 344). தமிழ் நாட்டில் புலால் உண்ட பிராமணராகச் சங்கப் புலவர் கபிலர் அறியப் படுகிறார் (புறம். 113). கி.பி. 6ஆம் நூற்றாண்டில் எழுந்த சமணத் தின் செல்வாக்கால் பிராமணர்கள் புலால் உண்ணுவதை நிறுத்திக்கொண்டனர் (பரமசிவன் 2001: 180). இன்றுங்கூட புலால் உண்ணும் பழம் மரபின் எச்சம் பிராமணர்களிடம் பலகாலம்வரை காணப்பட்டது. ஆந்திராவில் கர்நூல் மாவட்டம், கம்மம் வட்டத்தில் மாதங்கி வழிபாட்டின்போது தாழ்ந்த சாதியாரான மாதிகர் வீட்டில் எருமைக்கறி சமைத்து அதனைப் பரிமாறுவதும் பிராமணர் உண்பதும் ஆண்டுக்கொரு முறை சடங்கு நிகழ்வாக நடைபெற்று வந்தது (மேலது: 180).

இவ்வாறான வாழ்க்கை முறையைக் கொண்ட பிராமணர் கள் காலந்தோறும் மாறி வந்துள்ளதை மனுதர்மம், யக்ஞ வல்கியம் போன்றவை சுட்டிக்காட்டுகின்றன. வேத காலச் சமூக சட்டதிட்டங்களை விவரிக்கும் இந்நூல்கள் சமூகத்திற்கு ஒவ்வாத, தீமைகளை ஏற்படுத்துகிற ஆசாரங்களை (பழக்க வழக்கங்கள்) அகற்றிவிட்டு அவற்றிற்கு மாறாகப் புதியவற்றை அரசன் ஏற்படுத்துவான் எனக் கூறுகின்றன. அரசர்களின் இவ்வாறான பிரகடனத்திற்கு முன்னர் பிராமணர்களின் பரிஷத்துக்கள் (சபை) இவற்றை விவாதித்து அரசர்களுக்குப் பரிந்துரை செய்தன. ஸ்வதர்மம் என்று சொல்லக்கூடிய தனி நபர்கள் பின்பற்ற வேண்டிய ஆசாரங்கள் கூடக் காலத்திற்கு ஏற்ப மாற்றப்பட்டுள்ளன. பராசரர் என்பவர் கூற்றுப்படி ஸ்மிருதி சுட்டிக்காட்டும் ஆசாரங்கள் கலியுகத்திற்கு ஏற்புடை யனவாக அமைக்கப்பட்டன. கலியுகத்திற்கு முந்தைய காலத்தின் 41 ஆசாரங்கள் ஆதித்திய புராணத்தில் குறிப்பிடப்பட்டுள்ளன. இவை கலியுகவர்ஜாக்கள் எனப்பட்டன. அதாவது இவை கலியுகத்திற்கு ஒவ்வாதவை என ஒதுக்கப்பட்டன.

காலத்திற்கேற்ப வாழ்க்கைமுறை மாறி வந்துள்ளதைச் சுட்டிக் காட்டுவதல்ல மேற்கூறிய தரவுகளின் நோக்கம். பிராமணர்களின் வாழ்வியல் முறை எந்த ஒரு கால கட்டத் திலும் மாறாமல் வரவில்லை என்பதையும் இம்மாற்றத்திற்கு எந்த வகையான வேத புராணங்களும் துணை நிற்கவில்லை என்பதையும் சுட்டிக் காட்டுவதே இத்தரவுகளின் நோக்கமாகும்.

சீனுவாஸ் 1950களை மையப்படுத்திச் சமூக – பண்பாட்டு மாற்றத்தைச் சமஸ்கிருதவயமாதல் வழி முன்வைக்கிறார். இவர் ஆய்வு செய்த 1950களுக்கு முந்தைய, பிந்தைய காலமானது நவீன கல்வி, தொழில்மயமாக்கம், நகரமயமாக்கம் போன்ற வற்றை உள்ளடக்கிய மேற்கத்தியவயமாதலின் ஊடகத்தோடு உலகவயமாதல் என்னும் நவீனத்துவத்தின் ஈர்ப்பு விசைக்கு

அனைத்துப் பண்பாடுகளும் ஆட்பட்டிருந்த காலமாகும். இந்நிலையில் கடந்த ஒரு நூற்றாண்டாக பிராமணர்கள் பெற்றுவரும் மாற்றத்திற்கு முன்னுதாரணமாக இருப்பது மேற்கத்தியவயமாதலும் நவீனத்துவமும்தான். பிராமணர்கள் தகுதிப் பெயர்வு மூலம் நகரும் மையம் அவர்களுக்கு மேலான நவீனத்துவமாக இருக்க மற்ற சாதியினரின் சமூக மாற்றத்திற் கான மையம் மட்டும் பிராமணர்களின் வாழ்க்கை முறை என்று எல்லையிடுவது சமஸ்கிருதவயமாதல் கோட்பாட்டின் முரண்பாடாகும்.

இந்நிலையில் இந்தியாவில் சமூக பண்பாட்டு மாற்றம் என்பது பிராமணர் வாழ்வை நோக்கி நகர்தலே என்பது 1950க்கு முந்தைய காலமாயினும் சரி, நவீனமான இக்காலத்துக்கு மாயினும் சரி ஏற்புடையதன்று. எல்லாச் சாதியினரும் பிராமணத்தைத் தாண்டி நிற்கும் நவீனத்துவத்தின் மையம் நோக்கி நகரும் போக்கைக் கொண்டுள்ளனர். சடங்கு, சமய வாழ்வில் கீழ்நிலைச் சாதியினர் மேல்சாதிகளின் போக்கு களைப் பின்பற்றி வந்திருப்பது ஒரு நிலையில் அமைந்தாலும், மேல்சாதிக்காரரர்கள், குறிப்பாகப் பிராமணர்கள் எதிர் சமஸ்கிருதவயமாக்கலுக்கு உட்பட்டிருப்பதை இங்குக் கவனத்தில் கொள்ளவேண்டும்.

பிராமணர் வாழ்வியல் நெறிப்படி திருமணமாகாப் பெண் கன்னித்தன்மையுடன் இருக்கவேண்டும், மணமானவன் கற்புத்தன்மையுடன் இருக்கவேண்டும். விதவையானவள் தலையை மொட்டையடித்துக் கொண்டு தன்னடக்கத்துடன் சமூக வாழ்விலிருந்து ஒதுங்கியிருக்க வேண்டும். இன்றைய பிராமணர்களின் வாழ்வில் திருமணத்திற்கு முன் கன்னித் தன்மை இழப்பதும், மணமானவர்கள் கற்பு நிலையிலிருந்து விலகுவதும், விதவைகள் கீழ்ச்சாதியினரைப் பின்பற்றி மொட்டையடிக்காமல் இருப்பதும் எதிர்மறை சமஸ்கிருதவய மாதலின் போக்குகளாகும். இவை தவிர பிராமணர்கள் மது அருந்துதல், மாமிச உணவு உண்ணல், கலப்பு மணம் செய்தல், முறையற்ற பாலுறவு கொள்ளல், புகைபிடித்தல் போன்ற கணக்கற்ற மாற்றங்களை ஏற்றுக்கொண்டுவிட்டனர். மற்ற சாதிகளைப் பின்பற்றி விதவைகளுக்கு மறுமணம் செய்து வைக்கின்றனர். இப்பண்புகளும் எதிர் சமஸ்கிருதவயமாதல் நிகழ்வின் போக்குகளாகும்.

ஆதலின் பிராமணர்கள் ஒரு தளத்தில் நவீனத்துவத்தின் மையத்தை நோக்கி நகர்வதும், மறு தளத்தில் கீழுள்ள சாதிகளின் பண்பாட்டை நோக்கி நகர்வதுமான இருதிசை மாற்றங் களைக் கொண்டுள்ளனர். இவ்வாறே ஏனைய சாதியினரும்

ஒரு நிலையில் நவீனத்துவம் நோக்கி நகர்வதும் மறுநிலையில் மேல் சாதிகளின் வாழ்வு முறைகளை ஏற்றுக்கொள்வதும் என்ற இருமுனை மாற்றங்களைக் கொண்டுள்ளனர். இந்நிலையில் இருதரப்புச் சாதியினரிடமும் 'பண்பாட்டுப் பரிமாற்றம்' என்னும் நிகழ்வே முதன்மை பெறுகிறது. பிராமணர்கள் ஏற்றுக்கொண்டு வரும் மேற்கூறிய மாற்றங்களைச் சடங்கியல் சாரா நவீனத்துவத்தின் போக்கு என வரையறை செய்வது சீனுவாசின் பிராமணவாதத்தைக் காட்டுகிறது என்பர் சிலர்.

இருதரப்புச் சாதியினரிடமும் நிகழும் பண்பாட்டுப் பரிமாற்ற நிகழ்வைக் கூட மறுவாசிப்பு செய்யும் தேவை ஏற்படுகிறது. தொடக்கக் காலத்தில் ஆரியர்கள் இந்தியாவில் நுழைந்த பின்னர் அவர்கள் இங்குள்ள பண்பாட்டுக்கூறுகளை ஏற்றுக்கொண்ட திராவிடவயமாதல் நிகழ்வும், ஆரியர்களின் தனித்தன்மை மேலாண்மை பெற்ற பிற்காலத்தில் அதற்கு எதிராக ஏற்பட்ட சமண புத்த சமயங்களின் தோற்றமும் கவனிக்கத்தக்கவை. இவ்விரு பெருஞ்சமய இயக்கங்கள் தவிர தமிழ் மண்ணில் 10ஆம் நூற்றாண்டில் தோன்றிய சைவ சித்தாந்தமும், கருநாடகத்தில் 12ஆம் நூற்றாண்டில் தோன்றிய லிங்காயத்து இயக்கமும் பிராமணத்துக்கு எதிரான மாற்றுக் கருத்துகளை முன்வைத்தன. மிகப் பரவலான மதமாற்றங்கள் இந்து சமயத்தின் ஆதிக்கத்தைப் புறக்கணிக்கும் செயலாகவே கருத வேண்டும்.

இந்தியாவில் எவ்வாறான கலாச்சார உருவாக்கம் நிகழ்ந்துள்ளது என்பதில் இன்னும் சர்ச்சைக்குரிய விவாதங்கள் உள்ளன என்பதை அண்மைக்கால ஆய்வுகள் புலப்படுத்துகின்றன. சங்க இலக்கியங்களை மிக விரிவாக ஆராய்ந்து அதன்பின்னர் அவற்றை சமஸ்கிருத இலக்கியங்களோடு ஒப்பிட்டு ஆராய்ந்தவர் ஹார்ட் (1973, 1975, 1976). இவருடைய ஆய்வு முடிவுப்படி சமஸ்கிருதவயமாதல் சுட்டிக் காட்டும் சடங்குத் தூய்மை, பெண்களின் கற்பு நிலை, அதன் வழி அமையும் ஆற்றல், சைவ உணவுமுறை இவையனைத்தும் பண்டைய தமிழ் மண்ணில் காணப்பட்ட ஒன்றாகும். இவை ஆரியர்களால் வளர்த்தெடுக்கப்பட்டவை என்பதும் அவர்களால் மற்ற திணைசார் பண்பாடுகளுக்குப் பரவின என்பதும் இம் மண்ணுக்குரிய பண்டைய பண்பாடுகளைக் கவனத்தில் கொள்ளாததைக் குறிக்கும் என்பார். ஸ்டால் (1963) குறிப்பிடுவது போல இத்தீபகற்பத்தின் நீண்ட பண்பாட்டு உருவாக்கத்தில் எவ்வகைக் கூறுகள் சமஸ்கிருத மரபைக் கொண்டவை என்பதும் எவ்வகைக் கூறுகள் பிற மரபுகளைச் சார்ந்தவை என்பதும் ஊகிக்க இயலா அளவிற்குப் பண்பாட்டு உருவாக்கத்தின் கலவை அமைந்துள்ளது.

இதன் தொடக்கத்தை ஆரியர்களின் வருகையிலிருந்தே காணலாம் என்றாலும் சங்ககாலத்திற்குப் பிந்தைய காலத்தோடு தொடர்புபடுத்துவது பொருத்தம். கி.பி. 6ஆம் நூற்றாண்டளவில் பல்லவர்களின் ஆதிக்கமும் எழுச்சியும் மேலோங்கியபின் தென்னிந்தியாவில் ஒரு சகாப்தம் முடிவடைந்து, பிறிதொரு சகாப்தம் தோன்றியதைக் கல்வெட்டுச் சான்றுகள் பதிவு செய்துள்ளன. இக்கால இந்தியாவில் ஸ்ரீ குப்தரதும் சங்க காலத்ததும் ஆகிய இரு செல்நெறிப் போக்குகள் தென்னிந்தியாவில் இணைந்துகொண்டன என்று ராமானுஜன் குறிப்பிடுகிறார் (கிருஷ்ணராஜா 1998: 95). கி.பி. 6–9ஆம் நூற்றாண்டுக் காலகட்டங்களில் பல்லவர்களும் பாண்டியர்களும் தம்மிடையேயும் தக்காண அரசுகளோடும் போரிட்டுக் கொண்டதும் இக்காலகட்டத்தில் பண்பாட்டு மலர்ச்சியொன்று ஏற்பட்டது. இம்மாற்றத்தின் ஊடாக சமஸ்கிருதமயமும் ஏற்பட்டது. அக்காலகட்டத்தின் மாற்றங்களை ஆராய்ந்த பர்ட்டன் ஸ்டீயின் இம்மாற்றங்களனைத்தும் திடீரென ஏற்பட்டவையல்ல, படிப்படியாக ஏற்பட்டது என்கிறார். பல்லவர்களின் பிராகிருத கல்வெட்டுகளும், பிந்தைய சமஸ்கிருதக் கல்வெட்டுகளும் இதன் பின்னர் சோழர்களின் தமிழ், சமஸ்கிருதக் கல்வெட்டுகளும் சமஸ்கிருத வயமாதலின் போக்கைச் சுட்டுகின்றன.

> சமஸ்கிருதவயமாக்கத்தை ஒத்த ஒரு போக்கு பல்லவர் காலத்திற்குப் பல நூற்றாண்டுகளுக்கு முன்பிருந்தே செயல்பட்டு வந்துள்ளது. பழைய பண்பாட்டு வடிவங்களைக் கிரகிக்கும் முகமாக வேளாண் பண்பாடுகள் வழியாக இப்போக்கு நடந்துவந்தது (ஸ்டீயின் 1980: 66–67)

இவ்வகையான பரஸ்பர போக்கில் பிராமணர்கள் தமிழ் வயமாக்கலுக்கும் தமிழர்கள் சமஸ்கிருதவயமாக்கலுக்கும் ஆட்பட்டனர் என்பார் ஜார்ஜ் ஹார்ட் (1975).

இந்நிலையில் மிக விரிவான சமூக – பண்பாட்டு மாற்றங்கள் நிகழ்ந்துள்ள இம்மண்ணில் சமஸ்கிருதவயமாதல் நிகழ்வு முதலிடம் பெறச் செய்யும் முயற்சி பிராமணவாதத்துக்கே இட்டுச் செல்லும் என்பர் சில அறிஞர்கள்.

இறுதியாக, சமஸ்கிருதவயமாதல் கருத்தாக்கத்தை முன்வைத்த சீனுவாஸ் அதனால் சாதிப்படிநிலையில் ஏற்பட்ட மாற்றத்தை முன் வைக்காதது அவரது கருத்தாக்கத்தின் நிலைப்பாட்டை வலுவிழக்கச் செய்கிறது. ஏனெனில் சாதியமைப்புகள் 'மூடிய சமூக அமைப்பு' கொண்டவை. இதில் எந்த ஒரு வகையான தகுதிப் பெயர்வை அடைந்தாலும் கிடைநிலையில் மட்டுமே இருக்க முடியும். வேண்டுமானால் ஏழை முதலியார்

பணக்கார முதலியாராகத் தகுதிப் பெயர்வு அடைய முடியும். அவர் படிநிலையின் மேல்தட்டுக்குச் சென்றுவிட இயலாது. ஆகவே சாதியமைப்பை ஒத்த எல்லா மூடிய சமூக அமைப்பு களிலும் கிடைநிலையில் மட்டுமே தகுதிப் பெயர்வை அடைய முடியும்.

மேலைச் சமூகம் இதற்கு நேர்மாறானது. அது திறந்த சமூக அமைப்பு கொண்டது. அங்குக் கீழ்நிலை வர்க்கத்தினர் மேல்நிலை வர்க்கத்திற்கு மாறிக்கொள்ள இயலும். அங்குத் தகுதிப் பெயர்வு என்பது தனிநபர்/தனிக்குடும்பம் சார்ந்தது; செங்குத்தானது. ஆனால் சாதிச் சமூகத்தில் தகுதிப் பெயர்வு என்பது குறைந்த அளவு ஒரு வட்டாரத்தின் உட்சாதியை அல்லது பல கால்வழியினர் இணைந்த பெருங்குழுவைச் சேர்ந்தே அமையும். அதோடு தகுதிப் பெயர்வு கிடைநிலையில் மட்டுமே அமையும்.

சமஸ்கிருதவயமாதல் கோட்பாட்டுக்கான விமர்சனம்

சமஸ்கிருதவயமாதல் கோட்பாட்டைச் சிலர் கடுமை யாக விமர்சித்தனர். இவர்களுள் சமுதாயவியல் அறிஞர் யோகேந்திர சிங் குறிப்பிடத்தக்கவர். சமஸ்கிருதவயமாக்கல் என்னும் நிகழ்வு சமுதாயத்தில் நிலவுகிறது எனில் நீண்ட காலகட்டத்தைக் கடந்த இந்தியச் சமுதாயத்தில் கீழ்ச்சாதியினர் தகுதி பெயர்ந்து மேல் நிலைக்கு மாறிவிட்டார்களா? அப்படி யானால் கீழ்நிலைச் சாதியினரே இன்று இல்லையா? தகுதி மாறிய சாதியினர் என்ன பெயருடன் சமுதாயத்தில் விளங்கு கிறார்கள்? கீழ்ச்சாதியினர் மேல் சாதியினரின் வாழ்க்கை முறையைக் கடைபிடித்துத் தகுதியை உயர்த்திக் கொள்ளும் போது மேல் சாதியினர் அவர்களை அங்கீகாரம் செய்கிறார் களா போன்ற பல கேள்விகளை முன் வைக்கிறார் யோகேந்திர சிங். இக்கேள்விகள் அனைத்திற்குமான பதில் சீனுவாசின் கொள்கைநிலைக்கு எதிராகத்தான் இருக்கும் என்கிறார் இவர். ஒருவர் மற்றொருவரின் முறையைப் பின்பற்றுவதைப் பொதுவான சமுதாய மாற்றத்தில் நிகழும் நிகழ்வாகக் கருத வேண்டுமே தவிர அதை உயர்குடியாக்கம் என்னும் கருத்தாக்கத் திற்கு உட்படுத்தக்கூடாது என்கிறார் இவர். சமுதாயப் படிநிலை யில் ஒவ்வொரு குழுவும் (பிராமணர்கள் உட்பட) தனக்கு மேல் உள்ள குழுவினரின் முறைகளைப் பின்பற்றுகிறார்கள் என்று எடுத்துக் கொண்டால்கூட அவர்களிடம் காணப்படும் படிநிலை தொடர்ந்து நிலவத்தான் செய்யும். படிநிலையில் எண்ணிக்கை குறையாது என்கிறார் இவர். யோகேந்திர சிங்கின் கருத்துக்கு இணையான கருத்துக்களை வேறு பல நிலைகளில் விளக்கமளிப்பாரும் உண்டு.

உறவின்முறையாக்கம்

சமஸ்கிருதவயமாதலுக்கான ஒரு மாற்றுக் கோட்பாடே உறவின்முறையாக்கம் ஆகும். மேல்சாதியினரின் பழக்கவழக்கங்களைப் பின்பற்றிக் கீழ்ச்சாதியினர் தங்கள் தகுதிநிலையை உயர்த்திக் கொள்ளும் போக்குச் சாதியச் சமூகத்தின் சமூக மாற்றத்தில் பெரும்பங்கு வகிப்பதாக எம்.என். சீனுவாஸ் முன் மொழிந்தார். சமஸ்கிருதவயமாதல்/உயர்குடியாக்கம் என்னும் கருத்தமைவில் இச்சமூக மாற்றம் நிகழ்வதாகவும் சீனுவாஸ் கூறினார்.

கீழ்க்குடியினர் தங்கள் பழக்கவழக்கங்களையும் வாழ்க்கை முறைகளையும் மாற்றிக்கொண்டு உயர்குடியாக மாற வேண்டுமென்ற எண்ணமானது ஒற்றைத்தட விழைவாகும். அதாவது, கீழ்ச்சாதியினரின் தன்னார்வ விழைவினால் மட்டுமே சமஸ்கிருதவயமாதல் எனக்கூடிய உயர்குடியாக்க நிகழ்வு சமூகத்தில் தகுதி மாற்றத்தை ஏற்படுத்துகிறது என்பது சீனுவாசின் வாதமாகும்.

கீழ்ச்சாதியினர் உயர்குடியாக்க முறையினால் தகுதி உயர்வை ஏற்படுத்திக்கொண்டால் அவர்கள் அனைவருமே மேல்சாதியினராக மாறிவிடுகின்றனரா கீழ்ச்சாதிகள் காணாமல் போய்விட்டனவா என்பன போன்ற இன்னும் பல விமர்சனங்கள் சீனிவாசின் கோட்பாட்டுக்கு உண்டு என்றாலும் உயர்குடியாக்க மனப்பான்மை பலரிடம் இருந்து வந்துள்ளது என்பதை மறுப்பதற்கில்லை. எனினும் கீழ்ச்சாதியினர் தங்களின் தகுதி உயர்வுக்கு உயர்குடியாக்கமாதல் என்ற சொந்த விழைவு மட்டுமே காரணமல்ல, உயர்குடியினரே தங்களின் சொந்த ஆதாயத்திற்காகச் சில குறிப்பிட்ட கீழ்ச்சாதியினரைத் தகுதி உயர்வு அடையச் செய்கின்றனர். இப்போக்கு 'உறவின்முறையாக்கம்' என்னும் நிகழ்வாக அமைகிறது என சீனுவாசுக்குப் பிந்தைய மாற்றுக் கோட்பாடாக முன்வைக்கப்பட்டுள்ளது (சுரேந்திரன் 1997: 107–12).

இக்கோட்பாட்டின் வழி உயர்குடியாக்கம் என்னும் நிகழ்வானது ஒற்றைத்தட விழைவல்ல, அது ஓர் இரட்டைத்தட விழைவாகவும் அமைகிறது என்னும் கருத்து முன்னிலைப்பட்டுள்ளது.

பிராமணர்கள் அல்லது சாதிப்படிநிலையில் மேலிடத்தில் உள்ள சாதியினர் தங்கள் சொந்த நலன்களைப் பேணிக் கொள்வதற்காகத் தங்களுக்குக் கீழுள்ள சாதிகளுள் சில பிரிவினர்களை, அல்லது குறிப்பிட்ட ஒரு பிரிவினரை, அல்லது

சில குடும்பங்களை, அல்லது குறைந்த அளவு ஒரு குடும்பத்தை யாவது தேர்ந்தெடுத்து அவர்களைத் தங்களுக்கு நெருக்கமான குடியினராக உயர்த்தி வைத்துக்கொள்வர். இதன் வாயிலாகப் பொருளாதாரச் சார்பு, பாலியல் ஆதாயம், சமூகப் பாதுகாப்பு, குடும்பவேலைகளைப் பராமரித்துக் கொள்ளுதல் போன்ற இன்னும் பிற வசதிகளை அடைவர். இவ்வகையான உறவின் முறையாக்கத்திற்கு இரண்டு எடுத்துக்காட்டுகளைக் காணலாம்.

எடுத்துக்காட்டு *1:* தென் கன்னடத்தைச் சேர்ந்த கடம்ப மன்னனான மயூரவர்மனின் ஆதரவால் முதன்முதலில் கேரளத்துக்கு வந்த பிராமணர்கள் (இங்கு நம்பூதிரிகள் எனப் பட்டனர்) அங்குப் போர் மறவர்களாக வாழ்ந்த நாயர்களின் ஒரு பிரிவினருடன் உறவின்முறை ஏற்படுத்திக்கொண்டனர். நம்பூதிரிகளின் மூத்த மகன் மட்டும் நம்பூதிரிப் பெண்ணை மணந்து கொண்டு தன் சாதித் தூய்மையைப் பேணுவான். இளையவர்கள் நாயர் பெண்களைச் சம்பந்தம் (நாயர்களின் திருமணமுறை) செய்துகொண்டு உடலுறவு கொள்வர். இவ்வகை உறவு பின்னாளில் மற்ற உயர்சாதியினரால் அங்கீகரிக்கப் பட்ட நிலையில் ஒரு நிறுவனத்தன்மை பெற்றது. கேரளத்தில் வழங்கும் பரசுராமன் தொன்மங்கூட இவ்வகைச் சமூக அமைப்புக்கு ஒத்திசைவான போக்குடையது என்பதை இங்குக் கவனத்தில் கொள்ளலாம்.

நாயர்களின் ஒரு பிரிவினரை உறவின்முறையாக்கிக் கொண்ட நம்பூதிரிகள் தங்கள் சாதிக்கான தூய்மை நிலை குறையாமலிருக்க மற்ற கீழ்ச்சாதியினர் தங்கள் உறவின்முறை கொண்ட நாயர் பெண்களுடன் உடலுறவு கொள்ளுதல், திருமணம் செய்தல் போன்றவற்றிற்குத் தடை ஏற்படுத்திக் கொடுத்தனர்.

இவ்வகையான தகுதிப் பெயர்வு மேலும் சில கூறுகளுடன் வலுப்படுத்தப்பட்டது. நம்பூதிரி பிராமணர்கள் உறவின்முறை யாக்கிக் கொண்ட நாயர்களை அரசன் தங்களுக்குத் தானமாக கொடுத்த நிலங்களைக் கவனித்தல், கோயில்களின் பராமரிப்பைக் கவனித்தல் போன்ற தொழில்களில் ஈடுபடுத்தினர். இதனால் நாயர் சாதியில் தொழில் அடிப்படையில் புதிய உட்சாதிகள் கிளைக்கத் தொடங்கின (சுரேந்திரன் 1993, 1997: 107–12). இந்த உறவின்முறையாக்கத்தால் தூய்மைத் தொழில் செய்யும் நாயர்கள், தீட்டுத் தொழில் செய்யும் நாயர்கள் என்னும் பாகுபாடும் ஏற்பட்டது.

நாவுதியன், விளக்கித்தளவன், பண்டாரி போன்ற கிளைச் சாதியினர் தூய நாவிதர்கள். இவர்கள் மேல் சாதியினருக்கு மட்டும் ஊழியம் செய்பவர்களாக மாறினர். இவர்களுக்கு

நேர்மாறாக காவுதியன் கீழ்ச் சாதியினருக்குக் குறிப்பாக, தீயர்களுக்கு ஊழியம் செய்வோராக மாறினர். இதைப் போன்றே வெளுத்தேடத்து நாயர், மடிவால் போன்றோர் மேல் சாதி வண்ணாராகவும், வண்ணான்/மன்னான் பிரிவினர் கீழ்ச்சாதிக்கான வண்ணார்களாகவும் மாறினர் (மேலது: 110).

அடுத்ததாக, கல் உடைக்கும் தொழில் செய்து வந்த மணியான், மூவாரி, கட்டிஸ் ஆகிய சாதியினரை மேல்சாதி யினர் தகுதி உயர்வு கொடுத்துத் தங்கள் வீட்டு வேலைகளைக் கவனிக்கும் பொருட்டு அவர்களைத் தூய சாதியினராக அங்கீகரித்தனர். தாங்கள் பின்பற்றி வந்த மருமக்கட்டாய முறையைப் பின்பற்ற வைத்தனர். காசர்கோடு வட்டத்துப் பழங்குடியான மாராத்தியினரை ஹவிக் பிராமணர்கள் தங்கள் வீட்டு வேலைகளைச் செய்யும் பொருட்டு அவர்களை மேனிலைப்படுத்தி தீண்டத்தக்க சாதியாக்கினர். இவ்வாறு மேல்சாதியினர் தங்களின் தேவைகளை முன்னிட்டுச் சில பிரிவினர்களை உயர்குடிகளாக மாற்றினர் (மேலது: 110).

கேரளத்தில் நம்பூதிரி பிராமணர்கள் குடியமர்ந்த காலத்தில் அந்நிலப் பகுதியினை ஆண்டு வந்தவர்கள் நாயர்கள். இந்தியச் சமூகச் சிந்தனை மரபில் இரு தர்க்கக் கூறுகள் ஒன்றையொன்று பரஸ்பரம் உறவாடி ஒன்று மற்றொன்றை கிரகிக்கும் போக்கினை பிரஞ்சு மானிடவியலர் லூயி துய்மோன் *மானிடப் படிநிலை (Homo Hierarchicus)* என்னும் நூலில் மிகச்சிறப்பாகக் கோட்பாட்டாக்கம் செய்துள்ளார்.

துய்மோனின் சாதிய அமைப்பியல் தாக்கம் பிராமணர் களுக்கான அதிகார விழைவு எங்கிருந்து தொடங்குகிறது என்பதில் ஆரம்பம் கொள்கிறது. இதில் இரண்டு தர்க்கவியல் நிலைகளை அமைத்துக் கொள்கிறார். முதல் தர்க்கம் : மரபார்ந்த இந்தியச் சமூகத்தில் வானளாவிய பொருளியல் அதிகாரத்தை யும், அரசியல் அதிகாரத்தையும் கொண்டவர்கள் மன்னர்கள். இவ்வளவு சர்வ அதிகாரம் படைத்தவர்கள் இரண்டாம் தரமாகிப் பிராமணர்களைத் தங்களுக்கு மேற்பட்டவர்களாக உயர்த்திய உயர்குடிச் சிந்தனைப் போக்குச் (இதனைத் தத்து வார்த்த சிந்தனைப் போக்கு என்று கூடத் துய்மோன் சில இடங்களில் குறிப்பிடுகிறார்) சாதிய அமைப்பிற்கு அடித்தள மிட்டது என்கிறார் துய்மோன். இவருடைய கோட்பாட்டின் சாராம்சத்தை அவருடைய சொந்த எழுத்துக்களின் வழி அறிதல் வேண்டும்.

"இந்தியச் சமூக அமைப்பு முற்றிலும் வித்தியாசமானது. பிற நாடுகளோடு ஒப்பிட்டுப் பேசக்கூடிய அளவிற்கு இதனையொத்த அமைப்புகள் எங்குமில்லை. இங்குச்

சமூகத்தில் 'அதிகாரம்', 'தகுதி' இரண்டுக்குமான செயல் பாடுகள் மன்னனுக்கும் பிராமணர்களுக்கும் ஏற்றத் தாழ்வை ஏற்படுத்திவிட்டன (துய்மோன் 1980: 213).

சடங்குப் புரோகிதர்களாக விளங்கிய பிராமணர்கள் ஒரு நாட்டின் அரசனைக்காட்டிலும் மேலானவர்களாக மாறிய நிலைதான் சாதியத்தின் அடித்தளம் என்பார் துய்மோன். மன்னர்கள் தங்களுக்கான சர்வ அரசியல், பொருளாதார வல்லமையைத் தக்க வைத்துக்கொள்ளும் பொருட்டுச் சடங்கியல் செயல்பாடுகளைப் பிராமணர்கள் வழி செய்து கொண்டார்கள். எஜமானர்களான மன்னர்களின் தெய்வீக, ஆன்மீக ஆற்றலுக்கு வழிகோலும் யாக/வேள்விச் செயல்பாடு களைச் செய்த புரோகிதர்கள் அப்பணிகளுக்காக எஜமானர் களான அரசர்களிடமிருந்து தானங்களும் தட்சணைகளும் பெற்று வாழ்க்கை நடத்தினர்.

பொருளியல் நிலையிலும், அரசியல் மேலாண்மையிலும் எஜமானர்களாகத் திகழ்ந்த அரசர்களின் 'அதிகாரம்' என்னும் தளமானது, ஆன்மீகம், வேள்வி/யாகம், சடங்கு இவற்றைக் கொண்டு மன்னனுக்கும் அரசுக்கும் நாட்டுக்கும் மேன்மை ஏற்படுத்திய பிராமணர்களின் 'சமூகத் தகுதி' என்னும் தளத் தோடு கொண்ட உறவே சாதியமைப்பின் அடித்தளம் என்பார் துய்மோன் (1980: 2).

மன்னர்களின் அதிகாரத் தளம் சர்வ வல்லமை பெற்ற தாயினும் அவ்வல்லமையின் தளம் தொடர்ந்து காக்கப்பட/ உயர்த்தப்பட பிராமணர்களின் சடங்கியல் தளத்தை அது கோரி நிற்பதால் இங்கு அதிகாரம், தகுதி ஆகிய இரண்டும் தன்னியல்புகளுடன் நிலைபெறாமல் பிராமணரின் 'சடங்குத் தகுதி' மன்னரின் சர்வ அதிகாரத்தைத் தன்வசம் உட்செரித்துக் கொள்கின்றது. இவ்வாறு 'அதிகாரம்', 'தகுதி' ஆகிய இரண்டு தனித்தியங்கும் கூறுகள் ஒன்றோடு ஒன்று ஒத்திசைவு பெறாமல் எதிர் நிலையில் ஒன்றையொன்று மறுதலித்துக் கொண்டு ஒன்று மற்றொன்றைத் தன்வயப்படுத்தியது என்பதே சாதியச் சமூகத்தின் படிநிலைத் தர்க்கமாக, வாய்பாடாக அமைந்தது என்பார் துய்மோன் (மேலது: 72–77).

துய்மோனின் இரண்டாவது தர்க்கம் வருமாறு: மரபார்ந்த அக்காலச் சமூகத்தில் (வேதகாலம்–வேதகாலத்திற்குப் பிந்தைய காலம்) மன்னர்களின் சர்வ வல்லமைக்கும் பயன்செய்யும் பொருட்டு மக்கள் பல குழுக்களாகப் பாகுபட்டனர். இப்பாகு பாடு பொருளியல் உற்பத்தியில் பங்கேற்பு, பணிப்பகிர்வு என்பன தொடங்கிச் சடங்கு நிலை, திருமண உறவு கொள்ளும்

குழுக்களின் எல்லை வரை விரிந்து ஒவ்வொரு குழுவும் தங்களுக்குள் ஏற்படுத்திக்கொண்ட உறவு சாதியப் படிநிலைக்கு மற்றுமோர் அடித்தளத்தை அமைத்தது என்பார் துய்மோன் (மேலது: 50).

சமூகக் குழுக்களிடம் (சாதிகள்) ஏற்பட்ட நிரந்தரமான உறவில் ஒவ்வொரு குழுவினரும் எந்தெந்த நிலைகளில் வேறு பட்டு நின்றனர், எந்தெந்த நிலைகளில் மற்ற குழுவினருடன் பரிவர்த்தனை கொண்டனர், இவ்விரண்டு உறவால் எந்தப் படிநிலையில் வரிசைப்பட்டனர் என்ற மூன்று வகையான கருத்தியல் அமைவுகள் ஏற்பட்டன என்பார் துய்மோன் (மேலது: 40-45). இந்த மூன்று கருத்தியல் விரிவாக்க நிலை களையும் தூய்மை/தீட்டு என்ற ஒரே கருத்தியல் சாராம் சத்துக்குள் அடக்கிக்கொண்டு சாதியத்தின் இரண்டாம் தர்க்கத்தை வரையறுத்துக் கொள்கிறார் (1980: 56). இந்த இரண்டாம் தர்க்கத்தில் உயர்வு நிலையும், உயர்வான தூய்மை யும் ஒன்றோடு ஒன்று இயைபு கொள்கின்றன. இந்நிலையில் சமூகத்தில் தூய்மை நிலையின் மீதே 'தகுதி' கட்டுமானம் பெறுகிறது என்றும் இத்தகுதியே சாதிப்படிநிலைக்கு அடித்தள மிடுகிறது என்றும் தூய்மை/தீட்டு தர்க்கத்தின் நீட்சியைச் சுட்டிக்காட்டுகிறார். இதுவே சாதியப் படிநிலைக்கும் பிராமணர் களின் உயர்வுக்கும் அடிப்படை என்கிறார்.

எடுத்துக்காட்டு 2: விழுப்புரம் மாவட்டம், திண்டிவனம் வட்டம், ஏப்பாக்கம் கிராமத்தில் ஸ்ரீராமானுஜ நாவலர் சுவாமிகள் திருக்கோயில் வைணவ பக்தர்களால் சிறப்பாகப் பராமரிக்கப்பட்டு வருகிறது. வைணவம் சார்ந்த வழிபாடுகள், மாநாடுகள், சொற்பொழிவுகள் போன்றவை நிகழ்வதற்கு இக்கோயிலின் தீவிர பக்தரான மறைந்த பண்ருட்டி சீனுவாசம் பிள்ளை அவர்களின் மக்களும், ஏப்பாக்கம் கிராமத்தைச் சேர்ந்த நல்லாசிரியர் தெய்வத்திரு ஏ.ஆர். கண்ணபிரான் அவர்களும் உறுதுணையாக இருந்தனர். இக்கோயிலின் அன்றாட வழிபாட்டு நிகழ்வுகளைக் கவனிக்கப் 'பட்டர்' (வைணவப் பூசகர்) இருந்தாலும், பிற நிகழ்வுகளில் உதவியாக இருப்பதற் காக 20க்கும் மேற்பட்ட கவுண்டர் குடும்பத்தாருக்குத் தீட்சை அளிக்கப்பட்டுக் கோயில் அடியவர்களாகத் தகுதி உயர்வு செய்யப்பட்டுள்ளனர். இவர்கள் கேரளத்தில் நம்பூதிரி – நாயர்கள் போன்ற நேரடியான உறவின் முறையாக்கம் பெறாவிட்டாலும் இக்கிராமத்தைப் பொறுத்தவரை மற்ற வன்னியர்களிடமிருந்து தகுதி உயர்ந்தவர்களாக, சுவாமி களின் அடியவர்களாக, அங்கு நிகழும் வழிபாட்டு நிகழ்ச்சி களில் நேரடியாக உதவும் பணியாளர்களாக, பக்தர்களாக மிகவும் தகுதி உயர்வு பெற்றுள்ளனர்.

இவ்வகையான உயர்குடியாக்கமும் சீனுவாஸ் முன் மொழிந்த உயர்குடியாக்க முறையிலிருந்து மாறுபட்ட போக்கைக் சுட்டுகிறது. மேல்சாதியாரின் வசதிகளைக் கவனிக்கும் பொருட்டுக் கீழ்ச்சாதியாரைத் தூய்மைப்படுத்தி, உயர்வடையச் செய்தல் என்பது உறவின்முறையாக்கம் போக்கைச் சுட்டுவதாகும். இவ்வகையான உறவின்முறையாக்க நிகழ்வுகள் பல தளங்களில் நிகழ்ந்து வந்துள்ளன.

உறவின்முறையாக்கத்திலிருந்து மாறுபட்ட நிகழ்வுகளும் சமூக மாற்றத்திற்கு அடிப்படையாக அமைந்துள்ளன. காரைக்கால் மீனவர்கள் வழக்கிலுள்ள சமூக உறவுமுறை சற்று மாறுபட்டது. தஞ்சை மாவட்டம் திருக்கண்ணபுரத்தில் எழுந்தருளியுள்ள சவுரிராஜ பெருமாள் மாசி மாதம் மக நட்சத்திரத்தன்று (மாசி மகம்) காரைக்காலுக்கருகில் உள்ள பட்டினச்சேரி என்னும் மீனவர் கிராமத்தில் கடலாட (தீர்த்தவாரி) வருகிறார். இவ்விழாவின்போது 70 கி.மீட்டர் பயணம் செய்து வரும் பெருமாளை மீனவர் கிராமத்திற்கு 3 கி.மீ. மேற்கிலுள்ள திருமலைராயன் பட்டினத்திலிருந்து கிளம்பியதும் மீனவர்கள் எதிர்கொண்டு தாங்கள் கொண்டு செல்லும் பவளக்காய்ச் சப்பரம் என்னும் பெரிய சப்பரத்தில் பெருமாளை பெற்றுக் கொண்டாடி 'மாப்பிளே', 'மாப்பிளே' என்று குரல் எழுப்பிக் கொண்டு தீர்த்தவாரிக்கு எடுத்துச் செல்கின்றனர். இந்நிகழ்ச்சியின்போது மீனவர் பெண்கள் சப்பரத்திற்கு நேர் எதிரே வந்து நின்று பெருமாளை வணங்குவதில்லை. பெண்கள் மருமகனை வணங்குவதும் அவருக்கு நேர் எதிராக நிற்பதும் வெட்கக்கேடு என்ற மரபுவழிக் கூச்சத்தால் ஓரத்தில் நின்று வணங்குகிறார்கள் (பரமசிவன் 2001: 167).

இதே போன்று மதுரை அழகர் கோயிலில் சித்திரைத் திருவிழாவின்போது பள்ளர், பறையர், குறவர், சக்கிலியர், இடையர், சேர்வை, தேவர், பிள்ளை, அம்பலம் (கள்ளர்), வேளார் (குயவர்), நாயுடு, நாயக்கர், ஆசாரி ஆகிய தாழ்த்தப்பட்ட, பிற்பட்ட சாதியினர் பல்வேறு வகைகளில் இறைவனோடு திருவிளையாடல்கள் செய்கின்றனர். சிலர் தீட்டுக்குரிய தோலால் செய்த பைகளில் கொண்டு வரும் நீரைக் கள்ளழகர் மீது பீய்ச்சி அடிக்கின்றனர். சிலர் பெரிய திரியினை வைத்து அழகர் முன் சாமி ஆடுகின்றனர். சிலர் சாட்டையால் அடித்துக் கொண்டு ஆடுகின்றனர். இந்த அடியவர்கள் அனைவரும் தென்கலை நாமமும் துளசி மாலையும் அணிந்திருக்கின்றனர் (மேலது : 167 – 68).

மேற்கூறியவாறு கோவை மாவட்ட காரமடை ரங்கநாதன் கோயிலின் திருவிழாவில் பல சாதியினரின் இணைவையும்

விளக்குகிறார் பரமசிவன் (2001: 168). இவ்வகையான சமயவழி உறவின்முறையாக்கமானது ஒரு தேவையை ஒட்டி நிகழ்ந்துள்ள தாகக் கூறுவார் பரமசிவன் (மேலது: 169). சாதி அடுக்கு இறுகிப் போய்விட்ட அக்காலத்தில் தமக்குக் கீழுள்ள சாதியாரை யும் பக்தி இயக்கத்தில் சேர்த்துக்கொள்ள வேண்டிய வரலாற்றுக் கட்டாயம் அவர்களுக்கு (ஆழ்வார்களுக்கு) ஏற்பட்டது. 'ஆவுரித்துத் தின்றுழலும்' புலையரையும் சேர்த்துக் கொள்ள திருநாவுக்கரசர் உடன்படுகிறார். 'நலந்தாங்கு சாதிகள் நாலினும் இழிந்த குலந்தாங்கு சண்டாளரையும்' ஏற்றுக்கொள்ள வைணவமும் முற்படுகிறது. இவ்வாறான மேலும் பல தரவுகளை முன்வைத்து தமிழ் வைணவத்தில் ஏற்பட்ட மாற்றங்களை விளக்குகிறார் பரமசிவன் (மேலது: 170).

இடைக்காலத்தில் சோழர் ஆட்சியின்போது ராமானுசர் பிராமணர் அல்லாதாரை வைணவச் சமயத்தில் ஈர்ப்பதற்குச் சமயச் சடங்குகள் செய்து, பூநூல் அணிவித்து வைணவப் பிராமணராக மாற்றினார் (தர்ஸ்டன் 1987/1909, I: 476 – 81). இடைக்கால மன்னர்கள் பாவநிவர்த்திக்காகவும் இறையருள் பெறவேண்டியும் லட்சம் பிராமணர்களுக்கு விருந்தளிக்க வேண்டியவர்களாய் இருந்ததால் பிற வகுப்புகளிலிருந்து ஏராள மானவர்கள் பிராமணராக மாற்றப்பட்டனர்.

பிராமணர்கள் பற்றி எழுத்து வரலாற்றில் இடம்பெறும் இன்னொரு செய்தியும் கவனிக்கத்தக்கது. "கடம்ப குலத்தைச் சார்ந்த மயூரவர்மனுடைய ஆட்சிக் காலத்தில் சில ஆந்திர பிராமணர்கள் தென் கன்னடத்திற்கு அழைத்து வரப்பட்டார் கள்... யாகத்திற்குப் போதுமான அளவு பிராமணர்கள் கிடைக்காத காரணத்தால் அவ்வாறு அழைத்துவரப்பட்ட ஆந்திர பிராமணர்கள் பிராமணரல்லாத சாதிகளின் பல குடும்பங்களைத் தேர்வு செய்து பிராமணராக்கி அவர்களுக்குக் குடும்பப் பெயரையும் தந்துள்ளனர். அவ்வாறு தரப்பட்ட பெயர்கள் மானோலி, பேராலம் குதிரை, ஆனை முதலியன" (மேலது:x lvii). மேலும் சில எடுத்துக்காட்டுகளையும் தர்ஸ்டன் பதிவு செய்துள்ளார்.

இவ்வாறான நிலையின் மாறுபட்ட போக்குகளைக் காட்டும் தரவுகளும் கிடைக்கின்றன. தமிழகத்தில் கிறித்துவம் வளர முற்பட்டபோது 1640இல் 'பிராமண சந்நியாசிகள்', 'பண்டார சாமிகள்' என்ற இருவகையான துறவிகள் சேசு சபைக்குள் உருவாயினர். 18ஆம் நூற்றாண்டின் நடுப்பகுதியில் பிராமண சந்நியாசிகளுக்குப் பிரான்சிஸ்கோ சவேரியோ பவோன் என்ற சேசு சபைத் துறவி பின்வருமாறு அறிவுரை கூறியுள்ளார். 'நல்ல சாதியிலிருந்து சமையற்காரர்களையும்

வேலையாட்களையும் தேர்ந்தெடுத்துக் கொள்ளுங்கள். பறையர்களுடன் கலந்து விடாதீர்கள் ...' (சிவசுப்ரமணியன் 2001: 79 – 80). இந்த வேலையாட்கள் பிராமண சந்நியாசிகளால் மேனிலையாக்கம் பெற்றவர்களே. தாங்களாக முன் வந்து சமூக மாற்றத்தை விழையாதவர்கள். இந்நிகழ்வுகள் அனைத்தும் எம்.என். சீனுவாஸ் முன்மொழிந்த சமஸ்கிருதவயமாதல் நிகழ்வுக்கு முற்றிலும் மாறானதாகும்.

ஆக, தானே விரும்பி தகுதி உயர்வடைதல் என்னும் போக்கு ஒரு புறமும், மேற்சாதியினரின் நலனுக்காக அவர்களால் மேனிலைக்கு ஏற்றப்படல் என்பது மறுபுறமும் நிகழ்ந்துள்ள இரட்டை வழி மேனிலையாக்கமே இந்தியச் சமூகத்தில் இருந்து வந்துள்ளது. கீழ்ச்சாதியினர் தாங்களாக விரும்பி தகுதிப் பெயர்வடைவது அவர்களின் அகநிலை விழைவாகும். மாறாக, ஆதிக்கச் சாதியினர் கீழ்ச்சாதியினரை உயர்வு படுத்தி உறவின்முறையாக்கம் செய்வது ஆதிக்கச் சாதியாரின் அகநிலை விழைவாகும். இங்கு இரண்டு அகநிலை விழைவுகளுக்கும் உள்ள ஊடாட்டம் சமூகப் படிநிலையின் அசைவியக்கத்தோடு தொடர்புடையதாகும்.

துணை நூல்கள்

Aiyappan, A. 1988. *Tribal Culture and Tribal Welfare.* Madras: University of Madras.

Aiyar, Ramaswamy. 1929-30. Dravidic Place Names in the Plateau of Persia. *Quarterly Journal of the Mythic Society* XX.

Allchin, B. and F.R. Allchin. 1968. *The Birth of Indian Civilization.* London: Harmondsworth.

_____. 1982. *The Rise of Civilization in India and Pakistan.* Cambridge: Cambridge University Press.

Allchin, F.R. 1963. *Neolithic Cattle-keepers of South India:A Study of the Deccan Ash-mounds.* Cambridge: Cambridge University Press.

_____. 1995. *The Archeaology of Early Historic South Asia.* Cambridge: Cambridge University Press.

Babb, Lawrence A. 1975. *The Divine Hierarchy: Popular Hinduism in Central India.* New York: Columbia University Press.

Banerjee, Sukumar. 1969. *Ethnographic Study of the Kuvi-Kanda.* Calcutta: Anthropological Survey of India.

Basham, A. L. 1954. *The Wonder that was India.* New York: Grove Press.

_____. 1963. Some Reflections on Dravidians and Aryans. *Bulletin of the Institute of Traditional Cultures* 2: 225-34.

_____. 1979. Aryan and Non-Aryan in South India. In *Aryan and Non-Aryan in India.* M. Deshpande and Peter E. Hook, eds. Ann Arbor: The University of Michigan Press.

_____. (ed.). 2002. *A Cultural History of India.* New Delhi: Oxford University Press.

Begley, V. 1993. New Investigations at Port Arikamedu. *Journal of Roman Archaeology* 6: 93-108.

Bhattacharya, N.N. 2000. *Indian Demonology: The Inverted Pantheon.* Delhi: Manohar.

Biardeau, Madeleine. 1989. *Hinduism: The Anthropology of a Civilization.* Delhi: Oxford University Press.

Bloch, Jules. 1965. *Indo-Aryan: From the Veddas to Modern Times.* (Translated by Alfred Master, original in French, 1934). Paris: Librairie Adrien Maisonneuve.

Bose, N. K. and A. Ghosh. 1962. *The Archaeological Background: Human Skeletal Remains from Harappa.*

Boul, Barbara M. 1979. Kond Ritual Practices and Prayers. *Journal of Indian Folkloristics* 2, 3&4: 66-89.

Burrow, T. 1973. The Proto-Indo Aryans. *Journal of the Royal Asiatic Society* 2: 123-40.

_____. 2002 (1975). The Early Aryans. In *A Cultural History of India,* ed. A. L. Basham, pp. 20-29. New Delhi: Oxford University Press.

Burrow, T. & M.B. Emeneau. 1961. *A Dravidian Etymological Dictionary.* Oxford: Clarendon Press.

_____. 1968. *A Dravidian Etymological Dictionary: Supplement.* Oxford: Clarendon Press.

Champakalakshmi, R. 1976. Archaeology and Tamil Literary Tradition. *Puratattva* Archaeological Society of India, VIII: 110-22.

Chanda, R.P. 1916. Indo-Aryan Races: A Study of the Origin of Indo-Aryan People and Institutions, Part I, *Rajshahi* 253-69.

_____. 1922a. Survival of the Pre-historic Civilization of the Indus Valley. *ASI Monograph* 41.

_____. 1922b. Races of India (Anthropological Papers). *Journal of Department of Letters,* University of Calcutta 8: 295-312.

Chatterji, Sunit Kumar. 1959. The Indian Synthesis and Racial and Cultural Inter-Mixture in India. *Tamil Culture* 8: 267-324.

_____. 1965. *Dravidian*. Annamalainagar: Annamalai University.

Chattopadhyaya, Sudhakar. 1973. *Racial Affinities of Early North Indian Tribes*. New Delhi: Munshiram Manoharlal.

Chopra, S.R.K. 1983. Significance of Recent Hominid Discoveries from the Siwalik Hills of India. In *New Interpretations of Ape and Human Ancestry*, eds. R.L. Ciochon & R.S. Corrucini, pp. 539-55. New York.

Claus, Peter J. 1978. Oral Traditions, Royal Cults and Materials for a Reconsideration of Caste System in South India. *Journal of Indian Folkloristics* 1,1.

Codrington, H.W. 1926. *A Short History of Ceylon*. London.

Cohn, B.S. and McKim Marriott. 1958. Networks and Centers in the Integration of Indian Civilization. *Journal of Social Research* 1: 1-9.

Coon, C.S. 1939. *The Races of Europe*. New York: The Macmillan Company.

_____. 1963. *Origin of Races*. London.

Crooke, William. 1906. Dravidians (North India). In *Encyclopedia of Religion and Ethics*, Vol. 5.

Deleige, Robert. 1985. *The Bhils of Western India*. New Delhi: National Publishing House.

Deniker, J. 1988. *The Races of Man: An Outline of Anthropology and Ethnography*. Delhi: Mittal Publications.

Deshpande, M.M. and P.E. Hook. 1979. *Aryan and Non-Aryan in India*. Ann Arbor: Michigan Papers on South and South East Asia, No. 14.

Diehl, Carl G. 1956. *Instrument and Purpose: Studies of Rites and Rituals in South India*. Lund: C.W.K. Gleerup.

Dirks, N. 1989 (1987). *The Hollow Crown*. Cambridge: Cambridge University Press.

Dumont, Louis. 1953. Dravidian Kinship Terminology as an Expression of Marriage. *Man* LIII: 34-39.

_____. 1964. A Note on Locality in Relation to Descent. *Contributions to Indian Sociology* 7: 71-76.

_____. 1966. Marriage in India: The Present State of the Question, III. North India in relation to South India. *Contributions to Indian Sociology* 9: 90-114.

_____. 1980 (1970). *Homo Hierarchicus: The Caste System and its Implications.* Delhi: Oxford University Press.

_____. 1993. North India in Relation to South India. In *Family, Kinship and Marriage in India,* (ed.), Patricia Uberoi, pp. 91-111. Delhi: Oxford University Press.

Ehrenfels, U.R.1952. *Kadar of Cochin.* Madras: University of Madras.

Elmore, W.T. 1984 (1913). *Dravidian Gods in Modern Hinduism.* New Delhi: Asian Educational Services.

Elwin, Verrier.1947. *The Murias and Their Ghotul.* London: Oxford University Press.

Emeneau, M. B. 1958. Oral Poets of South India: The Todas. *Journal of American Folklore* 71: 312-24.

_____. 1965. Toda Verbal Art and Sanskritization. *Journal of Oriental Research* 14.

_____.1967. *Dravidian Linguistics, Ethnology and Folktales: Collected Papers.* Annamalai Nagar: Annamalai University.

_____. 1994. *Dravidian Studies: Selected Papers.* Delhi: Motilal Banarsidass.

Firth, Raymond. 1981 (1964). *Essays on Social Organization and Values.* New York: The Athlone Press.

Frasca, Richard A. 1990. *The Theatre of Mahabharata: Terukuthu Performance in South India.* Honolulu: University of Hawaii Press.

Frazer, R.W. 1971. Southern Dravidians. In *Encyclopaedia of Religion and Ethics,* ed. by James Hastings. New York: Charles Scribner's Sons.

Fruzzetti, Lina. 1990. *The Gift of a Virgin.* Delhi: Oxford University Press.

Fuller, C. J. 1992. *The Camphor Flame: Popular Hinduism and Society in India.* Princeton: Princeton University Press.

_____. 2002. Rituals of the Village. In *The Village in India,* ed. by Vandana Madan, pp. 271-97. New Delhi: Oxford University Press.

Furer-Haimendorf, Christoph von.1950. Indian Megalithic Cultures – Ancient and Modern: The Graves of the Iron Age Deccan and the Memorials of Present-day Aboriginals. *Illustrated London News* (July 1, 1950), 24-27.

_____.1952. Ethnographic Notes on Some Communities of the Wynad. *Eastern Anthropologist* 6: 18-32.

_____. 1953. New Aspects of the Dravidian Problem. *Tamil Culture* 2: 127-35.

_____. 1954. When, How and From Where did the Dravidians Come to India. *Indo-Asian Culture* 2, 3: 238-47.

_____. 1979. *The Gonds of Andhra Pradesh: Tradition and Change in an Indian Tribe.* New Delhi: Vikas Publishing House Pvt. Ltd.

Garn, S.M. 1971. *Human Races.* Springfield, Ill.: Charles C. Thomas.

Ghosh, Abik. 2003. *History and Culture of the Oraon Tribe: Some Aspects of their Social Life.* New Delhi: Mohit Publications.

_____. 2006. *The World of the Oraon: Their Symbols in Time and Space.* New Delhi: Manohar Publishers and Distributors.

Goody, Jack. 1990. *The Oriental and Ancient, and the Primitive: Systems of Marriage and the Family in the Preindustrial Societies of Eurasia.* Cambridge: Cambridge University Press.

Gordon, D.H. 1960. *The Pre-Historic Backround of Indian Culture* (2nd ed.). Bombay: N.M. Tripathi.

Gough, Kathleen. 1979. Dravidian Kinship and Modes of Production. *Contributions to Indian Sociology* (n.s.) 13, 2: 265-91.

Guha, B.S. 1935. The Racial Affinities of the Peoples of India. *Census of India 1931,* Vol.1, Part III A: 1-116.

Gumperz, John J & Robert Wilson. 1971. Convergence and Creolization: A Case from the Indo-Aryan/Dravidian Border. In *Pidginization and Creolization of Languages,* ed., Dell Hymes, pp. 151-67. Cambridge: Cambridge University Press.

Gururaja Rao, B.K. 1972. *The Megalithic Culture in South India.* University of Mysore.

Haddon, A.C. 1929. *Races of Man.* London: Cambridge University Press.

Harman, William. 1989. *The Sacred Marriage of a Hindu Goddess.* Bloomington: Indiana University Press.

Hart, G. L. 1975. *The Poems of Ancient Tamil.* Berkeley and Los Angeles: University of California Press.

Held, G. I. 1935. *The Mahabharata: An Ethnological Study.* London: Kegan Paul.

Herring, H. 1994. Great German Dravidologists. *International Journal of Dravidian Linguistics* 23, 2: 53-66.

Hivale, Shamrao. 1946. *The Pardhans of the Upper Narbada Valley*. Bombay: Oxford University Press.

Hockings, Paul. 1975. Paikara: An Iron Age Burial in South India. *Asian Perspectives* 18, 1: 26-50.

Hooten, E.A. 1965 (1956). *Up from the Ape*. Delhi: Motilal Banarsidass (Indian edition).

Hopkins, Thomas J. and Alf. Hiltebeitel. 1987. Indus Valley Religion. In *Encyclopaedia of Religion* 6, Gen. ed. Mircea Eliade, pp.215-223. New York: Macmillan.

Inden, Ronald B. 1976. *Marriage and Rank in Bengali Culture: A History of Caste and Class in Middle Period Bengal*. New Delhi. Vikas.

_____. 1990. *Imagining India*. Oxford: Basil Blackwell.

Isenberg, Shirley. 1985. *India's Bene Israel*. Bombay: Popular Prakashan.

Joseph, P.M. 1989. The Word Dravida. *International Journal of Dravidian Linguistics* XVIII, 2:134-42.

Kalla, Aloke K. 1994. *The Ethnology of India: Antecedents and Ethnic Affinities of Peoples of India*. New Delhi: Munshiram Manoharlal.

Karve, Irawati. 1965 (1953). *Kinship Organization in India* (3rd ed). Delhi: Munshiram Manoharlal.

_____. 1993. The Kinship Map of India. In *Family, Kinship and Marriage in India*, ed. Patricia Uberoi, pp. 50-73. Delhi: Oxford University Press.

Kay, R.F. 1983. Ramapithecus Reclaimed. *Science* 231, 1: 26-27.

Kennedy, K.A.R. 1970. Biological Anthropology of Prehistoric South Asians. *The Anthropologist* XVII,1&2: 1-13.

_____. 1975. *The Physical Anthropology of the Megalithic Builders of South India and Sri Lanka*. Canberra: Australian National University.

Kothandaraman, Pon. 1997. *Aspects of the Tamil Culture*. Chennai: Poompozhil Veliyiidu.

Krishnamurti, Bhadriraju. 2003. *Dravidian Languages*. Cambridge: Cambridge University Press.

Kroeber, A. L. 1963. *An Anthropologist Looks at History.* Berkeley: University of California Press.

_____. 1972 (1923). *Anthropology: Race, Language, Culture, Psychology, Prehistory.* Calcutta: Oxford & IBH Publishing Company.

Kshatriya, Gautam Kumar.1995. Genetic Affinities of Sri Lankan Populations. *Human Biology* 67, 6: 843-66.

Kurup, K.K.N.1977. *Aryan and Dravidian Elements in Malabar Folklore.* Trivandrum: Kerala Historical Society.

Lahovary, N. 1963. *Dravdiian Origins and the West (Newly Discoverwd Ties with the Ancient Culture and Languages including Basque of the Pre-Indo-European Mediterranean World).* Calcutta: Orient Longman.

Leach, Edmund. 1990. Aryan Invasions over Four Millennia. In *Culture through Time: Anthropological Approaches,* ed. Emiko Ohnuki-Tierney, 227-45. Stanford: Stanford University Press.

Leopold, Joan. 1970. The Aryan Theory of Race. *Indian Economic and Social History Review* 7: 271-97.

Leshnik, L.S. 1974. *South Indian 'Megalithic Burials': The Pandukal Complex.* Wiesbaden.

_____. 1975. Nomads and Burials in the Early History of South India. In *Pastoralists and Nomads in South Asia,* eds., L.S. Leshnik and G. Sontheimer, pp. 40-67. Wiesbaden.

Levi-Strauss, Claude. 1969. *The Elementary Structures of Kinship* (original French edition 1949). London: Eyre & Spottishwoode.

Lewis, G. E. 1937. Taxonomic Syllabus of Siwalik Fossil Anthropoids. *American Journal of Science* 34: 139-47.

Lewis, Oscar. 1965. *Village Life in Northern India.* New York: Random House.

Lipson, S. & D. Pilbeam. 1982. Ramapithecus and Hominid Evolution. *Journal of Human Ecology* 545-48.

Lynch, Owen M. 1967. Rural Cities in India: Continuities and Discontinuities. In *India and Ceylon: Unity and Diversity,* ed. P. Mason, pp. 142-58. London: Oxford University Press.

Madhava Menon, T. (ed.). 1996-1997. *Encyclopaedia of Dravidian Tribes* (3 Vols.). Thiruvananthapuram: International School of Dravidian Linguistics.

Mahadevan, Iravatham. 2003. *Early Tamil Epigraphy: From the Earliest Times to the Sixth Century A.D.* Chennai: Cre-A and Harvard University.

Maheswaran, C. 2008. *A Descriptive Grammar of the Kui Language.* Kuppam: Dravidian University.

Majumdar, D.N. 1961. *Races and Cultures of India* (4th rev. enl. ed.). Bombay: Asia Publishing House.

Majumdar, D.N & T.N. Madan. 1961(1956). *An Introduction to Social Anthropology.* Bombay: Asia Publishing House.

Malik, S. C. 1987 (1968). *Indian Civilization: The Formative Period.* Shimla: Indian Institute of Advanced Study & Delhi: Motilal Banarsidass.

Maloney, Clarence. 1969. The Paratavar: 2000 Years of Culture Dynamics of a Tamil Caste. *Man in India* XLVII, 3: 224-40.

____. 1970. The Beginnings of Civilization in South India. *Journal of Asian Studies* XXIX, 3: 603-16.

____.1976. Archaeology in South India: Accomplishments and Prospects. In *Essays on South India, Asian Studies Programme* ed. by Burton Stein, pp.1-40. University of Hawaii.

Mandelbaum, David G. 2005 (1970). *Society in India.* Bombay: Popular Prakashan.

Marr, John R. 2002 (1975). The Early Dravidians. In *A Cultural History of India,* ed. A. L. Basham, pp. 30-37. New Delhi: Oxford University Press.

Marriott, McKim. 1955. Social Structure and Change in a U.P. Village. In *India's Villages,* ed. M.N. Srinivas, pp. 106-21. Bombay: Media Promoters and Publishers Pvt. Ltd.

Marshall, P.J. 1970. *The British Discovery of Hinduism in the Eighteenth Century.* Cambridge: Cambridge University Press.

Mayer, Adrian C. 1986 (1960). *Caste and Kinship in Central India* (first Indian reprint). New Delhi: Universal Book Stall.

Mishra, Mahendra Kumar. 2007. *Oral Epics of Kalahandi.* Chennai: National Folklore Support Centre.

Mitra, A. K. 1963. The Aryan Problem in Indian Anthropology. In *Anthropology on the March,* ed. Bala Ratnam, pp. 116-25. Madras: The Book Centre.

Moffat, M. 1979. *An Untouchable Community in South India: Structure and Consensus.* Princeton: Princeton University Press.

Moss, C.F. 1950. *An Introduction to the Grammar of the Gondi Language.* Jabbalpur: Misswian Press.

Mukherjee, B. 1982. *Structure and Kinship in Tribal India.* Calcutta: Minerva Associates.

Murkute, S.R. 1991. *Socio-Cultural Study of Scheduled Tribe: The Pardhans of Maharashtra.* New Delhi: Concept.

Murthy, K.S. 2003. Velanadu/Velanati Brahman. In *People of India, Andhra Pradesh,* Vol. XIII, pp.1897-99. Anthropological Survey of India & Chennai: Affiliated East-West Press.

Murty, M.L.K. 1993. Ethnohistory of Pastoralism: A Study of Kuruvas and Gollas. *Studies in History* 9, 1: 33-42.

Murty, M.L.K. and G. D. Sontheimer. 1980. Prehistoric Background to Pastoralism in the Southern Deccan. *Anthropos* 75: 163-84.

Naik, T.B. 1956. *The Bhils: A Study.* Delhi: Bharatiya Adimjati Sevak Sangh.

Narayanan Nambudiri, P.P. 1992. *Aryans in South India.* New Delhi: Inter-India Publications.

Narasimhaiah, B. 1976. *The Neolithic and Megalithic Cultures in Tamil Nadu.* Poona: University of Poona.

Nath, Y.V.S. 1960. *The Bhils: A Study.* Baroda: M.S. University.

Nilakanta Sastri, K. A. 1967. *Cultural Contacts Between Aryans and Dravidians.* Bombay: Manaktalas.

Oppert, G. 1972 (1873). *The Original Inhabitants of India.* Delhi: Oriental Publishers.

Pandian, M.S.S. 2007. *Brahmin & Non-Brahmin: Genealogies of the Tamil Political Present.* Ranikhet: Permanent Black.

Parpola, Asko. 1973. *Arguments for an Aryan Origin of the South Indian Megaliths.* Madras: State Department of Archaeology.

Patnaik, N.R. 1992. *History and Culture of Khond Tribe.* New Delhi: Commonwealth Publishers.

Patnaik, N.& P.S. Das. 1982. *The Khond of Orissa.* Bhubaneswar: Tribal & Harijan Research-cum-Training Institute.

Pilbeam, D.R. 1982. New Hominid Skull Material from the Miocene of Pakistan. *Nature* 295: 232-34.

_____. 1983. Ramapithecus Disowned. *Science* 23, 1: 24-25.

Pilbeam, D.R. & R. Smith. 1981. New Skull Remains of Sivapithecus from Pakistan. *Memoir of Geological Survey of Pakistan* 2: 1-13.

Pocock, D.F. 1954. The Hypergamy of the Patidars. In *Professor Ghurye Felicitation Volume*, ed. K.M. Kapadia, pp. 195-204. Bombay: Popular Press.

Prasada Rao, D.L. 1978. *A Note on the Telugu Brahmans* (Unpublished). Department of Anthropology, Waltair: Andhra University.

Ramadas, G. 1925. The Aboriginal Tribes in the Ramayana. *Man in India* 5: 28-55.

Ramakrishna Reddy, B. 2001. Dravidian Language Studies Since Caldwell. *International Journal of Dravidian Linguistics* XXX, 2: 107-40.

Rangachari, K. 1931. *The Sri Vaishnava Brahmans*. The Bulletin of the Madras Government Museum, New Series, General Section, Vol. 2.

_____. 1916-17. The History of Sri Vaishnavism: From the Death of Sri Vedanta Desika to the Present Day. *Quarterly Journal of the Mythic Society* 7: 106-18, 197-209.

Rao, Garapati Uma Maheswar. 2008. *A Comparative Grammar of the Gondi Dialects*. Kuppam: Dravidian University.

Ratnagar, Shereen. 2004. *The Other Indians: Essays on Pastoralists and Prehistoric Tribal People*. Gurgaon: Three Essays Collective.

_____. 2010. *Being Tribal*. New Delhi: Primus Books.

Reddy, P.G. 1993. *Marriage Practices in South India: Social and Biological aspects of Consanguineous Unions*. Madras: University of Madras.

Richards, F.G. 1930. Race Drift in South India. *Indian Antiquary* 59: 211-18.

Risley, H.H. 1969 (1915). *The People of India*. Delhi: Oriental Books.

Rivers, W.H.R. 1921. Kinship and Marriage in India. *Man in India* 1, 1: 6-10.

_____. 1986 (1906). *The Todas*. Jaipur: Rawat.

Roy, S.C. 1985 (1915). *The Oraons of Chota Nagpur.* Ranchi: Brahmo Mission.

Russell, R.V. & R.B. Hira Lal. 1975 (1916). *Tribes and Castes of the Central Provinces of India* (4 Vols.). Delhi: Cosmo Publications.

Sankalia, H.D. 1968a. Beginning of Civilization in South India. 2nd *International Conference-Seminar of Tamil Studies,* Plenary Sessions, Madras, January 3-10, pp. 1-17.

_____. 1968b. Beginning of Civilization in South India. *Science Today* (April): 28-40.

Sarkar, S.S. 1954. *The Aboriginal Races of India.* Calcutta: Book Land Ltd.

_____. 1965. Review of the Report on the Adittanallur Skulls. *Science and Culture* 31: 136-37.

_____. 1972. *Ancient Races of the Deccan.* New Delhi: Munshiram Manoharlal.

Sastry, S.S. 2003. Prathama Sakha Brahman. In *People of India, Andhra Pradesh,* Vol. XIII, pp. 1444-48. Anthropological Survey of India & Chennai: Affiliated East-West Press.

Satyanarayana, K. 1975. *A Study of the History and Culture of the Andhras.* New Delhi.

Schulze, F.V.P. 1912. *The Religion of the Kuvi Konds, their Customs and their Folklore.* Madras: Graves Cookson & Co.

Seligman, C. G. and B.Z. Seligman. 1911. *The Veddas.* Cambridge: Cambridge University Press.

Sen, D.K. 1965. Ancient Races of India and Pakistan: A Study of Methods. *Ancient India* 20 & 21: 178-205.

Sesha Iyangar, T.R. 1933. *Dravidian India,* Vol. I. Madras: C. Coomaraswamy Naidu and Sons.

Shafer, Jim G. 1984. The Indo-Aryan Invasion: Cultural Myth and Archaeological Reality. In *The People of South Asia: The Biological Anthropology of India, Pakistan, and Nepal,* ed John.R. Lukas, pp. 77-90. New York: Plenum Press.

Sharma, A. 1963. Negrito Problem in India: New Perspective. In *Anthropology on the March,* ed. Bala Ratnam. Madras: The Book Centre.

Singer, Milton. 1972. *When a Great Tradition Modernizes: An Anthropological Approach to Indian Civilization.* Chicago: Chicago University Press.

Singh, K.S. (ed.). 1997. Foreword. In *People of India: Tamil Nadu.* Vol. XL, Part I. Calcutta: Anthropological Survey of India & Madras: Affiliated East-West Press Pvt. Ltd.

Singh, T.R. 1969. Widow Remarriage among Brahmans: A Sociological Study. *The Eastern Anthropologist* XXII, 1: 75-89.

Sivaramamurti, C. 1955. *Royal Conquests and Cultural Migrations in South India and the Deccan.* Calcutta: Indian Museum.

Sjoberg, Andree F. 1971a. *Symposium on Dravidian Civilization.* Austin, Texas: Jenkins.

_____. 1971b. Who are the Dravidians?: The Present State of Knowledge. *Symposium on Dravidian Civilization* 1-26.

_____. 1990. The Dravidian Contribution to the Development of Indian Civilization: A Call for a Reassessment. *Comparative Civilizations Review* 23: 40-74.

_____. 1992. The Impact of Dravidian on Indo-Aryan: An Overview. In *Reconstructing Languages and Cultures,* eds. E.C. Polome and W. Winter, pp. 507-29. Berlin: Mouton de Gruyter.

_____. 2009. *Dravidian Language and Culture.* Kuppam: Dravidian University.

Sontheimer, Gunther D. 1990. Between Ghost and God: A Folk Deity of Deccan. In *Criminal Gods and Demon Devotees: Essays on the Guardians of Popular Hinduism,* ed. Alf Hiltebeitel, pp. 299-337. New Delhi: Manohar.

_____. 1993. King Khandoba's Hunt and His Encounter with Banai, the Shepherdess. In *Flags of Fame: Studies in South Asian Folk Culture,* eds. H. Bruckner, L. Lutze & A. Malik, pp. 19-80. New Delhi: Manohar.

Spencer, W. 2002. *The Journey of Man: A Genetic Odyssey.* Princeton, N.J.: Princeton University Press.

Srinivas, M.N. 1962. *Caste in Modern India and other Essays.* Bombay: Media Promoters & Publishers.

Stall, J. F. 1963. Sanskrit and Sanskritization. *The Journal of Asian Studies* 22: 261-75.

Stanley, John M. 1977. Special Time, Special Power: Fluidity of Power in a Popular Hindu Festival. *Journal of Asian Studies* 37,1: 27-43.

Stein, Burton. 1980. *Peasant State and Society in Medieval South India.* Delhi: Oxford University Press.

_____.1983. Mahanavami: Medieval and Modern Kingly Ritual. In *Essays on Gupta Culture,* ed. Bardwell L. Smith, pp. 67-90. Delhi: Motilal Banarsidass.

Subrahmanian, N. 1989. *The Brahmin in the Tamil Country.* Madurai: Ennes Publications.

Sur, Atal Krishna. 1973. *Sex and Marriage in India: An Ethnohistorical Survey.* Bombay: Allied Publishers.

Surendran, P. 1997. Affinitization: A Process of Social Change- A Post-Srinivasian Analysis. *PILC Journal of Dravidic Studies* 7, 1: 107-12.

Suryanarayana, M. 2003. A Note on the Brahmans. In *People of India: Andhra Pradesh*, Vol. XIII (Part 3). Calcutta: Anthropological Survey of India & Chennai: Affiliated East- West Press.

Talageri, Shrikant G. 1993. *The Aryan Invasion Theory: A Reappraisal.* New Delhi: Aditya Prakashan.

Tanaka, Masakazu. 1997. *Patrons, Devotees and Goddess: Ritual and Power among the Tamil Fishermen of Sri Lanka.* New Delhi: Manohar.

Taylor, Issac. 1980 (1889).*The Origin of the Aryans: An Account of the Prehistoric Ethnology and Civilization of Europe.* New Delhi: Bahri Publications Pvt. Ltd. (first Indian edition).

Thapar, Romila. 1993. *Interpreting Early India.* Delhi: Oxford University Press.

Thiady, S. B. 1965. *Phulbani: The Khond Land.* Berhampur.

Thurston, Edgar. 1896. Anthropology of the Todas and Kotas of the Nilgiri Hills; and of the Brahmans, Kammalans, Pallis and Pariahs of Madras City. *Bulletin of the Madras Government Museum* 1, 4: 139-236.

_____. 1897. Badagas and Irulas of the Nilgiris; Paniyans of Malabar; a Chinese-Tamil Cross; a Cheruman Skull; Kuruba or

Kurumba, Summary of Results. *Bulletin of the Madras Government Museum* 2, 1: 1-68.

_____. 1899. Anthropology: Kadirs of Anaimalais, Malaialis of the Shevaroys, Syllabus of Demonstrations on Anthropology, the Dravidian Head, the Dravidian People. *Bulletin of the Madras Government Museum* 2, 3: 131-97.

Thurston, Edgar and K. Rangachari. 1909. *Castes and Tribes of Southern India* (7 Vols.). Madras: Government Press.

Timberg, T. A. 1986. *The Jews in India.* Delhi: Vikas.

Trautmann, Thomas R. 1974. Cross-Cousin Marriage in Ancient North India?. In *Kinship and History in South Asia,* ed. Thomas Trautmann. Ann Arbor: University of Michigan.

_____. 1981. *Dravidian Kinship.* Cambridge: Cambridge University Press.

_____. 1987. *Lewis Henry Morgan and the Invention of Kinship.* Berkeley: University of California Press.

_____. 1997. *Aryan and British India.* New Delhi: Vistaar Publications (Indian edition).

Tyler, Stephen A. 1968. Dravidian and Uralian: The Lexical Evidence. *Language* 44: 798-812.

_____. 1973. *India: An Anthropological Perspective.* Pacific Palisades, C.A.: Goodyear.

Vairavel, N. 1989. *History of the Pastoral Communities of Ancient and Medieval Tamil Nadu.* Unpublished PhD thesis, Madurai Kamaraj University, Madurai.

Verma, R. C. 2002 (1990). *Indian Tribes: Through the Ages.* New Delhi: Publications Division.

Walker, Anthony. 1986. *The Toda of South India: A New Look.* Delhi: Hindustan Publishing Corporation.

Wheeler, R. E. M. 1966. *Civilizations of the Indus Valley and Beyond.* London: Thames and Hudson.

Whitehead, Henry. 1983 (1921). *The Village Gods of South India* (Revised 2nd edition). Calcutta: Association Press.

Winters, Clyde Ahmad. 1989. Review Article on Dr. Asko Parpolo's "The Coming of the Aryans to Iran and India and the Cultural and Ethnic Identity of the Dasas". *International Journal of Dravidian Linguistics* 18, 2: 98-127.

Wolpoff, M. H. 1982. Ramapithecus and Hominid Origins. *Current Anthropology* 23, 5: 501-22.

____. 1983. Ramapithecus and Hominid Origins: An Anthropologists Perspective of Changing Interpretations. In *New Interpretations of Ape and Human Ancestry,* eds. R.L. Ciochen & R.S. Corrueini, pp. 651-76.

Yalman, Nur. 1971. *Under the Bo Tree.* Berkeley: University of California Press.

Zeuner, F.E. 1951. *Prehistory in India.* Deccan College Handbook Series 1, Poona.

Zuckerman, S. 1930. The Adichanallur Skulls. *Bulletin of the Madras Government Museum* 2, 1: 1-24.

Zvelebil, Kamil V. 1965. Harappa and the Dravidians: An Old Mystery in a New Light. *New Orient* 4: 65-69.

____. 1972. The Descent of the Dravidians. *International Journal of Dravidian Linguistics* 1, 2: 57-63.

____. 1987. The Term Tamil. *Journal of the Institute of Asian Studies* 4, 2: 1-10.

____. 1990. *Dravidian Linguistics: An Introduction.* Pondicherry: Pondicherry Institute of Linguistics and Culture.

இரகுபதி, பொன்னம்பலம். 2006. *வல்லியக்கனும் வல்லிபுர நாதரும்.* யாழ்ப்பாணம்: புலரி.

இராமநாதன், ஆறு. 1997. *தனிப்பட்ட கடிதம் வழி பெற்ற தரவுகள்.*

கோவிந்தன், தி. 1995. *தருமபுரி மாவட்ட பழங்குடி மக்கள்.* தருமபுரி: ஸ்ரீ விவேகானந்தர் அறக்கட்டளை.

சண்முகலிங்கன், என். & பக்தவத்சல பாரதி. 2014. *இலங்கை இந்திய மானிடவியல்.* சென்னை: என்.சி.பி.எச்.

சிற்றம்பலம், சி. க. 1996. *ஈழத்து இந்து சமய வரலாறு: பாகம் 1, கி.பி. 500 வரை.* திருநெல்வேலி: யாழ்ப்பாணப் பல்கலைகழக வெளியீடு.

சுந்தர் காளி. 2005. *திருமுகமும் சுயமுகமும்: பண்பாட்டாய்வுக் கட்டுரைகள்.* மதுரை: காரோன் – நீரோன் பதிப்பகம்.

சுப்பையா, மு. 2003. "நார்த்தேவன் குடிகாடு இரணியன் நாடகம்: சடங்கியல் வெளியும். அரங்க வெளியும்". *தஞ்சை நாட்டுப்புறவியல் நூலிலுள்ள கட்டுரை,* பக். 33–60. (பதி). இராமநாதன் & ஆ. சண்முகம். சென்னை: தன்னனானே.

ட்ரவுட்மன், தாமஸ். (தமிழில் இராம. சுந்தரம்). 2007. *திராவிடச் சான்று: எல்லிஸூம் திராவிட மொழிகளும்.* சென்னை, நாகர்கோவில்: சென்னை வளர்ச்சி ஆராய்ச்சி நிறுவனம், காலச்சுவடு பதிப்பகம்.

தர்ஸ்டன், எட்கர் & க. ரங்காச்சாரி (தமிழில் க. ரத்னம்). *1986 – 1900 (1909). தென்னிந்தியக் குலங்களும் குடிகளும் (7* தொகுதிகள்). தஞ்சாவூர்: தமிழ்ப் பல்கலைக்கழகம்.

துபுவா, அபே (தமிழில் வி. என். ராகவன்). 2008 (1816). *இந்திய மக்கள்: மதம், பழக்கவழக்கங்கள், நிறுவனங்கள்.* சென்னை: அலைகள் வெளியீட்டகம்.

பக்தவத்சல பாரதி. 2012. *பாணர் இனவரைவியல்.* சென்னை: உலகத் தமிழாராய்ச்சி நிறுவனம்.

_____. 2012அ. *பிற்சங்ககாலச் சமய விழாக்கள்.* சென்னை: நியூ செஞ்சரி புக் ஹவுஸ் (பி) லிட்.

_____. 2012ஆ. *தமிழர் மானிடவியல்.* அடையாளம்: புத்தாநத்தம்.

_____. 2013. *தமிழகப் பழங்குடிகள்.* அடையாளம்: புத்தாநத்தம்.

_____. 2013அ. *இன்றைய தமிழ்ச் சமூகம்.* சென்னை: நியூ செஞ்சுரி புக்ஹவுஸ் (பி) லிட்.

_____. 2013ஆ. *வரலாற்று மானிடவியல்.* புத்தாநத்தம்: அடையாளம்.

_____. 2014. *இலக்கிய மானிடவியல்.* புத்தாநத்தம்: அடையாளம்.

பரமசிவன், தொ. 2001. *பண்பாட்டு அசைவுகள்.* நாகர்கோவில்: காலச்சுவடு பதிப்பகம்.

மனோகரன், ச. 2012. *திராவிட மொழிகளும் திராவிட மொழி ஆய்வுகளும்.* சென்னை: உலகத் தமிழாராய்ச்சி நிறுவனம்.

ராஜன், கா. 2004. *தொல்லியல் நோக்கில் சங்ககாலம்.* சென்னை: உலகத் தமிழாராய்ச்சி நிறுவனம்.

ரெங்கையா முருகன் & வி. ஹரிசரவணன். 2010. *அனுபவங்களின் நிழல் பாதை.* திருவண்ணாமலை: வம்சி.